நான் திரைக்கதை ஆசிரியரானால்

Title:
Naan Thiraikkathai
Aasiriyaranaal

© B.R.Mahadevan

ISBN: 978-93-92474-20-0

நூல் தலைப்பு
நான் திரைக்கதை
ஆசிரியரானால்

நூல் ஆசிரியர்
© B.R.மஹாதேவன்

முதற்பதிப்பு
டிசம்பர் - 2021

விலை: ₹450

பக்கம்: 352

Printed in India

Published by
Sathyaa Enterprises
No.137, First Floor,
Choolaimedu High Road,
Choolaimedu,
Chennai - 600 094.
044 - 4507 4203

Email:
sathyaabooks@gmail.com

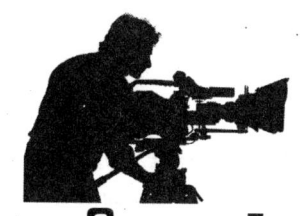

நான் திரைக்கதை ஆசிரியரானால்

B.R.மஹாதேவன்

சத்யா

திரைக்கதை எழுதிப் பயிற்சி பெற எளிய வழி ஏற்கெனவே வெளிவந்த திரைப்படத்தில் சில மாறுதல்களைச் செய்து எழுதிப் பார்ப்பதுதான்.

1. வட்டச் செயலாளர் வண்டு முருகன் - 'முதல்வன்' படத்தில் அர்ஜுனுக்கு திடீர் முதல்வராகும் வாய்ப்பு கிடைத்ததுபோல் வடிவேலுக்குக் கிடைத்தால்..?

2. காதல் - 2 - 'காதல்' படத்தில் முருகனுக்கு மன நிலை கலங்கிவிடும். ஐஸ்வர்யாவும் அவளுடைய புதிய கணவனும் அவனைத் தங்கள் பராமரிப்பில் பார்த்துக்கொள்வார்கள். முருகனுக்கு நினைவு திரும்பிவிட்டால்..?.

3. மோகினி - 'மூணு' படத்தில் நாயகனுக்கு மன நோய் இருக்கும். அதுவே நாயகிக்கு இருந்தால்..?

4. சரஸ்வதி மேரி டீச்சர் - 'நண்பன்' படத்தில் விஜய் புத்திசாலி மாணவராக இருப்பார். அவர் ஆசிரியரானால்... அந்த வேடத்தில் நந்திதா தாஸ் நடித்தால்..?.

5. துர்கா - ஒரு சீரியல் கில்லர் - அவருக்கு ஆதரவாக வாதாடும் வழக்கறிஞர்

6. நாகினி - அரசியல் த்ரில்லர்

7. அதையும் தாண்டிப் புனிதமானது - நான் ஈ திரைப்படத்தில் கதாநாயகன் மறு பிறவியில் ஈயாக வந்து பழிவாங்குவார். ஈக்குப் பதிலாக மனிதக் குரங்கு. மறுபிறவிக்குப் பதிலாக இந்த ஜென்மத்திலேயே காதல். காதலி தமன்னாவின் வீட்டினரிடம் நல்ல பெயர் வாங்க மனிதக் குரங்கு செல்கிறது. காதலர் மனிதக் குரங்கின் குலத்தினரிடம் நல்ல பெயர் வாங்க தமன்னா செல்கிறார். அமரக் காதல் கைகூடியதா?

8. இளைய தலைமுறை - ஊடகங்கள் மூலம் நடக்கும் கொலைகள், அரசியல் தில்லுமுல்லுகள்.

- இப்படியாக, பார்த்த திரைப்படங்களில் இருந்து பார்க்கப்போகிற திரைப்படங்கள் இந்தப் புத்தகத்தில் உருவாக்கப்பட்டிருக்கின்றன.

தேர்ந்த சிற்பிக்கு வெறும் கல்லைப் பார்த்தாலே அதில் மறைந்திருக்கும் சிலையைக் கண்டுபிடித்துவிட முடியும். இந்தப் புத்தகமோ கல்லில் சிலையை வரைந்தே காட்டியிருக்கிறது. செதுக்க வேண்டியதுமட்டுமே பாக்கி.

- B.R.மகாதேவன்

உள்ளே...

1. வட்டச் செயலாளர் வண்டு முருகன் — 7
2. காதல் -2 — 54
3. மோகினி — 73
4. சரஸ்வதி மேரி டீச்சர் — 124
5. துர்கா — 195
6. நாகினி — 242
7. அதையும் தாண்டிப் புனிதமானது — 273
8. இளைய தலைமுறை — 319

வட்டச் செயலாளர் வண்டு முருகன்

முதல்வன் படத்தில் அர்ஜுனுக்கு திடீர் முதல்வராகும் வாய்ப்பு கிடைத்ததுபோல் வட்டச் செயலாளர் வண்டு முருகனுக்கு ஒரு வாய்ப்பு கிடைத்தால்..?

இதுதான் படத்தின் (கதையின்) ஒன் லைன். இதில் ஒருகட்டத்தில் வண்டு முருகன் உடம்பில் எம்.ஜி.ஆரின் ஆவி வந்து புகுந்துகொள்கிறது. அதன் பிறகு எம்.ஜி.ஆரின் ஆட்சியின் இரண்டாம் பாகம் ஆரம்பிக்கிறது. நகைச்சுவை, காதல், சண்டை, செண்டிமெண்ட் என நகரும் கதையில் சமூக நலன் சார்ந்த விஷயங்களையும் சேர்த்து எழுதியிருக்கிறேன். மது விலக்கு, காவிரி பிரச்னை, தமிழ் வழிக் கல்வி, கூடங்குளம், மீனவர் பிரச்னை, விவசாயப் பிரச்னை என பல வற்றுக்கான தீர்வுகளை இந்தக் கதையில் சொல்ல முயன்றிருக்கிறேன். படமாக எடுக்கப்படும்போது இவற்றில் சிலவற்றை மட்டுமே வைத்துக்கொள்ள முடியும்.

அரசியலில் பழம் தின்று கொட்டை போட்டு, அந்தக் கொட்டை வளர்ந்து மரமாகி, அதில் இருந்து கிடைத்த பழத்தையும் தின்று கொட்டை போட்ட... எதற்கு நீட்டி முழக்குகிறேன். தமிழகத்தில் ஜனநாயகத்துக்கு எத்தனை வயது ஆகிறதோ அதைவிட அதிக

வயதான அரசியல் தலைவரான எம்.என்.நம்பிராஜன் (பிரகாஷ்ராஜ்) எதிர்பாராத விதமாக ஊழல் வழக்கில் மாட்டிக்கொண்டுவிடுகிறார். அவருடைய அரசியல் வாழ்க்கையில் இது ரொம்பவும் சகஜம்தான் என்றாலும் இந்தத் தடவை நிலைமை ரொம்பவே சிக்கலாகிவிட்டிருக்கிறது. இதனால் அவருடைய முதலமைச்சர் பதவியை இழக்க நேருகிறது.

சமீபத்தில்தான் தேர்தல் நடந்து ஆட்சியைக் கைப்பற்றியிருந்தார். கழகக் கண்மணிகள் இந்த முறை போட்ட காசை எடுக்க எப்படியும் ரெண்டு மூணு வருஷமாவது ஆகும். எனவே, உடனடியாக ஆட்சியைக் கலைத்துவிட்டு தேர்தல் வைக்கவும் முடியாது. அதே நேரத்தில் ஆட்சிக் கட்டிலில் வேறு யாரையும் நம்பி அமர்த்தவும் முடியாது. ஏனென்றால், அவரைச் சுற்றி இருப்பவர்களோ தோல் இருக்கப் பழத்தை முழுங்கிவிடுபவர்கள். எனவே, கைக்கு அடக்கமாக யாரையாவது ஒருவரைப் பதவியில் அமர்த்தத் தீர்மானிக்கிறார்.

சோபாவில் சாய்ந்து அமர்ந்து கண்களை மூடி யோசித்துக் கொண்டிருப்பவர் எதிரில் இருக்கும் டீ பாயில் அனிச்சையாகக் காலைத் தூக்கிவைக்கிறார். மறுகணம், அவருக்குக் கால் அமுக்கிவிடவே பிறப்பெடுத்தவரின் இரண்டு கரங்கள் இரையைக் கொத்தப் பாயும் மீன்கொத்திபோல் கன கச்சிதமாக பாய்ந்து வருகின்றன. கால் அமுக்கிக் கால் அமுக்கிச் சிவந்த அந்தக் கரங்களுக்குச் சொந்தக்காரரர் வேறு யாருமில்லை, நம் வட்டச் செயலாளர் வண்டு முருகன்தான்.

பணிவு, விசுவாசம், நன்றியுணர்வு என்ற வார்த்தைகளுக்கு அகராதியில் அர்த்தம் என்று எதை எதையோ விளக்கி எழுதுவதற்குப் பதிலாக, வண்டு முருகனைப்போல் நடந்து கொள்ளுதல் என்று சொன்னால், அனைவருக்கும் எளிதில் புரிந்துவிடும். கையில் லட்டை வைத்துக்கொண்டு பூந்திக்காக எதற்கு அலையவேண்டும் என்று நம்பிராஜனுக்கு அந்த நிமிடத்தில் புரிகிறது. வண்டு முருகனைப் பக்கத்து நாற்காலியில் அமரும்படிச் சொல்கிறார்.

சொவத்துல மாட்டியிருக்கற சாட்டையை எடுத்து நூறு அடி வேணும்னாலும் அடிங்க... ஆனால், உங்களுக்கு சமமா உட்கார மட்டும் சொல்லாதீங்க தலைவா என்கிறார் வண்டு முருகன். தனது தேர்வு மிகவும் சரிதான் என்று உள்ளம் பூரிக்கும் நம்பிராஜன், வண்டு முருகனைத் தொட்டுத் தூக்கிக் கட்டி அணைத்துக்கொள்கிறார்.

நான் எது சொன்னாலும் நீ கேப்பியா?

என்ன தலைவா இது கேள்வி. நீங்க சொன்னீங்கன்னா, தீக்குளிக்கிறதுகூட எனக்கு டீ குடிக்கறது மாதிரி தலைவா. என்ன செய்யணும்னு சொல்லுங்க. நீங்க சொல்லி முடிக்கறதுக்கு முன்னால நான் செஞ்சி முடிக்கறேன்.

இந்த நாற்காலில உட்காரு.

அவருடைய கட்டளையை மதித்து உட்கார்கிறான். தலைவர் நின்றுகொண்டிருக்க, தான் உட்கார்ந்திருக்கிறோமே என்பது திடீரென்று உரைக்கிறது. உடனே பதறியபடி எழுந்துகொள்கிறான். நம்பிராஜன் மெள்ளப் புன்முறுவல் பூக்கிறார்.

எனக்கு சமமா உட்கார மாட்டேன்னு சொன்ன. உட்கார்ந்துட்டியே.

தலைவா, இது என்ன விளையாட்டு.

எல்லாம் நல்ல விளையாட்டுத்தான். புறப்படு

என்று வண்டு முருகனைக் கையைப் பிடித்து அழைத்தபடி வாசலுக்கு விரைகிறார்.

வெளியில் நிற்கும் பாதுகாவலர்கள் சர சரவென அணிவகுக்கிறார்கள். அங்கு நிற்கும் எல்லா கார்களும் ஒரே நேரத்தில் திறக்கப்பட்டு பூனைப் படையினர், மளமளவென காரில் ஏறிக் கொள்கிறார்கள். தன் காரில் ஏறிக்கொள்ளும் நம்பிராஜன் வண்டு முருகனைத் அருகில் வந்து அமரச் சொல்கிறார். அவனோ, ஃபுட் போர்டில் தொங்குவதுபோல் அந்த காரில் தொங்கிக் கொண்டுவரு கிறான். கார்கள் சரசரவென தலைமைச் செயலகத்துக்கு விரைகின்றன.

நம்பிராஜன் ராஜ நடை நடந்து முன்னே செல்ல வண்டு முருகன் ஓட்டமும் நடையுமாக பவ்யமாகப் பின்னால் விரைகிறான். முதலமைச்சர் என்ற பெயர் பொறித்திருக்கும் அறைக்கு முன்னால் இருவரும் வந்து நிற்கிறார்கள். நம்பிராஜன் வாயில் காப்போன்போல் ஓரமாக நின்று கொண்டு வண்டுமுருகனைத் கதவைத் திறந்து உள்ளே செல்லுமாறு சொல்கிறார். வண்டு முருகன் பயந்தபடியே கதவைத் திறந்து உள்ளே செல்கிறான். பிரமாண்ட அறையின் நடுவில் முதலமைச்சரின் சிம்மாசனம் பள பளவென ஜொலிக்கிறது. அதில் சென்று அமரும்படி நம்பிராஜன் கண்களால் கட்டளையிடுகிறார். வண்டு முருகன் ஒரு கணம் பயந்து பின்வாங்கவே, நம்பிராஜன் செல்லமாக அதட்டுகிறார். வண்டு முருகன் சிம்மாசனத்துக்கு அருகில் சென்று நிற்கிறான்.

உட்காரு என்று சிம்மக் குரலில் நம்பிராஜன் கட்டளையிடுகிறார்.

தெய்வமே... நான் எதுனா தப்பு செஞ்சிருந்தா என்னைக் கொன்னு போட்ரு. ஆனா நீங்க உட்கார வேண்டிய சிம்மாசனத்துல மட்டும் என்னை உட்காரச் சொல்லாதீங்க என்று காலில் விழுகிறான்.

காலில் விழுபவனைத் தூக்கி நிறுத்தியபடியே, என்னை இந்த சிம்மாசனத்துல உட்கார விடாம பண்ணிட்டானுகளே... என்று கோபத்தில் கறுவியபடியே, நீ நான் சொல்றதைச் செய். இனிமே நீதான் முதல்வர். அதாவது இந்த உலகத்துக்கு. ஆனா, எனக்குப் பிடிக்காத மாதிரி ஏதாவது செஞ்ச அடுத்த நிமிஷமே நீ காலி. புரியுதா...

தலைவா... இது உன் உடம்பு. உன் உசிரு. இந்த உடம்புல உசிரு இருக்கற வரைக்கும் அது நீ சொன்னதைத்தான் கேட்கும். நீ சொல்றதைத்தான் செய்யும்.

நம்பிராஜன் பொதுக்குழுவைக் கூட்டி வண்டு முருகனை முதல்வர் பதவியில் அமர்த்தவிருப்பது பற்றிச் சொல்கிறார். ஒவ்வொருவரும் ஒவ்வொருவிதமாகத் தங்கள் கருத்துகளைச் சொல்கிறார்கள்.

நமக்காவது எதையும் தாங்கும் இதயம்தான் உண்டு. வண்டு முருகனுக்கோ ஒட்டு மொத்த உடம்புமே எல்லாத்தையும் தாங்கும் வலிமை கொண்டது.

அவன், ரொம்ப நல்லவன்.

இவனுக்கு பேஸ்மெண்ட் வீக்குன்னாலும் பில்டிங் ரொம்பவே ஸ்ட்ராங்கு.

சில விஷயங்களுக்கு அவன் சரிப்பட்டு வரமாட்டான். ஆனா, இதுக்கு அவன் ரொம்பவே ஃபிட் ஆவான்.

ஆளு பார்க்கத்தான் டெரரா இருப்பானே தவிர பச்ச மண்ணு.

என ஒவ்வொருவரும் ஒவ்வொருவிதமாகச் சொல்கிறார்கள். அவர்கள் அனைவருக்குமே உள்ளூர தாங்கள் முதலமைச்சராக ஆக்கப்படவேண்டும் என்ற எதிர்பார்ப்பு உண்டு. எனினும் நம்பிராஜன் கூட்டும் பொதுக்குழுவில் எப்படி நடந்துகொள்ளவேண்டும் என்பதும் அவர்களுக்கு நன்கு தெரியும். எனவே, ஏகமனதாக வண்டு முருகன் முதல்வர் பதவியில் அமர்த்தப்படுகிறான். அதன் பிறகு ஆரம்பமாகிறது வட்டச் செயலாளர் வண்டு முருகனின் பொற்கால ஆட்சி.

பதவிப் பிரமாணம் எடுத்த உடனேயே முதல் வேலையாக பிரபா ஒயின்ஸ் ஓனரை நடு ரோட்டில் அண்டர்வேரோட, சத்ரியன் படத்தில் திலகனை அரெஸ்ட் பண்ணியதுபோல், தரதரவென இழுத்து வந்து கொரில்லா செல்லில் அடைக்கிறான். பின்ன... எம்புட்டுக் குடிச்சாலும் சாணி மாதிரி சப்புன்னு இருந்தா? யாரை வேணும்னாலும் ஏமாத்த லாம். இந்த நாட்டோட முதுகெலும்பா இருக்கற குடிமகன்களை ஏமாத்தலாமா? அவங்க வயித்துல அடிச்சு சேக்கற காசு நிலைக்குமா? நிக்குமா? அதனால, பிரபா வைன்ஸ் ஓனருக்கு ஆயுள் தண்டனை. அவருக்கு மட்டுமல்ல அவரோட குடும்பத்துலயே யாரும் இனி வைன் ஷாப் வைக்கக்கூடாதுன்னு ஒரு அவசர சட்டமே பிறப்பிக்கிறான்.

போன் செய்தால் சரக்கு வீட்டுக்குக் கொண்டுவந்து தரப்படும். இதற்காக டயல் ஃபார் சரக்கு அப்படின்னு 100 தனி லைன்கள். 24 மணி நேர சாராயக் கடைகள் என அதிரடி அறிவிப்புகள் தொடர்கின்றன.

இவற்றையெல்லாம் எதிர்த்து காந்தியவாதிகள் சாகும்வரை உண்ணாவிரதம் ஆரம்பிக்கிறார்கள். அவர்கள் உண்ணாவிரதம் இருக்கும் பந்தலுக்கு எதிரில் ஆளுங்கட்சி சார்பில் அனைவருக்கும் இலவச பிரியாணி கொடுக்கும் விழா நடத்துகிறான் (குவாட்டரும் உண்டு).

லாட்டரி விற்பனையை மீண்டும் ஆரம்பிக்கிறான். ஆளுங்கட்சி அறிவுஜீவிகளும் சமூக முற்போக்குப் போராளிகளும் உடல் ஊனமுற்றவர்களின் வாழ்க்கையில் அது ஏற்றிவைக்கும் ஒளி பற்றி பக்கம் பக்கமாகப் பரணி பாடுகிறார்கள்.

100 நாள் வேலை வா(ஏ)ய்ப்புத் திட்டத்தை ஆண்டு முழுவதுக்குமான திட்டமாக மாற்றுகிறான். நாளொன்றுக்கு 132 ரூபாய் சம்பளம் என்பதை 250 ஆக ஆக்குகிறான். யாரும் இனி வேலைக்கே போகவேண்டாம் என்று கிராமத்தில் உற்சாகமாகக் கொண்டாடு கிறார்கள்.

திரையுலகம் திரண்டுவந்து புதிய முதல்வருக்கு பாராட்டுவிழா நடத்துகிறது. ஆட்சியில் யார் இருந்தாலும் அவர்களுக்கு சலாம் போடுவது என்ற உயரிய கலைக் கொள்கையைக் கொண்டிருக்கும் அவர்கள், வண்டு முருகனின் பெர்சனாலிட்டிக்கு இணை இந்த

உலகில் யாருமே இல்லை. அவர் நாலு ரஜினி, ஐந்து கமல், ஆறு சிவாஜி, ஏழு எம்.ஜி.ஆருக்குச் சமம் என்று உசுப்பேத்திவிடுகிறார்கள். அதை உண்மை என்று நம்பும் வண்டு முருகன் ஒரு படத்தில் கதாநாயகனாக நடிக்கப் போவதாக அதிரடியாக அறிவிக்கிறான்.

எந்தக் கதாநாயகியைப் போட என்று அல்லக்கைகளுடன் கூடிக் கலந்தாலோசிக்கிறான். யாரையும் விட்டு வைக்க மனமில்லை. உலகம் சுற்றும் வாலிபனில் எம்ஜியார் ஒவ்வொரு நாடாகச் செல்ல அங்கெல்லாம் ஒவ்வொரு காதலிகள் கிடைத்தது நினைவுக்கு வரு கிறது. உடனே அந்தப் படத்தை ரீ மேக் செய்ய முடிவெடுக்கிறார்கள்.

மூலப்படத்தில் விஞ்ஞானியான எம்.ஜி.ஆர். மின்னலில் இருந்து சக்தியைச் சேமிக்கும் வழிமுறையைக் கண்டுபிடித்திருப்பார். வண்டு முருகன் அதை வேறுவிதமாக மாற்றி அமைத்திருப்பான். அதாவது, இந்த ரீமேக்கில் அவன் ஒரு உலகப் புகழ் பெற்ற மருத்துவராக இருப்பான். ஒரு அதிசய மாத்திரை ஒன்றைக் கண்டுபிடிப்பான். அதைச் சாப்பிட்டால் ஒரு மாதத்துக்குப் பசியே எடுக்காது. அந்த மாத்திரையை மிக குறைந்த விலையில் விற்க முடிவு செய்திருப்பான். ஆசிய, அமெரிக்க, ஐரோப்பிய, அராபிய கண்டங்கள் மட்டுமல்லாமல் அண்டார்டிக்காவின் அரசியல் தலைவர்கள், பெரு முதலாளிகள், பன்னாட்டு நிறுவனங்கள் என உலகமே வண்டு முருகனை மொய்க்க ஆரம்பிக்கும்.

ஆனால், அவனோ ஏழையின் சிரிப்பில் இறைவனைக் காணும்படிச் சொன்ன அண்ணாவின் வழியில், அந்த மாத்திரையை உலக மக்களுக்கு இலவசமாகக் கிடைக்கச் செய்ய என்ன வழி என்று தேட ஆரம்பிப்பான். வில்லன்கள் அவனைக் கடத்திச் சென்றுவிடவே இண்டர்போல் அதிகாரியான அவருடைய தம்பி (டபுள் ஆக்ட், இவருக்கு பென்சில்ல வரைஞ்ச மீசை உண்டு. மருத்துவருக்கு அது கிடையாது) அவரைத் தேடிப் புறப்படுவார். போகிற கண்டங்களில் எல்லாம் ஒரு நாயகி, தூங்குகிற நாடுகளில் எல்லாம் ஒரு டூயட் என ஆழமான தேடலில் ஈடுபட்டு கடைசியில் தன் அண்ணனைக் கண்டு பிடித்து அந்த அரிய மருந்தை உலகுக்கு எப்படி சமர்ப்பிக்கிறார் என்பதுதான் மீதிக் கதை.

முன்னணி, பின்னணி நடிகைகளின் பல தூக்கம் வராத இரவு களைத் தாண்டி படம் ஒருவழியாக வெளியாகிறது. படம் இந்தியாவின் அனைத்து மொழிகளிலும் வெளியாகி தலைதெறிக்க ஓடுகிறது.

நாடாளுமன்றத் தேர்தலில் நின்றால் பிரதமரே ஆகிவிடுவான் என்று சொல்லும் அளவுக்கு இந்தியாவின் அனைத்து மாநிலங்களில் இருந்தும் அமோக வரவேற்பு கிடைக்கிறது.

நம்பிராஜனுக்கு இதையெல்லாம் பார்த்ததும் மெள்ள பயம் ஏற்படுகிறது. முதல் வேலையாக, வண்டு முருகனுக்கு நிறைய சரக்கு ஊத்திக் கொடுத்து பல பெண்களுடன் சல்லாபத்தில் ஈடுபடுவதுபோல் வீடியோ எடுத்து வைத்துக்கொள்கிறார். பொதுவாக, அவர் எல்லா அமைச்சர்கள், எம்.எல்.ஏக்களிடம் ராஜினாமா கடிதத்தில் கையெழுத்து மட்டுமே வாங்கி வைத்துக் கொள்வார். தனக்கு எதிராகத் திரும்பினால் வண்டு முருகனைச் சும்மா விடக்கூடாது என்பதற்காக இப்படி ஒரு வீடியோவை தயார்செய்து வைத்துக்கொள்வார். ஆனால், அதுபற்றி வண்டு முருகனிடம் எதுவும் சொல்லியிருக்கமாட்டார். அவன் ஏதாவது வில்லங்கம் செய்ய ஆரம்பித்தால் மட்டுமே விடியோவைப் பயன்படுத்திக்கொள்ளலாம் என்று முடிவு செய்திருப்பார்.

இதனிடையில் பன்னாட்டு கம்பெனியினர் நடத்தும் ஒரு விழா வுக்கு எல்லா மாநில முதலமைச்சர்களும் அழைக்கப்பட்டிருப்பார்கள். அந்தக் கூட்டத்தில் வண்டு முருகனுக்கு முன்வரிசையில் இடம் ஒதுக்கப்பட்டிருக்கும். அந்த இருக்கையில் போய் எம்.என்.நம்பிராஜன் உட்கார்ந்துகொள்வார். உடனே விழா நிர்வாகிகள் அவரைப் பின்வரிசையில் போய் உட்காருமாறு சொல்வார்கள். அந்த இடத்தில் ஏதாவது சண்டையிட்டால் மேலும் அசிங்கமாகிவிடும் என்று அவரும் சிரித்தபடியே பின்வரிசையில் போய் அமர்ந்துகொள்வார்.

இந்த விஷயம் எதுவும் வண்டு முருகனுக்குத் தெரிந்திருக்காது. அவன் வந்து நேராக முதல் வரிசையில் அவனுக்கு ஒதுக்கிய இடத்தில் அமர்ந்துகொள்வான். மறுநாள் பத்திரிகைகளில் நம்பிராஜன் அவமானப்படுத்தப்பட்ட செய்தி வெளியாகியிருக்கும். பத்திரிகை களுக்குப் போன் செய்து இந்த செய்தியை எப்படி வெளியிட்டீர்கள் என்று கோபப்படவே, வண்டு முருகன் சொல்லித்தான் வெளியிட் டோம் என்று பொய் சொல்லிவிடுவார்கள்.

அதை நம்பும் நம்பிராஜன், வண்டு முருகனை உடனே வரச் சொல்லி, சாட்டையை எடுத்து அடி அடியென பின்னி எடுத்துவிடுவார். முந்தியெல்லாம் சொல்லிட்டு அடிப்பீங்க... காரணம் என்னனு தெரிஞ்சு அடி வாங்கறது தெம்பா இருக்கும். இப்ப எதுவுமே

சொல்லாம அடிக்கிறீங்களே என்று காலைப் பிடித்தபடி கதறுவான் வண்டு முருகன். எல்லாத்தையும் செஞ்சுட்டு தெரியாத மாதிரி நடிக்கறியா. நான் பின்வரிசைல உட்கார்ந்திருக்கும்போது நீ முன் வரிசைல உட்காரலாமா. அதுவும்போக என்னை அத்தனை பேருக்கு முன்னால எந்திரிச்சுப் பின்னால போன்னு சொன்னானே. நீ என்ன செஞ்சிருக்கணும். என்னை மேடையில ஏத்துங்கன்னுல்ல சொல்லியிருக்கணும். அதுகூட வேண்டாம். முன்னால வந்து உட்காருங்கன்னாவது சொல்லியிருக்கணுமா வேண்டாமா என்று அடிப்பார். இது எதுவுமே எனக்குத் தெரியாது. என்னிக்கு என்னால உங்களுக்கு இப்படி ஒரு அவமானம் நடந்துச்சோ இனி நான் உயிரோட இருக்கறதுல அர்த்தமே இல்லை. நான் செத்துப் போறேன் என்று அழுவான்.

சொல்லாத. செய்... என்று நம்பிராஜன் கோபத்தில் கத்துவார். அதைக் கேட்டதும் மேலும் அதிர்ச்சியடையும் வண்டு முருகன் அழுதபடியே இறுதிவிடை பெற்றுப்போவான். மெரினா பீச்சை அடைபவன் இறப்பதற்கு முன்பாக எம்.ஜி.ஆர். சமாதிக்குச் சென்று தன் வேதனைகளையெல்லாம் கொட்டி அழுவான். சிறிது நேரம் கழித்து கண்களைத் துடைத்துக்கொண்டு எம்.ஜி.ஆரின் சமாதியில் விழுந்து வணங்குவான். எழுந்து நின்று ஓரிரு நிமிடங்கள் சமாதியையே வெறித்துப் பார்ப்பவன், இடுப்பில் இருந்து துப்பாக்கியை எடுப்பான். அதை நெற்றிப் பொட்டில் வைத்துக்கொண்டு சுடப்போவான். அப்போது திடீரென்று மின்னல் அடிக்கும். வண்டு முருகன் அதிர்ச்சியில் ஒரு கணம் தடுமாறுவான். அப்போது இருளில் இருந்து யாரோ, மு(ரு)துகா என்று கூப்பிடுவது கேட்கும். குரல் வந்த இடத்தைக் கூர்ந்து பார்ப்பான். யாரும் இருக்கமாட்டார்கள். ஏதோ பிரமை என்று நினைத்தபடி மீண்டும் துப்பாக்கியை நெற்றிப் பொட்டில் வைத்துக்கொள்வான். மீண்டும் அதே குரல் கேட்கும். திடுக்கிடுபவன், குரல் வந்த இடத்தை நோக்கி வேகமாக நடப்பான். அப்போது ஒரு அதிசயம் நடக்கும். கரு மேகக் கூட்டத்தைக் கிழித்தபடி சூரியன் உதிப்பதுபோல் இருளில் இருந்து எம்.ஜி.ஆர். வருவார்.

பாகம் 2

தலைவா என்று கூவியபடியே அவருடைய காலில் விழுவான். பதறியபடியே பின்வாங்கும் எம்.ஜி.ஆர். எனக்கு கால்ல விழறது பிடிக்காது என்று தொட்டுத் தூக்குவார். முதல்வர் பதவி எல்லாருக்கும்

ஈஸியா கிடைச்சிடாது. உன் திறமைக்காக இந்தப் பதவி கிடச்சதா இல்லையாங்கறது முக்கியமில்லை. பதவி கிடைச்சதுக்கு அப்பறம் உன் திறமையை நீ வளத்துக்கிட்டயா இல்லையாங்கறதுதான் முக்கியம். அப்பாவியா இருக்கறதுல தப்பில்லை. அப்பாவியா மட்டுமே இருந்துடறதுதான் தப்பு. மக்களோட அனுமதியை வாங்கி ஆட்சிக்கு வந்துட்டு அவங்களுக்கு எந்த நல்லதும் செய்யாம இருக்கறவங்களை விட மக்களோட அனுமதி வாங்காமலே ஆட்சிக்கு வந்து அவங்களுக்கு நல்லது செய்யறது எவ்வளவோ மேல். நீ அப்படியான ஒருத்தனா இரு என்று அறிவுரை சொல்வார்.

என்னால அது எப்படி முடியும். நம்பிராஜன் என்னை எதுவும் செய்யவிடமாட்டானே என்று வண்டு முருகன் பயப்படுவான். நான் உனக்குத் துணையாக இருக்கிறேன். நான் உயிரோட இருந்தபோது நிறைய விஷயங்களைச் செய்ய முடியாமப் போயிடிச்சு. இப்போ உன் மூலமா அதைச் செய்ய விரும்பறேன். எனக்கு நீ உதவி செய்வியா என்று கைகளைப் பிடித்துக்கொண்டு கேட்பார் எம்.ஜி.ஆர்.

தலைவா, நீ ஏன் என் கையைப் பிடிக்கற. நீ உத்தரவு போடு. நீ என்கூட இருந்தா தமிழ்நாடு என்ன இந்த உலகத்தையே நான் கட்டி ஆண்டுருவேன். இனிமே நீ சொல்லு வாத்யாரே... நான் செஞ்சு காட்றேன் என்று பரவசத்தில் கூத்தாடுவான் வண்டு முருகன். அதன் பிறகு வண்டு முருகனின் மூலமாக, எம்.ஜி.ஆருடைய ஆட்சியின் இரண்டாம் பாகம் ஆரம்பமாகும்.

வண்டு முருகன் நேராக நம்பி ராஜனின் வீட்டுக்குச் செல்வான். கட்சி பிரமுகர்களுடன் அவர் மது அருந்தியபடி ஏதோ பேசிக் கொண்டிருப்பார். வண்டு முருகனைப் பார்த்ததும், நான் அப்பவே சொல்லலை. இவன் சாகமாட்டான். செத்துட்டா எனக்கு யார் கால் அமுக்கிவிடுவாங்கங்கற கவலை அவனுக்கு வந்திருக்கும். அதான் திரும்பி வந்துட்டான் என்று சொல்லி சிரித்தபடியே காலைத் தூக்கி மோடாவில் வைப்பார். வண்டு முருகனுக்கு கோபம் வரும். ஏதோ சொல்ல வாயெடுப்பான். எம்.ஜி.ஆர். அவனை எதுவும் இப்போது பேசவேண்டாம். காலை அமுக்கிவிடு என்று கைகாட்டுவார். எம். ஜி.ஆரின் ஆவி வண்டு முருகனின் உடலுக்குள் புகுந்துகொண்டு நம்பிராஜனின் காலை ஓங்கி அமுக்கும். கால் எலும்பு மடக் என்று உடைந்துபோய்விடும். நம்பிராஜன் வலியில் துடிப்பான். என்னடா பண்ணற என்று கத்துவான். காலைத்தான் அமுக்கறேன் எஜமான்

என்று பவ்யமாகச் சொல்வான் வண்டு முருகன். நீ அமுக்கினது போதும். வீடு போய்ச் சேருடா சாமி என்று அனுப்பிவைப்பான்.

மறு நாள் தலைமைச் செயலகத்துக்கு வண்டு முருகன் போகும் போது நம்பி ராஜன் வேறு சில நபர்களுடன் உள்ளே அமர்ந்திருப்பார். அங்கு இருக்கும் இருக்கைகள் அனைத்தும் நிரம்பியிருக்கவே எம்.ஜி.ஆருக்கு உட்கார இருக்கை இருக்காது. எனவே, வண்டு முருகன் நின்றுகொண்டே பேச ஆரம்பிப்பான். நம்பிராஜன் அவனை எவ்வளவு வற்புறுத்தியும் உட்கார மறுத்துவிடுவான். அப்போது எம்.ஜி.ஆரும் அவனை உட்காரச் சொல்வார். உங்க முன்னால நான் உட்காரமாட்டேன் என்பான். நம்பிராஜன் தன்னைப் பார்த்துச் சொன்னதாக நினைத்து ரொம்பவும் பெருமைப்பட்டுக்கொள்வான். ஆனால், எம்.ஜி.ஆரோ என்னைப் பற்றிக் கவலைப்படாதே என்று சொல்லி தன் தோளில் இருக்கும் துண்டை மேலே வீசுவார். அந்தரத்தில் இருந்து ஒரு ஊஞ்சல் பெரும் சப்தத்துடன் கீழே இறங்கும். பின்னணியில் படையப்பா இசை ஒலிக்க எம்..ஜி.ஆர். அதில் துள்ளி ஏறி அமர்ந்து காலின் மேல் கால் போட்டு சல்யூட் அடிப்பார். அதைப் பார்த்ததும் பிரமிக்கும் வண்டு முருகன் சிரித்தபடியே தன் இருக்கையில் அமர்வான். பக்கத்தில் இருக்கும் நபரைப் பார்த்துத் திரும்பி, நான் சொன்னேன்ல என் மேல அவ்வளவு மரியாதை என்று சொல்லிச் சிரித்தபடியே நம்பிராஜன் திரும்பிப் பார்க்கையில் முதலமைச்சர் இருக்கையில் வண்டு முருகன் கம்பீரமாக அமர்ந்திருப்பான். அதிர்ச்சியை வெளிக்காட்டிக்கொள்ளாமல், நீ உட்காரு. அதான் மொதல்லயே சொன்னேனே என்று சமாளித்துக்கொள்வார் நம்பிராஜன்.

வண்டு முருகன் அவரைப் பார்த்து அலட்சியமாகப் புன்முறுவல் பூத்தபடியே தன் பாக்கெட்டில் இருந்து ஒரு கர்ச்சீபை எடுத்துக் கொடுப்பான். முதலில் அனிச்சையாக அதை வாங்கிக் கொள்ளும் நம்பிராஜன் அந்தச் செய்கையின் அர்த்தம் புரிந்ததும் திடுக்கிடுவார். ஆனால், மற்றவர்கள் முன் மேலும் அவமானப்படக்கூடாது என்று வாயை மூடிக்கொள்வார்.

குளிர்பான ஆலை தொடங்க அனுமதி கேட்டு வந்திருந்த அவர்கள் ஃபைலைக் கொடுப்பார்கள். படிச்சிப் பார்த்துவிட்டு, நல்ல பதில் சொல்லுங்க என்று அவர்கள் கேட்டுக்கொள்வார்கள். படிக்கல்லாம் தேவையில்லை. நான் சொன்னா சொன்ன இடத்துல கையெழுத்து போடுவான் என்று நம்பி ராஜன் பேனாவை எடுத்து, கையெழுத்திட

வசதியாக திறந்து வண்டு முருகனிடம் கொடுப்பான். பேனாவை வாங்கிக் கொள்ளும் முருகன் நிதானமாக அதை மூடி பாக்கெட்டில் சொருகிக் கொள்வான். ஃபைலை வாங்கிக்கொண்டு படித்துவிட்டுச் சொல்கிறேன் என்பான். நம்பி ராஜன் ஏதோ சொல்ல வாயெடுப்பார். வண்டு முருகன் வந்திருப்பவர்களைப் பார்த்து கும்பிட்டபடியே, என்ன செய்யவேண்டும் என்பதைச் சொல்லி அனுப்புகிறேன் என்று எழுந்து நிற்பான். வேறு வழியின்றி வந்தவர்களும் எழுந்து நின்று கும்பிட்டுவிட்டுப் புறப்படுவார்கள்.

நம்பி ராஜன் அவர்கள் பின்னாலேயே விழுந்தடித்தபடி ஓடிச் சென்று சமாதானப்படுத்துவார். நீங்க கவலையேபடாதீங்க. பெர்மிஷன் கிடைச்சிடும். அதுக்கு நான் கேரண்டி. அவனை எப்படி வழிக்குக் கொண்டுவரணுங்கறது எனக்குத் தெரியும். நீங்க தைரியமா போங்க என்று சொல்லி காரில் ஏற்றி அனுப்பிவைத்துவிட்டு புயல் போய் திரும்புவார். ஆனால், அவர் முதலமைச்சர் அறைக்கு அருகில் வந்ததும் வாயில் காப்பாளர்கள் அவரைத் தடுத்து நிறுத்துவார்கள். யாரையும் உள்ளே விடக்கூடாது என்று முதலமைச்சர் உத்தரவிட்டிருக்கிறார் என்று சொல்வார்கள். நம்பிராஜனுக்கு கோபம் பொத்துக்கொண்டு வரும். யார்கிட்ட பேசறீங்கன்னு தெரிஞ்சுதான் பேசறீங்களா என்று உறுமுவார். யார் கிட்ட பேசிட்டு வந்திருக்கோம் அப்படிங்கறதை நீங்க தெரிஞ்சுக்கிட்டா இந்தக் கேள்வியே கேட்கமாட்டீங்க என்று பதிலுக்குச் சொல்வார்கள். நம்பிராஜன் கைகளைப் பிசைத்தபடி, அவன் என் வீட்டுக்கு வரட்டும். அங்க பாத்துக்கறேன் என்று சொல்லிவிட்டு விடுவிடுவென படிகளில் இறங்கிப் போவார்.

அன்றைய அரசாங்க வேலைகள் முடிந்த பிறகு வண்டு முருகன் நம்பிராஜன் வீட்டுக்குப் புறப்படுவார். அங்கு நம்பிராஜன் குறுக்கும் நெடுக்குமாக கோபத்தில் நடந்துகொண்டிருப்பார். பணியாள ஒருவர் அங்கு காவலுக்கு இருக்கும் நாய்க்கு உணவு கொண்டுவந்து வைப்பார். நாயோ நம்பிராஜனின் அனுமதிக்காக அவருடைய முகத்தையே பார்த்தபடி நிற்கும். நம்பிராஜன் அதைக் கவனிக்காமல் கோபத்தில் உறுமிக்கொண்டிருப்பார். பணியாள் பயந்தபடியே நம்பிராஜனை நெருங்குவார். என்னடா என்பதுபோல் அவனை முறைப்பார் நம்பிராஜன். நாய் சாப்பிட மாட்டேங்குது எஜமான் என்று பணிவாகச் சொல்வான். நம்பிராஜன் நாயைத் திரும்பிப் பார்ப்பார். அது அவருடைய முகத்தை ஏக்கமாகப் பார்த்தபடியே அனுமதிக்காகக் காத்திருக்கும்.

அந்த நாய் மேல இருக்கற கோபத்தை இந்த நாய் மேல காட்டாதீங்க எஜமான் என்பார் பணியாள். நீ சொல்வது சரிதான் என்று தலையை அசைத்தபடியே, நாயைப் பார்த்து சாப்பிடும்படி சைகை செய்வார். நாய் பாய்ந்து உணவைச் சாப்பிட ஆரம்பிக்கும். அப்போது, வண்டு முருகன் உள்ளே நுழைவான்.

உன் மனசுல என்னதான் நினைச்சிட்டிருக்க. கையெழுத்துப் போடச் சொன்னா போடவேண்டியதுதான. என்னிக்கும் இல்லாத புது பழக்கமா இன்னிக்கு என் அப்படி நடந்துக்கிட்ட?

அந்த கம்பெனிக்காரங்க, தங்களோட குளிர்பானத் தயாரிப்புக்கு நிலத்தடி நீரைப்பூரா எடுத்துக்கிட்டா, அக்கம் பக்கத்துல இருக்க விவசாய நிலமெல்லாம் வறண்டு போயிடும். அந்த கிராமத்து மக்களெல்லாம் ரொம்ப கஷ்டப்படுவாங்க.

அவங்களைப்பத்தி உனக்கு என்ன அக்கறை?

என்னை மன்னிக்கணும்; உங்களை அவங்கதான ஓட்டுப் போட்டுத் தேர்ந்தெடுத்திருக்காங்க. இந்த கம்பெனிக்காரங்க இல்லையே.

ஆனா, ஐம்பது கோடிப் பணத்தை அந்த மக்களா கொடுத்தாங்க. இவங்கதான கொடுத்திருக்காங்க. ஆமா... நீ என்ன என்னை நிக்கவெச்சு கேள்வி கேக்கற. அந்த ஃபைல்ல கையெழுத்துப் போட முடியுமா முடியாதா?

நான் அவங்களுக்கு இ- மெயில் அனுப்பியிருக்கேன். அந்தப் பகுதியில் மழைக்காலத்துல வர்ற வெள்ளம் எல்லாம் கடல்ல போய் கலந்திட்டு இருக்கு. அந்த கம்பெனிக்காரங்ககிட்ட நாலைஞ்சு இடத்துல ஏரி வெட்டி அந்தத் தண்ணியை சேர்த்து வைக்கச் சொல்லியிருக்கேன். அதுல இருந்து அவங்களுக்கு பாதி தண்ணியை குளிர்பான தயாரிப்புக்கு எடுத்துக்கலாம்னு சொல்லியிருக்கேன்.

நீ யார்றா அதைச் சொல்றதுக்கு... நாளைக்கு தேர்தல்ல வோட்டுப்போட இந்த நாயிங்க ஆயிரம் ரெண்டாயிரம் கேட்பானுங்களே அந்தப் பணத்துக்கு நான் எங்க போக?

மக்களுக்கு நல்லது செஞ்சா அப்படி வோட்டுக்கு பணம் கொடுக்க வேண்டிய தேவையே இல்லை. அந்த கம்பெனிக்காரங்க உங்களுக்குக் கொடுத்த ஐம்பது கோடியை அவங்களுக்கு வட்டியோட

திருப்பிக் கொடுங்க. அதை வெச்சுத்தான் ஏரி வெட்டறதா வாக்குக் கொடுத்திருக்காங்க.

ஏண்டா டேய் யார்கிட்ட பேசறோம்னு தெரிஞ்சுதான் பேசறியா... என் காலை அமுக்கிவிட்டிருந்த உன்னைத் தூக்கி என் சீட்ல உட்கார வெச்சேன் பாரு. எனக்கு இதுவும் வேணும் இன்னமும் வேணும் என்று கர்ஜித்தபடியே சுவரில் மாட்டியிருந்த சாட்டையை எடுத்துவந்து வண்டு முருகனை விளாச ஆரம்பிப்பார். இரண்டு அடிகளைப் பொறுத்துக்கொள்வான் வண்டு முருகன். மூன்றாவது அடி அவன் மீது விழபோகும்போது எம்.ஜி.ஆரின் ஆவி அவன் உடலுக்குள் புகுந்துகொண்டு, அந்த சாட்டையை நம்பிராஜனிடமிருந்து பறிக்கும். நம்பிராஜன் தடுமாறிக் கீழே விழுவார். வண்டு முருகனுக்குள் இருக்கும் எம்.ஜி.ஆர். இப்போது சாட்டையைச் சுழற்றி நம்பிராஜனை அடிக்க ஆரம்பிப்பார். அவர் எதிர்க்க முயன்று முடியாமல் துவளுவார். வண்டு முருகன் மாடிப்படிகளில் நாலைந்து படிகள் துள்ளி ஏறிச் சென்று திரும்பி நின்று பாடத் தொடங்குவான், நான் ஆணையிட்டால் அது நடந்துவிட்டால் இந்த ஏழைகள் வேதனைப்படமாட்டார்...

இந்தப் பாடல் முடிவடையும்போது, நம்பிராஜன் எந்த வழக்கில் சிக்கியதால் பதவியை ராஜினாமா செய்ய நேர்ந்ததோ அதைக் காரணம் காட்டி சிறையில் அடைக்கப்படுவார். அவருடைய ஆதரவாளர்களான எம்.எல்.ஏக்கள் எல்லாம் வண்டு முருகனை ஆட்சியில் இருந்து இறக்கப் போவதாக மிரட்டுவார்கள். வண்டு முருகன் சிரித்தபடியே அவர்கள் எழுதிக் கொடுத்த ராஜினாமா கடிதத்தை அவர்கள் முன்னால் காட்டி, நம்பி ராஜன் அடைக்கப்பட்டிருக்கும் மத்திய சிறையில் இன்னும் நிறைய அறைகள் காலியாக இருக்கின்றன. யாருக்கு எந்த அறை வேண்டும் என்பதை இப்போதே சொன்னால் முன்பதிவு செய்ய வசதியாக இருக்கும் என்று நிதானமாகச் சொல்வான். எல்லா எம்.எல்.ஏ.க்களும் பயந்து பின்வாங்கிவிடுவார்கள்.

சிறையில் இருக்கும் நம்பிராஜனை ரகசியமாகச் சந்தித்து என்ன செய்ய என்று கேட்பார்கள். அவனை நாளைக்கே என் காலடில விழ வைக்க என்னால் முடியும். ஆனால், எந்த மக்களுக்கு நல்லது செய்யப் போறேன்னு சொல்லி என்னை ஜெயில்ல போட்டானோ அந்த மக்களே அவனை வெளக்கமாத்தால அடிச்சி இதே ஜெயில்ல போடுவாங்க. போட வைப்பேன். நான் பதுங்கியிருக்கறது பாயறதுக்குத்தான் என்று சொல்லி அனுப்புவார்.

அடுத்ததாக என்ன செய்ய என்று எம்.ஜி.ஆரிடம் வண்டு முருகன் கேட்பான். சாராயக் கடைகளை எல்லாம் மூடு என்பார் எம்.ஜி.ஆர். அதைக் கேட்டதும் வண்டு முருகனுக்குத் தூக்கிவாரிப்போடும். அன்னம், தண்ணி இல்லாமல் கூட உயிர் வாழ்ந்துவிட முடியும். ஆனால், சரக்கு இல்லாமல் ஒரு நாள்கூட வாழமுடியாது. குடி மக்களின் துல்லியமான பிரதிநிதியான வண்டு முருகனுக்கு இதைக் கேட்டதுமே உடம்பெல்லாம் நடுங்க ஆரம்பித்துவிடும். இது மட்டும் வேண்டாம். வேற எதுவேணும்னாலும் செய்யலாமே என்று குழைவார். நீ இதை மட்டும் செஞ்சாப் போதும் வேற எதுவுமே செய்யத் தேவையில்லை. வேற எது செஞ்சாலும் இதை மட்டும் செய்யலைன்னா அதிலயும் எந்தப் பலனும் இருக்காது என்று சொல்லி அவனைச் சம்மதிக்க வைக்கிறார்.

மறு நாள் அதிகாரிகள், சமூக ஆர்வலர்கள் அனைவரையும் அழைத்து சாராயக் கடைகளை மூடுவதால் ஏற்படும் வருமான இழப்பை எப்படி ஈடுகட்ட என்று ஆலோசனை கேட்பான். விற்பனை வரி, வருமான வரியை முறையாக வசூலித்தல், ஆடம்பரச் செலவு களைக் குறைத்தல் என பல வழிகளைக் கையாண்டு வருமானத்தைப் பெருக்க முடிவு செய்வார்கள். சரி... அடுத்த வருஷத்துல இருந்து... என்று வண்டு முருகன் பேச ஆரம்பிப்பான். மற்றவர் கண்ணுக்குத் தெரியாத எம்.ஜி.ஆர். அவனை முறைக்கவே, சரி... அடுத்த மாசத்துல இருந்து என்று சோகத்துடன் சொல்வான். எம்.ஜி.ஆர். முகத்தில் அப்போதும் கோபம் குறையாமல் இருக்கவே, சரி அடுத்த வாரத்துல இருந்து என்று திக்கு முக்காடிப் பேசுவான் வண்டு முருகன். எம்.ஜி.ஆர். பலமாக கோபத்தில் தலையை ஆட்டவே, வேறு வழியில்லாமல், அடுத்த நாளில் இருந்து மது விலக்கு சட்டம் அமலாகும் என்று அறிவிப்பான்.

சாராயக் கடை அதிபர்கள் எல்லாம் சிறையில் இருக்கும் நம்பி ராஜனுக்கு போன் போட்டு திட்டித் தீர்ப்பார்கள். அவர் நிதானமாக சிரித்தபடியே, எதுக்கும் கவலைப்படாதீங்க. எண்ணி ஒரு மாசத்துல எல்லாக் கடைகளையும் அவனே திறக்கறானா இல்லையாங்கறதை மட்டும் பாருங்க என்கிறான். நீங்களோ ஜெயிலுக்கு உள்ள இருக்கீங்க. எப்படி உங்களால முடியும் என்று கேட்பார்கள். பொறுத்து இருந்து பாருங்கள் என்று சொல்லிவிட்டு ராட்சஸன்போல் சிரிப்பார்.

ஓரிரு வாரத்தில் அவனுடைய திட்டம் என்ன என்பது புலனாகிவிடும். கள்ளச் சாராயம் குடித்து நூறு பேர் பலி என்று முதலில் ஒரு மாவட்டத்தில் செய்தி வரும். அதைத் தொடர்ந்து ஒவ்வொரு மாவட்டத்திலும் கொத்துக் கொத்தாக கள்ளச் சாராயம் குடித்து இறக்க ஆரம்பிப்பார்கள். சாராயக் கடையை மூடியபோது வாழ்த்திப் பேசிய தாய்மார்கள், இறந்தவர்களைப் பார்க்க மருத்துவமனைக்கு வந்த வண்டு முருகனைத் திட்டித் தீர்ப்பார்கள்.

சாராயம் இருந்தபோதாவது மனுஷன் குடிச்சிட்டு உசிரோட இருந்தான். அதை ஒழிச்சதுனால, இப்ப கள்ளச் சாராயத்தைக் குடிச்சிட்டு செத்தே போய்ட்டாரே... நீ நாசமாப் போக என்று ஒவ்வொரு தாய்மாரும் மனைவியும் வண்டு முருகனுக்கு சாபம் கொடுப்பார்கள்.

எம்.ஜி.ஆர். இதை எப்படி சமாளிக்க என்று தெரியாமல் தவிப்பார். ஒரு சில மாதங்கள் இப்படி இருக்கும். அதன் பிறகு சரியாகிவிடும் என்று எம்.ஜி.ஆர். சொல்வார். ஆனால், நாளாக நாளாக கள்ளச் சாராய இறப்புகளின் எண்ணிக்கை அதிகரித்துக்கொண்டே போகும். மத்திய அரசில் இருந்து நிர்பந்தம் அதிகரிக்கும். சமூகத்தின் பெரும்பாலான தரப்புகள், சாராயக் கடையைத் திறந்தே ஆகவேண்டும் என்று வற்புறுத்துவார்கள்.

எம்.ஜி.ஆர். இது தொடர்பாக சில நிபுணர்களை அழைத்து கருத்துக் கேட்கும்படிச் சொல்வார். அதன்படியே வண்டு முருகன் ஏற்பாடு செய்வார். மது விலக்கு நல்ல கொள்கைதான். ஆனால், அதை இப்படி உடனடியாக அமல்படுத்தக்கூடாது. மெதுவாக நாலைந்து வருடங்களில் படிப்படியாகக் குறைக்க வேண்டும். முதலில் வாரத்துக்கு ஐந்து நாட்கள் மட்டும் என்று வைக்கவேண்டும். அதன் பிறகு மாலை ஆறுமணிக்கே கடையை மூடிவிடவேண்டும். ஒவ்வொரு மதுபான விடுதியிலும் ஒரு மருத்துவர் இருக்க வேண்டும். அவர் குடிக்க வருபவர்களின் உடம்பைப் பரிசோதித்து அவர் சொல்லும் அளவுக்கு மட்டுமே அருந்தலாம் என்று சொல்லவேண்டும். அரசின் சமூக நலத் திட்டங்கள் தொடர்ந்து குடிப்பவர்களுக்கு ரத்து செய்யப்படவேண்டும். விஸ்கி, பிராந்திக்கு பதிலாக கள்ளுக் கடைகள் திறக்கப்படவேண்டும். இப்படியாக பல ஆலோசனைகள் முன்வைக்கப்படுகின்றன. இந்த நிபந்தனைகளை எல்லாம் ஏற்று மதுபானக் கடைகளைத் திறந்து விடும்படி எம்.ஜி.ஆர். கேட்டுக்கொள்வார். அவருடைய கண்களில்

இருந்து கண்ணீர் பெருக்கெடுத்து ஓடும். இதைப் பார்க்கும் வண்டு முருகன், உங்களை அழவெச்சு இந்த கடைகளை நான் திறக்கப் போறதில்லை. எத்தனை பேர் செத்தாலும் பரவாயில்லை என்று வண்டு முருகன் சொல்வான்.

என்னிக்கு ஒரு தாய்க்குலம், என் புள்ளையைக் கொன்னுட்டி யேன்னு நம்மளைத் திட்டிட்டாங்களோ என்னிக்கு ஒரு பெண், தன் கணவனைக் கொன்னதா நம்மளைச் சபிச்சாங்களோ அதுக்குப் பிறகு நமக்கு செய்யறதுக்கு ஒண்ணுமே இல்லை. அவங்க புள்ளையையும் கணவனையும் இனி அவங்களே காப்பாத்திக்கட்டும். அதே நேரத்துல நாம அவங்களை அம்போன்னு விடவும் வேண்டாம். இங்க இந்த நிபுணர்கள் சொன்ன விஷயங்களை அமல்படுத்து. கொஞ்சம் கொஞ்சமா மாற்றம் வரட்டும் என்று சொல்கிறார். அதன்படியே புதிய நிபந்தனைகளுடன் மதுக்கடைகள் திறக்கப்படுகின்றன.

தனது திட்டம் எதிர்பார்த்த வெற்றியைத் தராத கோபத்தில் இருக்கும் நம்பிராஜன் அடுத்ததாக, மாநிலங்களுக்கு இடையே சண்டையைத் தூண்டும் முயற்சியில் இறங்குவார். அதற்குத் தோதாத அந்த வருடம் போதிய மழை இல்லாமல் போகவே கர்நாடகா தண்ணீர் திறந்துவிட மறுத்துவிடும். நம்பிராஜனின் ஆட்கள், தமிழ் நாட்டில் வசிக்கும் கன்னடர்களை அடித்து விரட்டுவார்கள். இதைப் பார்த்ததும் கர்நாடகத்தில் இருக்கும் அடிப்படைவாதிகள் அங்கிருக்கும் தமிழர் களை அடித்து விரட்டுவார்கள். எம்.ஜி.ஆரும் வண்டுமுருகனும் என்ன செய்வதென்று புரியாமல் சோர்ந்து உட்காருவார்கள்.

பாகம் 3

மத்திய அரசு இரு மாநில முதல்வர்களையும் பேசி பிரச்னை யைத் தீர்க்கும்படி கேட்டுக்கொள்ளும்.

இரு மாநிலங்களைச் சேர்ந்த விவசாயிகள், நீர் மேலாண்மை நிபுணர்கள், அரசியல் நோக்கர்கள் எல்லாரும் கலந்துகொண்டு தங்கள் தரப்பு வாதங்களை முன்வைப்பார்கள். மேற்குத் தொடர்ச்சி மலையின் கிழக்குப் பகுதியில் தான் காவிரி நதி உற்பத்தி ஆகிறது. அதில் இருந்து கிடைக்கும் தண்ணீரை ஆந்திரா, கர்நாடகா, தமிழ் நாடு என மூன்று மாநிலங்கள் பங்குபோட்டுக் கொள்ள வேண்டியிருக்கிறது. ஆனால், மேற்குத் தொடர்ச்சி மலையின் மேற்குப் பகுதியில் இதைவிட அதிக மழை பெய்கிறது. அந்த வெள்ளமெல்லாம் வீணாக அரபிக் கடலில்

சென்று கலக்கிறது. அந்த மேற்குப் பகுதி நீரை கிழக்குப் பகுதிக்கு திசை திருப்பிவிட்டால், மூன்று மாநிலங்களின் தண்ணீர் பிரச்னை அடியோடு நீங்கிவிடும் என்று காந்தியவாதி ஒருவர் ஒரு திட்டத்தை முன்வைப்பார். இந்தத் திட்டம் உலக வங்கிக்கு சமர்ப்பிக்கப்பட்டு ஒப்புதலும் பெறப்பட்டிருக்கிறது. ஆனால், நிதி ஒதுக்கிடுதான் கிடைக்கவில்லை. அவர்களிடமிருந்து பணம் பெறுவது எப்படி என்று தெரியவில்லை என்று சொல்வார்.

வண்டு முருகன், உலக வங்கி பிரமுகர்களைச் சென்று சந்திக்க ஏற்பாடு செய்யலாம் என்பான். உடனே எம்.ஜி.ஆர். நமது தேவையை நாமேதான் பார்த்துக்கொள்ளவேண்டும். என்ன வளம் இல்லை இந்தத் திருநாட்டில். ஏன் கையை ஏந்தவேண்டும் வெளிநாட்டில் என்று சொல்வார். அதன்படியே தமிழக, கர்நாடக, ஆந்திர மாநிலங்களில் இருக்கும் பண முதலைகள், பெரிய நிறுவனங்களிடமிருந்து வேண்டிய பணம் சேகரித்துக்கொள்ள என்று முடிவெடுக்கப்படும்.

மறு நாள் வண்டு முருகன் எழுந்து வீட்டின் பால்கனியில் வந்து நிற்பவன் வீட்டின் முன்னால் தாய்க்குலங்களும் பாட்டாளிகளும் கூட்டம் கூட்டமாகக் குழுமி நிற்பதைப் பார்த்து அதிர்ச்சியில் உறைந்து விடுவான். ஒவ்வொருவரும் தங்களால் முடிந்த பணத்தை வண்டு முருகனிடம் கொடுப்பார்கள். ஐஞ்சும் பத்துமாகக் கசங்கிய ரூபாய்கள், சில்லரைக்காசுகள் என ஏழைகள் தங்கள் பங்கைக் கொடுக்க வந்திருப்பார்கள். வண்டு முருகன் அவர்களுடைய நல்ல மனசைப் பார்த்து கண்ணீர் விடுவான்.

ஒரு பாட்டி, திருப்பதிக்குப் போறதுக்காக உண்டியல்ல போட்டு வெச்சிருந்த பணத்தை அவர் முன்னாலேயே உடைத்து அவரிடம் கொடுப்பாள். அப்போது எம்.ஜி.ஆர். வண்டு முருகன் காதில் ஏதோ சொல்வார் (ஓரிரு காட்சிகள் கழித்து அந்தப் பாட்டி திருப்பதியில் லகு தரிசனத்தில் பெருமாளின் முன் தாரை தாரையாகக் கண்ணீர் கசிய நிற்பது காட்டப்படும்)

அப்படியாக, தேவைக்கு அதிகமாகவே பணம் வந்து சேர்ந்து விடவே, வெள்ளத்தைத் திருப்பி அனுப்பும் பணிகள் நடக்க ஆரம்பிக்கும். மலையில் வசிக்கும் மக்களும் நாட்டுக்கு நன்மை பயக்கும் இந்தத் திட்டத்துக்காக தங்கள் வசிப்பிடங்களை மாற்றிக் கொள்ள மனப்பூர்வமாக சம்மதிப்பார்கள். அப்படியாக, காவிரி பிரச்னை ஒரேயடியாகத் தீர்த்துவைக்கப்படும்.

அடுத்ததாகப் பள்ளிகளில் ஆங்கில வழியில் வகுப்புகள் எடுப்பதைத் தடுத்து நிறுத்தவேண்டும் என்று தமிழார்வலர்கள் மனு கொடுப்பார்கள். வண்டு முருகன் எம்.ஜி.ஆரிடம் இது தொடர்பான ஆலோசனை கேட்பார். எம்.ஜி.ஆரும் ஒன்றாம் வகுப்பில் இருந்து 12-ம் வகுப்புவரை அனைத்துப் பாடங்களையும் ஆங்கிலத்திலும் தமிழிலும் சி.டி.களாக தயாரித்து மாணவர்களுக்குத் தந்துவிட வேண்டும். யாருக்கு எது வசதியாக இருக்கிறதோ அதைப் படித்துக் கொள்ளலாம். இந்த பாடங்களை சுவாரசியமாக, பாடல்கள், சம்பந்தப்பட்ட வீடியோக்கள் என திரைத்துறையினரை விட்டு சுவாரசிய மாகத் தயாரித்துத் தரும்படி கேட்டுக்கொள்வார். அதன் படியே ஆறு மாதத்தில் மிக அருமையான முறையில் அந்த சி.டி.கள் தயாரிக்கப்பட்டுவிடும். நிலா பற்றிய பாடத்தின்போது ஆம்ஸ்ட்ராங் நிலவில் கால் வைத்த காட்சிகள் இடம்பெறும். சித்தன்ன வாசல் ஓவியங்கள் என்ற பாடத்தின்போது அது தொடர்பான வீடியோக்கள் இடம்பெற்றிருக்கும். ஒவ்வொரு மாணவரும் தமிழில் பார்த்துப் புரிந்துகொண்டு அதன் பிறகு ஆங்கில அறிவு வளர்வதற்காக அதை ஆங்கிலத்திலும் பார்த்துக்கொள்ள வழி செய்துதரப்படும்.

கூடவே, எந்தவொரு விஷயம் பற்றியும் அது தொடர்பான நிபுணர்களிடம் வீடியோ கான்ஃப்ரன்ஸிங் மூலம் கேள்விகள் கேட்டுத் தெரிந்துகொள்ளவும் வழி செய்து தரப்படும். சன் டி.வி. யில் ஆரம்பித்து சத்யம் டி.வி வரை அனைத்து சேனல்களும் கல்விக்கு என்று தனியாக ஒரு சேனலை ஆரம்பித்து தினமும் பாடம் சம்பந்தமாகவும் பொது அறிவு சம்பந்தமாகவும் தரமான நிகழ்ச்சிகளை வழங்க வேண்டும் என்று உத்தரவு பிறப்பிக்கப்படும். கூடவே பத்மா சேஷாத்ரி, டான் பாஸ்கொ போன்ற முன்னணி பள்ளிகளில் ஆசிரியர்கள் பாடம் எடுப்பது நேரடி ஒளிபரப்பாக தமிழகத்தின் அனைத்து பள்ளிகளுக்கும் ஒலிபரப்ப ஏற்பாடு செய்யப்படும். இதனால், தமிழகத்தின் குக்கிராமங்களில் இருக்கும் மாணவர்களுக்குக்கூட நாட்டின் அதி உயர்ந்த பள்ளிகளில் இருக்கும் ஆசிரியர்களிடமிருந்து கல்வி கற்கும் வாய்ப்பு கிடைக்கும். இதை மாணவர்கள் நேரடியாகப் பயன்படுத்திக்கொள்ளலாம். அல்லது ஆசிரியர்கள் இந்த வகுப்புகளைப் பார்த்து தங்களை மேம்படுத்திக் கொண்டு மாணவர்களுக்குக் கற்றுத் தரலாம் என்று சொல்லப்படும். அப்படியாக, தரமான கல்வி என்பது அனைவருக்கும் கிடைக்க வழி செய்துதரப்பட்டுவிடும்.

இதுபோன்ற செயல்களால் வண்டு முருகனின் செல்வாக்கு வெகுவாக அதிகரித்து கறுப்பு எம்.ஜி.ஆர். என்று மக்களால் கொண்டாடப்படுவான் (அப்பாடா... ஒருவழியா டைட்டிலைக் கொண்டுவந்து நுழைச்சாச்சு!).

நம்பிராஜனுக்கு நிலைமை கை மீறிப் போவது தெரிந்துவிடும். தனக்கு நெஞ்சு வலி என்று சொல்லி ஜாமீன் கேட்டு விண்ணப்பிப்பான். வெளியேவந்ததும் நேராக, வண்டு முருகனை வந்து பார்த்து ஒரு சி.டி. யைக் கொடுப்பான். அதில் வண்டு முருகன் குடித்துவிட்டுக் கும்மாளம் போட்ட காட்சிகள் இருக்கும். வண்டு முருகன் அதைப் பார்த்ததும் அதிர்ந்துவிடுவான். உனக்கு ஒரு மாசம் டயம் கொடுக்கறேன். என் மேல போட்டிருக்கற கேஸ்ல நான் நிரபராதின்னு தீர்ப்பு வரவை. அதோட நீ செஞ்ச நல்ல காரியமெல்லாம் நான் சொல்லித்தான் செஞ்சேன்னு சொல்லி ஆட்சியை என் கிட்ட ஒப்படைச்சிட்டு ஓடிடு. இல்லைன்னா இந்த கேஸட்டை ஊருக்கே போட்டுக்காட்டி உன்னை நாறடிச்சிடுவேன். நீ பொன் முட்டை போடற வாத்து. உன்னை நான் ஒரேயடியா அறுக்கமாட்டேன். ஆனா, போடற பொன் முட்டையை எல்லாம் எனக்குக் கொடுத்துடு என்று சொல்லி மிரட்டிவிட்டுச் செல்வார்.

வண்டு முருகன் வசமாக மாட்டிக்கொண்டுவிட்டதைப் புரிந்துகொள்வான். ஆனால், எம்.ஜி.ஆரோ இதுக்கெல்லாம் கவலைப் படாதே. நான் பார்த்துக்கொள்கிறேன் என்று சொல்வார். ஒரு மாத காலம் முடியும். வண்டு முருகன் தான் சொன்னதை செய்யவில்லை என்றதும் நம்பிராஜன், பத்திரிகையாளர்கள், தொலைக்காட்சியினர் என அனைவரையும் அழைத்து கேஸட்டை வெளியிடுவான். அன்றைய தினம்கூட வண்டு முருகனை டீலுக்கு ஒப்புக்கொள்ள வைக்க தொலைபேசியில் பேசிக்கொண்டே இருப்பான். வண்டு முருகனோ உன்னால் முடிந்ததைச் செய்துகொள். மக்களை எப்படிச் சமாளிக்க என்பது எனக்குத் தெரியும் என்று எம்.ஜி.ஆர். தந்த தைரியத்தில் தெனாவெட்டாகச் சொல்லிவிடுவான்.

வேறு வழியில்லாமல் நம்பிராஜன் ஆத்திரத்தில் அந்த கேஸட்டை ஊடகத்தினர் முன்னால் போட்டுக்காட்டுவார். ஆனால், அந்த கேஸட்டில் வண்டு முருகனுடைய லீலைகளுக்குப் பதிலாக நம்பிராஜனின் லீலைகள் இடம்பெற்றிருக்கும். நெஞ்சு வலிக்கு சிகிச்சைக்காக சிங்கப்பூர் சென்ற அவர் அங்கு குடித்து, பெண்களுடன்

கும்மாளம் போட்ட காட்சிகள் அந்த கேஸட்டில் இடம்பெற்றிருக்கும். எம்.ஜி.ஆர். நம்பிராஜனின் அசிஸ்டெண்டுக்கும் காட்சி தந்து இந்த வீடியோவை எடுக்க வைத்திருப்பார். அதைப் பார்த்ததும் நம்பி ராஜன் வெலவெலத்துப் போய்விடுவார். ஊடங்களுக்கு அந்த சி.டியின் காப்பியை அவசரப்பட்டு தந்திருப்பார். ஒரு வார காலத்துக்கு ஊடகங்கள் நம்பிராஜனைப் போட்டு நாறடித்துவிடுவார்கள். இவையெல்லாம் கிராபிக்ஸில் செய்தவை நான் இல்லை என்று எவ்வளவோ கெஞ்சிப் பார்ப்பான். அவன் போகும் இடங்களில் எல்லாம் தாய்மார்கள், செருப்பாலும் விளக்கமாத்தாலும் அவனை அடித்து விரட்டுவார்கள்.

வண்டு முருகனைக் கொல்வதைத்தவிர வேறு வழியில்லை என்ற முடிவுக்கு நம்பிராஜன் வருவார். வண்டு முருகன் சென்னை மியூசியத்தில் நவீன வசதிகளை அறிமுகப்படுத்தியிருப்பான். ஒரு நாள் இரவில் அதைச் சென்று பார்த்துவிட்டுவர விரும்புவான். தன்னுடைய பூனைப்படையுடன் அங்கு செல்வான். அவன் அப்படி அங்கு செல்லப் போவதைத் தெரிந்துகொள்ளும் நம்பிராஜன், தனது அடியாட்களை அதே உடையில் சென்று அவனைக் கொன்றுவிடச் சொல்லி அனுப்பிவைப்பான். நம்பி ராஜனின் ஆட்கள், உண்மையான பூனைப்படையினரை ஒவ்வொருவராக அடித்து வீழ்த்திவிட்டு வண்டு முருகனைச் சுற்றி வளைப்பார்கள். வண்டு முருகன் அவர்களிடமிருந்து தப்பிக்க ஓடுவான். போலிப் பூனைப் படையினர் மியூசியத்தின் வெளியே செல்லும் வாசலில் இருக்கும் ஷட்டரை இழுத்து மூடப்போவார்கள். அப்போது சட்டென்று மின்சாரம் போய்விடும். எனினும் அவர்கள் கைவசம் டார்ச்கள் உண்டு என்பதால், அதை எரியவிட்டபடியே ஷட்டரை மூடப் போவார்கள். அப்போது ஒரு அதிசயம் நடக்கும். பள பள வென வண்ண விளக்குகள் அணைந்து அணைந்து பிரகாசிக்க, வண்டு முருகன் மதுரைமீட்ட சுந்தரபாண்டிய உடையில் சரவிளக்கைப் பிடித்துத் தொங்கியபடி பாய்ந்து வருவார்.

மாதவனுக்கு ஷட்டர் போடலாம். மன்னனுக்கு ஷட்டர் போடலாம். இந்த மன்னாதி மன்னனுக்குப் போட முடியுமாடா..? என்று கர்ஜித்தபடியே ஒரு கேடயத்தை எடுத்து வீசுவார். அது ஷட்டர் மூடப்போகும் தருணத்தில் மிகச் சரியாக அதனடியில் பாய்ந்து சொருகி அதைத் தடுக்கும். போலி பூனைப்படையினர் கைக்குக் கிடைத்த வாள்களை எடுத்தபடி வண்டு முருகனை நோக்கிப்

பாய்வார்கள். அவனுடைய உடம்புக்குள் புகுந்திருக்கும் எம்.ஜி.ஆர். அவர்கள் அனைவரையும் சுழன்று சுழன்று பந்தாடுவார்.

அடுத்ததாக, அடி மட்டத் தொண்டனாக இருந்து மாநிலத்தின் முதல் அமைச்சராக உயர்ந்த வண்டு முருகனின் வாழ்க்கை வரலாற்றை எழுத முன்னணி பத்திரிகை முன்வருகிறது. அந்தப் பத்திரிகையில் இருந்து பார்வதி என்ற பெண் நிருபர் அந்தப் பணிக்கு நியமிக்கப்படு கிறார். வண்டு முருகன் தன் வாழ்க்கையில் நடந்த சொந்தக் கதை சோகக்கதைகளை உணர்வுபூர்வமாக எடுத்துச் சொல்வான்.

அவனுடைய தாய் தந்தையர் சிறுவயதிலேயே இறந்துவிட அக்காதான் அவனை எடுத்து வளர்த்திருப்பார். தன் பிள்ளைகளுக்கு சாப்பாடு இல்லாம இருந்தாக்கூட அவ பொறுத்துக்குவா. ஆனா, நான் ஒருவேளை பட்டினி கிடந்தாலும் அவ மனசு தாங்காது. இட்லி சுட்டு வித்து அதுல கெடைச்ச காசை வெச்சு குடும்பத்தைக் கரையேத்தினா. படிப்பு ஏறாம கட்சி, அரசியல்னு திரிஞ்சப்ப எல்லாம் ஆதரவா இருந்தது அவதான். எனக்கு அவ அக்கா இல்ல. அம்மா என்று சொல்வான்.

அதன் பிறகு இள வயதில் நடந்த பல விஷயங்களை நினைவுகூர்வான். எம்.ஜி.ஆர். படத்தைப் பார்க்க காசு இல்லாமல் போகவே ரத்த தானம் செய்து அதில் கிடைத்த பணத்தை வைத்துப் படம் பார்த்த கதையைச் சொல்வான். தனது நண்பர் ஒருவர் அடிமைப் பெண் படம் பார்க்க காசு இல்லை என்றதும் குடும்பக் கட்டுப்பாடு செய்தால் பணம் கிடைக்கும் என்று சொல்லி குடும்பக் கட்டுப்பாடே செய்துகொண்டதைச் சொல்வான்.

எம்.ஜி.ஆர். படம் பார்த்துக் கொண்டிருக்கும்போது ஒரு காட்சியில் எம்.ஜி.ஆர். கையில் இருக்கும் வாள் கீழே விழுந்துவிடும்; கொலைவெறியுடன் நம்பியார் அவரைக் கொல்லப் பாய்வார். இதைப் பார்த்ததும் பதறிப் போகும் வண்டு முருகன் தன் இடையில் செருகியிருந்த கத்தியை எடுத்து ஸ்கீரீனைப் பார்த்து வீசி, வாத்யாரே இதை வெச்சு அந்த நம்பியார் தாயோளியை கொன்னு போடு என்று கூவியிருக்கிறார். வண்டு முருகன் வீசிய கத்தி திரையில் பட்டு திரை கிழிந்ததோடு நில்லாமல் தீப் பிடித்து எரிந்துபோய்விட்டதாம்.

கட்சிப் பணிகள், அரசுப் பணிகள் இவற்றுக்கு இடையே வாழ்க்கை வரலாறை எழுத போதிய நேரம் கிடைக்காது என்பதால், காரில்,

விமானத்தில் போகும் நேரங்களில் பேட்டி எடுப்பாள் பார்வதி. ஒருமுறை வண்டு முருகனுடன் நெடுஞ்சாலையில் காரில் போய்க் கொண்டிருக்கையில் கிழவி ஒருத்தி காலில் செருப்பு இல்லாமல் தார் ரோட்டில் நடந்துசென்றுகொண்டிருப்பாள். அதைப் பார்த்துவிடும் எம்.ஜி.ஆர். வண்டுமுருகனிடம் காரை நிறுத்தி அந்தப் பாட்டிக்கு ஒரு ஜோடி செருப்பைக் கொடுக்கும்படிச் சொல்வார். அதன்படியே வண்டு முருகன் வண்டியை நிறுத்தி ரிவர்ஸில் வந்து அந்தப் பாட்டிக்கு பார்வதியின் செருப்பை வாங்கிக் கொடுப்பான். கூடவே பத்து ரூபாய் கட்டு ஒன்றையும் எடுத்துக்கொடுத்து அந்தப் பாட்டியைத் தன் காரிலேயே அவருடைய கிராமத்தில் இறக்கிவிடுவான் வண்டுமுருகன்.

இன்னொரு ஊரில் எம்.ஜி.ஆர். இறந்தது தெரியாமல் அவருடைய வருகைக்காக காத்திருக்கும் ஒரு பாட்டி பற்றி செய்தி தெரியவரும். அதைக் கேட்டதும் எம்.ஜி.ஆருக்கே கண் கலங்கிவிடும். நேராக அந்தப் பாட்டியின் வீட்டுக்குச் செல்வார்கள். உண்மையில் எம்.ஜி.ஆர். அந்தப் பாட்டியின் வீட்டுக்கு தேர்தல் நேரத்தில் மதிய நேரத்தில் ஒருமுறை போயிருப்பார். எப்படியும் தன் வீட்டுல சாப்பிட்டுத்தான் போகணும் என்று அந்தப் பாட்டி பிடிவாதம் பிடித்திருப்பார். எம். ஜி.ஆரும் இன்னொரு நாள் கட்டாயம் வந்து உன் கையால சாப்பாடு வாங்கிச் சாப்பிடறேன். இப்போ எனக்கு நிறைய இடங்களுக்குப் போகவேண்டியிருக்கு என்று சொல்லியிருப்பார்.

ஆனால், அதன் பிறகு உடல் நிலை மோசமாகி அமெரிக்கா சென்று சிகிச்சை பெற்று திரும்பியவர் இந்தப் பாட்டியை மறந்தேவிட்டிருப்பார். ஆனால், அந்தப் பாட்டியோ, எம்.ஜி.ஆரு கொடுத்த வாக்கைக் காப்பாத்தாம இருக்கமாட்டாரு. எப்படியும் என் வீட்டுக்கு வருவாரு. என் கையால ஒரு வாய் சாப்பிடாம போக மாட்டாரு என்று தினமும் அவருக்காக சாப்பாடு தயார் பண்ணி வழி மேல் விழி வைத்துக் காத்திருப்பார். எம்.ஜி.ஆர். இறந்துவிட்டதாக யார் சொன்னாலும் அதை நம்பாமல், அவருக்காகக் காத்துக் கொண்டிருப்பார்.

இந்த விஷயங்களைக் கேட்ட எம்.ஜி.ஆர். குழந்தைபோல் அழுவார். நேராக அந்தப் பாட்டியின் ஊருக்குச் செல்வார். பாட்டிக்கு கண் பார்வை மங்கிவிட்டது. ஆனால், எம்.ஜி.ஆரின் குரலைக் கேட்டதும் அந்தப் பாட்டி இனம் கண்டுகொண்டுவிடுவார். பாட்டிக்கு உற்சாகம் கரைபுரண்டு ஓடுகிறது. வீட்டில் சமைத்து வைத்த உணவை ஆசை ஆசையாகப் பரிமாறுவார். என் ராசா... இந்தப் பாவியோட

வீட்டைத் தேடி வர உனக்கு இவ்வளவு நாளாகிடிச்சா... எல்லாரும் நீ போயிட்டன்னு சொல்லி என்னை எம்புட்டு அழவெச்சாங்கன்னு தெரியுமா? எனக்குத் தெரியும். நீ சொன்ன சொல் தவறமாட்ட. நீ யாரு... நினைச்சதை முடிக்கறவனாச்சே. மன்னாதி மன்னனாச்சே என்று அவருக்கு உணவு பரிமாறுவாள். எம்.ஜி.ஆருக்கு பதிலாக வண்டு முருகன் அந்தப் பாட்டி பரிமாறும் உணவை கண்களில் நீர் வழிய சாப்பிட்டு முடிப்பான்.

இதுபோன்ற விஷயங்களையெல்லாம் பார்க்கும் பார்வதிக்கு வண்டு முருகன் மீது இனம் புரியாத ஈர்ப்பு ஏற்படுகிறது. வண்டு முருகனுக்கும் அந்தப் பெண் மீது அதே இனம் புரியாத ஈர்ப்பு ஏற்பட்டுவிடுகிறது. ஆனால், இருவருக்கும் வாயைத் திறந்து ஐ லவ் யூ என்று சொல்ல வெட்கமாக இருக்கிறது. அதனால், வண்டுமுருகன் பார்வதியைப் பார்த்து தட்டுத்தடுமாறி ஒரு விஷயத்தைச் சொல்கிறான். உன் வீட்டு மொட்டை மாடியில் வரும் வெள்ளிக்கிழமை அன்று மாலையில் ஒரு அகல் விளக்கை ஏற்றி வை. அப்படிச் செய்தால் உனக்கு என்னைப் பிடித்திருக்கிறது என்று புரிந்துகொள்வேன் என்று சொல்வான். பார்வதியும் எப்போதுடா வெள்ளிக்கிழமை வரும் என்று காத்திருந்து மாலை நேரம் வந்ததும் மொட்டை மாடி முழுவதும் நூற்றுக்கணக்கான அகல் விளக்குகளை ஏற்றி வைத்து ஆவலுடன் காத்திருப்பாள். ஆனால், காதலர்களை அப்படி எளிதில் ஒன்று சேரவிட்டுவிடுமா என்ன இந்தப் பொல்லாத உலகம். இந்த முறை வண்டு முருகன் பார்வதி காதலுக்கு இடையே இயற்கை சதி செய்கிறது. மாலை ஐந்து மணிவரை அமைதியாக இருந்த வானில் திடீரென்று புயல் காற்று வீச ஆரம்பிக்கிறது. பார்வதி ஏற்றி வைத்த ஆசை விளக்குகள் ஒவ்வொன்றாக அணைய ஆரம்பிக்கிறது. பார்வது இங்குமங்கும் ஓடி ஓடி அவற்றைக் காப்பாற்ற முயற்சி செய்கிறார். ஆனால், மானுட சக்தியைவிட இயற்கை வலியது அல்லவா... பெரும்பாலான விளக்குகள் அணைந்துவிடுகின்றன.

வண்டுமுருகன் வரும் நேரம் வருகிறது. தூரத்தில் அவனுடைய முகம் தெரிகிறது. சிங்கநடை போட்டு சிகரத்தில் ஏறும் உற்சாகத்தில் வருகிறான். பார்வதி அவனுக்காக ஒற்றை விளக்கை அணையாமல் தடுத்து பாதுகாத்து வருகிறாள். தெருமுனைக்கு வண்டு முருகன் வருகிறான். அவனைப் பார்த்த உற்சாகத்தில் பார்வதி எழுந்து கைகாட்டுகிறாள். அந்தோ பரிதாபம். அந்த ஒரு நொடியில் புயல் காற்று கடைசி விளக்கையும் அணைத்துவிடுகிறது. வண்டுமுருகன்

வந்து பார்க்கையில் மொட்டை மாடி இருள் சூழ்ந்து காணப்படுகிறது. சோகமாக சிறிது நேரம் மொட்டை மாடியையே வெறித்துப் பார்ப்பவன் நடை தளர்ந்து திரும்புகிறான். அப்போது, ஒரு குரல் ஏக்கமும் உற்சாகமும் கலந்து ஓங்கி ஒலிக்கிறது... அன்பான என் காதலைச் சொல்ல அகல் விளக்கை ஏற்றச் சொன்ன மன்னவரே... அழியாத நம் காதலுக்கு அணையாத விளக்கு ஒண்ணை ஏற்றி வெச்சேன் சின்னவரே என்று சொல்லி கைகாட்டுகிறாள். இருண்ட வானில் பௌர்ணமி நிலா ஜகஜ்ஜோதியாய் பிரகாசித்தபடி மேலே எழுகிறது. வண்டு முருகனின் உடம்பெங்கும் ஆயிரம் பட்டாம் பூச்சிகள் பறப்பதுபோல் சிலிர்க்கிறது. லட்சம் சந்திரோதயங்களின் ஒளி அவன் முகத்தில் மலர்கிறது. மாடியில் இருந்து படிகளில் தடதடவென ஓடி வருகிறாள் பார்வதி. வண்டு முருகனும் காற்று போல் பறந்து அவள் முன் வந்து நிற்கிறான். இருவரும் மூச்சு வாங்கியபடியே சிறுது நேரம் நிற்கிறார்கள். வண்டுமுருகன் அவளை பாய்ந்து அணைத்துக் கொள்கிறான் (வேறன்ன இன்னொரு எம்.ஜி.ஆர். டூயட்தான்)

இதனிடையில் வண்டு முருகனின் அக்காவுக்கு உடல் நிலை சரியில்லாமல் போகிறது. பார்வதியையும் அழைத்துக் கொண்டு உடனே வண்டு முருகன் அவரைப் பார்க்கச் செல்கிறான். அக்காவிடம் பார்வதியைக் காட்டி திருமணத்துக்கு சம்மதம் வாங்கலாம் என்பது அவனுடைய எண்ணம். ஆனால், அங்கு அவனுக்கு ஒரு பேரிடி காத்திருக்கிறது.

மரணப் படுக்கையில் படுத்திருக்கும் வண்டு முருகனின் அக்கா, பார்வதியைப் பார்த்து சாமி படத்துக்குக் கீழே இருக்கும் மஞ்சக் கயிறு ஒன்றை எடுத்து வரும்படிச் சொல்கிறாள். நம்முடைய காதல் அக்காவுக்குத் தெரிந்திருக்கிறதே என்று சந்தோஷப்படும் வண்டு முருகன் அதை விரைவாக எடுத்து வரும்படி பார்வதியைக் கேட்டுக்கொள்கிறான். அக்கா, அந்த மஞ்சக் கயிறை வண்டுமுருகனின் கையில் கொடுக்கச் சொல்கிறாள். வண்டுமுருகன் அதைக் கையில் வாங்கியதும், அவனுடைய அக்கா தலைமாட்டில் அமர்ந்திருக்கும் தன் மகளின் கழுத்தில் தாலியைக் கட்டும்படிக் கேட்டுக்கொள்கிறாள். வண்டு முருகனுக்குத் தூக்கி வாரிப்போடுகிறது. பார்வதியைத் திரும்பிப் பார்க்கிறான். அவளும் அதிர்ச்சியில் உறைந்து நிற்கிறாள். வண்டு முருகனின் அக்கா, தான் ரொம்ப காலம் வாழப் போவதில்லை. கண்ணை மூடுவதற்குள் மகளை ஒரு நல்ல இடத்தில் கொடுத்து விட்டுப் போகவேண்டும் என்று காத்திருப்பதாகச் சொல்கிறாள்.

மரணப்படுக்கையில் படுத்தபடி அக்கா கெஞ்சிக் கேட்கும்போது அதை மறுக்கத் திராணி இல்லாமல் வண்டு முருகன் தாலியை தன் முறைப் பெண்ணின் கழுத்தில் கட்டுகிறான். பார்வதியிடம் குங்குமச் சிமிழை எடுத்துவரும்படி அக்கா கேட்டுக் கொள்கிறாள். பார்வதி தன் கண்ணீரைத் துடைத்தபடியே எடுத்து வந்து கொடுக்கிறாள். வண்டு முருகன் குங்குமத்தை எடுத்து முறைப் பெண்ணின் நெற்றியில் இடுகிறான். அவர்கள் இருவருடைய கையையும் சேர்த்து வைத்தபடியே அக்கா நிம்மதியாகக் கண் மூடுகிறாள்.

திருமணம் முடிந்த பிறகும் மாமா தன் மீது ப்ரியம் இல்லாமல் இருப்பதைப் பார்த்து முறைப் பெண் வருத்தமடைகிறாள். அவள் அவருடன் நெருங்கிப் பழக வரும்போதெல்லாம் கட்சிப் பணி, ஆட்சிப் பணி என்று எதையாவது சாக்குச் சொல்லி விலகி விலகி ஓடிவிடுகிறான். வெளியிடங்களுக்குப் போகும்போது அவளுடைய கட்டுப்பெட்டித் தனத்தினால் வண்டு முருகனுக்கு அவமானமே நேருகிறது. அதைச் சொல்லிக் காட்டியும் அவளை திட்டி விலக்குகிறான்.

வண்டுமுருகனின் நண்பர் ஒருவர் மூலமாக அவன் பார்வதியை உயிருக்கு உயிராக நேசிப்பது முறைப்பெண்ணுக்குத் தெரியவருகிறது. சோகத்தில் துவண்டுவிடுகிறாள். சில மாதங்கள் இப்படியே கழிகிறது. பிறகு ஒருநாள் தன்னுடைய பிறந்த நாள் என்று வண்டுமுருகனை ஒரு நாள் கோவிலுக்கு அழைத்துச் செல்கிறாள். வேண்டா வெறுப்புடன் வரும் வண்டு முருகன் அங்கு பார்வதியைப் பார்த்து அதிர்ச்சி அடைகிறான். இருந்தும் வெளிக்காட்டிக் கொள்ளாமல் சன்னதி முன் வந்து நிற்கிறான். பூசாரி தட்டில் ஒரு மாங்கல்யத்தைக் கொண்டு வந்து வண்டுமுருகனிடம் தருவார். வண்டு முருகன் தாலி பிரித்துக் கட்டும் சடங்கு என்று நினைத்து அதை எடுத்து முறைப்பெண் கழுத்தில் கட்டப் போகிறான். அவளோ சற்று தள்ளியிருக்கும் பார்வதியை அழைத்து, இவுக கழுத்துல கட்டுங்க மாமா... எங்க அம்மா ஒரு விவரம் இல்லாதவ. உங்களுக்கு இவுகதான் சரியான பொருத்தம். நான் பட்டிக்காடு. எனக்கு இந்த அரசியல், நாகரிகம் எல்லாம் தெரியாது. அதுவும் போக உங்க மனசுல இவுகளுக்குத்தான் இடம் இருக்கு. நீங்களே மகராசனும் மகராசியுமா வாழுங்க. ஆனா, நீங்க கட்டின இந்தத் தாலிய மட்டும் அவுக்கச் சொல்லிராதீங்க. நீங்க எனக்கு புருஷனா இருக்காவிட்டாலும் நான் உங்களுக்கு மனைவியா காலம் பூரா இருந்துட்டுப் போறேன் என்று சொல்லி இருவருக்கும்

திருமணம் நடத்தி வைத்துவிட்டு அவர்களிடமிருந்து விடை பெற்றுச் செல்வாள்.

பார்வதி ஓடிச் சென்று அவளைக் கை பிடித்து அழைத்தபடியே முருகனுக்கு வள்ளியும் தெய்வானையும் இருந்தது மாதிரி நாம் இருப்போம் என்று சொல்வாள். வண்டு முருகன் வாயெல்லாம் பல்லாகச் சிரித்தபடி அவர்கள் பின்னால் செல்வான். அங்கே ஒரு சாரட் நின்று கொண்டிருக்கும். துள்ளி ஏறி பார்வதியையும் முறைப் பெண்ணையும் அள்ளி அணைத்து அருகில் அமர்த்திக் கொள்வான். ராஜாவின் பார்வை ராணியின் பக்கம்... கண் தேடுதே வெட்கம்... பொன் மாலை மயக்கம் என்று பாடியபடியே வானுலகங்களில் எல்லாம் சஞ்சரித்த பிறகு மறக்காமல், பூமிக்கு வந்து இரண்டு நாயகிகளுடன் இணைந்து வாழ்க்கையை ஆரம்பிப்பான்.

நம்பிராஜன் அடுத்த வெடி குண்டை வீசுவான். அது முன்பு வீசப்பட்டவற்றைவிட மூர்க்கத்தனமான ஒன்று.

பாகம் 4

ஒரு கிராமத்தில் தேவர் பெண்ணும் தலித் பையனும் திருமணம் செய்துகொண்டிருப்பார்கள். நம்பிராஜன் அந்த விஷயத்தை ஊதிப் பெரிதாக்குவார். தன்னுடைய ஆட்களை விட்டு தலித் பையனின் கிராமத்துக்குப் போய் துவம்சம் செய்வார். இரு பிரிவினருக்கும் இடையில் கலவரம் வெடிக்கும். நாட்டில் சட்டம் ஒழுங்கு சீர்குலையும். தென்மாவட்டங்களில் 144 தடையுத்தரவு போடப்படும். நம்பிராஜன் வட மாவட்டங்களிலும் இதுபோல் இன்னொரு கலவரத்தைத் தூண்டுவார். நிலைமையைக் கட்டுக்குள் கொண்டுவரப் போதிய காவல்துறைப் பணியாளர்கள் இல்லாமல் திண்டாடுவார்கள்.

வண்டு முருகன் எம்.ஜி.ஆரின் ஆலோசனையின் பேரில் அனைத்து சாதி சங்கத் தலைவர்களையும் பேச்சுவார்த்தைக்கு அழைப்பான். மேல் சாதியினர் அனைவரும் சேர்ந்துகொண்டு தலித்கள் மீது சரமாரியாகக் குற்றச்சாட்டுகளை முன்வைப்பார்கள். பணம் உள்ள மேல்சாதிப் பெண்களாகப் பார்த்து நாடகக் காதலில் ஈடுபட்டு அவர்களுடைய வாழ்க்கையைச் சீரழிக்கிறார்கள் என்று குற்றஞ்சாட்டுவார்கள். அப்போ பணம், சொத்து எதுவும் வேண்டாம்னு அந்த ஜோடிகள் சொன்னா அவங்களை விட்ருவீங்களா என்று வண்டு முருகன் எம். ஜி.ஆர். சொல்லிக் கொடுத்தபடிக் கேட்பான். அதெப்படி முடியும்.

பணம் கேக்கறதும் தப்புத்தான். எங்க பொண்ணுங்களை இழுத்துட்டு ஓடறதும் தப்புத்தான். நாங்க அவங்களைவிட உசந்தவங்க என்று தேவர் சாதித்தலைவர்கள் சொல்வார்கள்.

அப்போ, அந்தப் பையனை தேவரா சாதி மாறச் சொன்னா கல்யாணம் பண்ணி வைப்பீங்களா என்று வண்டுமுருகன் கேட்பான். அதெப்படி முடியும்? சாதிங்கறது பிறப்பால வர்றதுல்ல என்று சொல்வார்கள். மதம் மாறறது சரின்னா சாதி மாறறது மட்டும் எப்படி தப்பா இருக்க முடியும்? இனிமே சாதிவிட்டு சாதி மாறித் திருமணம் செய்து கொள்ள விரும்புபவர்கள் இரண்டுபேரில் எந்த சாதிக்குப் போக விரும்புகிறார்களோ அந்த சாதிக்கு மாறலாம்னு சட்டம் கொண்டு வரப்போகிறேன் என்பான். காலகாலமா இருக்கற சாதியை எப்படிங்க இப்படி மாத்திக்க முடியும் என்று சாதி சங்கத் தலைவர்கள் கேட்பார்கள்.

காலகாலமா இருந்த உணவுப் பொருட்களை இழந்துட்டோம். காலகாலமா இருந்த உடைகளை விட்டுட்டோம். காலகாலமா இருந்த மூலிகை மருந்துகளை இழந்துட்டோம். காலகாலமா இருந்த பண்டிகைகளை இழந்துட்டோம். காலகாலமா இருந்த நல்ல விஷயங் களையெல்லாம் இழந்துட்டு கெட்ட விஷயத்தை மட்டும் பிடிச்சித் தொங்கிட்டு இருக்கறதுல என்ன நியாயம் இருக்கு? பழைய காலத்துல இருந்த மாதிரியேதான் இருப்போம்னா, பனை ஓலை விசிறிலதான் வீசிக்கணும். ஃபேன் போடக்கூடாது. மாட்டு வண்டிலதான் வந்து போகணும். கார் பைக்குன்னு வாங்கக் கூடாது. அரிக்கேன் லைட்டு அகல் விளக்குலதான் இருக்கணும். கரண்டை எல்லாம் கட் பண்ணிடனும். காலத்துக்கு ஏற்ப இதையெல்லாம் ஏத்துக்கிட்ட நாம சாதியை மட்டும் ஏன் பிடிச்சி தொங்கிட்டு இருக்கணும் என்பான்.

சாதிக் கட்சித் தலைவர்கள் அவன் சொல்வதைக் கேட்க மாட்டார்கள். சாதி மாறறதுன்னா எப்படிங்க? அதுக்கு சடங்கு சம்பிரதாயம் எதுனா இருக்கா என்ன என்பார்கள். தலித் பையன் தேவர் சன்னதியில் விழுந்து வணங்கி அவர் முன்னால் தாலி கட்டட்டும். அவன் தேவர் சாதிக்கு மாறியதாக அதுவே அர்த்தம் என்பான் வண்டு முருகன். அப்ப, அந்த தேவர் சாதிப் பொண்ணை இம்மானுவேல் சேகர் சமாதியில் விழுந்து வணங்கவும் சொல்லுங்கள் என்று தலித் தலைவர்கள் குரல் எழுப்புவார்கள். அதை ஏற்றுக்கொள்ளும் வண்டு முருகன் சந்தோஷமாக காவல்துறை

சகிதமாக வந்து அந்த திருமணத்தை இருவர் சன்னதியிலும் வெகு விமரிசையாக நடத்தி வைப்பான்.

ஆனால், தேவர் சாதில பிறந்த ஒரு பொண்ணு இமானுவேல் சேகரன் சன்னதியில் விழுந்து வணங்குவதா என்று கொதித்தெழும் அந்தப் பெண்ணின் அண்ணன் அவளை நடுரோட்டில் எல்லாரும் பார்க்க கண்டதுண்டமாக வெட்டி எறிவான். அவளுடைய தலையை அறுத்து அதை ஏந்தியபடியே காவல் நிலையத்துக்குச் சென்று, நான் தேவண்டா... உசிரு பெரிசில்லடா... மானம் தாண்டா பெரிசு இந்தத் தேவனுக்கு என்று கர்ஜித்தபடியே சரணடைவான். அவனுடைய அந்த செயலுக்கு கிராமத்தினர் மலர் தூவி வாழ்த்தி ஊர்வலமாக பின்னால் வந்து ஆதரவு தெரிவிப்பார்கள்.

நாங்கள் மட்டும் சளைத்தவர்களா என தேவர் சன்னதியில் விழுந்து வணங்கிய தலித் பையனை தலித்கள் பெட்ரோல் ஊத்திக் கொளுத்திக் கொல்வார்கள். அதையும் ஊரே கூடி நின்று கை தட்டி எங்களுக்கும் மான ரோசம் உண்டு என்று உற்சாகத்துடன் ஆர்ப்பரித்துக் கொண்டாடுவார்கள்.

எம்.ஜி.ஆருக்கு நடக்கும் விஷயங்கள் மிகுந்த வேதனையைத் தரும். இது சரியில்ல. இதை எப்படியாவது மாத்தியே ஆகணும் என்று தவிப்பார். அப்போது, பார்வதி அக்கம் பக்கத்தில் இருக்கும் குழந்தைகளுக்கு காக்காவும் பாம்பும் கதையைச் சொல்லிக் கொண்டிருப்பதைப் பார்ப்பார். வலிமை குறைந்த ஒருவர் வலிமை மிகுந்த ஒருவரை எதிர்க்கவேண்டுமென்றால், அவரைவிட வலிமையான ஒருவருடன் அவரை மோதவிடவேண்டும் என்ற தந்திரம் புரியவரும். சாதியை எதிர்க்கும் வலு வேறு எந்த அடையாளத்துக்கு இருக்கிறது என்று பார்ப்பார். மதத்துக்கு சாதியைவிட வலிமை அதிகம் என்பது அவருக்கு நினைவுக்கு வரும். வண்டு முருகனை அழைத்து அவன் காதில் ஒரு விஷயம் சொல்வார். மறுநாள் செய்தித்தாள்களில், வேறு சாதியில் திருமணம் செய்து கொள்பவர்கள் எந்த மதத்துக்குப் போக விரும்புவார்களோ அந்த மதத்துக்கு மாறிக் கொள்ளலாம். அவர்கள் எந்த மதத்துக்கு மாறுகிறார்களோ அந்த மதத்தினர் அந்த காதல் ஜோடிக்கு அடைக்கலம் தரவேண்டும் என்று செய்தி வெளியாகும்.

கிறிஸ்தவ, இஸ்லாமிய மதத்தினர் வெகு உற்சாகமாக, காதல் ஜோடிகளுக்கு பகிரங்கமாக உற்சாக அழைப்பு விடுப்பார்கள். உங்களை ஆஹா ஓஹோன்னு வாழ வைப்போம்னு எல்லாம் நாங்க சொல்லலை.

ஆனால், உசிரோட மனுஷனா வாழ வைக்க எங்களால முடியும். எங்க மதத்தின் கதவுகள் உங்களுக்காகத் திறந்தே இருக்கும் என்று சொல்வார்கள். இதையெல்லாம் பார்த்ததும் இந்து மதத்தலைவர்கள் அதிர்ந்துபோய்விடுவார்கள். கூட்டமாக வந்து முதலமைச்சரைச் சந்தித்து தங்கள் வருத்தத்தைத் தெரிவிப்பார்கள். அரசாங்கமே இப்படி மத மாற்றத்தை ஊக்குவிக்கலாமா என்று கோபப்படுவார்கள். நான் இந்த மதத்துக்கு மாறுங்கன்னு ஒன்னும் சொல்லலியே. அவங்க இந்து மத்த்தை விட்டுப் போக்க்கூடாதுன்னு நீங்க நினைச்சா, அவங்க இந்துக்கள்ன்னு நீங்க நினைச்சா பாதுகாப்பை நீங்களே கொடுங்க. யார் தடுக்கப்போறாங்க என்று வண்டு முருகன் சொல்வார்.

எங்க கிட்ட அதுக்கான பண வசதியோ பிற வசதியோ கிடையாது. கிறிஸ்தவர்களுக்கும் முஸ்லீம்களுக்கும் வெளிநாட்டுல இருந்து கோடிக்கணக்குல பணம் வருது. அவங்க இந்த காதல் ஜோடிக்கு திருமணம் செஞ்சு வெச்சு வேலையும் வாங்கித் தந்து பாத்துக்க முடியும். மத மாற்றத்துக்குன்னு அவங்களுக்கு வர்ற கோடிக்கணக்கான பணத்துல இதை அவங்க எளிதா செஞ்சிருவாங்க. சிறுபான்மையினருக்குன்னு அரசு வேலைகள்ல ஆரம்பிச்சு ஸ்கூல் நடத்தறது கம்பெனி நடத்தறதுன்னு நிறைய சலுகைகள் இருக்கு. எங்களால அவங்களை எதிர்த்து போட்டிபோடமுடியாது. இது தவறான சட்டம் இதை வாபஸ் வாங்குங்கன்னு கேட்டுக்கொள்வார்கள்.

நீங்க சொல்றதுல எல்லாம் உண்மை இல்லை. உங்களுக்கு தலித்கள் மேல அக்கறை கிடையாது. மேல் சாதி பக்கம்தான் நீங்க நிப்பீங்க. தலித்களை நீங்க மனுஷனா மதிக்கறதே கிடையாது. அதனால், மனுஷனா நடத்தற மதத்துக்கு அவங்க போக விரும்பினா அதுல என்ன தப்பு என்று கேட்பான்.

இஸ்லாமிய, கிறிஸ்தவ மதத்துக்காரங்களுக்கு மட்டும் தலித்கள் மேல அக்கறை இருக்கா என்ன? மனுஷங்களை சம்மா நடத்தணும்னு எண்ணம் இருக்கா என்ன? அவங்களும் அதை வெறும் ஆள் பிடிக்கறதுக்கான டெக்னிக்காத்தான் வெச்சிருக்காங்க. மனுஷங்களை சமமா நடத்தறவங்கன்னா, ஒரு விஷயம் செய்யட்டுமே. பத்து கிறிஸ்தவ இஸ்லாமிய ஜோடிகளுக்கு ஊரறிய கல்யாணம் செஞ்சு வெக்கச் சொல்லுங்க பார்ப்போம். சாதி பார்க்க்கூடாதுன்னு சொல்றீங்கல்ல. மதம் பார்க்க வேண்டாம்னு அவங்க கிட்ட சொல்லுங்க பார்ப்போம். இவ்வளவு ஏன்... காதல் ஜோடிகள் நீங்க

மதம் மாறலாம்னு சொன்னீங்களே, அதுல ஒருத்தர் கிறிஸ்தவராகவும் இன்னொருத்தர் முஸ்லீமாகவும் மாறறாங்கன்னு வெச்சிப்போம். அப்போ இந்த இரண்டு மதக்காரங்களும் அந்த கல்யாணத்தை நடத்தி வெப்பாங்களா என்று கேட்பார்கள். கிறிஸ்தவ இஸ்லாமிய மதத் தலைவர்கள், தங்களோட மதத்துக்கு வந்தாத்தான் ஏத்துப்போம். ஏன்னா ஏசுதான் பெரியவர், அல்லாதான் பெரியவர் என்று இரு பிரிவினரும் சண்டையிட ஆரம்பிப்பார்கள்.

தான் நினைத்ததைவிட பிரச்னை சிக்கலாகிக் கொண்டுவருவதை எம்.ஜி.ஆர். புரிந்துகொள்வார். அப்போது, வெளியே பாலசந்திரனின் நினைவு அஞ்சலி போஸ்டர் ஒன்று அவர் கண்ணில்படும். மாணவர் சமுதாயம் ஒன்று திரண்டு போராடிய அந்த நிகழ்வு அவருக்கு ஒரு பொறியைத் தரும். காதல் திருமணம் என்பது இளைய தலைமுறை முதிய தலைமுறைக்கு விடும் சவால்தானே. அப்படியானால், அதற்கு இளைய சமுதாயமே ஒன்று திரண்டு போராடவேண்டியதுதானே என்று லயோலா கல்லூரி நிர்வாகத்தினரை அழைத்து பேச்சுவார்த்தை நடத்துவார். அவர்களோ, தங்களால் அது முடியாது என்று பின்வாங்கிவிடுவார்கள். இந்திய அரசை எதிர்த்து கோஷம் போட வாய்ப்பு இருப்பதால்தான் ஈழப் பிரச்னை பற்றியே இவர்கள் பேசுகிறார்கள். மற்றபடி இவர்களுக்கு ஈழத் தமிழர் மீது பெரிய அக்கறை ஒன்றும் கிடையாது என்று ஈழத்தமிழ் தலைவர்கள் சிலர் சொல்வார்கள்.

மாணவர்களை ஒன்று திரட்ட வேறு யார் சரியானவர்கள் என்று யோசித்து ராம கிருஷ்ண விவேகானந்த நிறுவனங்களை வண்டுமுருகன் தொடர்புகொள்வான். அவர்கள் முழு மனதுடன் முன்வருவார்கள். அப்படியாக அவர்கள் தலைமையில் வண்டு முருகன் கல்லூரி மாணவர் பேரவைத் தலைவர்களைச் சந்திப்பார். உங்கள் ஊரில் கலப்புத் திருமணம் செய்துகொள்ள யாராவது முன்வந்தால் அவர்களுக்கு நீங்கள்தான் பாதுகாப்பு தரவேண்டும். இது உங்கள் பிரச்னை. இதற்கான தீர்வும் உங்களால்தான் முடியும். ஈழத்து பாலசந்திரனுக்கு காட்டிய ஆதரவில் நூறில் ஒரு பங்குகூட நீங்கள் தர்மபுரி இளவரசனுக்குக் காட்டவில்லையே. இது தவறு அல்லவா என்று சொல்லி அவர்களிடம் பொறுப்பை ஒப்படைப்பார்.

இளைய சமுதாயம் இந்த முறை தன்னிச்சையாக வெகுண்டெழும். இது எங்கள் போராட்டம். இதை நாங்கள், முன்னெடுப்போம் என்று

சூளுரைத்து ஒவ்வொரு கிராமத்திலும் காதலர் நலச் சங்கம் ஒன்றை உருவாக்கி களம் இறங்குவார்கள். சாதி வெறி தலைக்கு ஏறாத அந்த இளைய தலைமுறை காதலுக்காக உயிர் போனாலும் பரவாயில்லை என்று துணிச்சலும் போராடத் தொடங்கும். ஆரம்பத்தில் இளைஞர்களை மிரட்டி அடித்து வழிக்குக் கொண்டுவர முயற்சி செய்யும் சாதிக் கட்சித் தலைவர்கள், தமது சாதி இளைஞர்களே தமக்கு எதிராக இருப்பதைப் பார்த்து மிரண்டுவிடுவார்கள். அந்த இளைஞர்களை அடித்தால், அவர்களுடைய குடும்பத்தினரின் வெறுப்பையும் சம்பாதிக்க நேரும் என்று பயந்து ஒதுங்கிக் கொள்வார்கள். வண்டு முருகன் தலைமையில் காதலர் தினத்தன்று சாதி விட்டு சாதி திருமணம் செய்துகொள்பவர்களுக்கும் மதம்விட்டு மதம் மாறுபவர்களுக்கும் வெகு விமரிசையாகத் திருமணம் நடத்தி வைக்கப்படும்.

இதைப் பார்த்து மேலும் ஆத்திரமடையும் நம்பிராஜன், அடுத்ததாக கண்டதேவியில் நடக்கும் தேரோட்டதைவைத்து பிரச்னையைக் கிளப்புவான். தலித் தலைவர்களும் கம்யூனிஸ்ட் தலைவர்களையும் சந்தித்து பேசுவான். இந்தியாவில் தலித்கள் மனிதர்களாகவே மதிக்கப்படுவதில்லை. இந்து மதம் இருக்கும்வரை தலித்களுக்கு விடிவே பிறக்காது என்று கோஷங்கள் எழுப்புவார்கள். இந்திய ஊடகங்கள் அனைத்தும் இந்தப் பிரச்னையைப் பெரிய அளவில் கொண்டுசெல்வார்கள்.

வண்டு முருகன் அவர்கள் அனைவரையும் அழைத்துப் பேச்சுவார்த்தை நடத்துவான். இந்தியக் குடிமகன்கள் அனைவரும் சமம் என்ற வகையில் எங்களுக்கும் அந்தத் தேரை இழுக்கும் உரிமை உண்டு. இந்திய அரசு எங்களுக்கு அந்த உரிமையை மீட்டுத் தரவில்லையென்றால் நாங்கள் இந்திய குடியுரிமையையே துறந்துவிடுவோம் என்று ரேஷன் கார்ட், வாக்காளர் அட்டை முதலானவற்றை எடுத்துவந்து அவர் முன்னால் வீசிஎறிவார்கள். வண்டு முருகன் நிதானமாக அவற்றை ஒவ்வொன்றாகச் சேகரிப்பான்.

கிறிஸ்தவ மதத்துக்குள்ளும் சாதிக் கொடுமைகள் உண்டு. தனிச் சுடுகாடு, தனி சர்ச், கல்யாணம் செய்துகொள்வதில்லை என பல கொடுமைகள் உண்டு. இஸ்லாமுக்குள்ளும் இந்தக் கொடுமைகள் உண்டு இல்லையா..? அந்த மதத்தை விட்டு வெளியேறப் போறதா என்னிக்காவது நீங்க சொல்லியிருக்கீங்களா? என்று வண்டு முருகன் கேட்பான்.

இந்து மதம்தான் எல்லாவற்றுக்கும் மூல காரணம். மதம் மாறிய பிறகும் சாதி உணர்வு மாறாமல் இருக்கும் அளவுக்கு இந்து மதத்தின் விஷம் ஆழமாக ஊடுருவி இருக்கிறது என்று தலித் தலைவர்கள் சொல்வார்கள்.

காசுக்கோ வேறு எதுக்குமோ மதம் மாறலை. இந்து மதத்துல இருக்கற சாதிக் கொடுமை தாங்காமத்தான் தானாகவே மதம் மாறினதாத்தான சொல்றீங்க. அப்படின்னா மாறின மதத்துல அது இருக்கவே கூடாதே. அந்த மதத்துக்குப் போன பிறகும் அந்தக் கொடுமை இருக்கும்னு அதுக்கு யார் காரணம்? எது காரணம்?

உண்மையில இந்தப் பிரச்னையை நீங்க வேற மாதிரி பாக்கணும். தலித்கள் மதம் மாறுறதை விடுதலைச் செயல்பாடாகத்தான் பாக்கறாங்க. ஆனா, அவங்க அப்படி தப்பிச்சுப் போறது இந்து மேல் சாதிக்குப் பொறுக்கலை. அதனால, அவங்களும் கிறிஸ்தவத்துக்கு மதம் மாறி தங்களோட அடக்குமுறையை அங்கயும் அமல்படுத்தறாங்க. அதுக்கு இத்தனை வருஷங்களா அவங்க இந்துவா இருந்ததுதான் காரணம். இன்னும் ஐம்பது 100 வருஷத்துல நிலைமை மாறிரும். அதுக்காக கிறிஸ்தவ, இஸ்லாம்மதத்துக்கு மாறறது தப்புன்னு சொல்ல முடியாது. அந்த வகையில இந்து மதத்தை விட்டும் இந்தியாவை விட்டும் வெளியேறறதுதான் தலித்களுக்கு நல்லது.

ஒரு கண்டதேவிக்காக ஒட்டு மொத்த இந்து மதத்தையும் இந்தியாவையும் எதிர்க்கணுமா என்று சொல்லும் வண்டு முருகன் அதிகாரிகளைப் பார்த்து இந்தியாவில் மொத்தம் எத்தனை ஊர்களில் தேரோட்டங்கள் நடக்கிறது என்று கேட்பான்.

ஐ.ஏ.எஸ். அதிகாரி ஒருவர் எழுந்து நின்று அதற்கான பதிலைச் சொல்வார்.

தமிழகத்தில் எத்தனை தேரோட்டங்கள் நடக்கின்றன?

சுமார் நூறுக்கு மேல் இருக்கும் சார்.

அதில் பெரிய ஊர்களில் நடக்கும் தேரோட்டங்கள் எத்தனை இருக்கும்?

திருவாரூர், ஸ்ரீவில்லிபுத்தூர் என 35க்கு மேல் இருக்கும் சார்.

இதில் எதிலெல்லாம் தலித்களுக்கு தேர் இழுக்கத் தடை இருக்கிறது?

எதிலுமே கிடையாது சார். தங்கத்தேர் இழுக்கக்கூட அவர்களுக்கு அனுமதி உண்டு.

ஆக, இந்தியாவிலும் சரி, இந்து மதத்திலும் சரி நடக்கும் தேரோட்டங்களில் 99 சதவிகித விழாக்களில் தலித்களுக்கு எந்தப் பிரச்னையும் கிடையாது. கண்டதேவி போல் ஒரு சில இடங்களில் மட்டும்தான் இப்படி நடக்கிறது இல்லையா? என்று தலித் தலைவர்களைப் பார்த்துக் கேட்பான்.

அவர்கள் வாய் மூடி மவுனமாக இருப்பார்கள்.

கண்ட தேவியில் தலித்களைத் தேர் இழுக்க அனுமதிக்க வேண்டியது நியாயமே... அரசு அதற்கான உதவியை நிச்சயம் செய்யும். அதே நேரம் நீங்களும் நீட்டப்படும் நட்புக் கரங்களைப் பற்றிக் கொள்வது அவசியம் என்று சொல்லிவிட்டு தேர் இழுக்கவிடாமல் தடுக்கும் அம்பலக்காரர்களை நோக்கிப் பேசுவான்.

நாட்டில் இருக்கும் அனைத்து கோவில் தேரோட்டங்களிலும் தலித்கள் பங்கு பெற அனுமதிக்கப்பட்டிருக்கிறது. நீங்கள் மட்டும் ஏன் தடுக்கிறீர்கள்?

எங்களுடைய தேரை நாங்கள் மட்டுமே இழுப்போம். அது எங்களுடைய உரிமை. பாரம்பரியம். இதை யாருக்காகவும் விட்டுக் கொடுக்க மாட்டோம்.

உங்கள் கிராமத்தில் தீண்டாமை உண்டா?

எங்கள் கிராமங்களில் நாங்கள் தீண்டாமை கடைப்பிடிப்பது கிடையாது.

உங்கள் தெருவுக்குள் நுழையக்கூடாது என்று தடுப்பதுண்டா?

கிடையாது.

செருப்பைக் கையில் எடுத்துக்கொண்டு செல்லவேண்டும். சைக்கிளில் ஏறிச் செல்லக்கூடாது என்று சொல்கிறீர்களா?

இல்லை.

இரட்டைக் குவளை உண்டா?

கிடையாது.

ஐம்பது வருடங்களுக்கு முன்னால் இவையெல்லாம் இருந்ததா? ஆமாம்.

இப்போது அவற்றைக் கைவிட்டதுபோல் தேர் இழுக்கவும் அனுமதித்தால் என்ன?

அதுதான் அவ்வளவு விட்டுக் கொடுத்திருக்கிறோமே. அது பத்தாதா? தேவனும் பள்ளனும் சமம் என்று சொன்னால் உன் பொண்ணைக் கட்டிக் கொடு என்று கேட்பார்கள். எனவே, ஏதாவது ஒன்றில் அவர்களை விலக்கி வைத்தால்தான் நல்லது. இல்லை யென்றால், தலைக்கு மேலே ஏறிவிடுவார்கள்.

இந்த விஷயங்களில் உங்களைவிட தீவிரமாக இருந்த பிராமணர்களே இன்று வெகுவாக மாறிவிட்டிருக்கிறார்கள். இன்றைக்கு பிராமணர் கட்டுப்பாட்டில் இருக்கும் எந்தவொரு கோவிலிலும் தலித்களை அனுமதிக்க மறுத்து யாரும் எதுவும் சொல்வதில்லை.

சிதம்பரத்தில் தேவாரம் பாடவிடுகிறார்களா என்ன?

பூஜை நேரம் தவிர மீதி நேரத்தில் தாராளமாகப் பாடலாமே. யாரும் எதுவும் சொல்வதில்லையே.

பூஜை நேரத்தில் ஏன் பாட அனுமதிப்பதில்லை. அது சரி... கர்ப்ப கிரஹத்துக்குள் எங்களை அனுமதிப்பார்களா?

கர்ப்ப கிரஹத்துக்குள் பூஜை செய்யும் அதிகாரம் உள்ள பிராமணரைத் தவிர வேறு பிராமணர்களுக்குக்கூட அனுமதி கிடையாதே... பிராமணர் அல்லாதவர் மீதான ஒடுக்குமுறை ஒன்றும் இல்லையே இது.

அதெல்லாம் தெரியாது. ஒவ்வொரு சாதியினருக்கும் ஒவ்வொரு உரிமை இருக்கிறது. ஒவ்வொரு பாரம்பரியம் இருக்கிறது. உடைத்துச் சொல்வதானால், ஒவ்வொரு பிரிவினருக்கும் பிறரின் மீதான வெறுப்பு இருக்கிறது. நகமே இல்லாத மனிதர் கிடையாது. அடுத்தவரைக் கீறினால்தான் தவறு. மதத்தை எடுத்துக்கொண்டால் ஷியாவும் சன்னியும் வெட்டிக்கொண்டும் குத்திக்கொண்டு சாகிறார்கள். ப்ராட்டஸ்டண்டும் ரோமன் கத்தோலிக்கரும் நேற்றுவரை எப்படி இருந்தார்கள்? நாங்கள் சில விஷயங்களை விட்டுக் கொடுக்க மாட்டோம். பல உயிர்களை இழக்க நேர்ந்தாலும் சரி... பல உயிர்க ளைக் கொல்ல நேர்ந்தாலும் சரி... எங்கள் தேரை நீ இழுக்கக்கூடாது

என்று நாங்கள் சொல்வதால், பள்ளன் எதையும் இழப்பதில்லை. வேண்டுமானால், வேறு ஒரு தேரைச் செய்து இழுத்துக் கொள்ளட்டும். இந்தத் தேர் மீது கை வைக்கக்கூடாது.

சரி... வேறு ஒரு தேரை இழுக்கலாம் என்கிறீர்கள் அல்லவா... அதுபோதும். இந்த வருடத்தில் இருந்து தலித்கள் மட்டுமே இழுப்பதற்கு ஒரு தேர் அரசு சார்பில் உருவாக்கித் தரப்படும். உங்கள் தேரில் ஈஸ்வரன் எழுந்தருளட்டும். அரசின் தேரில் அம்மன் எழுந்தருளட்டும். ஈஸ்வரன் தேரை தேவர்கள் இழுக்கட்டும். அதே நாளில் அம்மன் தேரை பள்ளர்கள் இழுக்கட்டும்.

வண்டு முருகன் சொன்னதை அம்பலக்காரர்கள் முழுமனதுடன் ஏற்றுக்கொள்கிறார்கள். தலித் தலைவர்கள் முதலில் மறுப்பார்கள். ஈஸ்வரன் தேரை தேவர்களோடு சேர்ந்து இழுப்போம்; அதுவே எங்களுடைய கோரிக்கை என்று சொல்வார்கள். ஒரு பேச்சுவார்த்தையில் கொஞ்சம் கொஞ்சமாகத்தான் நம்முடைய இலக்குகளை எட்ட முடியும். இப்போதைக்கு இதை ஒப்புக்கொள்ளுங்கள். ஐந்தாறு வருடங்களில் சுவாமி தேரையும் நீங்கள் இழுக்க நான் வழி செய்து தருகிறேன் என்னை நம்புங்கள் என்று வண்டு முருகன் சொல்கிறான். தலித் தலைவர்கள் தயக்கத்துடன் ஏற்றுக் கொள் கிறார்கள். போர்க்கால அடிப்படையில் ஆறே மாதத்தில் ஒட்டு மொத்த தமிழகத்தின் ஆதரவுடன் புதிய பிரமாண்ட தேர் தயாரிக்கப்படுகிறது.

தேரோட்ட நாளில் சுவாமி தேருக்கு பரிவட்டம் அம்பலத்தாருக்குக் கட்டப்படுகிறது. அம்மன் தேருக்கான பரிவட்டம் தலித் தலைவருக்குக் கட்டப்படுகிறது. தலித் பெண்கள் தமிழகம் முழுவதிலுமிருந்தும் சாரை சாரையாக பால்குடமும் முளைப்பாரியும் ஏந்தி வந்து கலந்து கொள்கிறார்கள். அம்மன் தேர் ஆடி அசைந்து பெரும் ஆரவாரத்துடன் புறப்படுகிறது. தேவர் இனப் பெண்கள் ஓரமாக நின்று வேடிக்கை பார்க்கிறார்கள். அப்போது தலித் மூதாட்டி ஒருவர் தேவர் பெண்களைப் பார்த்து, வாங்க தாயி... இதுவும் உங்க தேருதான். எங்களைக் காப்பாத்தற ஆத்தா உங்களை வேண்டாம்னா சொல்லிடப் போறா... வாங்க தாயி... சாதி வேறயானாலும் நாமெல்லாம் பொம்பளைங்கதான. என்கிறார். இதைப் பார்க்கும் சில தேவரின ஆண்களும் தலித் ஆண்களும் பாய்ந்து தடுக்கிறார்கள்.

இந்த ஆம்பளைங்களோட வெட்டி வீராப்புக்கு அடங்கி இன்னும் எத்தனை நாள்தான் ஒடுங்கிக் கிடக்கணும். வாங்க தாயி. இதுவும் உங்க

தேருதான். வந்து ஒரு வடத்தைப் பிடிங்க தாயி என்று அழைக்கிறாள். ஓரிரு தேவர் பெண்கள் தயங்கித் தயங்கி வருகிறார்கள். ஆத்தாவுக்கு முன்னால எல்லாரும் சமந்தேன்... வா தாயி என்று வேறு சில தலித் பெண்களும் தேவர் பெண்களை அழைத்து வருகிறார்கள். தேவர் பெண்கள் தேர் இழுக்க வந்ததைப் பார்த்ததும் பிற தலித் பெண்கள் உற்சாகத்தில் குலவையிட்டு தங்கள் சந்தோஷத்தைத் தெரிவிக்கிறார்கள். இரண்டு தரப்பு ஆண்களும் என்ன செய்வதென்று தெரியாமல் ஒதுங்கி நிற்கிறார்கள். அப்படியாக, இரண்டு தேர்களும் கம்பீரமாக வலம் வருகின்றன. உலகமே இந்த ஒற்றுமையைப் பாராட்டுகின்றன. சாதி வெறியின் சின்னமாக இருந்த கண்ட தேவி சாதி ஒற்றுமையின் சின்னமாக ஆகிறது.

பாகம் 5

அடுத்ததாக, விவசாயத்துறையில் நிலவிவரும் பிரச்னைகள் குறித்து ஒரு கருத்தரங்கில் வண்டு முருகன் கலந்துகொள்வான். இந்தியாவில் குறிப்பாக தமிழகத்தில் நிலங்கள் துண்டு துண்டாக பலருடைய கைகளில் இருப்பதால் நவீன விவசாய முறைகளை அதில் பயன்படுத்த முடியவில்லை. விவசாயம் வெற்றிகரமான தொழிலாக ஆக்கப்படவேண்டும். அதற்கு, அந்த நிலங்கள் எல்லாம் ஒன்றாக ஆக்கி எங்களிடம் ஒப்படையுங்கள் என்று சில கார்ப்பரேட் நிறுவனத்தினர் கேட்பார்கள்.

விவசாயம் லாபகரமான தொழிலாக ஆக்கப்படவேண்டும் என்பதில் சந்தேகமே இல்லை. ஆனால், யாருக்கு லாபத்தை அது ஈட்டித் தரவேண்டும்? 100 ஏக்கர் நிலத்தை ஒரே ஒரு கார்ப்பரேட் நிறுவனத்துக்கு கொடுத்துவிடுவதன் மூலம் நிச்சயமாக அதி நவீன டிராக்டர்களைப் பயன்படுத்துதல், ஹெலிகாப்டரில் பறந்து பூச்சி மருந்து அடித்தல், உற்பத்திப் பொருட்களை பதப்படுத்துதல், சந்தை யின் தேவைக்கு ஏற்ப பயிரிடுதல், நீர் பாசன வசதிகளை மேம்படுத்து தல் என அனைத்து வசதிகளையும் எளிதில் செய்ய முடியும். லாபத்தை அதிகரிக்க முடியும். ஆனால், இன்று 100 பேரிடம் ஒவ்வொரு ஏக்கராக இருப்பதை ஒரே நிறுவனத்தின் கீழ் கொண்டுவந்தால் அதிக பட்சம் பத்தில் இருந்து இருபது பேருக்கு அந்த பண்ணையில் வேலை கிடைக்கலாம். எஞ்சிய 80 பேர் வேலையை இழந்து திண்டாட வேண்டியிருக்குமே என்று வண்டுமுருகன் கேட்பான். அவர்கள் கல்வி கற்றுக்கொண்டு, விவசாயத்துறையைவிட்டுவிட்டு வேறு

பணிகளுக்குச் செல்லவேண்டும் என்று கார்ப்பரேட் நிறுவனத்தினர் சொல்வார்கள்.

யாரிடமிருந்து நிலத்தை கையகப்படுத்துகிறீர்களோ அவர்களுக்கு உங்கள் நிறுவனத்தின் பங்குகளைப் பிரித்துக்கொடுக்கத் தயாரா என்று வண்டுமுருகன் கேட்பான். நிலத்துக்கு மட்டுமே முதலீடு தேவைப்பட்டால் அப்படிச்செய்யமுடியும். ஆனால், வேறு பல செலவுகள் உண்டு என்பதால் மிகக் குறைவான பங்குகளை மட்டுமே தரமுடியும் என்று சொல்வார்கள். அவர்கள் தருவதாகச் சொல்லும் பங்குகளின் மதிப்பு நிலத்தின் மதிப்பைவிட மிகவும் குறைவாகவே இருக்கும். அதைவிட இப்போது இருக்கும் நிலத்தில் வெற்றிகரமாக பயிர் செய்ய என்ன வழி என்று சொல்லுங்கள் வண்டுமுருகன் வேறு நிபுணர்களைக் கேட்பான்.

இயற்கை விவசாயம் செய்யும் ஒருவர் எழுந்து நின்று, விவசாயத்தை லாபகரமானதாக ஆக்கவேண்டுமென்றால் முதலில் சிறு விவசாயிகள் பெரு முதலாளிகளைப்போல் சந்தைக்காக உற்பத்தி செய்வதை நிறுத்தவேண்டும். ஒவ்வொருவரும் தத்தமது வீட்டினருக் குத் தேவையான உணவைச் சமைத்துக்கொள்வதுதான் நல்லது. அனைவருமே ஹோட்டல் நடத்துகிறேன். அதில் கிடைக்கும் பணத்தை வைத்து வீட்டுத் தேவைகளைக் கவனித்துக்கொள்கிறேன் என்று சொன்னால் அது எப்படி முட்டாள்தனமாக இருக்குமோ அதுபோல் தான் இன்று இருக்கிறது. ஒவ்வொரு சிறு விவசாயியும் பொது விற்பனைக்காக எதையும் உற்பத்தி செய்யத் தேவையில்லை. தனது தேவைகளை முதலில் பூர்த்தி செய்துகொள்ளட்டும். அதன் பிறகு எஞ்சும் உற்பத்தியை சந்தைக்குக் கொண்டுவந்துகொள்ளலாம் என்று சொல்வார்.

அப்படிப் பார்த்தாலும் ஒரு சிறு விவசாயிக்கு நஷ்டம்தானே ஏற்படும் என்று சிலர் சொல்வார்கள். இன்று விவசாயிகளுக்கு பெரிய செலவை இழுத்துவிடுவது என்ன என்று பார்த்தால், வேதி உரங்கள்தான். எனவே, அதன் பயன்பாட்டைக் குறைக்கவேண்டும். நிலத்தின் கால் பகுதியில் ஆடு, மாடு, கோழி ஆகியவற்றுக்கான பயிர்களை வளர்க்க வேண்டும். அவை தரும் உரத்தையே எஞ்சிய நிலத்துக்குப் பயன்படுத்திக் கொள்ளவேண்டும். தழையுரம், மண் புழு உரம், பஞ்சகவ்யம் என இயற்கை முறையில் உரங்களை தயாரித்துக் கொள்ளவேண்டும். மா, பலா, வாழை என பலதரப்பட்ட மரங்களை கால் பகுதி நிலத்தில் பயிரிட வேண்டும்.

மழைக்காலத்தில் சேரும் வெள்ளத்தை தேக்கி வைக்க ஒரு ஏக்கர் நிலத்திலேயே சிறிய குட்டை அல்லது கிணறு ஒன்றை வெட்டிக்கொள்ளவேண்டும். வரப்போரங்களில் மிளகாய், தக்காளி, வெங்காயம், கீரை போன்றவற்றை விளைவித்துக் கொள்ளவேண்டும். ஷெல்ஃப், பாட்டில் ஃபார்மிங் என்ற முறையில் பல அடுக்குகளில் இந்த சிறிய பயிர்களைப் போதிய அளவு வளர்த்துக்கொள்ள முடியும். சொட்டு நீர் பாசனத்தைப் பயன்படுத்துவதன் மூலம் குறைந்த நீரை வைத்தே அதிக விளைச்சலைக் கொண்டுவந்துவிட முடியும். இப்படியாக ஒரு ஏக்கர் வைத்திருக்கும் சிறு விவசாயி முதலில் தன்னிறைவை அடைவதற்கு அதிக கவனம் செலுத்தவேண்டும். அதன் பிறகு கூடுதலாகக் கிடைப்பவற்றை சுற்றுவட்டார உழவர் சந்தையில் விற்றுக்கொள்ளவேண்டும். விவசாயிக்கு விவசாயமே மன நிறைவைத் தரும். ஒவ்வொரு ஏக்கர் நிலமும் பொன் முட்டையிடும் வாத்தைப் போன்றது. அதை பக்குவமாக வளர்த்தால் வளமான வாழ்க்கை எல்லாருக்கும் கிடைக்கும்.

நில உச்சவரம்பு சட்டத்தை முறையாக அமல்படுத்தியும் கோயில் நிலங்களை நிலமற்றவர்களுக்குப் பிரித்துக் கொடுத்தும் ஒவ்வொருவரும் தன்னிறைவு அடைய வழி செய்து தரவேண்டும். நாட்டுமக்களின் உணவுத் தேவைக்காக ஒவ்வொரு மாவட்டத்திலும் ஒரு சில இடங்களில் மட்டும் பெரிய அளவிலான பண்ணைகளை அமைத்து விவசாயம் செய்தால் போதும் என்று ஒரு திட்டத்தை முன்வைக்கிறார். பரிசோதனை முயற்சியாக சில மாவட்டங்களில் இந்தத் திட்டம் முன்னெடுக்கப்படுகிறது. அது பெரிய வெற்றியைத் தந்ததும் நாடு முழுவதும் விரிவுபடுத்தப்படுகிறது.

அடுத்ததாக கூடங்குளத்தில் பிரச்னை பெரிதாகிறது. வண்டு முருகன் இடிந்தகரைக்குச் செல்கின்றான். போராட்டக்காரர்களை நேரில் சந்திக்கிறான். நம்பிராஜன் தன்னுடைய ஆட்களை அந்தக் கூட்டத்தில் அனுப்பி நாட்டு வெடிகுண்டுகளை எறியச் செய்து கலவரத்தை உருவாக்குகிறான். நிலமையைக் கட்டுக்குள் கொண்டுவர காவல்துறை தடியடியிலும் துப்பாக்கிச் சூட்டிலும் ஈடுபடுகிறது. பிரச்னையைத் தீர்க்கப்போன இடத்தில் அது பெரிதானது குறித்து வண்டு முருகன் கலங்குகிறான். இருந்தும் காவல்துறையில் இருந்து அத்துமீறி நடந்துகொண்டவர்களை அழைத்து எச்சரிக்கிறான். உங்கள் உயிருக்கு ஆபத்து வந்ததைப் பொறுக்காமல்தான் அப்படி நடந்துகொண்டோம் என்று சொல்கிறார்கள்.

உண்மையில் அவர்கள் நம்பிராஜனின் விசுவாசிகளே. அவனுடைய ஆட்களை நாட்டு வெடிகுண்டுடன் கூட்டத்துக்குள் அனுமதித்ததே அவர்கள்தான். அதைச் சாக்காக வைத்து போராட்டக் காரர்கள் மீது கண்மூடித்தனமான தாக்குதலை அவிழ்த்துவிட்டதும் அவர்கள்தான். ஆனால், நம்பிராஜனின் திட்டம் ஒருவகையில் வண்டு முருகனுக்கு சாதகமாகவே அமைந்துவிட்டது. அவன் அணு மின் நிலையத்தை மூடிவிட்டு அந்த ஊரில் காற்றாலைகளையும் சூரிய மின் வயலையும் நிர்மாணிக்கத்தான் திட்டமிட்டிருந்தான். மத்திய அரசு அதற்கு அனுமதி கொடுக்காமல் இருந்தது. இப்போது போராட்டக் காரகளில் பலர் சுட்டுக்கொல்லப்பட்டதால் அந்தப் பகுதி மக்கள் அணு உலையை எக்காரணம் கொண்டு அந்தப் பகுதியில் இயங்க விடுவ தில்லை என்று முடிவெடுக்கிறார்கள். அக்கம் பக்கத்து மாவட்டங்களில் இருந்தும் அவர்களுக்கு ஆதரவு பெருகுகிறது.

வண்டு முருகன் அதைச் சாக்காக வைத்து தன் திட்டத்தை ஒத்துக்கொள்ளும்படி மத்திய அரசை நிர்பந்திக்கிறான். மத்திய அரசு கோடிக்கணக்கில் பணத்தை முதலீடு செய்தாகிவிட்டதால் திட்டத்தைக் கைவிட முடியாது. புதிய திட்டங்களுக்குக் கூடுதலாக நிதி ஒதுக்க முடியாது என்று சொல்கிறது. புதிய திட்டத்துக்கான நிதியை நாங்களே செலவிட்டுக் கொள்கிறோம். எங்களுக்கு மின்சாரமும் வேண்டும். மக்களுடைய உயிரும் பாதுகாக்கப்படவேண்டும். நாளை அணு விபத்து நடந்து மக்களுக்கு கோடிக்கணக்கில் நஷ்ட ஈடு கொடுக்க ஏராளமான பணத்தை ஒதுக்கிவைப்பதைவிட அந்தப்பணத்தை வைத்து ஆபத்து அதிகம் இல்லாத திட்டத்தை அமல்படுத்துவதே சிறந்தது என்று சொல்கிறான்.

இந்த விஷயத்தில் குறுகிய சிந்தை கூடாது. இந்தியனாக இருந்து சிந்தித்துப் பாருங்கள். ஒருவகையில் இந்த அணு உலை என்பது மின்சார உற்பத்திக்காக ஆரம்பிக்கப்பட்டதல்ல. இதில் இருந்து கிடைக்கும் அணுக் கழிவுகளைக் கொண்டு அணு ஆயுதங்கள் தயாரிப்பதுதான் உண்மையான நோக்கம். எனவே, நிலைமையைப் புரிந்துகொண்டு ஒதுங்கி நில்லுங்கள். மேலும் இலங்கை அரசுக்கு மின்சாரம் தருவதாக வேறு நாம் ஒப்புக் கொண்டிருக்கிறோம். அதைச் செய்யவில்லை யென்றால் அயல் நாட்டு நல்லுறவு பாதிக்கப்படும். மேலும் இந்தியா வில் இதுபோல் அணு உலை அமைக்க தடை விதிக்கப்பட்டால், அயல் நாட்டினர் வேறு எந்த திட்டத்துக்கும் நம் நாட்டில் முதலீடு செய்ய மாட்டார்கள். எனவே, இந்தியாவின்

நலனைக் கருத்தில் கொண்டு சிந்தியுங்கள் என்று மத்திய அரசு சொல்லும்.

அணு ஆயுதங்கள் நமக்குத் தேவையே இல்லை. அதோடு, நான் முதலில் தமிழனாக இருக்கிறேன். அதன் பிறகு இந்தியனாகிக் கொள்கிறேன். நல்ல தமிழனாக இருந்தால்தான் நல்ல இந்தியனாகவும் ஆகமுடியும். இலங்கைக்கு மின்சாரம் கொடுக்க தமிழர்களின் வாழ்க்கையைப் பணயம் வைக்க விரும்பவில்லை. எனவே, இந்த அணு மின் நிலைய திட்டத்தை அப்படியே நிறுத்திவிட்டு மாற்று மின்சாரத் திட்டத்தை ஆரம்பிக்கிறேன். விருப்பமிருந்தால் நிதி ஒதுக்குங்கள் என்று சொல்லி சூரிய, காற்றாலை மின்சாரத் திட்டத்தை சட்ட சபையில் தைரியமாக அறிவிப்பான். தமிழக மக்களின் பூரண ஆதரவு வண்டு முருகனுக்குக் கிடைக்கிறது. அப்படியாக நம்பிராஜன் செய்த சிறிய கலவரம் மறைமுகமாகப் பெரிய நன்மையை உருவாக்கிவிடுகிறது.

இந்தப் பிரச்னை ஓய்ந்ததும் அடுத்த பிரச்னை முளைக்கிறது. இந்திய மீனவர்கள் இலங்கைக் கடற் பகுதியில் தொடர்ந்து தாக்குதலுக்கு ஆளாகி வரும் நிலை தீவிரமடைகிறது. இரு நாட்டு மீனவர்களையும் அழைத்து பேச்சுவார்த்தை நடத்துகிறான் வண்டு முருகன். தமிழக கடலோரப்பகுதிகளில் தமிழக மீனவர்கள் மோட்டார் படகுகளைப் பயன்படுத்துவது நவீன மீன்பிடிக் கருவிகளைப் பயன்படுத்துவது என தீவிர வேட்டையில் ஈடுபட்டதால் அந்தப் பகுதியில் மீன் வளம் குறைந்துவிட்டிருக்கிறது. அதோடு பழங் காலத்தில் எல்லாம் மீன்கள் இனப்பெருக்கம் செய்யும் காலகட்டத்தில் மீன் பிடிக்க கடலுக்குப் போகமாட்டார்கள். உள் நாட்டு மக்களும் அந்தக் காலகட்டத்தை விரதகாலமாக அனுசரித்து அசைவ உணவைத் தவிர்த்துவிடுவார்கள். இது மீன் வளம் குறையாமல் இருக்க உதவியிருந்தது.

ஆனால், இப்போது மீன் பெருக்க காலகட்டத்திலும் கூட விட்டுவைக்காமல் மீன்களை வேட்டையாடியதால் மீன்கள் வெகு வாகக் குறைந்துவிட்டிருக்கின்றன. இதனால் இலங்கைக் கடல் பகுதிக்குள் போனால்தான் கொஞ்சமாவது மீன்கள்கிடைக்கும் என்ற நிலை இருக்கிறது. இலங்கை கடலோர மீனவர்களே இந்திய மீனவர்களை எதிரிகளாகப் பார்க்கும் நிலையே நிலவுகிறது. இந்த நிலையில் கடலோரப் பகுதியில் வேறு என்ன வகையில் வாழ்வா தாரத்தைப் பெருக்கலாம் என்று வண்டு முருகன் ஆலோசிக்கிறான்.

இறால் பண்ணைகள் அமைத்தல், கடல் பாசி வளர்த்தல் என பல வழிகள் முன்வைக்கப்படுகின்றன. மீனவர்களுக்கு குறைந்த வட்டியில் கடம் கொடுத்து இந்தத் தொழில்களில் ஈடுபட ஊக்கம் தருகிறான். அதோடு கடலோரப் பகுதியில் ஏராளமான பொழுது போக்கு விளையாட்டுகளுக்கு வாய்ப்பு உண்டு. மேற்கத்திய நாடுகளில் இருப்பதுபோல் உல்லாசப் படகு சவாரியில் ஆரம்பித்து சர்ஃபிங், டைவிங், ஆழ் கடல் நீச்சல் என பல விளையாட்டுகளை அறிமுகப்படுத்துகிறான். இந்த விளையாட்டுகளை நிர்வகிக்கும் பொறுப்பை மீனவர்களிடமே ஒப்படைக்கிறான். புதிய வாழ்வாதாரம் கிடைத்ததைத் தொடர்ந்து கடலுக்குள் மீன் பிடிக்கச் செல்பவர்களின் எண்ணிக்கை நாளடைவில் குறைகிறது. தமிழக கடலோரப் பகுதிகள் அருமையான சுற்றுலா மையமாகப் புகழ் பெறுகின்றன.

வண்டு முருகன் பெற்று வரும் தொடர் வெற்றிகளினால் ஆத்திரத்தின் உச்சிக்கே போகும் நம்பிராஜன் வண்டு முருகன் தேர்தலில் நின்று வெற்றி பெறவில்லை என்பதால் அது செல்லாது என்று வழக்குத் தொடுப்பார். நீதிமன்றம் அந்த வழக்கை ஏற்று ஆறு மாதகாலத்தில் வண்டுமுருகன் தேர்தலில் போட்டியிட்டு வெற்றிபெறவேண்டும் என்று தீர்ப்பு வழங்கும். தேர்தல் முறையாக நடந்தால் வண்டு முருகன்தான் ஜெயிப்பான் என்பதால், நம்பிராஜன் என்ன செய்வதென்று புரியாமல் தவிப்பான்.

தேர்தல் பிரசாரத்துக்கு வண்டு முருகன் போயிருக்கையில் அவனை ஒரு கிராமத்தில் கொன்றுவிடுவதென்று திட்டம் தீட்டுவான். வண்டு முருகன் மாலை நேரத்தில் ஒரு கிராமத்தில் தேர்தல் பிரசாரம் முடித்துவிட்டுத் திரும்பி வரும்வழியில் ஒரு சிலர் அவனுடைய காரை மறிப்பார்கள். பக்கத்தில் தமது கிராமத்துக்கும் வந்து பேசிவிட்டுச் செல்லவேண்டும் என்று சொல்வார்கள். நிகழ்ச்சி நிரலில் இல்லாத ஊருக்குச் செல்லவேண்டாம் என்று பூனைப்படையினர் சொல்வார்கள். ஆனால், வண்டு முருகனோ மக்கள்தான் முக்கியம். அவர்கள் கூப்பிட்டுப் போகாமல் இருந்தால் சரியாக இருக்காது என்று அந்த கிராமத்துக்கு வண்டியைவிடச் சொல்வார். வழியை மறித்தவர்கள் முள்ளுக்காட்டு வழியே அழைத்துச் செல்வார்கள்.

பூனைப்படையினரை ஒவ்வொரு திருப்பத்தில் தவறான வழியில் திசை திருப்பிவிட்டு வண்டு முருகன் இருக்கும் காரை மட்டும் ஒரு இடத்தில் சுற்றி வளைப்பார்கள். வண்டு முருகனைக் கார் கதவைத்

திறக்கவிடாமல் வெளியில் இருந்தபடியே ஈட்டிகளால் சரமாரியாக காருக்குள் குத்துவார்கள். உள்ளேயிருந்து எந்த சப்தமும் வராது. இறந்துவிட்டான் போலிருக்கிறது என்று மெதுவாக கார் கதவைத் திறக்க நெருங்குவார்கள். அப்போது மடாரென்று காரின் நான்கு கதவுகளும் உள்ளிருந்து மின்னல் வேகத்தில் வீசி எறியப்படும். காரை நெருங்கியவர்கள் அந்தக் கதவுகளால் தூக்கி எறியப்படுவார்கள். எஞ்சியவர்கள் பாய்ந்து காரை நெருங்கும்போது காரின் மேல் கூரையை அப்படியே மஹாவிஷ்ணு சக்கரத்தை ஏந்தியதுபோல் பிடித்தபடி வண்டு முருகன் விஸ்வரூபம் எடுப்பான். மேல் கூரையை வேகமாகச் சுழட்டி வீசி எறிவான். அவனைக் கொல்லவந்தவர்கள் பயந்து பின்வாங்குவார்கள்.

எம்.ஜி.ஆரின் ஆவி உடலில் புகுந்த வண்டு முருகன் தன் காலால் காரில் இருந்து சிலம்புக் கம்பு ஒன்றை ஸ்டைலாக எடுத்தபடி வெளியே பாய்ந்து அவர்களைப் பந்தாடுவான். கடைசியில் பூனைப்படையினரும் வந்து சேர்ந்துவிடவே வண்டு முருகனைக் கொல்ல வந்தவர்கள் தப்பி ஓடிவிடுவார்கள். அவர்களில் ஒருவன் மட்டும் பிடிபட்டுவிடுவான். அவனை முறைப்படி விசாரித்ததில் நம்பிராஜன்தான் அவர்களை அனுப்பியதாகச் சொல்லிவிடுவான். இதனால், மக்கள் மத்தியில் வண்டு முருகனுக்கு அனுதாபமும் பெருகும். ஏற்கெனவே அவன் செய்த நல்ல செயல்களே அவனை வெற்றிபெற வைக்கப் போதுமானதாக இருக்க இப்போது இதுவும் சேர்ந்துவிடவே அவன் அசைக்க முடியாத வெற்றியைப் பெறுவான் என்பது உறுதியாகிறது.

நம்பிராஜன் இதை எப்படியாவது தடுக்கத் திட்டமிடுவான். முன்பென்றால், வாக்குச் சாவடியைக் கைப்பற்றி கள்ள ஓட்டு போட்டு வென்றுவிடலாம். இப்போதோ மின்னணு வாக்கு எந்திரம் வந்துவிட்டது. ஒன்றும் செய்ய முடியாது என்று புலம்பித் தவிப்பான். நம்பிராஜன் வெற்றி பெற்றாக வேண்டும் என்று விரும்பும் முதலாளிகள் சிலர் வாக்கு எந்திரத்தில் எளிதில் மோசடி செய்ய முடியும் கவலைப்படாதீர்கள் என்று சொல்வார்கள்.

நம்பிராஜனுக்கு அவர்கள் சொல்வதில் நம்பிக்கை வராது. மின்னணு வாக்குப் பதிவு எந்திரத்தைக் கொண்டுவந்து செய்து காட்டினால்தான் நம்புவேன் என்பான். அதன்படியே அந்த வாக்குப் பதிவு எந்திரத்தின் மென் பொருளைத் தயாரிக்கும் அமெரிக்க

நிறுவனத்தின் பிரதிநிதியை முதலாளிகள் அழைத்து வருவார்கள். அவர் எப்படி மோசடி செய்ய முடியும் என்பதை விளக்கிக் காட்டுவார். முதலில் வண்டு முருகனுடைய சின்னத்துக்கு பத்து வாக்குகள் பதிவு செய்வார்கள். நம்பிராஜனின் சின்னத்துக்கு ஆறு வாக்குகள் பதிவு செய்வார்கள். ஆனால், ரிசல்ட் அறிவிக்கும்போது நம்பிராஜனுக்கு பத்து வாக்குகள் பதிவானதாகவும் வண்டுமுருகனுக்கு ஆறு வாக்குகள் பதிவானதாகவும் காட்டும். நம்பிராஜன் அதைப் பார்த்ததும் சந்தோஷத்தில் திக்குமுக்காடுவான். எந்தக் கட்சிக்கு அதிக வாக்குகள் கிடைக்கிறதோ அந்த எண்ணிக்கைகள் உங்கள் சின்னத்துக்கு விழுந்ததாகவும் உங்களுக்குக் கிடைக்கும் வாக்குகள் அந்த கட்சிக்கு கிடைத்ததாகவும் மாற்றிக்காட்டும்படி ப்ரோக்ராம் எழுதியிருக்கிறோம். அவ்வளவுதான் என்று அவர்கள் சொல்வார்கள். இந்திய அரசு அமெரிக்காவில் தயாராகி வரும் மென்பொருளை ஒருபோதும் சோதிக்க முடியாதவகையில்தான் இந்த மின்னணு வாக்குப் பதிவு எந்திரத்தையே வடிவமைத்திருக்கிறார்கள். எனவே கவலைப்பட வேண்டாம் என்று அவர்கள் சொல்வார்கள்.

ஆனால், தேர்தல் நாளில் எல்லார் முன்னிலையிலும் ஒரு சிறிய நகல் வாக்கெடுப்பு நடத்துவார்களே அதில் இந்த சதி அம்பலமாகிவிடுமே என்று நம்பிராஜன் சந்தேகம் கேட்பார். சுமார் 200 வாக்குகளுக்கு உள்ளாக பதிவானால், உண்மையான ரிசல்ட்டைக் காட்டும்படி மென் பொருளில் பதிவு செய்திருப்போம். அதற்கு அதிகமாக வாக்குகள் பதிவானால்தான் நாம் விரும்பபடியான ரிசல்ட்டை தரும். நாம் செய்ய வேண்டியதெல்லாம் உங்களுடைய சின்னம் எத்தனையாவது இடத்தில் வரும் என்பதைத் தீர்மானம் செய்யவேண்டியதுமட்டுமே என்று அவர்கள் சொல்வார்கள்.

அதன்படியே நம்பிராஜனின் சின்னத்தை ஐந்தாவது இடத்தில் கொண்டுவருவது என்றும் அந்த சின்னமே வெற்றி பெறும்படிச் செய்வது என்று தீர்மானம் ஆகும். அப்படியாக மக்களின் ஆதரவு அமோகமாக இருந்த நிலையிலும் வண்டு முருகன் தேர்தலில் தோற்றுப் போய்விடுவான். வண்டு முருகனுக்கு என்ன செய்வதென்றே தெரியாது. எம்.ஜி.ஆரிடம் நிலைமையைச் சொல்லி வருந்துவான்.

நம்பிராஜன் மீண்டும் ஆட்சிக்கு வந்துவிடுவான். முதல் வேலையாக வண்டு முருகனை ஒரு பொய் வழக்கில் சிக்கவைத்து சிறையில் அடைப்பான். சிறையில் வண்டு முருகனைச் சந்தித்து எகத்தாளம்

செய்வான். வண்டு முருகன் பதிலுக்கு சவால் விடுவான். இந்தத் தேர்தலில் வேண்டுமானால் நான் தோற்றிருக்கலாம். ஆனால், அடுத்த தேர்தலில் எப்படியும் ஜெயிப்பேன். ஜெயித்து உன்னை அரசியலை விட்டே துரத்தியடிப்பேன் என்று சவால்விடுவான். நம்பிராஜனோ, இந்தத் தேர்தலில் மட்டுமல்ல இனி எந்தத் தேர்தலிலும் தன்னை யாராலும் அசைக்க முடியாது என்று கொக்கரிப்பான். நம்பிராஜன் போன பிறகு வண்டு முருகன் அவன் சொன்னதை யோசித்துப் பார்ப்பான். எந்தத் தேர்தலிலும் தோற்கடிக்க முடியாது என்று சொல்கிறானே. அவ்வளவு உறுதியாக அவன் சொல்ல என்ன காரணம் என்று எம்.ஜி.ஆரிடம் கேட்பான். அவருக்கும் அந்த சந்தேகம் வருகிறது. இதனிடையில் அமெரிக்க மின்னணு வாக்குப் பதிவு எந்திர நிறுவனத்தில் இருந்து ஒருவர் நம்பிராஜனை வந்து சந்தித்து விட்டுப் போன விஷயம் வண்டு முருகனுக்குத் தெரியவரும். அப்படியானால் மின்னணு எந்திரத்தில் ஏதோ திருட்டுத்தனம் செய்துதான் இந்த வெற்றியை அடைந்திருக்கிறான் என்ற சந்தேகம் வரும்.

வண்டு முருகன் ஜாமீனில் வெளியே வந்ததும் முதல் வேலையாக, மின்னணு வாக்குப் பதிவு எந்திரத்தின் செயல்பாடு குறித்து முன்பே சந்தேகங்களைக் கிளப்பியிருந்த நிபுணர்களை அழைத்துப் பேசுவான். அவர்கள் எப்படியெல்லாம் மோசடி செய்ய முடியும் என்பதை விளக்குவார்கள். செல்போன் மூலமாக வாக்குகளை மாற்ற முடியும். அல்லது அந்த எந்திரங்கள், வாக்கெடுப்பு முடிந்து காவலில் இருக்கும் நேரத்தில் அதைக் கைப்பற்றி கள்ள வோட்டு களைப் போடமுடியும். வாக்கு எந்திரத்தையே மாற்றிவிடமுடியும் என்றெல்லாம் சொல்வார்கள்.

ஆனால், இவையெதுவும் நடந்திருக்க வாய்ப்பே இல்லை. அப்போது நான்தான் ஆட்சியில் இருந்தேன். முதலமைச்சரே தேர்தலில் போட்டியிட்டிருந்ததால் அதிகாரவர்க்கமும் எனக்கு விசுவாசமாகவே நடந்துகொண்டார்கள். வாக்குப்பதிவு எந்திரம் வைக்கப்பட்டிருந்த அறையில் 24 மணி நேரமும் காமரா வேறு வைக்கப்பட்டிருந்தது. எனவே அந்தவகையில் எந்தத் தவறும் நடந்திருக்க வழியில்லை என்று வண்டு முருகன் உறுதியாகச் சொல்வான்.

அப்படியானால், மின்னணு வாக்குப் பதிவு எந்திரத்துக்குள் பொருத்தப்படும் மென் பொருளிலேயே ஏதேனும் திருட்டுத்தனம் செய்யப்பட்டிருக்கவேண்டும் என்று சொல்வார்கள். நம்பிராஜன்

மின்னணு வாக்குப் பதிவு எந்திரத்தில் தனக்கு ராசியான எண்ணான ஐந்தில் தன்னுடைய கட்சியின் சின்னம் வரவேண்டும் என்று கேட்டுக்கொண்ட விவரம் வண்டு முருகனுக்கு தெரியவந்திருக்கும். அதை இந்த நிபுணர்களிடம் சொல்வான். அப்படியானால், சந்தேகமே இல்லை. அந்த எண்ணில் வரும் சின்னம் வெற்றி பெறும் வகையில் ப்ரோக்ராம் எழுதியிருப்பார்கள் என்று அவர்கள் சொல்வார்கள்.

சரி என்று அவர்களைப் போகச் சொல்லிவிட்டு வண்டு முருகன் எம்.ஜி.ஆரிடம் தன் திட்டத்தைச் சொல்வான். அமெரிக்காவுக்குச் சென்று அந்த மோசடி நபர்களைச் சந்தித்து அடுத்த தேர்தலில் தனக்கு வெற்றி கிடைக்கும்படிச் செய்யப் போவதாகச் சொல்வான். எம்.ஜி.ஆர். அது கூடாது. மக்களை ஏமாத்தற மாதிரி ஆகிடும். ஒரு தவறை இன்னொரு தவறால் வெல்ல முயற்சி செய்யக்கூடாது. நம்பிர ஜனுக்கும் நமக்கும் அப்பறம் என்ன வித்தியாசம் என்று சொல்வார். வண்டு முருகன் அதைக் கேட்கமாட்டான். இந்த மக்களுக்கு வெற்றி பெற்றவர்களைத்தான் பிடிக்கும். எப்படி வெற்றி பெறுகிறான் என்பது முக்கியமல்ல. சேர்ற இடம் கோவிலா இருந்தாப் போதும். போற வழி எப்படி இருந்தாலும் பரவாயில்லை என்று சொல்வான்.

எம்.ஜி.ஆரோ, இலக்கு மட்டுமல்ல... வழியுமே முக்கியம்தான். சாக்கடை வழியாபோனா கோவிலுக்குப் போய்ச்சேர முடியாது. சன்னதித்தெரு வழியாப் போனாத்தான் கோவிலுக்குப் போகமுடியும். நீ அமெரிக்கா போகாதே என்று சொல்வார். உங்களை நம்பியிருந்த துக்கான பலனைத்தான் பாத்துட்டேனே. இனிமே உங்க தயவு எனக்குத் தேவையில்லை. என் வழி தனி வழி என்று சொடக்குப் போட்டுச் சொல்வான். ஒருத்தரோட வழி தனி வழியா இருக்கலாம். ஆனால், தப்பான வழியா இருக்கக்கூடாது என்று எம்.ஜி.ஆர். சொல்வார். அதை அவன் கேட்கமாட்டான்.

எவ்வளவு தடுத்தும் நிற்காமல் மாறு வேடத்தில் வண்டு முருகன் அமெரிக்கா செல்வான். அது ஒரிஸ்ஸாவில் சட்டமன்றத் தேர்தல் நடக்கவிருக்கும் நேரம். ஆளை அடையாளமே காண முடியாதபடி இடது கன்னத்தில் மச்சம் வைத்துக் கொண்டிருக்கும் வண்டு முருகன் ஒரிஸ்ஸா தேர்தலில் மோசடி செய்யவேண்டும் என்று சொல்லியபடி க்ரிமினல்களைச் சந்திப்பான். அவர்கள் மென்பொருள் நிறுவனத்தின் பிரதிநிதியைச் சந்திக்க அழைத்துச் செல்வார்கள். பேரமெல்லாம் பேசி முடித்த பிறகு, மின்னணு வாக்குப் ப்திவு எந்திரத்தில் எப்படி மோசடி

செய்கிறீர்கள் என்று வண்டுமுருகன் கேட்பான். அவர்களோ அது ரகசியம். அதைச் சொல்ல முடியாது என்பார்கள். அப்படியானால், உங்களை எப்படி நம்ப என்று வண்டு முருகன் கேட்பான்.

சமீபத்தில் தமிழகத்தில் நம்பிராஜன் ஜெயித்த கதை தெரியுமா? மக்கள் செல்வாக்கு அப்போது முதல்வராக இருந்த வண்டு முருகனுக்குத்தான் இருந்தது. ஆனால், அதை அப்படியே நம்பி ராஜனுக்கு மாற்றிவிட்டோம். அது எங்கள் வேலைதான் என்று சொல்வார்கள். அவர்கள் பேசியதைக் கேட்டதும் வண்டு முருகனுக்கு ஆத்திரம் பொத்துக்கொண்டு வரும். அவர்களுடைய கோட்டையில் இருக்கிறோம் என்பது தெரியாமல் பாய்ந்து அடிக்கப் போய்விடுவான். அதோடு இடது கன்னத்தில் ஒட்டியிருந்த மச்சமும் கீழே விழுந்து வண்டு முருகன் யார் என்பது அவர்களுக்குத் தெரிந்துவிடும். அவனைச் சிறைப்பிடித்துவிடுவார்கள். நம்பிராஜனுக்கு அந்தத் தகவல் சொல்லப்படும். ரகசியமாக அமெரிக்கா வந்து சேருவார்.

வண்டு முருகனை சங்கிலியால் கட்டிப்போட்டிருப்பார்கள். நம்பிராஜன் அவனைப் பார்த்து வெறிச்சிரிப்பு சிரித்தபடியே சாட்டையால் அடிப்பான். என்னமோ பேர் சொல்லுவியே, கறுப்பு எம்.ஜி.ஆரா... எங்க இரண்டு அடி மேலேபட்டதும் சிலிர்த்துக்கிட்டு சண்டை போடு பார்ப்போம் என்று எகத்தாளம் செய்தபடியே வண்டு முருகனை அடிப்பான். வண்டுமுருகன் துவண்டு விழும்போது ஒரு கை அவனைத் தாங்கிப் பிடிக்கும். உனக்கு வேணும்னா நான் தேவையில்லாம இருக்கலாம். ஆனா எனக்கு நீ தேவை. என் மக்களுக்கு நல்லது செய்ய எனக்கு நீ தேவை என்று சொல்லி அவன் கன்னத்தில் வழியும் ரத்தத்தைத் துடைப்பார் எம்.ஜி.ஆர்.

என்னை மன்னிச்சிடுங்க. நீங்க சொன்னதைக் கேக்காம வந்தது தப்புத்தான் என்று வண்டு முருகன் அவர் காலில் விழுவான். மூன்றாவது அடிக்காக சாட்டை வீசப்படும். வண்டு முருகனுக்கு ஆறுதல் சொன்னபடியே எம்.ஜி.ஆர். அந்தச் சாட்டையை லாகவமாகப் பிடித்து இழுப்பார். நம்பிராஜன் தடுமாறி விழுவான். வண்டுமுருகன் தன்னைக் கட்டிப் போட்டிருக்கும் சங்கிலிகளை அறுத்து எறிவான். ஊரைச் சுத்தற வாலிபன்களைத்தான் இதுவரை பார்த்திருக்க. இனிமே உலகம் சுத்தற வாலிபனைப் பாருடா என்று கர்ஜித்தபடியே அமெரிக்க வில்லன்களையும் நம்பிராஜனையும் பந்தாடுவான்.

வில்லன் கூட்டத்தைச் சிறைப்பிடித்து நேராக அவர்கள் அனைவரையும் நார்க்கோ அனாலிசிஸ் டெஸ்டுக்கு உட்படுத்துவான். அவர்கள் அனைவரும் கிளிப்பிள்ளை போல் இந்திய தேர்தலில் நடத்திய மோசடிகள் அனைத்தையும் சொல்லிவிடுவார்கள். நம்பி ராஜனோ ஒருபடி மேலே போய் தனது கட்சியில் தனக்குப் போட்டி யாக இருந்தவர்களைக் கொன்று அதிகாரத்தைக் கைப்பற்றியதில் ஆரம்பித்து முதலமைச்சர் பதவிக்கு வந்த பிறகு செய்த ஊழல்கள், கொலைகள் என அனைத்தையும் ஒன்றுவிடாமல் சொல்வான்.

அவர்களுடைய வாக்கு மூலத்தை வீடியோவில் பதிவு செய்துகொள்ளும் வண்டுமுருகன் அதை நீதிமன்றத்தில் சமர்ப்பித்து கெட்டவர்களுக்கு கடுமையான தண்டனையை வாங்கிக் கொடுத்து தர்மத்தை நிலைநாட்டுவான். அடுத்து நடந்த தேர்தலில் வண்டு முருகனின் கட்சி அமோக வெற்றி பெற்று மக்கள் அதன் பிறகு சந்தோஷமாக வாழ்ந்துகொண்டேயிருப்பார்கள் என்பதைச் சொல்லவும் வேண்டுமா என்ன?

தனது பணிகளைத் தொடர்ந்து செய்ய வண்டு முருகன் கிடைத்த நிம்மதியில் எம்.ஜி.ஆர். புஷ்பக விமானத்தில் ஏறி வானுலகம் செல்வார். அப்படியாக, கறுப்பு எம்.ஜி.ஆர். வண்டு முருகனின் பொற்கால ஆட்சி சிறிது கால இடைவெளிக்குப் பிறகு மீண்டும் அமோகமாக நடக்க ஆரம்பிக்கிறது.

காதல் -2

காதல் திரைப்படம் முடியும் இடத்தில் இருந்து இந்தப் படம் ஆரம்பிக்கிறது.

மனநிலை பிறழ்ந்த நிலையில் இருக்கும் முருகனை, முன்னாள் காதலி ஐஸ்வர்யாவும் அவளுடைய கணவனும் தங்கள் பராமரிப்பில் வைத்து பார்த்துக் கொள்கிறார்கள். தன் காதலனுக்கு தன்னால் ஏற்பட்ட துன்பத்துக்குப் பிராயச்சித்தமாக அவனை ஐஸ்வர்யா அன்பாக கவனித்துக் கொள்கிறாள். மன நல மருத்துவர்களில் ஆரம்பித்து மாந்த்ரீகங்கள் செய்பவர்கள்வரை ஊர் ஊராக அழைத்துச்சென்று குணப்படுத்த முயற்சி செய்கிறாள். கடுமையான முயற்சிகளுக்குப் பிறகு, அவளுடைய தூய அன்புக்குப் பலன் கிடைக்கிறது. முருகனுக்கு மெதுவாகச் சுய நினைவு திரும்புகிறது. இனி எல்லாம் சரியாகி விடும். முருகனுக்கு இன்னொரு திருமணம் செய்து வைத்துவிட்டால் தன் பாவமெல்லாம் கரைந்துவிடும்என்று ஐஸ்வர்யா நினைக்கிறாள். ஆனால், பிரச்னையோ அங்கிருந்துதான் ஆரம்பிக்கிறது. பைத்தியம் தெளிந்த முருகன் பழைய முருகனாகவே இருக்கிறான். ஐஸ்வர்யாவையே திருமணம் செய்து கொள்ள விரும்புகிறான். இதைத் தொடர்ந்து நடக்கும் சிக்கல்களே காதல் - 2.

(டைட்டிலில் முருகனுக்குத் தரப்படும் சிகிச்சை காட்சிகள் டிஸ்ஸால்வ் ஷாட்களாக இடம்பெறுகின்றன. பின்னணியில் அம்மா என்றழைக்காத உயிர் இல்லையே பாடல் வெறும் வயலின் இசையில்)

பாடல் முடிந்ததும் மருத்துவமனையில் தன்னந்தனியனாகப் படுத்திருக்கும் முருகன் கண் விழித்துப் பார்க்கிறான். ஆஸ்பத்திரிக்கு எப்படி வந்தோம் என்று அவனுக்குக் குழப்பமாக இருக்கிறது. நர்ஸ்கள் வந்து மருந்து கொடுக்கிறார்கள். எனக்கு என்ன ஆச்சு..? நான் எப்படி இங்க வந்தேன் என்று அவர்கள் போனதும் குழம்பித் தவிக்கிறான். பாத்ரூமுக்குச் செல்கிறான். அங்கு இருக்கும் கண்ணாடியில் அவனுடைய முகத்தைப் பார்க்கிறான். நீண்ட காலத்துக்குப் பிறகு அதை அவனால் இனம் காண முடிகிறது. மெள்ள நீரை அள்ளி முகத்தைத் துடைத்துக்கொள்கிறான். சட்டென்று ஐஸ்வர்யாவின் நினைவு அவனுக்கு வருகிறது. பதறியபடியே வெளியே விரைகிறான்.

மருத்துவமனை வாசலில் பூட்டாமல் வைத்திருக்கும் சைக்கிளை எடுத்துக்கொண்டு ஐஸ்வர்யாவின் வீட்டுக்குப் பறக்கிறான். வீட்டில் பார்வை மங்கிய ஒரே ஒரு பாட்டி மட்டும் சோஃபாவில் உட்கார்ந்திருக் கிறார். முருகன் பரபரப்புடன் அல்ட்ராமோஷனில் வீட்டுக்குள் நுழைகிறான். ஒவ்வொரு அறையாக ஐஸ்வர்யாவைத் தேடியபடி போகிறான். எல்லா அறையும் பூட்டி இருக்கிறது. வீசும் காற்றில் ஒரு அறையின் கதவு மட்டும் லேசாகத் திறந்து மூடிக்கொண்டிருக்கிறது. கதவின் மேல் மாட்டப்பட்டிருக்கும் திரைச்சீலை எதையோ சொல்லத் துடிப்பதுபோல் படபடக்கிறது. மெள்ள அந்த அறையை நெருங்கிச் செல்கிறான். அங்கு அவன் பார்க்கும் காட்சி அவனை அதிர்ச்சி அடைய வைக்கிறது. டேபிளில் இருக்கும் புகைப்படத்தில் ஐஸ்வர்யாவும் இன்னொருவரும் மாலையும் கழுத்துமாக நிற்கிறார்கள். அதற்குப் பக்கத்தில் இன்னொரு புகைப்படம். அதில் ஐஸ்வர்யா தன் கணவனுடனும் இரண்டு குழந்தைகளுடனும் சிரித்தபடியே நின்று கொண்டிருக்கிறாள். முருகனுக்கு தலை சுற்றுகிறது. அலமாரியில் ஒரு ஆல்பம் வைக்கப்பட்டிருக்கிறது. அவசர அவசரமாகப் புரட்டிப் பார்க்கிறான். திருமணப் படங்கள், ஹனிமூன் படங்கள், குழந்தை களுடன் சுற்றுலா போனபோது எடுத்த படங்கள் என முருகன் இல்லாத ஐஸ்வர்யாவின் உலகம் அங்கு தெரிகிறது.

நடந்தது எல்லாம் மெதுவாக அவனுக்குப் புரிகிறது. கொஞ்சம் கொஞ்சமாக அவனுக்குக் கோபம் தலைக்கு ஏறுகிறது. அப்போது மாடியில் ஏதோ சத்தம் கேட்கவே அங்கு போகிறான். மாடியில் இருந்து இறங்கி வரும் ஐஸ்வர்யாவும் அவனைப் பார்த்துவிடுகிறாள். அந்த இடத்தில் அவனைப் பார்ப்பவள் முதலில் அதிர்ச்சி அடைகிறாள். ஆனால், அவனுக்கு பைத்தியம் குணமாகிவிட்டது தெரிந்ததும்

சந்தோஷத்தில் தலைகால் புரியாமல் ஆடுகிறாள். அவனைக் கட்டிப் பிடித்து தன் மகிழ்ச்சியை வெளிப்படுத்துகிறாள். தான் கும்பிட்ட சாமியெல்லாம் தன்னைக் காப்பாற்றிவிட்டதாகச் சொல்கிறாள். அடுத்த முகூர்த்தத்திலேயே அவனுக்கு வேறொரு பெண்ணுடன் திருமணம் செய்து வைக்கவேண்டும் என்று உற்சாகத்தில் துள்ளிக் குதிக்கிறாள். இதைக் கேட்டதும் முருகன் அதிர்ச்சி அடைகிறான்.

தனக்கு குணமான விஷயம் எல்லாருக்கும் தெரிந்து விட்டால், திருமணம் செய்து எப்படியும் வெளியே அனுப்பிவிடுவார்கள் என்பது தெரிந்ததும், சட்டென்று பைத்தியம் போல் நடிக்க ஆரம்பித்துவிடு கிறான். அதுவரை சந்தோஷமாக இருந்த ஐஸ்வர்யா இந்த மாற்றம் கண்டு அதிர்ச்சி அடைகிறாள். சுய நினைவு திரும்ப என்னவெல்லாமோ செய்துபார்க்கிறாள். முடியாமல் போகிறது. சோர்வுடன் முருகனை மீண்டும் மருத்துவமனையில் கொண்டு சேர்க்கிறாள். தன் காதலி வேறொருவரைத் திருமணம் செய்து கொண்டு குழந்தை குட்டியுடன் இருப்பதை நினைத்து மருத்துவமனைக்குத் திரும்பியதும் முருகன் அழுகிறான். அவனுக்கு குணமான விஷயம் கரட்டாண்டிக்குத் தெரிய வருகிறது. தன்னை அடித்துப் போட்ட பிறகு என்ன நடந்தது என்று அவனிடம் கேட்கிறான்.

ஐஸ்வர்யா திருமணமே வேண்டாம் என்று சொல்லியிருக்கிறாள். பெற்றோர் வலுக்கட்டாயப்படுத்தியபோது விஷம் குடித்து தற்கொலை செய்து கொள்ள முயன்றிருக்கிறாள். கடைசி நேரத்தில் எப்படியோ காப்பாற்றி சில காலம் கழித்து திருமணம் செய்துவைத்திருக்கிறார்கள். இதுமட்டுமல்லாமல், திருமணம் முடிந்த பிறகும் இரண்டு வருடங்கள் அப்பா வீட்டிலேயே ஐஸ்வர்யா இருந்திருக்கிறாள். முருகனுக்கு அதை யெல்லாம் கேட்கும்போது ஆத்திரமாகவும் வருகிறது. இன்னொரு பக்கம் சந்தோஷமாகவும் இருக்கிறது. அவள் இல்லாமல் என்னால் வாழ முடியாது எப்படியும் அவள் மனத்தில் தனக்கு நிச்சயம் இடம் இருக்கத்தான் செய்யும். அவளை எப்படி அழைத்துச் செல்லலாம் எங்கு போய் புது வாழ்க்கையை ஆரம்பிக்கலாம் என்று திட்டம் போடுகிறான்.

கரட்டாண்டியோ, அது தவறு. அவள் இப்போது இன்னொருவ ருக்கு மனைவி என்று சொல்கிறான். என் மனைவியா இருந்தவளைத்தான இன்னொருத்தருக்குக் கட்டி வெச்சிருக்காங்க. அது மட்டும் சரியா என்று கேட்டு அவன் வாயை அடைத்துவிடுகிறான். நைஸாக

ஐஸ்வர்யாவிடம் இது தொடர்பாகப் பேச்சுக் கொடுத்துப் பார்க்கும்படிக் கேட்டுக் கொள்கிறான். ஒருநாள் ஐஸ்வர்யா முருகனைப் பார்க்க மருத்துவமனைக்கு வரும்போது, முருகன் குணமான பிறகும் உன் நினைப்பாவே இருந்தா என்ன பண்ணுவ என்று ஐஸ்வர்யாவிடம் கரட்டாண்டி கேட்கிறான். அவளோ, அப்படி யெல்லாம் இருக்கமாட்டான். நிலைமையைப் புரிஞ்சிக்கிட்டு வேறொரு கல்யாணம் பண்ணிட்டு சந்தோஷமா இருப்பான் என்று சொல்கிறாள். அதைக் கேட்கும் முருகனுக்கு கோபம் தலைக்கு ஏறுகிறது. அடக்கிக் கொள்கிறான். நாட்கள் கழிகின்றன.

ஐஸ்வர்யாவும் அவளுடைய கணவனும் அவனை அடிக்கடி வந்து பார்த்துவிட்டுப் போகிறார்கள். தன் காதலி தன் முன்னாலேயே வேறொருவருடன் சந்தோஷமாக இருப்பதைப் பார்த்து முருகன் நிலைகொள்ளாமல் தவிக்கிறான்.

ஒரு நாள் முருகனும் கரட்டாண்டியும் சாதாரணமாகப் பேசிக் கொண்டிருக்கிறார்கள். பேசி முடித்துவிட்டு அவன் புறப்படும்போது, காபி வாங்கிக் கொடுத்துவிட்டுப் போகும்படிச் சொல்கிறான் முருகன். பிளாஸ்கை எடுத்துக்கொண்டு விசில் அடித்தபடியே கதவை மூடி விட்டுப் போகும் கரட்டாண்டி வாசலில் ஐஸ்வர்யா நிற்பதைப் பார்த்து திடுக்கிடுகிறான். அவள் அவனைத் தனியாக அழைத்துச் சென்று நடந்த விஷயங்களைத் தெரிந்துகொள்கிறாள். ஐஸ்வர்யாவை இப்போதும் முருகன் காதலிப்பதாகவும் அவள் மட்டும் கிடைக்காவிட்டால் தற்கொலை செய்துகொண்டுவிடுவேன் என்று சொன்னதாகவும் சொல்கிறான். சரி... நீ போ. ஆனால், இந்த விஷயத்தை யாரிடமும் சொல்லாதே என்று அவனை காபி வாங்க அனுப்பிவிட்டு ஐஸ்வர்யா எதுவும் நடக்காததுபோல் முருகனின் அறைக்குள் நுழைகிறாள். முருகன் அவளைப் பார்த்ததும் பைத்தியம் போல் நடிக்கிறான். ஐஸ்வர்யாவுக்கு என்ன செய்வதென்றே தெரியவில்லை. முருகனுக்குக் குணமானது சந்தோஷத்தைத் தருகிறது. ஆனால், தன் மீது இன்னமும் காதலாக இருப்பது பயத்தைத் தருகிறது. மனதுக்குள் அழுதபடியே வீட்டுக்குத் திரும்பிவிடுகிறாள்.

மனநல மருத்துவராக இருக்கும் தன் தோழியிடம் போய் விஷயத்தைச் சொல்லி அழுகிறாள். தன்னைத் திருமணம் செய்து கொள்ள இப்போதும் விரும்புவதாகவும் மறுத்தால் தற்கொலை செய்து கொள்வதாகச் சொன்னதாகவும் சொல்கிறாள். அதற்கு

தோழி, முருகன் தற்கொலை செய்து கொள்வானா மாட்டானா என்பது தெரியாது. ஆனால்,வீட்டை விட்டு அனுப்பினாலோ வேறு திருமணம் செய்து கொள்ளக் கட்டாயப்படுத்தினாலோ மீண்டும் பைத்தியம் பிடித்துவிட வாய்ப்பு இருக்கிறது. இந்த ஆறேழு வருடங்கள் ஓடியது அவனுக்குத் தெரியாது. அவனைப் பொறுத்தவரையில் தூங்கி எழுந்ததுபோல்தான். எனவே,அவனை அவன் போக்கிலேயே போய் மெதுவாக வழிக்குக் கொண்டுவரவேண்டும் என்று அறிவுரை சொல்கிறாள். இருவரும் அவனைப் புதியதொரு வாழ்க்கைக்குத் தயார்படுத்துவது என்று முடிவெடுக்கிறார்கள்.

***

யதேச்சையாக வெளியில் அழைத்துச் செல்வதுபோல் முருகனை அவன் வீட்டுக்கு அழைத்துச் சென்று அம்மாவைப் பார்க்க வைக்கிறார்கள். அம்மா மீதான பாசம் எப்படியும் அவனை நடிப்பதில் இருந்து வெளியில் கொண்டுவந்துவிடும். அம்மா சொல்வதைக் கேட்டு நடக்க ஆரம்பிப்பான் என்று நினைக்கிறாள். அவனுடைய அம்மாவும் முருகனின் நிலை குறித்து வருந்தி அழுகிறார். நினைவு திரும்பி அம்மான்னு ஒரு தடவை கூப்பிடமாட்டானா என்று ஏங்குகிறார். ஆனால், முருகனோ அம்மா முன்னாலும் பைத்தியமாகவே நடிக்கிறான்.

தோழியும் ஐஸ்வர்யாவும் அவனுடைய முறைப் பெண் வீட்டுக்குச் செல்கிறார்கள். முருகனுக்குக் குணமானால் அவனைத் திருமணம் செய்து கொள்ளத் தயாரா என்று கேட்கிறார்கள். அவள் சம்மதம் என்று சொல்கிறாள். விரைவிலேயே அவனுக்குக் குணமாகி விடும் என்று சொல்லிவிட்டு வருகிறார்கள்.

முருகனுக்கு பைக் என்றால் மிகவும் பிடிக்கும் என்பதால் கரட்டாண்டியையும் அழைத்துக்கொண்டு நால்வருமாக ஒரு ஷோரூமுக்குப் போகிறார்கள். புதிதாக வந்திருக்கும் பைக்கைப் பார்க்கும்போது முருகனுக்கு கைகள் பரபரக்கின்றன. கரட்டாண்டியை டெஸ்ட் டிரைவுக்கு வண்டியை எடுத்துச் செல்லும்படிச் சொல்கிறாள். முருகனும் பின்னால் உட்கார்ந்து கொள்கிறான். இவர்களுடைய கண் பார்வையில் இருந்து மறைந்ததும் முருகன் வண்டியை ஓட்டிப் பார்க்கிறான். பல வருடங்கள் கழித்து முதன் முதலாக வண்டியை ஓட்டுகிறன். புது வண்டி அவன் கை பட்டதும் ஜிவ்வென்று பறக்கிறது.

ஆசை தீர ஓட்டிய பிறகு எதுவும் தெரியாததுபோல் பின்னால் உட்காந்து கொண்டு ஷோரூம் திரும்புகிறான்.

ஒரு நாள் இரவு நல்ல மழை பெய்கிறது. முருகனைப் பார்க்க வந்த கரட்டாண்டி மருத்துவமனையிலேயே தங்கிவிடுகிறான். மறுநாள் காலையில் காவல்துறையினர் மருத்துவமனையில் நுழைந்து கரட்டாண்டியைக் கைது செய்கிறார்கள். முந்தின நாள் இரவு நடந்த ஒரு திருட்டைச் சொல்லி அதன் பழியை கரட்டாண்டி மேல் போடுகிறார்கள். ஆனால், அவன் அந்தத் தவறைச் செய்யவில்லை. மருத்துவமனையில்தான் இருந்திருக்கிறான். அதற்கான ஒரே சாட்சி முருகன்தான். காவல்துறையினர் கரட்டாண்டியைப் போட்டு அடிக் கிறார்கள். ஆனால், முருகனோ வாயைத் திறந்து உண்மையைச் சொன்னால், தனக்கு குணமானது எல்லாருக்கும் தெரிந்துவிடும் என்று மவுனமாக இருக்கிறான். அண்ணே நான் உங்க கூடத் தானண்ணே இருந்தேன். சொல்லுங்கண்ணே என்று கரட்டாண்டி கதறுகிறன். முருகனோ பைத்தியம்போல் தனக்கு எதுவும் தெரியாது என்று நடித்த படியே இருக்கிறான்.கரட்டாண்டியை காவலர்கள் இழுத்துச் சென்றதும் கட்டிலில் படுத்துக்கொண்டு அழுகிறான்.

முருகனுக்குக் குணமான விஷயம் தங்களுக்குத் தெரியும் என்பதை ஐஸ்வர்யாவும் அவளுடைய தோழியும் முருகனிடம் சொல்லிவிடுவது என்று முடிவெடுக்கிறார்கள். முருகன் கட்டிலில் ஏறியும் குதித்தும் பைத்தியம் போல் நடித்துக் கொண்டிருக்கிறான். மெதுவாகத் தோழி அவனுக்கு அருகில் போய் நின்று நேருக்கு நேராக உற்றுப் பார்க்கிறாள். முருகன் அவள் கண்களை நேருக்கு நேர் பார்க்க முடியாமல் தலையைக் குனிந்து கொள்கிறான். பைத்தியம் போல் சைகை செய்ய முயற்சி செய்கிறான். தோழி, நிதானமாக உனக்கு குணமானது எங்களுக்குத் தெரியும் என்று சொல்கிறாள். முருகன் ஸ்தம்பித்துப்போகிறான். கரட்டாண்டி எல்லாத்தையும் சொல்லிட்டான் என்கிறாள். முருகன் தலை குனிந்தபடியே இருக்கிறான். புதியதொரு வாழ்க்கையை ஆரம்பிக்கும்படி முருகனுக்கு இருவரும் ஆலோசனை சொல்கிறார்கள். வேண்டா வெறுப்பாக அவர்கள் சொல்வதைக் கேட்டுக்கொள்வதுபோல் மவுனமாக இருக்கிறான்.

இதனிடையில் முருகனுடைய அறை முன்பு போல் அலங் கோலமாக இருக்காமல் ஒழுங்காக சுத்தமாக இருப்பதைப் பார்த்ததும்

ஐஸ்வர்யாவின் கணவருக்கு சந்தேகம் வருகிறது. ஒருநாள் அவர் ஐஸ்வர்யாவுடன் அவனைப் பார்க்க மருத்துவமனைக்கு வருகிறார். முருகன் சிகிச்சைக்காக மருத்துவருடைய அறைக்கு அழைத்துச் செல்லப்பட்டிருக்கவே இருவரும் அவனுடைய அறையில் காத்திருக் கையில் யதார்த்தமாக தன் சந்தேகத்தை ஐஸ்வர்யாவிடம் சொல்கிறார்.

முருகனுக்கு குணமாகிடிச்சுன்னு நினைக்கறேன் ஐஸ்வர்யா.

முதலில் திடுக்கிடும் ஐஸ்வர்யா எப்படிச் சொல்கிறீர்கள் என்று கேட்கிறாள். அவனுடைய அறை முன்பு போல் இல்லாமல் சுத்தமாக இருக்கிறது. அவனுடைய நடை உடை பாவனையிலும் ஒரு மாற்றம் தெரிகிறது என்று சொல்கிறார்.

அதெல்லாம் இல்லை. நான் தான் வரும்போதெல்லாம் இந்த ரூமை சரி செய்துட்டுப் போறேன் என்று சொல்லி சமாளிக்கிறாள்.

இதை வாசலில் இருந்து கேட்கும் முருகனுக்கு சந்தோஷமாக இருக்கிறது. உண்மையில் மனநல மருத்துவரான தோழி சொன்னதன் படித்தான் அவள் உடனே விஷயத்தைச் சொல்ல வேண்டாம் என்று நினைத்தாள். ஆனால், அது தெரியாத முருகன், ஒருவேளை அவள் இன்னமும் தன்னைக் காதலிக்கிறாள் போலிருக்கிறது. அதனால்தான் கணவருக்குச் சொல்லாமல் மறைக்கிறாள் என்று நினைத்துவிடுகிறான்.

ஐஸ்வர்யாவின் தோழிக்கு அவளுடைய கணவருடன் பிரச்னை ஏற்படுகிறது. டைவர்ஸ் செய்ய முடிவு செய்கிறாள். வேறொருவரைத் திருமணம் செய்துகொள்ளவும் விரும்புகிறாள். ஐஸ்வர்யாவே அவர் களுக்குத் தேவையான எல்லா உதவியையும் செய்துதருகிறாள். அதை யெல்லாம் பார்க்கும் முருகன் மனதுக்குள் சிரித்துக் கொள்கிறான்.

ஐஸ்வர்யா இப்போதெல்லாம் தனியாக வராமல், முருகனின் முறைப்பெண்ணையும் அழைத்துக்கொண்டு வருகிறாள். அவளை விட்டே முருகனுக்கான எல்லா பணிகளையும் செய்ய வைக்கிறாள். முருகனுக்கு அவர்கள் செய்யும் செயல்கள் மெள்ளப் புரிய ஆரம்பிக் கிறது. இனியும் தாமதிக்ககூடாது என்று முடிவு செய்கிறான்.

ஒருநாள் முருகன் ஐஸ்வர்யாவின் வீட்டுக்குப் போகிறான். மாடியில் துணி காயப் போட்டுக் கொண்டிருக்கிறாள். அவள் முகத்தைப் பார்த்தபடி பேச முயற்சி செய்கிறான். அவளோ ஒவ்வொரு ஈரத்துணிக்குப் பின்னால் தன் முகத்தை மறைத்துக் கொண்டே பதில் சொல்கிறாள்.

உன் வீட்டுல கட்டாயப்படுத்தினதுனாலதான வேறொருத்தனை வேண்டா வெறுப்பா கல்யாணம் பண்ணியிருக்க. உன் அப்பாதானே என்னை இந்த நிலைக்கு ஆளாக்கினாரு. அவங்களைப் பழி வாங்க இதுதான் நல்ல சந்தர்ப்பம். வா மீண்டும் ஓடிப் போய்விடலாம் என்கிறான் முருகன்.

பழசையெல்லாம் மறந்துடு முருகா. இப்ப நான் யாருன்னு தெரியும்ல என்று சொல்லி தன் தாலியை எடுத்துக் காட்டுகிறாள்.

முருகன் தன் நெஞ்சில் பச்சை குத்தியிருக்கும் அவள் பெயரைக் காட்டுகிறான்.

இதை ஈஸியா அழிச்சிட முடியும் முருகா.

தாலியை அதை விட ஈஸியா அறுத்துட முடியும் ஐசு.

ஐஸ்வர்யா திடுக்கிட்டு பயந்து பின்வாங்குகிறாள்.

நான் கட்டிய தாலியை ஊருக்கு முன்னால அறுத்துப் போட்டாங்கள்ல. ஊருக்கு முன்னால கட்டின தாலியை என் முன்னால அறுத்துப் போட்ரு ஐசு.

அது என்னால முடியாது முருகா. இனிமே என் மனசுல உனக்கு இடம் கிடையாது.

என்ன ஐசு. இப்படிச் சொல்ற. உன் மனசுல இடம் இல்லாமலா இத்தனை நாள் பக்கத்துல இருந்து பார்த்து குணமாக்கியிருக்க. வா ஐசு... கண் காணாத இடத்துக்குப் போயிடலாம்.

நான் உன் மேல பாசமாத்தான் இருக்கேன். ஆனா அது காதல் இல்ல. ஒரு அம்மா தன் குழந்தை மேல வெச்சிருக்கறது மாதிரியான பாசம்... ரெண்டையும் போட்டுக் குழப்பிக்காத. அன்னிக்கு நீ ஒயின் ஷாப் ஓனரோட பொண்ணைக் காதலிச்ச. அவ செத்துட்டா. இப்ப இருக்கறது இன்னொருத்தரோட பொண்டாட்டி.

என்னிக்குமே நீ என் காதலிதான் ஐசு. ஒருவேளை உனக்கு இந்த மாதிரி புத்தி பேதலிச்சு எனக்கு ஒரு கல்யாணம் நடந்திருந்ததுன்னு வெச்சுக்கோயேன். நாலைந்து வருஷம் கழிச்சு உன்னைப் பார்த்து வீட்டுக்குக் கூட்டிட்டுப் போய் பாத்துக்கறேன். உனக்கு கொஞ்ச நாள்ல குணமாகிடுது. அப்ப நான் உன்னைக் கல்யாணம் பண்ணிக்கறதா கேட்டிருந்தா நீ மாட்டேன்னு சொல்லுவியா?

அது வேற முருகா. ஆம்பளை நீ எத்தனை கல்யாணம் வேணும்னாலும் செய்யலாம். பொம்பளை அப்படிச் செய்ய முடியாது.

என்ன புள்ள... ஆம்பளைக்கு ஒரு நியாயம் பொம்பளைக்கு ஒரு நியாயம்னு பேசிக்கிட்டு இருக்க. காலம் மாறிடிச்சு ஐசு. இன்னிக்கு ஊர் உலகத்துல டைவர்ஸ் பண்ணிட்டு இன்னொரு கல்யாணம் பண்ணிட்டு எத்தனை பேர் சந்தோஷமா இருக்காங்க. உன் ஃப்ரண்டு கூட மனசுக்குப் பிடிக்கலைன்னதும் வேறொருத்தரைக் கல்யாணம் பண்ணிக்கலையா? நீதான அவங்களுக்குத் தேவையான எல்லா உதவியையும் செஞ்சு கொடுத்த. தைரியமா அறுத்துப் போட்டு வா புள்ள. யாரும் ஒண்ணும் சொல்ல மாட்டாங்க. அதுவும் இல்லாம உன்னையை இந்த ஆளு கட்டிக்கும்போதுகூட நீ எனக்கு பொண்டாட்டித்தான இருந்த. அறுத்துப் போட்டு கட்டி வெக்கலியா... இவன்கூட வாழ்ந்த வாழ்க்கையை ஒரு கெட்ட கனவா நெனைச்சு மறந்துடு ஐசு. நாம சென்னைக்குப் போனோம்ல. அங்க சந்தோஷமா வாழ்ந்திட்டு இருக்கோம்னு நினைச்சுக்கோ. உங்க சித்தப்பா நம்மளை ஊருக்கு கூப்பிட்டு வந்தது... என்னை அடிச்சுப் போட்டது... உனக்கு இன்னொரு கல்யாணம் பண்ணினது... உனக்கு குழந்தைங்க பிறந்தது எல்லாமே கெட்ட கனவு புள்ள. எல்லாத்தையும் மறந்துடு.

என்ன நீ புரியாமப் பேசற... நாம ரெண்டு பேரும் காதலிச்சது எல்லாம் கனவு... மறந்துடுன்னு சொன்னா உன்னால மறக்க முடியுமா..?

என்ன ஐசு . நம்ம காதலையும் இந்த வாழ்க்கையையும் ஒண்ணா பேசற.

அது இல்லை முருகா... கனவு வேணும்னா நடக்காமப் போகலாம். ஆனா, நடந்தது கனவாக முடியாது முருகா. நாம பிரிஞ்சதுல நீ மட்டுமா கஷ்டப்பட்ட. நானும்தான் கஷ்டப்பட்டேன். நம்ம தலைவிதி அது. யாரால மாத்த முடியும்?

அப்படி இல்லை ஐசு. விதி, மண்ணாங்கட்டின்னு எல்லாம் எதுவும் கிடையாது. நம்ம வாழ்க்கை நம்ம கையிலதான். உங்க அப்பா அம்மா உன்னை எம்புட்டு நேசிச்சாங்க. நான் கூப்பிட்டபோது அவங்களையெல்லாம் தூக்கிப் போட்டுட்டு நீ வரலியா. அதைவிடவா உன் புருஷன் உன்னை நேசிச்சிடப் போறான். அவனைத் தூக்கிப் போட்டுட்டு வரமுடியாதா என்ன? எல்லாம் நம்ம கைலதான் இருக்கு ஐசு.

என்ன முருகா. மறுபடியும் மறுபடியும் அதையே பேசற. அப்பா அம்மாவை விட்டுட்டு வர்றதும் கட்டின புருஷனை விட்டுட்டு வர்றதும் ஒண்ணா? ஊர் நம்மளைக் காறித் துப்பாதா?

ஊரு என்ன ஊரு ஐசு. சீக்குப் பிடிச்ச ஊரு. அது எப்பவுமே துப்பிக்கிட்டுத்தான் இருக்கும். இதே ஊருதான் நேத்திக்கு நாம காதலிச்சு வாழப் போனபோதும் நம்மளைப் பார்த்து துப்பிச்சு. நாம வாழத்தான ஐசு போனோம். ஆனால், ஊரு அதை எப்படிச் சொல்லிச்சு... ஓடிப்போனோமாம்! ஊரு எப்பவுமே அப்படித்தான் ஐசு சொல்லும். அதை நாம் பொருட்படுத்தவே கூடாது. வந்திரு ஐசு. உன்னை பொன்னு போல பூ போல வெச்சுப் பாத்துப்பேன் ஐசு.

வேணாம் முருகா. அப்படி ஒரு எண்ணம் உன் மனசுல இருக்கவே கூடாது. இந்த எண்ணத்தோட இனிமே நீ இங்க இருக்க வேண்டாம். என் புருஷன்கிட்ட சொல்லி இப்பவே உன்னை அனுப்பி வெச்சிடறேன் என்று சொல்லிவிட்டு காலியான பக்கெட்டை எடுத்துக்கொண்டு கீழே போக முயற்சி செய்கிறாள். முருகன் உடனே அவள் காலில் விழுந்து கெஞ்சுகிறான். வேண்டாம் புள்ள. அப்படி மட்டும் செஞ்சிடாத. நான் வாழ் நாள் பூரா உன் பக்கத்துலயே இருக்கணும்னு ஆசைப்படறேன். பைத்தியமா இருந்தாத்தான் கூட இருக்க முடியும்னா அப்படியே நடிச்சிட்டுப் போறேன். என்னை வீட்டை விட்டுத் தொரத்திடாத என்று கெஞ்சுகிறான். அவனுடைய நிலையைப் பார்த்ததும் ஐஸ்வர்யாவுக்கு மனம் இளகுகிறது. இனிமே கல்யாணப் பேச்சை எடுக்கவே கூடாது என்று எச்சரிக்கிறாள். சரி என்று தலையை ஆட்டுகிறான். ஆனால், மனதுக்குள் வேறு திட்டம் தீட்டுகிறான்.

***

கணவனும் புள்ளயும் இருக்கறதாலதான் அவ என் கூட வரமாட்டேங்கறா. அவளை எப்படி வழிக்குக் கொண்டுவரணும்னு எனக்குத் தெரியும் என்று கரட்டாண்டியிடம் சொல்கிறான். அப்படியெல்லாம் எதுவும் செஞ்சிடாதீங்கண்ணே என்று அறிவுரை சொல்கிறான். நீயெல்லாம் எனக்கு யோசனை சொல்ற அளவுக்கு வளர்ந்துட்டியா... இனிமே இதுமாதிரி பேசினா என்னைப் பாக்க வராதே என்று அடித்து விரட்டுகிறான்.

அதைத் தொடர்ந்து சில அசம்பவிதங்கள் நடக்க ஆரம்பிக்கின்றன. ஐஸ்வர்யாவின் கணவர் ஓட்டிச் செல்லும் கார் ஒரு நாள்

ஆக்ஸிடண்டில் சிக்குகிறது. கரட்டாண்டிக்கு முருகன் மேல் சந்தேகம் வருகிறது. ஆனால், எதுவும் சொல்லாமல் இருக்கிறான்.

சிறிது நாட்கள் கழித்து ஐஸ்வர்யாவும் குழந்தைகளும் ஒரு திருமணத்துக்குப் போகிறார்கள். கணவர் மட்டும் தனியாக வீட்டில் இருக்கிறார். அப்போது ஏ.சி. மிஷின் லீக் ஆகி வீட்டில் பெரும் விபத்து நடக்கிறது. கரட்டாண்டியின் சந்தேகம் அதிகரிக்கிறது. உண்மையில் முருகன்தான் சதி செய்கிறானா என்று தெரியவும் இல்லை. இருந்தாலும், வேண்டாம்னே விட்ருங்க அண்ணே என்று முருகனிடம் கெஞ்சுகிறான். அவனோ தனக்கு எதுவும் தெரியாது. சாமியா பாத்து கொடுக்கற தண்டனை என்கிறான்.

இன்னொரு நாள் ஐஸ்வர்யாவின் இரண்டு குழந்தைகளும் காணாமல் போய்விடுகிறார்கள். பக்கத்து வீடு, நண்பர்கள் வீடு, உறவினர் வீடு என்று எங்கு தேடியும் காணவில்லை. கரட்டாண்டி நேராக ஐஸ்வர்யாவைச் சந்தித்து முருகன் தன்னிடம் சொன்னதைச் சொல்லிவிடுகிறான்.

கோபம் கொண்ட ஐஸ்வர்யா நேராக மருத்துவமனைக்கு விரைகிறாள். முருகனைப் போட்டு அடி அடியென்று அடிக்கிறாள். என் குழந்தைகளுக்கு மட்டும் எதுனா ஆச்சுன்னா உன்னைக் கொன்னே போடுவேன் என்கிறாள். முருகனோ துடி துடித்துப் போகிறான். நான் ஒன்னும் செய்யலை ஐசு... என்னைப் போயி சந்தேகப்படறியே என்று கதறுகிறான். கரட்டாண்டியோ இவன்தான் செய்திருப்பான் என்று திட்டுகிறான்.

இதனிடையில் குழந்தைகள் கிடைத்துவிட்டார்கள் என்று வீட்டில் இருந்து போன் வருகிறது. உண்மையில் குழந்தைகள் கண்ணாமூச்சி விளையாடிக் கொண்டிருந்திருக்கிறார்கள். வாட்டர் டேங்குக்குள் இருவரும் ஒளியப் போயிருக்கிறார்கள். இன்னொரு குழந்தை விளையாட்டுத்தனமாக வெளிபுறம் தாழ் போட்டுவிட்டது. உள்ளே மாட்டிக் கொண்ட குழந்தைகள் பயத்தில் மயங்கிவிட்டன. யாருக்கோ சந்தேகம் வந்து அங்கு போய் பார்த்த பிறகுதான் உண்மை தெரிந்திருக்கிறது. ஐஸ்வர்யா முருகனிடம் மன்னிப்பு கேட்கிறாள். கரட்டாண்டியும் மன்னிப்பு கேட்கிறான். எல்லாரும் போன பிறகு முருகன தனக்குள் முனகுகிறான் : இதுவரை நான் எதுவும் செய்யலை. ஆனா, இனிமே செய்வேன்.

சொன்னபடியே செய்கிறான். ஐஸ்வர்யாவைக் கடத்திக்கொண்டு போய்த் தன் நண்பனின் அறைக்குள் அடைத்து வைக்கிறான். பகலில் மருத்துவமனையில் பைத்தியம் போல் இருக்கிறான். இரவில் நைஸாக நண்பனின் ஹெஸ்ட் ஹவுஸுக்குப் போய்விடுகிறான். ஐஸ்வர்யாவின் மனத்தை மாற்ற முயற்சி செய்கிறான். அவள் முடியாது என்று மறுக்கவே கோபப்படுகிறான்.

அப்ப என்ன மயித்துக்குடி என்னைக் காப்பாத்தின. நான் பாட்டுக்கு பைத்தியமா இருந்துட்டு நிம்மதியா அநாதைப் பொணமா செத்துப் போயிருப்பேன்ல. என்ன மயித்துக்கு என்னைக் காப்பாத்தின?

என்னைக் காதலிச்ச பாவத்துக்காக நீ இப்படி பைத்தியமா அலையறதைப் பாத்த பிறகும் எப்படி என்னால போக முடியும்? இரக்கப்பட்டு உன்னைக் காப்பாத்தினது தப்பா முருகா?

காப்பாத்தினது தப்பு இல்லை. காப்பாத்திட்டு காதல் இல்லைன்னு சொல்றில்ல அதுதான் தப்பு. ஊருக்காக வாழ்ந்தது போதும் ஐசு. உனக்காக வாழ ஆரம்பி. நமக்காக வாழ ஆரம்பி ஐசு.

நீயும் நானும் என காட்டுலயா வாழ்ந்திட்டு இருக்கோம். ஊருக்குள்ள நாலு பேர் மத்தியில தான வாழறோம். நாலு பேரை மதிச்சு நல்லது கெட்டதுக்குக் கட்டுப்பட்டுத்தான வாழணும்.

அது தேவையே இல்லை ஐசு. அப்படி நாம என்ன தப்புச் செஞ்சிட்டோம். காதலிக்கறது தப்பா ஐசு?

காதலிக்கறதுல தப்பே இல்லை. ஆனால், தப்பா காதலிக்கிறியே முருகா.

என் காதலை உன்னால புரிஞ்சுக்க முடியலையா ஐசு.

நீ என்னை இவ்வளவு காதலிக்காதன்னுதான உன் கிட்ட கெஞ்சிக் கேட்டுக்கறேன். என்னை விட்ரு. என் புருஷன் கிட்ட சொல்றேன். உனக்கு பொண்ணு பாத்து கட்டி வைப்பாரு. ரொம்ப நல்லவரு.

உன் புருஷன் நல்லவனா? எங்க இன்னொரு தடவை என் முகத்தைப் பார்த்துச் சொல்லு.

ஆமா. என் புருஷன் நல்லவருதான். இல்லைன்னா உன்னை கூட வெச்சுப் பாத்துக்கறேன்னு சொன்னதுக்கு சம்மதிச்சிருப்பாரா?

என்ன ஐசு இப்படிச் சொல்ற. உன்னை என்கிட்ட இருந்து பிரிச்சவன் ஐசு. அவனைப் போய் நல்லவன்னு சொல்றியே. தெரியாமத்தான் கேக்கறேன். கூட வெச்சிக் கவனிக்க சம்மதிச்சாருன்னு சொல்றியே. எனக்கு குணமானது தெரிஞ்சாகூட இருக்கவிடுவாரா? பைத்தியம் என்ன செஞ்சிடப் போகுது. இந்த கட்டில், சோஃபா மாதிரி அதுவும் ஒரு ஜடம்ன்னுதான பக்கத்துல வெச்சிக்க சம்மதிச்சிருக்கான். அவனைப் போய் நல்லவன்னு சொல்றியே. அதுவும் என் கிட்டயே...

நீ ஆயிரம்தான் சொன்னாலும் நல்ல மனசு இருந்தாத்தான் இப்படியெல்லாம் செய்ய முடியும். அவரு நல்லவருதான். உன்னை மாதிரியே நல்லவருதான்.

நல்லவன்னா என்ன செய்யணும் தெரியுமா... எனக்கு குணமாகிடுச்சுன்னு சொன்னதும் உன்னை என் கூட அனுப்பி வைக்கணும். அதைச் செய்வானா?

அது எப்படி முருகா முடியும்?

ஏன் முடியாது?. இப்ப நான் ஒரு பொருளை ஒருத்தர் கிட்ட பத்திரமா பாத்துக்குங்கன்னு கொடுத்துட்டுப் போறேன். கொஞ்ச நாள் கழிச்சு வந்து கேட்டா என்ன செய்யணும்... திருப்பித் தரணுமில்லையா. அதுதான முறை. அவன்தான நல்லவன். உன் புருஷன் நான் கேட்டா உன்னைக் கொடுப்பானா? இத்தனைக்கும் உன்னை அவன் என் கிட்ட கேட்டு எடுத்துட்டுப் போகலை. என்னை அடிச்சிப் போட்டுட்டு எடுத்துட்டுப் போயிருக்கான். உன்னால எப்படி ஐசு அவனுக்கு சப்போர்ட் பண்ணி பேச முடியுது. இனிமே அந்த ஆளை நல்லவன்னு என்கிட்ட எதுவும் பேசாத. அப்பறம் நான் நல்லவனா இருக்க மாட்டேன். இல்லை, நான் தெரியாமத்தான் கேக்கறேன், உன்னால எப்படி ஐசு என்னை மறந்துட்டு அவன் கூட வாழ முடியுது.

அது என் தப்புத்தான். நீ எங்கயோ உசுரோட நல்லபடியா இருக்கன்னு நம்பித்தான் கல்யாணத்துக்கு ஒத்துக்கிட்டேன். உனக்கு பைத்தியம் பிடிச்சிருந்தது தெரிஞ்சிருந்தா கல்யாணம் பண்ணியிருக்கவே மாட்டேன்.

அது பரவாயில்ல ஐசு. தப்புச் செய்யாத மனுஷனே கிடையாது. அதே நேரம் செஞ்ச தப்பை திருத்திக்கலைன்னா அவன் மனுஷனே

கிடையாது. நீ தப்பு செஞ்சதுல தப்பு இல்ல ஐசு. அதைத் திருத்திக்க மாட்டேன்னு சொல்றியில்ல அதுதான் தப்பு.

நீ என்னதான் சொன்னாலும் என்னால உன் கூட வர முடியாது. கல்யாணம் மட்டும் ஆகியிருந்தாக் கூடப் பரவாயில்லை. ரெண்டு குழந்தைங்க வேற பிறந்திடுச்சே. எப்படி விட்டுட்டு வரமுடியும்..

அதனால என்ன ஐசு. அந்தக் குழந்தைகளையும் கூட்டிட்டு வர்றேன். எப்படியிருந்தாலும் எனக்குப் பிறந்திருக்க வேண்டிய குழந்தைங்கதான. என் குழந்தை மாதிரியே அன்பா பாத்துக்கறேன். நமக்கு வேற குழந்தை பிறந்தா இந்தக் குழந்தைங்களை கைவிட்டுரு வேன்னு நினைச்சா நமக்கு குழந்தைங்களே வேண்டாம் ஐசு. எனக்கு உன் சந்தோஷம் முக்கியம் ஐசு. நீ இங்கயே இரு. உன் புள்ளைகளை இங்க கூட்டிட்டு வர்ரேன் என்று சொல்லிவிட்டுப் புறப்படுகிறான். குழந்தைகளை இங்க கொண்டுவராதே. என்னை அங்க கொண்டு போய்விடு என்று ஐஸ்வர்யா கதறுகிறாள். அவளை அறைக்குள் பூட்டிவிட்டு நேராக அவர்களுடைய வீட்டுக்குச் செல்கிறான்.

***

அங்கு ஐஸ்வர்யாவைக் காணாமல் ஒரே களேபரமாக இருக் கிறது. அந்த விஷயம் தெரிந்துதான் இவன் வந்திருக்கிறான் போலிருக் கிறது என்று அங்கிருப்பவர்கள் நினைக்கிறார்கள். பைத்தியமாக இருந் தாலும் இவ்வளவு பாசம் இருக்கிறதே என்று பேசிக் கொள்கிறார்கள். முருகன் பைத்தியம்போல் நடித்து தனியாக இருக்கும்போது குழந்தை களை மயக்க மருந்து கொடுத்துக் கடத்திக் கொண்டுவந்துவிடுகிறான்.

கண் முழித்து குழந்தைகள் கேட்கும்போது, அம்மாதான் உங்களை அழைத்து வரச் சொன்னார்கள். இனிமேல் நாம்தான் சேர்ந்து வாழவேண்டும் என்கிறான். குழந்தைகள் அது நிஜமா என்று அம்மாவிடம் போய் கேட்கின்றன. அம்மாவோ இல்லை என்கிறாள்.

முருகன் வாங்கிக்கொண்டு வந்த உணவை மூவரும் சாப்பிட மறுக்கிறார்கள். முருகன் எவ்வளவோ கெஞ்சிப் பார்த்தும் பலன் இல்லை. அன்று முழுவதும் எதுவும் சாப்பிடாமலேயே எல்லாரும் தூங்குகிறார்கள்.

நள்ளிரவில் ஒரு குழந்தைக்கு முழிப்பு வருகிறது. தூங்கிக் கொண்டிருக்கும் முருகனிடம் இருக்கும் செல்போனை நைஸாக

எடுத்துக்கொண்டு வந்து ஐஸ்வர்யாவிடம் கொடுத்து அப்பாவுக்குப் போன் செய்யச் சொல்கிறது. ஐஸ்வர்யாவோ வேண்டாம். அப்படிச் செய்தால், அப்பவும் தாத்தாவும் வந்து முருகனை அடித்துக் கொன்றுவிடுவார்கள். என் மீது இருக்கும் காதலினால்தான் இப்படி எல்லாம் செய்கிறான். அவன் நல்லவன்தான் என்று சொல்கிறாள். நம்மளைக் கடத்திட்டு வந்து அடைச்சி வெச்சிருக்கானே... அவன் எப்படி நல்லவனா இருக்க முடியும் என்று குழந்தைகள் கேட்கின்றன. உனக்கு ரொம்பவும் பிடிச்ச பொம்மையை வேற யாராவது பிடுங்கிட்டா என்ன செய்வ? அவங்க கூட சண்டை போடுவ இல்லையா. அப்படி சண்டை போட்டா கெட்டவன்னு சொல்ல முடியுமா. அது மாதிரித்தான் என்று சொல்லி சமாதானப்படுத்துகிறாள்.

குழந்தை அவள் சொல்வதைக் கேட்காமல் அப்பாவுக்கு போன் போடப் போகின்றன. ஐஸ்வர்யா குழந்தைகளிடம் இருந்து வாங்கி வைத்துக் கொள்கிறாள். குழந்தைகள் கோபத்தில் முரண்டு பிடிக்கவே தங்கள் காதல் கதையைச் சொல்கிறாள். முதன் முதலில் தெருவில் சந்தித்தது, மெக்கானிக் ஷெட்டுக்குப் போய் வம்பிழுக்கிழுத்தது, காதலித்தது, வீட்டை விட்டு ஓடியது என எல்லாவற்றையும் சொல்கிறாள். என்னை உயிருக்கு உயிராக நேசிச்ச ஒரே காரணத்துக்காக அடிபட்டு பைத்தியமாகி கஷ்டப்படற முருகனை என்னால மறக்கவே முடியாது. இப்பக்கூட என் நினைவாகவே தான் இருக்கான். அதுனாலதான் இப்படியெல்லாம் செய்யறான். நீங்க மட்டும் பிறக்கலைன்னா உங்க அப்பாவைக் கூட விட்டுட்டு முருகன் கூடயே போயிருந்தாலும் போயிருப்பேன். அந்த அளவுக்கு அவனை எனக்கும் பிடிக்கும் என்று சொல்கிறாள்.

அப்ப இனிமே நாம இவன் கூடத்தான் இருக்கணுமா. வீட்டுக்குப் போகமாட்டோமா என்று குழந்தைகள் கேட்கின்றன. இல்லை என்று வேகமாக மறுக்கும் ஐஸ்வர்யா, அவனை இப்ப என் அண்ணனாத்தான் பாக்கறேன். நடந்தது நடந்துபோச்சு. காதலிச்சவனை அண்ணான்னு கூப்பிட வேண்டிய நிலை இந்த உலகத்துல எந்தப் பொண்ணுக்கும் வரக்கூடாது. காதல் தோத்துடுச்சுன்னா மறுபடியும் அவங்க சந்திச்சுக்கவே கூடாது. அது மாதிரியான நரகம் இந்த உலகத்துல எதுவுமே கிடையாது என்று அழுகிறாள். என் கண்ணுல ஒரு துளி கண்ணீர் வந்தாலும் பொறுக்கமாட்டான். இப்ப அவனே நான் அழறதுக்குக் காரணமாகிட்டான் என்று சொல்லிக் கலங்குகிறாள்.

பைத்தியம் தெளிஞ்சது உனக்கு முன்னாலயே தெரியுமா என்று குழந்தைகள் கேட்கின்றன. ஆமாம் என்கிறாள். அப்பாகிட்ட அப்பவே சொல்லியிருந்தா இந்தப் பிரச்னையே வந்திருக்காதே என்கின்றன. சொல்லணும்னுதான் நினைச்சேன். ஆனால், அதைத் தாங்கிக்கற பலம் அவனுக்குக் கிடையாது. மறுபடியும் புத்தி பேதலிச்சிடும்னு டாக்டர் சொன்னாங்க. அதான் சொல்லலை என்கிறாள். அதையெல்லாம் வாசலில் இருந்து கேட்கும் முருகன் ஸ்தம்பித்துப் போகிறான். மெள்ள அவன் மனது மாறுகிறது. தன் மீது இவ்வளவு பாசம் வைத்திருக்கும் ஐஸ்வர்யாவுக்குக் கெடுதல் செய்யக் கூடாது என்று நினைக்கிறான். குழந்தைகள் வேறு பட்டினியில் துடிக்கின்றன. இனியும் அவர்களைக் கஷ்டப்படுத்தக்கூடாது என்று நினைக்கிறான். திரும்பிக் கொண்டு போய் விட்டுவிட முடிவு செய்கிறான்.

ஒரு வாடகை காரை வரச் சொல்கிறான். ஐஸ்வர்யாவிடமும் குழந்தைகளிடமும் மன்னிப்புக் கேட்டுக்கொண்டு காரில் ஏற்றிவிடு கிறான். எல்லாரும் ஏறியதும் கார் கதவை மூடிவிட்டு போய்வரச் சொல்கிறான். நீ வரலியா என்று ஐஸ்வர்யா கேட்கிறாள். நீங்கள் மட்டும் போங்கள். நான் வந்தால் எல்லாரும் அடித்துவிடுவார்கள் என்கிறான். ஐஸ்வர்யாவும் குழந்தைகளும், கவலைப்படா தீர்கள். எங்கள் வீட்டுக்காரர்களை சமாதானப்படுத்தி உங்களை ஏற்றுக் கொள்ள வைக்கிறோம் என்று சொல்லி அவனை அழைத்துச் செல்கின்றனர்.

க்ளைமாக்ஸ் - 1

கார் நேராக ஐஸ்வர்யாவின் வீட்டுக்கு வருகிறது. அங்கு நிறைய பேர் கூடி நிற்கிறார்கள். ஐஸ்வர்யாவும் குழந்தைகளும் காரில் இருந்து இறங்கியதும் சந்தோஷத்துடன் ஓடிப் போய் கட்டிப் பிடிக்கிறார்கள். மெதுவாக, முருகனும் காரில் இருந்து இறங்குகிறான். ஆனால், அவனைப் பார்க்கும் ஐஸ்வர்யாவின் அப்பாவுக்குக் கோபம் தலைக்கேறுகிறது. குழந்தைகளையும் ஐஸ்வர்யாவையும் வீட்டுக்கு அழைத்துச் செல்கிறார். போகும்போது தன் ஆட்களுக்குக் கண்ணைக் காட்டிவிட்டுப் போகிறார். அவர்கள் முருகனை வீட்டுக்குப் பின்பக்கம் அழைத்துச் செல்கிறார்கள்.

அங்கு போனதும் சுற்றி வளைத்து அவனை சரமாரியாக அடிக்க ஆரம்பிக்கிறார்கள். விஷயம் தெரிந்து ஐஸ்வர்யா விழுந்தடித்து ஓடி

வருகிறாள். அவள் சொல்வது எதையும் கேட்காமல் அவனை வெறித் தனமாகத் தாக்குகிறார்கள். குழந்தைகளும் அடிக்காதே அடிக்காதே என்று குறுக்கே விழுந்துதடுக்கின்றன. அவர்களையும் பிடித்துத் தள்ளி விட்டு அடிக்கிறார்கள். ஒண்ணு நீ மறுபடியும் பைத்தியமா ஆகிடணும். இல்லைன்னா செத்துப் போயிடணும். இந்த உலகத்துல சுய நினை வோட இனி ஒரு நாள் கூட நீ இருந்துடக்கூடாது என்று ஐஸ்வர்யாவின் அப்பா சொல்லிச் சொல்லி அடிக்கிறார்.

கடைசியில் ஐஸ்வர்யா தன்னைப் பிடித்திருப்பவர்களை எட்டித் தள்ளிவிட்டு முருகனை நோக்கிப் பாய்கிறாள். குற்றுயிரும் குலையியுரு மாக இருக்கும் முருகனை, தன் மடியில் எடுத்துப் போட்டுக் கொள் கிறாள். உன் புருஷன் கிட்ட உன்னையச் சேத்துட்டு தற்கொலை பண்ணிக்கனும்னுதான் நான் நினைச்சிருந்தேன். உங்க அப்பா சொல்றது சரிதான். காதல்ல தோத்துப் போயிட்டா பைத்தியமா அலையலாம். அப்படி இல்லைன்னா செத்துப் போயிடணும் ஐசு. காதலிச்சது நெஜமாயிருந்தா, காதல் போயிடிச்சின்னா செத்துத்தான் போகணும் ஐசு. நான் அதுக்குத் தயாராத்தான் வந்தேன். இப்ப உங்க அப்பாவோட ஆளுங்க என் வேலையை சுளுவாக்கிட்டாங்க என்று சொல்லி பக்கத்தில் இருக்கும் கத்தியை எடுத்து தன் இதயத்தில் செருகிக் கொள்கிறான். பீறீட்டுச் சிதறும் ரத்தத்தில் ஒரு துளி ஐஸ்வர்யாவின் நெற்றியில் தெறிக்கிறது. முருகன் அதைத் தன் சுட்டு விரலால் துடைத்தெறிகிறான். உன் கூட வாழற பாக்கியம் தான் எனக்குக் கிடைக்கலை. உன் மடியில சாகற பாக்கியமாவது கிடைச்சுதே என்று சொல்லித் தன் உயிரைவிடுகிறான்.

அவன் உயிர் தன் மடியில் போனதைப் பார்த்ததும் அதிர்ச்சி அடையும் ஐஸ்வர்யா, பத்து வருஷத்துக்கு முன்னால உன்னை நான் காதலிக்காம இருந்திருந்தா நீ பைத்தியமாகியிருக்கமாட்ட. ஐஞ்சு வருஷத்துக்கு முன்னால உன்னைப் பாக்காம இருந்திருந்தா பைத்திய மாவாவது இந்த உலகத்துல வாழ்ந்திட்டு இருந்திருப்பியே. நல்லது செய்யறேன்னு சொல்லி உன்னைக் கொன்னுட்டேனே. அன்னிக்கு காதலிச்சு உன்னை பைத்தியமாக்கினேன். இன்னிக்குக் குணமாக் கறேன்னு சாகடிச்சிட்டேனே என்று அரற்றுகிறாள். வேதனையும் குற்ற உணர்ச்சியும் முற்றிப் போய் அவளுக்கும் புத்தி பேதலித்துவிடுகிறது. என்னைக் காதலிச்ச உன்னைக் கொன்னுட்டேனே... என்னை மட்டும் காதலிச்ச உன்னைக் கொன்னுட்டேனே என்று அரற்றியபடியே அவன் உடலைக் கையில் ஏந்தியபடி ஆடை அவிழ்ந்ததுகூடத்

தெரியாமல் தெருவில் போகிறாள். அனைவரும் உறைந்துபோய் நிற்கிறார்கள்.

க்ளைமாக்ஸ் - 2

கார் நேராக ஐஸ்வர்யாவின் வீட்டுக்கு வருகிறது. அங்கு நிறைய பேர் கூடி நிற்கிறார்கள். ஐஸ்வர்யாவும் குழந்தைகளும் காரில் இருந்து இறங்குகிறார்கள். ஆனால், வீட்டுக்குள் அவர்கள் காலெடுத்து வைத்ததும் ஐஸ்வர்யாவின் கணவர் கேட்கும் முதல் கேள்வி : எங்க வந்த? ஐஸ்வர்யா அதைக் கேட்டதும் நிலைகுலைந்து போகிறாள். கல்யாணத்துக்கு முன்னாலயே ஓடிப்போன... அதைப் பொறுத்துக் கிட்டேன். ரெண்டு புள்ளைங்க பொறந்தப்பறமும் ஓடிப் போயிருக்கியே. இனிமே என் முகத்துல முழிக்காதே என்று பிடித்துத் தள்ளுகிறார். ஐஸ்வர்யா நடந்ததை சொல்ல வாயெடுக்கிறாள். ஆனால், அவரோ அதைக் கேட்கத் தயாரில்லை.

இதனிடையில் ஐஸ்வர்யாவின் அம்மா கொள்ளிக்கட்டையை எடுத்துக்கொண்டு ஆவேசமாக வருகிறார். படிக்கற வயசுல அரிப்பெடுத்து ஓடின... வயசுக் கோளாறுன்னு நெனெச்சோம். இப்ப ரெண்டு புள்ளயைப் பெத்தப் பொறவும் ஓடியிருக்கியே... உனக்கு அரிப்பு அடங்கலியா என்று திட்டியபடியே கொள்ளிக்கட்டையை அடி வயிற்றில் செருகப் போகிறாள். முருகன் குறுக்கே பாய்ந்து தடுக் கிறான். கூடியிருப்பவர்கள் அனைவருமே ஐஸ்வர்யாவை புழுதி வாரி இறைக்கிறார்கள். முருகன் ஒவ்வொருவர் காலிலும் விழுந்து, தன் மீதுதான் தவறு என்று கெஞ்சுகிறான். நான் செய்த தவறுக்கு என்னை என்ன வேண்டுமானாலும் செய்து கொள்ளுங்கள். மறுபடியும் பைத்தியமாகக்கூட ஆக்கிக்கொள்ளுங்கள். அல்லது அடித்துப் போட்டுக் கொல்லுங்கள். ஐஸ்வர்யாவை விட்டுவிடுங்கள் என்று கதறு கிறான். ஆனால், அவர்கள் அவனை எட்டி உதைக்கிறார்கள்.

ஐஸ்வர்யாவின் கணவரிடம் கடைசியாகப் போய் முருகன் கெஞ்சுகிறான். ஐஸ்வர்யா உங்களுடைய நினைப்பாவேதான் இருக் கிறாள். அவளைச் சந்தேகப்படுவது கண்ணகியைச் சந்தேகப்படுவதற்க்கு சமம். அவளை நம்புங்கள் என்று கெஞ்சுகிறான். போடா... ரெண்டு பேரும் சேர்ந்து நாடகமா ஆடறீங்க. உனக்கு புத்தி சரியாகி ஆறு மாசம் ஆயிருக்கு. அவளுக்குத் தெரிஞ்சும் அதை என்கிட்ட மறைச்சிருக்கா. என் ரெண்டு புள்ளகளையுமே அவ

எனக்குத்தான் பெத்தாளான்னு இப்ப சந்தேகமாக இருக்கிறது என்று காறி உமிழ்கிறார்.

அதைக் கேட்டதும் ஐஸ்வர்யாவுக்கு மூச்சே நின்றுவிடும்போல் ஆகிவிடுகிறது. பூமியே பிளந்ததுபோல் தலைசுற்றி விழுகிறாள். முருகன் அவருடைய காலில் விழுந்து அப்படியெல்லாம் சொல்லா தீர்கள். நான்தான் அவளை மிரட்டிச் சொல்லவிடாமல் தடுத்தேன். எனக்கு மறுபடியும் பைத்தியம் பிடிச்சிடும்னு பயந்துதான் அவ சொல்லலை. இப்போது கூட நான்தான் அவளையும் குழந்தைகளையும் கடத்திக்கொண்டு போனேன். அவளை நீங்கள் ஏற்றுக் கொள்ள வேண்டும் என்று கெஞ்சுகிறான். காலால் அவனை எட்டி உதைக்கிறார்.

தடுமாறிக் கீழே விழும் முருகனை ஒரு கரம் தூக்கிவிடுகிறது. அவிழ்ந்த கூந்தலை அள்ளிச் செருகியபடி ஐஸ்வர்யா, கண்ணகிபோல் நின்றுகொண்டிருக்கிறாள்.

நீ யார் கிட்டயும் மன்னிப்பு கேட்க வேண்டாம். உன்னை மன்னிக்கற அருகதை இங்க எந்த நாய்க்கும் கிடையாது. வா நாம போவோம். பெத்து வளர்த்த ஆத்தாவுக்கு புள்ள மேல நம்பிக்கை இல்லை. தொட்டுத் தாலி கட்டி குடும்பம் நடத்தினவனுக்கு பொண்டாட்டி மேல நம்பிக்கை இல்லை. இனி இங்க ஒரு நிமிஷம் இருந்தாலும் என் தலை வெடிச்சிடும். இவன்கூட இத்தனை நாள் வாழ்ந்ததை நினைச்சாலே என் உடம்பெல்லாம் கூசுது என்று சொல்லியபடியே தன் குழந்தைகளைப் பார்த்து, அம்மா மேல தப்பு இல்லைன்னு நீங்க நம்பறீங்க இல்லையா என்று கேட்கிறாள். குழந்தைகள் ஆம் என்று தலையாட்டுகின்றன. வாங்க என் கூட என்று அவர்களை அழைத்துக் கொள்கிறாள். போவதற்கு முன் தன் தாலியை அறுத்து கணவனின் முகத்தில் வீசுகிறாள். முருகனைக் கையைப் பிடித்து இழுத்தபடியே குழந்தைகளையும் கூட்டிக்கொண்டு புறப்படுகிறாள். முருகன் திக் பிரமை பிடித்தபடியே அவள் பின்னால் போகிறான். அனைவரும் உறைந்து போய் நிற்கிறார்கள்.

மோகினி

ஐஸ்வர்யா தனுஷ் இயக்கிய 3 (மூணு) முதல் முயற்சி என்றவகையில் நல்ல படம். காதல் காட்சிகளில் இருந்த இளமைத் துடிப்பு, பெற்றோர் கதாபாத்திரங்களின் அருமையான நடிப்பு (குறிப்பாக, ரோகினி) என படம் இடைவேளைவரை சுவாரசியமாகவே இருந்தது. காதலுக்கு எதிரியாக பைபோலார் டிஸார்டரைக் கொண்டுவந்ததிலும் புத்திசாலித்தனம் வெளிப்படுகிறது. ஆனால், படத்தில் இயக்குநர் (திரைக்கதை ஆசிரியர்) செய்த பெரிய தவறு என்னவென்றால், கணவனுக்கு அந்த நோய் இருக்கும் விவரம் மனைவிக்குத் தெரியாது என்ற கதை முடிச்சு. படத்தின் பெரிய மைனஸ் பாயிண்ட் அதுதான்.

உயிருக்கு உயிராக நேசித்தவருக்கு ஒரு நோய் வருகிறது. அதுவும் பயங்கரமான நோய். அந்த நோயினால் ஏகப்பட்ட பிரச்னைகள் வருகின்றன. அனைத்தையும் அவர் மீதான காதலுக்காக அந்தப் பெண் பொறுத்துக்கொள்கிறாள் என்பது ஒரு நல்ல கதைக்கான கரு. கணவனின் நோய் மனைவிக்குத் தெரியாமல் மறைக்கப்படுகிறது என்பது படத்தை பலவீனப்படுத்திவிட்டது. இந்தக் கதையை ஒருவர் மேலும் சிறப்பாக எடுக்கமுடியும். காதலனுக்கு பைபோலார் டிஸார்டர் என்பதை மனைவிக்கு என்று மாற்றிக் கொள்ளலாம். உண்மையில் இந்த நோய் பெண்களுக்குத்தான் அதிகம் வர வாய்ப்பு உண்டு.

இந்த நோய் வருபவர்களுக்கு அக்கம் பக்கத்தினர், பள்ளி, அலுவலகம், நண்பர்கள், உறவினர்கள் என அனைவரிடமும் சிக்கல் ஏற்படும். இதை மையமாக வைத்து திரைக்கதை அமைக்கலாம்.

உயிருக்கு உயிராக நேசித்த பெண்ணுக்கு ஒரு நோய் என்பது தெரிந்ததும் காதலன் துடிதுடித்துப் போகிறான். மன நல மருத்துவரைச் சந்தித்து ஆலோசனை கேட்கிறான். அவர் சொன்னதுபோல் மனைவிக்கு மருந்து, மாத்திரைகள் தருகிறான். மன நல தெரபிகள் செய்கிறான். ஆனால், நோயோ நாளாக நாளாகத் தீவிரமடைகிறது. அலோபதி மருந்துகளின் குணம் அத்தகையது. அது உடனடியாக நல்ல பலனைத் தரும். ஆனால், உடம்பில் இருக்கும் நோய்க் கிருமிகளானது (அல்லது ஹார்மோன்கள்) அடுத்த முறை கூடுதல் தீவிரத்துடன் தாக்குதல் நடத்தும். அதை தடுக்க மருந்தின் டோஸை அதிகப்படுத்து வார்கள். இப்படியாக அது கூடிக்கொண்டே செல்லும். மருந்து கொடுக்காவிட்டால் ஐந்து வருடங்களில் ஒரு நோய் முற்றுகிறது என்றால், மருந்து கொடுத்தால் ஒரு வருடத்திலேயே முற்றிவிடும்.

கதாநாயகியின் மன நோய்ச் செயல்பாடுகளால் நாயகனுக்கு வேலையை விட நேருகிறது. வீடுகளை அடிக்கடி மாற்ற நேருகிறது. குடும்பத்தினருடனான உறவுகள் முறிகின்றன. நண்பர்களுடனான உறவுகள் முறிகின்றன. இதையெல்லாம் அன்பு மனைவிக்காகத் தாங்கிக் கொள்கிறான்.

அலோபதி மருந்துகளால் பெரிய பலன் இல்லை என்றதும் ஆயுர்வேத பாரம்பரிய முறைகளை முயன்று பார்க்கிறான். சித்த வைத்தியம் செய்து பார்க்கிறான். காம உணர்வுகள் அதிகமாக இருப்பதால்தான் இப்படியெல்லாம் நடந்து கொள்கிறாள் என்று நினைத்து செக்ஸ் டாய்ஸ் வாங்கிக் கொண்டுவந்து தருகிறான். வேறு ஆண்களுடன் பழக அனுமதிக்கிறான். பாலியல் சுதந்தரத்தை பெண்ணுக்கும் தரும் மனநிலைகொண்ட அவன் அவளைப் பொறுத்தவரையில் சிகிச்சையின் ஓர் அங்கமாகவும் அதைப் பார்க்கிறான். ஆனால், மன நோயாளிகள் மிகப் பெரிய கலாசார அழுத்தத்தில், மிகவும் கன்சர்வேட்டிவாக இருப்பார்கள். கணவனுடைய இந்த முயற்சிகளை அவள் மூர்க்கத்துடன் எதிர்க்கிறாள்.

ஒரு கட்டத்தில் மன நோய் உச்சத்தை அடைந்து அவர்களுக்குப் பிறந்த குழந்தையையும் இழுத்துக்கொண்டு ரயில் குதித்து உயிரைவிட முடிவெடுக்கிறாள். எப்படியோ அருகில் இருப்பவர்கள் பார்த்துக்

காப்பாற்றிவிடுகிறார்கள். பெற்ற குழந்தையையே கொல்லுமளவுக்கு நோய் முற்றியதும் காதலனுக்கு முதல் முறையாக அவள் மீது வெறுப்பும் பயமும் வருகிறது.

மன நலக் காப்பகங்களுக்குச் சென்று பார்க்கிறான். ஆனால், அங்கு மன நோயாளிகள் நடத்தப்படும் விதத்தைப் பார்த்ததும் அதிர்ந்துவிடுகிறான். அதிலும் 30-35 வயதுப் பெண்ணான இவளை அங்கு விடுவதென்பது மிகப் பெரிய பாலியல் கொடூரங்களுக்கு வழிவகுக்கும் என்பதால் தன்னுடனே வைத்துப் பார்த்துக்கொள்ள முடிவெடுக்கிறான். கோவில்கள், ஏர்வாடி போன்ற இடங்களில் மன நலம் குன்றியவர்களை பேய் பிடித்திருப்பதாக நினைத்து நடத்தும் கொடூரங்களும் அவளை அங்கு அனுப்பவிடாமல் தடுக்கின்றன. விவாகரத்துக்கு விண்ணப்பித்தால், நோயைக் காரணம் காட்டி மண விலக்கு பெற முடியாது என்று சொல்லிவிடுகிறார்கள். குழந்தையின் எதிர்காலம் நன்றாக இருக்கவேண்டுமென்றால், மனைவி இறந்தால் அல்லது அவளைக் கொன்றால்தான் முடியும் என்ற நிலை வருகிறது. உயிருக்கு உயிராக நேசித்த காதலியைத் தானே கொல்ல வேண்டி வருவது குறித்து மனதுக்குள் அழுகிறான். ஆனால், குழந்தையின் எதிர்காலம் நன்றாக இருக்க வேண்டுமென்றால் அதைத் தவிர வேறு வழியில்லை.

வெளியூருக்கு ரயிலில் அழைத்துச் செல்கிறான். நள்ளிரவில் சும்மா பேசிக் கொண்டிருக்கலாம் என்று கதவோரம் அழைத்துவருகிறான். விளையாட்டுக்குப் பிடித்துத் தள்ளுவதுபோல் நிஜமாகவே தள்ளிவிடலாம் என்று தீர்மானிக்கிறான். ஆனால், கடைசி நேரத்தில் அவனால் அது முடியாமல் போகிறது. அவளைக் கட்டி அணைத்துக் கொண்டு அழுகிறான்.

இன்னொரு நாள் அவளுக்கு நிறைய தூக்க மாத்திரைகளைப் பாலில் கலந்து கொடுக்கிறான். அவள் அதைக் குடிக்கும்போது குழந்தை தனக்கு வேண்டும் என்று அடம்பிடிக்கவே கொடுத்துவிடுகிறாள். அதைப் பார்த்ததும் இவன் நடுங்கிப் போய்விடுகிறான். பால் ரொம்பச் சூடாக இருக்கிறது என்று சொல்லி ஆத்தும் சாக்கில் கீழே கொட்டிவிடுகிறான்.

இப்படியாக அவன் அவளைக் கொல்ல எடுக்கும் முயற்சிகள் தோல்வியடைந்து கொண்டிருக்கையில் நல்லதொருவாய்ப்பு தானாக வருகிறது. இரண்டாவது குழந்தைக்காக அவர்கள் முயற்சி செய்

கிறார்கள். முதல் குழந்தை சிசேரியன் மூலம் பிறந்திருந்தது. எனவே இரண்டாவது குழந்தைக்கு சிசேரியன் செய்துதான் ஆகவேண்டும். ஆனால், மன நோயின் ஓர் அங்கமாக, அடுத்த குழந்தை சுகப் பிரசவமாகவே பிறந்துவிடும் என்று அவளுக்குத் தோன்றுகிறது. அவனோ மறுக்கிறான். குடும்ப மருத்துவரிடம் போய் கேட்டுவிட்டு வரச் சொல்கிறாள். அவரோ, சிசேரியன் செய்வதுதான் நல்லது. இல்லையென்றால் ரிஸ்க் என்று சொல்கிறார். சுகப் பிரசவத்துக்கு முயற்சி செய்தால் என்ன நடக்கும் என்று இவன் சாதாரணமாகக் கேட்கவே, அம்மா இறந்து போக வாய்ப்பு இருக்கிறது என்கிறார். கணவனுக்கு மூளைக்குள் ஒரு மின்னல் வெட்டுகிறது. மனைவியிடம் வந்து, முதல் குழந்தை சிசேரியனில் பிறந்திருந்தாலும் இரண்டாவது குழந்தையை நார்மல் டெலிவரியில் பெற்றுக் கொள்ளலாம் என்று சொன்னதாகச் சொல்லிவிடுகிறான். அதன் பிறகு குடும்ப மருத்துவரை ஏதோ காரணம்சொல்லி மாற்றிக்கொண்டுவிடுகிறான். அவள் அன்பாக நடந்து கொள்ளும் நாட்களில் நாம் செய்யவிருப்பது தவறோ என்று அவனுக்குத் தோன்றுகிறது. அவள் ஆக்ரோஷமாக நடந்து கொள்ளும் நாட்களில் குழந்தைக்காக அந்தக் கடினமான முடிவை எடுத்தே ஆகவேண்டும் என்று சமாதானப்படுத்திக் கொள்கிறான்.

நாட்கள் நகருகின்றன. பிரசவ காலம் வருகிறது. மருத்துவ மனைக்கு அழைத்துச் செல்கிறார்கள். அங்கோ சிசேரியன்தான் செய்தாகவேண்டும் என்கிறார்கள். இவளோ நார்மல் டெலிவரிக்கு முயற்சி செய்யுங்கள் என்கிறாள். மருத்துவர்கள் மறுக்கவே, நான் இறந்தாலும் பரவாயில்லை. நார்மல் டெலிவரியே செய்யுங்கள் என்கிறாள். அப்படியெல்லாம் எங்களால் முடியாது. நாளை உங்கள் கணவர் கேட்டால் நாங்கள் என்ன பதில் சொல்ல என்று சொல்வார்கள். என் கணவர் நார்மல் டெலிவரி செய்யச்சொன்னால் நீங்கள் செய்வீர்கள் அல்லவா என்று கேட்பாள். ஆமாம், தாய் இறந்தால் எங்களைக் கேட்கக்கூடாது. தாய் இறக்க அதிக வாய்ப்பு இருக்கிறது என்பதை யெல்லாம் சொல்லி கையெழுத்து வாங்கிக் கொள்வோம் என்று சொல்கிறார்கள். என் கணவரை அழைத்து வாருங்கள் என்று சொல்வாள். அவனும் வருவான்.

நார்மல் டெலிவரிக்கு முயற்சி செய்தால் தாய் இறந்து போக வாய்ப்பு இருக்கிறது. இது தெரிந்தே நார்மல் டெலிவரிக்கு நாங்கள் சம்மதிக்கிறோம் என்று கையெழுத்திடச் சொல்வார்கள். மனைவி சாகட்டும் என்று எப்படி அவள் முன்னாலே சொல்ல முடியும்?

எனவே, சிசேரியனே செய்யுங்கள் என்று சொல்வான். மனைவியோ என்ன ஆனாலும் சிசேரியன் செய்து கொள்ளமாட்டேன் என்று மறுத்துவிடு வாள். நேரம் ஆக ஆக, வயிற்றில் இருக்கும் குழந்தை இறந்துவிடும் என்ற நிலை ஏற்படுகிறது. வேறு வழியில்லாமல் சிசேரியனுக்கு சம்மதிக்கிறாள்.

குழந்தை பிறக்கிறது. ஓரிரு நாட்கள் கழிகின்றன. மனைவியோ, எதையோ நினைத்து ஆழ்ந்த சிந்தனையிலேயே இருக்கிறாள். படுத்த படுக்கையாகவே இருந்தவள் மெள்ள எழுந்து உட்காரும் அளவுக்குத் தேறுகிறாள். முதல் முறையாகக் குழந்தையைக் கைகளால் ஆசையாக வாங்கிக் கொண்டு கொஞ்சுகிறாள். குழந்தையை கணவரிடம் ஆசையோடு தருகிறார். அப்பாகிட்ட சமத்தா நடந்துக்கணும். குட்டிப் பாப்பாவை பத்திரமா பாத்துக்கணும் என்று மூத்த மகனை அழைத்து நிறைய ஆலோசனைகள் சொல்கிறார். கணவனுக்கு அவளுடைய செய்கைகள் கொஞ்சம் புதிராகத் தெரிகிறது. வீட்டுக்குப் போன பிறகு பேசிக் கொள்ளலாம் என்று நினைத்துக்கொள்வான்.

அன்று மாலையில் பிரதான மருத்துவர் வீட்டுக்குப் போன சிறிது நேரத்தில் சிசேரியன் செய்த இடத்தில் தையல் பிரிந்து ரத்தம் கொட்ட ஆரம்பித்துவிடுகிறது. உடனே ஐ.சி.யு.வில் அட்மிட் செய்வார்கள். மருத்துவர் வந்து பார்த்து தையல் சாதாரணமாகப் பிரிய வாய்ப்பே இல்லையே. யாரோ வேண்டுமென்றே புண்ணை அழுத்தி கிட்டத்தட்ட கொல்ல முயற்சி செய்திருக்கிறார்கள் என்று சொல்கிறார். விஷயம் என்னவென்றால், அவள் கர்ப்பமாக இருந்தபோதே குடும்ப மருத்துவரிடம் ஒருநாள் போன் செய்து பேசியிருக்கிறாள். சிசேரியன் செய்துகொள்ளாவிட்டால் உயிருக்கே ஆபத்து என்று அவர் சொன்னதைக் கேட்டு அதிர்ச்சி அடைகிறாள்.

முதலில் தன் கணவர் பொய் சொல்லியிருக்கிறாரே என்று கோபம் வருகிறது. ஆனால், நிதானமாக யோசித்துப் பார்க்கையில் நோயினால் தான் செய்த செயல்கள்தான் நல்லவரான அவரை அப்படி எண்ண வைத்திருக்கிறது. குழந்தைகளும் கணவரும் நலமாக இருக்க வேண்டுமென்றால் தான் உயிர் துறப்பதுதான் நல்லது என்பது புரிகிறது. நார்மல் டெலிவரிக்கு முயற்சி செய்து அதில் தன் உயிர் போனால் ஒரு விபத்தாக அது முடிந்துவிடும் என்று நினைத்துத்தான் சிசேரியன் வேண்டாம் என்று கடைசிவரை அடம்பிடித்தாள். ஆனால், குழந்தை இறந்துபோய்விடும் என்ற நிலை வந்ததும் வேறு

வழியில்லாமல் சிசேரியனுக்கு ஒத்துக்கொள்ளவேண்டிவந்திருக்கிறது. குழந்தையைக் கணவன் கையில் கொடுத்த திருப்தியில் தையல் போட்ட இடத்தை அவள்தான் அழுத்திக்கொண்டு தற்கொலை செய்துகொள்ள முயன்றிருக்கிறாள்.

ஐ.சி.யு.வில் இருக்கும்போது நள்ளிரவில் தனக்குப் பொருத்திய ஆக்ஸிஜன் மாஸ்கைக் கழட்டிவிட்டு மீண்டும் தற்கொலைக்கு முயற்சி செய்வாள். அதைப் பார்த்ததும் அவளுடைய கணவன் பதறியபடியே வந்து தடுப்பார். அவளோ, வேண்டாம் என்று சொல்லி தன்னைச் சாகவிடும்படிக் கேட்டுக்கொள்கிறாள்.

தெரிந்தே உன் உயிரை நான் எப்படி எடுக்க முடியும் என்று கேட்கிறான்

தெரியாமலேயே எடுக்க முடியலியே... என்கிறாள்.

என்ன சொல்கிறாய் என்று லேசாக அதிர்ச்சி அடைகிறான்.

குடும்ப டாக்டரை மூணு நாலு மாசத்துக்கு முன்னால் யதேச்சையா பார்த்தேன். சிசேரியன் வேண்டாம்னு சொன்னார். ஆனால், நீங்க அதுதான் வேணும்னு சொன்னதா சொன்னீங்களே... உங்க மேல தப்பில்லை... உங்களை மாதிரி நல்லவர் ஒருத்தரையேகூட என்னைக் கொல்ற அளவுக்குக் கெட்டவளா நான் மாத்திருக்கேன்னா நான் எவ்வளவு தப்பான காரியம் செஞ்சிருக்கேன்னு அப்போ புரிஞ்சது. இந்த நோய்ல இருந்து தப்பிக்க என்னால முடியலை. என் உயிரைப் போக்கிக்கறதுதான் உங்களுக்குச் செய்யற உதவியா இருக்கும். என்னைச் சாக விடுங்க. வயித்துல இந்தக் குழந்தை மட்டும் இல்லாம இருந்திருந்தா நான் அப்பவே தற்கொலை பண்ணிக்கிட்டு செத்திருப் பேன். உங்களுக்கு பெண் குழந்தைன்னா ரொம்ப உசிரு இல்லையா. இந்தக் குழந்தை பெண் குழந்தைதான். எனக்குத் தெரியும். அப்பறம் நம்ம பையன் நம்மளோட காலத்துக்கு அப்பறம் ரொம்பவே தனியாகி விடுவான். அவனுக்கு துணைக்கு ஒருத்தர் வேணுமே. அதனால தான் என் உசிரை இதுநாள் வரை கையில பிடிச்சிக்கிட்டு இருந்தேன். இப்போ என் லட்சியம் நிறைவேறிடிச்சு. என்னை நிம்மதியா சாக விடுங்க.

உன்னைக் கொல்லணும்னு நினைச்சது உண்மைதான். ஆனால், இப்போ அந்த எண்ணம் இல்லை. மொதல்ல இந்தக் குழந்தைங் ...க்கு நீ வேணும் அதுக்காகவாவது நீ உயிர் வாழ்ந்தாகணும்.

நான் இல்லாம இந்தக் குழந்தைங்க படற கஷ்டத்தைவிட நான் இருந்தா அதிக கஷ்டத்தைப்படுவாங்க... அதுக்கு நான் போறதுதான் நல்லது. உங்க மேல இருக்கற காதல்னாலதான் நான் இதைச் சொல்றேன், உங்க மனசுலயே என்னைக் கொல்லணுங்கற எண்ணத்தை நான் என்னிக்கு உருவாக்கினேனோ அன்னிக்கே நான் செத்துட்டேன். என்னை மன்னிச்சிடுங்க.

இந்த உலகத்துலயே மிகவும் கொடிய வியாதி மன நோய்தான். வேற எந்த நோய் வந்தவங்களுக்கும் மற்றவங்களோட கருணையும் அன்பும் கிடைக்கும். ஆனா இந்த மன நோய் வந்தவங்களைப் பார்த்தா எல்லாருக்கும் பயம், கோபம்தான் வரும். ஏன்னா, இந்த நோயை யாருக்கும் புரிஞ்சிக்க முடியாது. நீங்களும் எவ்வளவோ பொறுமையா நடந்துக்கிடீங்க. ஆனா அதுக்கும் ஒரு எல்லை இருக்கு இல்லையா... நீங்க என்னைச் கொன்னு ஜெயிலுக்குப் போயிட்டா அப்பறம் நம்ம குழந்தைகளோட கதி என்ன ஆறது. அதை நினைச்சுப் பாருங்க. தயவு செஞ்சு இந்த மாஸ்கை கழட்டிவிட்ருங்க. இது நீங்க எனக்கு செய்யற பெரிய உதவி. நம்ம குழந்தைங்களுக்குச் செய்யற பெரிய உதவி. தயவு செஞ்சு என்னைக் கொன்னுடுங்க. இல்லைன்னா நானா சாகறேன். அதையாவது தடுக்காதீங்க என்று கெஞ்சுகிறாள்.

கடைசியா ஒரு தடவை என் குழந்தைங்களைப் பாக்கணும்போல இருக்கு என்று கேட்கிறாள். தூங்கிக் கொண்டிருக்கும் குழந்தைகளைத் தூக்கிக் கொண்டுவந்து காட்டுகிறான்.

இரண்டு குழந்தைகளையும் கைகளால் வருடியபடியே, கண்களில் கண்ணீரும் மார்பில் பாலும் கசிய அழுகிறள். அவளுடைய ஆக்ஸிஜன் மூச்சுக் குழாயை கழட்டுகிறான். அவள் சிறுகச் சிறுக உயிர் விடுவதை வேறு வழியில்லாமல் அழுதபடியே பார்த்துக்கொண்டிருக் கிறான்.

***

இந்தக் கதை உண்மையில் வேறொரு கதைக் கருவில் இருந்துதான் எனக்குக் கிடைத்தது. ராம், பருத்தி வீரன் என அமீர் இரண்டு படங்கள் எடுத்திருந்தார். ராம் திரைப்படத்தில் எக்சண்ட்ரிக் ஆன நாயகன் அவனுடைய அம்மாவைக் கொன்றுவிட்டதாகப் படம் ஆரம்பிக்கும். பருத்தி வீரனில் தான் உயிருக்கு உயிராக நேசித்த காதலியையே ஒருவன் கொல்வான். இந்த இரண்டுபடங்களின் ஸ்கெலிட்டன் என்னவென்று பார்த்தால், நேசித்தவர்களையே

ஒருவன் கொல்கிறான் (கொன்றதாக சந்தேகிக்கப்படுகிறது). இதே கோணத்தில் ஒருவன் தன் மனைவியை அவள் மீதான பேரன்பினால் கொல்கிறான் என்று ஒரு கதைக் கரு யோசித்துவைத்திருந்தேன். அன்பு இருந்தால் வாழத்தானே வைக்கும்; கொல்லுமா? இங்குதான் கதைக்கான சுவாரசியம் வருகிறது. 3 என்ற படம் பார்த்ததும் அந்தக் கதை இந்தக் கருவுக்குள் கச்சிதமாகப் பொருந்திவிட்டது. கற்பழிக்கப்பட்ட காதலிக்குப் பதிலாக மன நோயால் பாதிக்கப்பட்ட மனைவி.

திரைப்படத்தின் ஆரம்பக்காட்சியே நாயகி மருத்துவமனையில் உயிருக்குப் போராடிக் கொண்டிருப்பதுதான். ஆக்ஸிஜன் மாஸ்க் பொருத்தப்பட்டிருக்கிறது. நள்ளிரவில் நாயகன் எழுந்து அவளுக்கு அருகில் செல்கிறான். ஏதோ பேசுகிறார்கள். நாயகன் தயங்கியபடியே நாயகியின் ஆக்ஸிஜன் மாஸ்கைக் கழட்டுகிறான். மெள்ள மெள்ள நாயகி துடித்துத்துடித்து உயிரை விடுகிறாள். அவள் இறந்ததும் அவள் கண்களை மூடிவிட்டு சிறிது நேரம் அழுதுவிட்டு மாஸ்கைப் பொருத்தி விட்டு எதுவும் நடக்காததுபோல் பக்கத்தில் படுத்துக்கொள்கிறான். இந்தக் காட்சிகள் எல்லாம் சி.சி.டி.வி. கேமராவில் பதிவு செய்யப்பட்டுவிடுகிறது. அது அவனுக்குத் தெரியவில்லை.

அவனது எட்டு வயது பெண் குழந்தை தந்தை மீது வழக்கு தொடுத்து தூக்குதண்டனை தரச் சொல்லி வாதாடுகிறது. நீ என் அப்பனே இல்லை. உன்னைத் தூக்குல ஏத்திட்டுத்தான் மறு வேலை என்று தன் ஆறு மாதத் தங்கையை இடுப்பில் தூக்கியபடி நீதிமன்றத்தில் ஆவேசப்படுகிறது.

நாயகன் ஏதோ சொல்ல வருகிறான். தன் தங்கை அந்தக் குழந்தை களை எடுத்து வளர்க்கப் போகிறாள் என்பது தெரிந்ததும், சிரித்தபடியே ஆயுள் தண்டனையை ஏற்றுக்கொள்கிறான். வருடங்கள் ஓடுகின்றன.

நாயகன் தன் மகளைச் சந்திக்கப் பல முயற்சிகள் எடுக்கிறான். ஆனால் அவளோ 'உன் மூஞ்சியில நான் முழிக்கவே விரும்பலை... உன்னைப் பார்த்தா பக்கத்துல நிக்கற போலீஸ்கிட்ட இருந்து ரிவால்வரை உருவி உன்னைக் கொன்னுடுவேன். அதுல தோட்டா இல்லாம இருந்தா அந்த பயனட் கத்தியாலயே குத்திக் கொல்லுவேன். ஆனா, உன்னைக் கொன்னுட்டு என் வாழ்க்கையை அழிச்சிக்க விரும்பலை... நீ அந்த ஜெயில்லயே செத்து ஒழி' என்கிறாள்.

‘உன் அம்மா உனக்கு அம்மாவா ஆறதுக்கு முன்னாலயே எனக்கு மனைவியாகிட்டா... என் கையாலதான் அவ இறந்தா... ஆனா நான் செஞ்சது கொலை இல்லை. நான் சொல்ல வர்றதைக் கொஞ்சம் பொறுமையாக் கேளு. என்ன இருந்தாலும் நான் உன் அப்பா இல்லையா? உனக்கு உயிரும் உடம்பும் தந்தது நான்தான. உன் உடம்புல ஓடற ரத்தம் என்னுடையதுதான’ என்று கெஞ்சுகிறார்.

‘நான் உனக்குப் பிறந்தது ஒரு விபத்து. மோசமான விபத்து. என் ரத்தம் என் உடம்புல ஓடுதுன்னு சொன்ன இல்ல... இந்தா அந்த ரத்தம் முழுசையும் என் உடம்புல இருந்து எடுத்து வெளியில கொட்டறேன்’ என்று சொல்லி தன் உடம்பில் இருந்து முழு ரத்தத்தையும் வெளியேற்றச் சொல்லி அந்த பாட்டில்களை அனுப்பிவைக்கிறாள்.

இனி அவளிடம் பேச முயற்சி செய்வதில் எந்தப் பலனும் இல்லை என்று முடிவு செய்து தனக்குள் ஒடுங்கிக் கொள்கிறார். தான் சொல்ல விரும்புவதை ஒரு டைரியில் எழுதுகிறார். அவர் எழுதியதை சக கைதி படித்துப் பார்க்கிறார். மனைவி மனநோயாளி என்பதும் அவளுடனான வாழ்க்கை எவ்வளவு வேதனை மிகுந்ததாக இருந்தது என்பதும் அதில் தெரியவருகிறது. குழந்தைகளின் நலனுக்காக மனைவியின் வேண்டுகோளுக்கு ஏற்பவே கணவன் கொலை செய்தது தெரியவருகிறது. நாயகனின் நல்ல மனதைப் புரிந்துகொள்ளும் அந்த சக கைதி விடுதலை அடைந்ததும் அந்த டைரியை எடுத்துக்கொண்டு நாயகனின் மகளைச் சென்று சந்திக்கிறார். ‘நீ இதைப் படிச்சுப் பாரு.... உங்க அம்மா ஒருமன நோயாளி. உங்க அப்பா கொலைகாரர் இல்லை’ என்று சொல்கிறார். ஆனால், அவளோ அதைப் பொருட்படுத்தாமல் கோபப்படுகிறாள்.

விஷயம் என்னவென்றால், தான் ஆக்ஸிஜன் மாஸ்கை கழட்டியது சி.சி.டி.வி.யில் படமாக்கப்பட்டதைப் பார்த்ததும் ஜெயிலுக்குப் போக நேர்ந்தால் குழந்தைகள் தனியாகத் தவிக்க நேருமே என்றூ பயந்து மனைவிக்கு மன நோய் இருந்ததைச் சொல்லியிருக்கிறார். அதற்கு சாட்சி என்ன என்று கேட்டபோது சிகிச்சையளித்த பெண் மருத்துவர் பெயரைச் சொல்லியிருக்கிறார். ஆனால், அந்த மருத்துவரோ முன்பு ஒரு கட்டத்தில் நாயகனை விரும்பியிருக்கிறாள். மன நலம் பாதிக்கப்பட்ட மனைவியுடன் வாழ்வதில் இருக்கும் கஷ்டத்தைப் புரிந்துகொண்ட அவர் நாயகியை எங்காவது மன நலக் காப்பாகத்துக்கு அனுப்பிவிடலாம். நாம் திருமணம் செய்துகொள்வோமென்று சொல்லியிருந்தார்.

ஆனால், முதலில் சரி என்று சொன்ன நாயகன் கடைசியில் வேண்டாம் என்று மறுத்திருப்பார். மன நலக் காப்பகத்தில் விட்டு விட்டு வரச் சொன்னபோது குழந்தைகள் அம்மா இல்லாமல் தவிப்பார்கள். மன நலக் காப்பகத்தில் மனைவிக்கு மிகவும் கஷ்டமாக இருக்கும் என்றெல்லாம் செண்டிமெண்ட்டாகப் பேசிவிட்டு இப்போது கொலையே செய்திருக்கிறாயே என்று ஆத்திரத்தில்

அவர்களைப் பார்த்ததே இல்லை என்று சொல்லிவிடுகிறார். அப்படியாக இப்போது பெரியவர் வந்து சொன்னதை மகள் நம்ப மறுத்துவிடுகிறாள். எதுக்கும் நீ இந்த டைரியைப் படி... அதுக்கு அப்பறம் என்ன முடிவு எடுத்தாலும் உன் அப்பாவுக்குச் சரிதானென்று சொல்லிவிட்டுப் புறப்படுகிறார்.

மறுநாள் அவளிடமிருந்து பெரியவருக்கு போன் வருகிறது. தன் தந்தையைச் சந்திக்க விரும்புவதாக அவரிடம் சொல்கிறாள். ஒருவழி யாக தந்தையின் நிலையை மகள் புரிந்துகொண்டுவிட்டாளே என்று சந்தோஷத்தில் திளைக்கிறார். காவலர்களிடம் அனுமதி பெற்று நாயகனும் மகளும் சந்திக்கிறார்கள். ஆனால், பக்கத்தில் இருக்கும் காவலர் கையில் இருக்கும் துப்பாக்கியைச் சட்டென்று உருவி அப்பாவைச் சுட்டுவிடுகிறாள். என்ன விஷயம் என்றால் அவள் அந்த டைரியைத் திறந்துகூடப் பார்க்கவில்லை.

அதிர்ச்சியுறும் காவலரும் முன்னாள் கைதியும் மகளிடமிருந்து துப்பாக்கியைப் பறிக்கிறார்கள். அதற்குள் இரண்டு மூன்று தோட்டாக்கள் நாயகனின் உடலில் பாய்ந்துவிடுகிறது. அவரை உடனடியாக மருத்துவமனைக்கு அழைத்துச் செல்கிறார்கள். சிகிச்சையளிக்கிறார்கள். கைதி நண்பர் மகளை அடித்து அந்த டைரியைப் படிக்க வைக்கிறார். மகளுக்கு அப்பாவின் உண்மைக் கதை தெரியவருகிறது. குற்ற உணர்ச்சி மேலிட அப்பாவைத் தேடி மருத்துவமனைக்கு ஓடுகிறாள். அங்கோ அவர் ஆக்ஸிஜன் மாஸ்க் கழட்டப்பட்டு இறந்துகிடக்கிறார். டைரியைப் படித்த பிறகும் தன் மகள் தன்னைப் புரிந்துகொள்ளவில்லை என்ற மன வேதனையில் மனைவியின் மாஸ்கைக் கழட்டியதுபோலவே தனது ஆக்ஸிஜன் மாஸ்கையும் கழட்டிக்கொண்டு உயிரை மாய்த்துக்கொண்டிருக்கிறார். தன் மரண வாக்குமூலத்தில் காவலரின் துப்பாக்கியைத் தானே எடுத்து சுட்டுக்கொண்டதாகவும் சொல்லியிருக்கிறார். மகள் அவருடைய

நல்ல மனதைப் புரிந்துகொள்ளாமல் போனதை நினைத்து கதறிக் கதறி அழுகிறாள்.

***

டைரியில் இருந்த கதை

ஊட்டிக்குத் தேனிலவுக்குப் போனபோதுதான் என் மனைவி மன நோயாளி என்ற விஷயம் எனக்குத் தெரியவந்தது. திருமணத்தின் போதே கொஞ்சம் தூங்கி வழிந்ததுபோல்தான் இருந்தாள். திருமணப் பதற்றத்தினால் இரவுகளில் சரியாகத் தூங்காமல் இருந்திருப்பாள் என்று நினைத்தேன். ஆனால், உண்மையில் பிரச்னை எதுவும் வந்துவிடக் கூடாது என்று அவளுக்கு தூக்க மாத்திரைகளைக் கொஞ்சம் அதிக டோஸில் கொடுத்திருக்கிறார்கள். முந்தைய தலைமுறையைச் சேர்ந்த அவளுடைய அப்பாவிப் பெற்றோருக்கு திருமணம் செய்து வைத்தால் எல்லாம் சரியாகிவிடும் என்ற நம்பிக்கை இருந்திருக்கிறது. மன நோய் இருக்கும் விஷயத்தை ஆரம்ப கட்டத்தில் பெண் பார்க்க வந்தவர் களிடம் நேர்மையாகவே சொல்லியிருக்கிறார்கள் (அதாவது, கொஞ்சம் கோபப்படுவா). ஆனால், அக்கம் பக்கத்தில் விசாரித்த அவர்கள் 'பைத்தியத்தை' யார் திருமணம் செய்து கொள்வார்கள் என்று விலகி ஓடியிருக்கவே மிகுந்த தயக்கத்துடன் அந்த உண்மையை எங்களிடம் சொல்லாமல் மறைத்திருக்கிறார்கள்.

நாங்கள் தேனிலவுக்குப் போன நேரத்தில் யானைகளைக் காப்பது தொடர்பான விழிப்புணர்வு முகாம் ஒன்று ஊட்டியில் நடந்துகொண்டி ருந்தது. சுற்றுலாவுக்கு வரும் நபர்கள் குடித்துவிட்டு காட்டுக்குள் வீசும் மது பாட்டில்கள் யானையின் காலில் குத்துவதால் அவை துடி துடித்து இறக்க நேர்வது குறித்து அந்த முகாமில் விளக்கிச் சொன்னார்கள். பொடானிக்கல் கார்டனுக்குப் போகும் வழியில் அந்த முகாம் நடந்த தால் யதேச்சையாக அங்கு நுழைந்து பார்த்திருந்தோம். அந்த முகாமை நடத்திய பெண்மணிக்கு சுமார் 70 வயதிருக்கும். கருத்தரங்க உரை முடிந்ததும் அவரைப் பார்த்து சிறிது நேரம் பேசிக் கொண்டிருந்தேன். அவர்களைப் பற்றி நான் பணிபுரியும் பத்திரிகையில் கட்டுரை எழுத தீர்மானித்தேன். அவர்களுடைய தொலைபேசி எண்ணை வாங்கிக் கொண்டேன். ஆனால், அது என் மண வாழ்க்கையின் முதல் புயலைக் கிளப்பும் என்பது அப்போது தெரிந்திருக்கவில்லை.

என் மனைவிக்கு அந்த முதிய பெண்மணியிடம் நான் பேசியது பிடிக்கவில்லை. போன் நம்பர் வாங்கியது அதைவிடப் பிடிக்க வில்லை. கணவனுடைய முழு கவனமும் தன் மீதே குவிந்திருக்க வேண்டும் என்று விரும்பும் இளம் காதல் மனைவி என்று மனதுக்குள் பெருமையுடன் நினைத்துக்கொண்டேன். திருமணப் பேச்சுவார்த்தை களில் சிறிது தடங்கல் ஏற்பட்டபோதுகூட என்னைத் திருமணம் செய்துகொள்ளமுடியாமல் போனால், தற்கொலை செய்துகொண்டு விடுவேன் என்று அவளுடைய பெற்றோரிடம் சொன்னதாகச் சொல்லி இருந்தார்கள். அதை நான் அவள் அந்த அளவுக்கு என்னை நேசிப்பதா கவே புரிந்துகொண்டிருந்தேன். ஆனால், அது உண்மையில் அவளு டைய மன நோயின் வெளிப்பாடு என்பது பின்னர்தான் தெரியவந்தது.

முகாமில் இருந்து அறைக்குத் திரும்பும் வழியில் போனில் இருந்த நம்பரை அழிக்கச் சொன்னாள். சும்மா விளையாட்டுக்குச் சொல்கிறாள் என்று நினைத்துக்கொண்டு நானும் அழிப்பதுபோல் விளையாடினேன். மாலையில் தூங்கி எழுந்து நான் பாத்ரூமுக்குச் சென்று திரும்பியபோது அவள் வாசலில் ஆங்காரத்துடன் நின்று கொண்டிருந்தாள். அப்படி ஒரு ஆக்ரோஷத்தில் எந்தப் பெண்ணையும் நான் அதற்கு முன்புவரை அத்தனை நெருக்கத்தில் பார்த்ததில்லை. காற் சிலம்புடன் நிற்கும் கண்ணகிபோல் கையில் செல் போனுடன் நின்றி ருந்தாள். இது என்ன என்று நீட்டினாள். நீலநிற செல் ஒளி அவள் முகத்தை மேலும் பயங்கரமாகக் காட்டியது. செல் போனை எட்டிப் பார்த்தேன். யானை முகாமில் பார்த்துப் பேசிய பெண்ணின் போன் நம்பர்.

அழித்துவிட்டதாகச் சொன்னியே என்றாள். குரல் யாரோ ஒருவருடைய குரல் போல் இருந்தது. எனக்குக் கொஞ்சம் பயம் வர ஆரம்பித்தது. போனை அவளிடமிருந்து வாங்க முயற்சி செய்தேன். வேகமாக என் கைகளைத் தட்டிவிட்டாள்.

இது யாரோட நம்பர்?

அந்தப் பாட்டியோட நம்பர்தான்.

அழிக்கச் சொன்னேன்ல...

விளையாடாத... அடுத்த வாரம் அவங்களோட பேட்டியை பத்திரிகைல நான் எழுதியாகணும். ரொம்ப நல்லவங்க. ரொம்ப முக்கியமான சேவை செய்யறாங்க.

இப்ப இந்த நம்பரை அழிக்கப் போறியா இல்லையா...

நான் போனை அவளிடமிருந்து பறித்தேன்.

அவளுக்கு சில விஷயங்களைச் சொல்லிப் புரிய வைக்க வேண்டும் என்று தீர்மானித்தேன்.

இங்க பாரு... நான் ஒரு பத்திரிகைல வேலை பாக்கறேன். பலர் கூடப் பேச வேண்டியிருக்கும். இவங்களாவது வயசானவங்க. நிறைய நேரத்துல உன்னைவிட சின்ன வயசு பெண்களோட பேட்டிகூட எடுக்க வேண்டியிருக்கும். அவங்களும் ஏதாவது சொல்லணும்னா ராத்திரிலயோ பகல்லயோ என்கூடப் பேச வேண்டியிருக்கும். இதெல்லாம் வேலையோட ஒரு பகுதி. இவையெல்லாம் உன் முக்கியத்துவத்தை எந்தவகையிலயும் குறைக்காது. என் வேலை தொடர்பான விஷயங்கள்ல நீ தலையிடாதே என்று பொறுமையாகச் சொன்னேன்.

ஆனால், அதுவுமே அவள் காதில் விழவில்லை என்பது பின்னர்தான் தெரியவந்தது. கீறல் விழுந்த ரெக்கார்டு போல் அந்த நம்பரை இப்ப அழிக்கப்போறியா இல்லியா என்று ஒரே கேள்வியைக் கேட்டுக்கொண்டுருந்தாள். 'முடியாது... நான் உனக்கு கணவன் மட்டும்தான். அடிமை இல்லை' என்று ஒரு கட்டத்தில், சத்தம் போட்டுவிட்டேன்.

செல்போனை என்னிடமிருந்து பிடுங்கி தரையில் வீசி எறிந்தாள். அதோடு நிறுத்தாமல் தெறித்து விழுந்த சிம் கார்டு,மெமரிகார்டுகளை எடுத்து ஆக்ரோஷத்துடன் உடைத்துப்போட்டாள். 15 ஆயிரம்ரூபாய் போன். அதைவிட அந்த மெமெரி கார்டில் இருந்த எண்கள் எல்லாம் அலுவல் தொடர்பானவை. அரிதானவை. ஆத்திரத்தில் கோபம் தலைக்கேற அவளைக் கை நீட்டி அடித்துவிட்டேன்.

அவ்வளவுதான்... என்னை சரமாரியாக அடிக்க ஆரம்பித்து விட்டாள். கேவலம் யாரோ ஒரு மூளி அலங்காரிக்காக கட்டின பொண்டாட்டியையே அடிக்கிறியா... நீயெல்லாம் ஒரு ஆம்பளையா... ஹனிமூனுக்கு வந்துட்டு பேட்டி, பத்திரிகைன்னு அலையறியே... என்ன மயித்துக்கு கல்யாணம் கட்டிக்கிட்ட... உன் கூட என்னால வாழ முடியாது... செத்துப் போறேன்... என் வாழ்க்கை நாசமாப் போச்சு... என்று வாயிலும் வயித்திலும் அடித்துக்கொண்டு அழ ஆரம்பித்து விட்டாள். இரவு முழுவதும் துளிகூட விடாமல் கெட்ட கெட்ட

வார்த்தைகளில் திட்டிக் கொண்டே இருந்தாள். தற்கொலை செய்து கொள்ளப் போகிறேன் என்று இரண்டு மூன்று தடவை கதவைத் திறந்து ஓட ஆரம்பித்தாள். பதறிப்போய் அவளை இழுத்துவந்து அறைக்குள் அடைத்தேன்.

மெள்ள அறையைப் பூட்டிவிட்டு வெளியே வந்தேன். வரும்போது அவளுடைய போனை நைஸாக எடுத்துக்கொண்டு வந்திருந்தேன். அந்த நள்ளிரவில் அவளுடைய வீட்டுக்குப் போன் செய்தேன். அவர்கள் இப்படியான ஒரு போன் காலை எதிர்பார்த்து பயந்தபடியே காத்திருந்தார்கள் போலிருக்கிறது. நாலைந்து ரிங் போனதுமே மாமனார் போனை எடுத்தார். ஏதாவது பிரச்னையா என்றார். சொன்னேன். இரண்டு தூக்க மாத்திரைகளை வாங்கி அவளுக்குத் தெரியாமல் பாலிலோ உணவிலோ போட்டுக் கொடுத்து விடும்படி சொன்னார்.

எனக்கு என்ன நடக்கிறதென்றே தெரியவில்லை. ஹோட்டலுக் குத் திரும்பினேன். அறையைத் திறந்ததும் மங்கலான விளக்கொளியில் அவள் அலங்கோலமாகத் தரையில் படுத்திருப்பது தெரிந்தது. டார்ட்டாயிஸ் சுருள், பாச்சா உருண்டை என கைக்குக் கிடைத்தவற்றை நீரில் கரைத்து குடித்துவிட்டு வாந்தி எடுத்து அதன் மீதே மயங்கிக் கிடந்தாள். பாத்ரூமுக்கு அழைத்துச் சென்று முகத்தில் நீரைத்தெளித்து மீண்டும் வாந்தி எடுக்க வைத்தேன்... உடம்பைக் கழுவி மெள்ள படுக்கையில் கிடத்தி கட்டி அணைத்தபடி தூங்க வைத்தேன். மறுநாள் முதல் வேலையாக மருந்துக்கடை திறந்ததும் தூக்க மாத்திரைகளைக் கேட்டேன். மருத்துவருடைய சீட்டு இல்லாமல் தரமாட்டேன் என்றார்கள். நாலைந்து கடை ஏறி இறங்கி வாங்கிவந்தேன்.

அறைக்குத் திரும்பினேன். காபி கொண்டு வரச் சொல்லி அந்த மாத்திரைகளை கரைத்து அவளைக் குடிக்க வைத்தேன். இரண்டு மூன்று நாட்கள் அறைக்குள்ளேயே முடங்கிக் கிடந்தோம். விடுதி உரிமையாளர் கண்ணடித்தபடியே, என் இருபது வருட விடுதி சர்வீஸ்ல ஹனிமூனை உருப்படியா கொண்டாடின முதல் தம்பதி நீங்கதான். இப்படித்தான் ரூமை விட்டு வெளியவே வரக்கூடாது. ஹனிமூனுக்கு வந்துட்டு காட்டையும் மேட்டையும் பாக்கப் போறவனுங்களைக் கண்டாலே எனக்கு கடுப்பாத்தான் இருக்கும் என்று சிரித்தார். நானும் பதிலுக்கு சிரித்து வைத்தேன்.

ஒருவழியாக வீடு திரும்பினோம். மனைவிக்கு 15 வயதிலிருந்தே இந்த நோய் இருந்திருப்பது தெரியவந்தது. ஏதாவது மன நல நிபுணரிடம் அழைத்துச் சென்றீர்களா என்று கேட்டேன். அவளுக் கென்ன பைத்தியமா என்ன என்று வெகுளித்தனமாகக் கேட்டார்கள். கல்யாணம் ஆன நாலைஞ்சு மாசத்துல எல்லாம் சரியாயிடும் என்றார்கள். ஒரு பக்கம் கோபம் வந்தாலும் இன்னொரு பக்கம் அவர்கள் மீது பரிதாபமே வந்தது.

தற்கொலை தடுப்பு ஆலோசனை மையத்துக்கு அழைத்துச் சென்றேன். நிதானமாகப் பேசினார்கள். மன நல மருத்துவரைச் சென்று பார்க்கச் சொன்னார்கள். அந்த 20 நாட்களில் அவளுடைய நடத்தையில் நான் பார்த்த விஷயங்களைச் சொன்னேன். 15 வயதில் இருந்தே அதீதமாக நடந்து கொள்வதாக அவளுடைய பெற்றோர் சொன்னதைக் குறிப்பிட்டேன்.

என் மனைவியின் நோய் பெயரை மருத்துவர் என்னிடம் சொல்லவில்லை. பைபோலார் டிஸார்டரின் ஒரு வகை என்பதாகச் சொன்னார். அது செயல்படும் விதம் பற்றி லேசாகச் சொன்னார். அதீதக் கோபம், சந்தேகம், பயம். இதுதான் அவளுடைய நோய். ஆரம்பத்திலேயே மருந்துகள் எடுத்திருந்தால் கட்டுக்குள் இருந்திருக் கும். இப்போது இந்த நோயுடன் சுமார் பத்து வருடங்களுக்கு மேல் வாழ்ந்துவிட்டாள். தொடர்ந்து மருந்துகள் சாப்பிட்டால் மட்டுமே கட்டுக்குள் வைக்க முடியும். 'டார்க்கர் டேய்ஸ் ஆர் அஹெட்' என்று மென்மையான குரலில் அதிரவைத்தார்.

எனக்கு என்ன செய்ய என்றே தெரியவில்லை. இந்த நோயானது கிட்டத்தட்ட யானைக்கு மதம் பிடிப்பதைப் போன்றது. மதம் தலைக்கு ஏறும்போது என்ன செய்கிறாள் என்பது அவளுக்கே தெரியாது. வீடு அவளைப் பூட்டி வைத்திருக்கும் சிறை போல் தோன்ற ஆரம்பித்து விடும். கைக்குக் கிடைக்கும் அனைத்தையும் தூக்கி எறிவாள். நெஞ்சிலும் தலையிலும் அடித்துக்கொண்டு அழுவாள். தற்கொலைக்கு முயற்சி செய்வாள். என்றோ நடந்த விஷயங்களை எல்லாம் மனதுக்குள் கொண்டுவந்து திட்டுவாள். உலகில் இருக்கும் அனைவரும் அவளுக்கு எதிராக ஏதோ சதி செய்வதாக நினைத்து பயத்திலும் சந்தேகத்திலும் அதீதக் கோபத்தில் எதிர்வினை புரிவாள். கார்ப்பரேஷன் லாரியில் இருந்து தெருவெங்கும் கொட்டியபடியே செல்லும் குப்பைகளைப் போல் வார்த்தைகள் தெறித்து விழுந்தவண்ணம் இருக்கும். பெரும்

பாலும் உடலுறவு, பாலுறுப்புகள் தொடர்பான வசைகளாகவே இருக்கும். நோயினால்தான் இப்படிச் செய்கிறாள் என்பது தெரியாதவர்களுக்கு அதைக் கேட்டால் பயங்கர கோபமே வரும்.

மன நல மருத்துவர் சொன்னதுபோல் அவளுக்கு மாத்திரைகள் கொடுக்க ஆரம்பித்தேன். நான் செய்த பெரிய தவறு அது என்பது பின்னரே தெரியவந்தது. அலோபதி மருத்துவம் எந்த நோயையுமே தீர்க்க முயற்சி செய்வதில்லை. நோயின் அறிகுறிகளை மட்டுமே தீர்க்கும். ஒருவர் சந்தோஷமாக இருப்பது, சோகமாக இருப்பது எல்லா வற்றுக்கும் ஒவ்வொரு ஹார்மோன்கள்தான் காரணம். ஒரு குறிப்பிட்ட ஹார்மோன் அதிகம் சுரந்தால் மனச் சோர்வு, பயம், சந்தேகம், கோபம் ஆகியவை அதிகமாக ஏற்படும். வேறொரு ஹார்மோன் அதிகம் சுரந்தால், மனம் எப்போதும் உற்சாக மிகுதியில் இருக்கும்.

என் மனைவிக்கு மனச்சோர்வைத் தூண்டும் ஹார்மோன் அதிகமாகச் சுரந்தது. அலோபதி மருத்துவம் அந்த ஹார்மோன் சுரப்பைக் கட்டுப்படுத்த முயற்சி செய்யவில்லை. பதிலுக்கு உற்சாகத்தைத் தரும் ஹார்மோனைச் செயற்கையாக மருந்து மூலம் தந்தது. இதனால் என்ன ஆனதென்றால், மாத்திரை சாப்பிட்ட ஒரு சில வாரங்களிலேயே அவளுடைய மனச்சோர்வு அகன்றுவிட்டது. ஆனால், உடம்பானது மனச் சோர்வைத் தரும் ஹார்மோனை அதிக அளவில் உற்பத்தி செய்ய ஆரம்பித்துவிட்டது. அதை ஈடுகட்ட மாத்திரையின் டோஸ் அதிகரிக்கப்பட்டது. உடல் போட்டி போட்டுக் கொண்டு அந்த கெட்ட ஹார்மோனை அதிகமாகச் சுரந்தது. அவளுடைய உடம்பானது இரண்டு ஹார்மோன்களின் ஓட்டப் பந்தய மைதானமாக ஆகிவிட்டது. மாத்திரை எதுவும் சாப்பிடாமல் இருந்தால் பத்து வருடங்களில் நோய் எந்த அளவுக்கு முற்றுமோ அந்தநிலையை மாத்திரை சாப்பிட்டதால், ஓரிரு வருடங்களிலேயே அடைந்து விட்டாள். மாத்திரையை ஓரிரு வாரம் நிறுத்தினாலும் கெட்ட ஹார்மோன் வெள்ளம் போல் சுரந்து அவளை நிர்மூலமாக்கியது. இரண்டு மூன்று வருடங்கள் அலோபதி மருந்துகள் கொடுத்த பிறகுதான் அதன் கொடூரம் தெரியவந்தது. ஆனால், அப்போது எல்லாம் கைவிட்டுப் போயிருந்தது.

ஆனால், மன நல மருந்துகள் எடுத்துக்கொள்ள ஆரம்பித்த சில மாதங்களிலேயே நல்ல மாற்றம் தெரிந்தது. தற்கொலை முயற்சிகள்

அறவே நின்றுவிட்டன. மாத விலக்குக்கு மூன்று நாட்கள் முன்னதாகவும் அதைத் தொடர்ந்து மூன்று நாட்களும்தான் அதிக படபடப்புடன் இருப்பாள். மற்றபடி எஞ்சிய நாட்களில் இயல்பு நிலைக்கு வந்துவிடுவாள். சரியாகச் சொல்வதானால், இயல்புநிலை அல்ல அது. கூடுதல் அன்பைப் பொழிய ஆரம்பித்துவிடுவாள். அவளுடைய மாற்றமானது அப்படியே தலைகீழாக இருக்கும். அந்த நாட்களில் அவளுடைய கொஞ்சலும் காதல்விளையாட்டுகளும் அவளுக்கு எவ்வளவு மதம் பிடித்தாலும் தாங்கிக் கொள்ளலாம் என்ற சந்தோஷத்தைக் கொடுக்கும்.

***

திருமணமான ஒரு வருடத்தில் கர்ப்பம் தரித்தாள். மிகவும் சந்தோஷமாக இருந்தது. அதே நேரம் மனதுக்குள் ஒரு பயமும் உருவானது. நேராக மருத்துவரைச் சென்று சந்தித்தேன். அம்மாவின் அதீத மனநிலை குழந்தையைப் பாதிக்குமா என்று கேட்டேன். எதுவும் பிரச்னை இருக்காது என்று முதலில் சொன்னார். ஆனால், கொஞ்சம் துருவித் துருவிக் கேட்டதும் பாதிக்கப்பட்ட வாய்ப்புகள் உண்டு. ஆனால், குழந்தையே வேண்டாம் என்று சொல்லும் அளவுக்கு எதுவும் இல்லை என்றார்.

இதனிடையில் இன்னொரு சிக்கல் வந்தது. மகப்பேறு மருத்துவர்கள், மன நோய்க்கான மருந்துகளை கர்ப்ப காலத்தில் நிறுத்திவிட வேண்டுமென்று சொல்லிவிட்டார்கள். மன நல மருத்துவரிடம் கேட்டபோது, அதெல்லாம் பயப்படத் தேவையில்லை. உங்களுக்கு விருப்பமில்லையென்றால், மூன்று மாத காலத்துக்கு நிறுத்துங்கள். எப்படி நடந்துகொள்கிறார்கள் என்று பார்த்து அதன் பிறகு சொல்கிறேன் என்றார். ஆனால், மூன்று மாத காலத்தில் நிலைமை மீண்டும் மோசமாக ஆரம்பித்துவிட்டது. மகப்பேறு மருத்துவர்களோ பிரசவம்வரைக்கும் எந்த மருந்தும் கூடாது என்று சொல்லிவிட்டார்கள். மன நல மருத்துவரிடம் சென்று விஷயத்தைச் சொன்னேன். குழந்தைக்கு இரண்டு ஆபத்துகள் இருக்கின்றன. ஒன்று மன நோய்க்கான மருந்தை அம்மா சாப்பிடுவதால் அது குழந்தைக்கும் போய்ச்சேர வாய்ப்பு இருக்கிறது. இதன் தாக்கம் குறைவாகவே இருக்கும். ஆனால், நிச்சயம் தாக்கம் இருக்கும். மருந்தே உட்கொள்ளவில்லையென்றால், அம்மாவின் கோபம் குழந்தையின் வளர்ச்சியில் சில பாதிப்புகளை ஏற்படுத்தும். ஆக, குழந்தை எப்படியும் ஏதாவது

ஒன்றினால் பாதிக்கப்படுவது நிச்சயம். எந்த பாதிப்புக்கு ஆளாக்கலாம் என்பதை நீங்களே தீர்மானித்துக்கொள்ளுங்கள் என்று சொல்லி விட்டார். மருந்துகள் வேண்டாம் என முடிவெடுக்கவேண்டிவந்தது.

ஆனால், நாளாக நாளாக மனைவியின் கோபம் அதிகரிக்கத் தொடங்கியது, ஐந்தாறு மாதங்களான நிலையில் என்னுடன் ஏதோ ஒரு சண்டை வந்தது. அதாவது நான் அவளை விட அவள் வயிற்றில் வளரும் குழந்தை மீது அதிக பாசத்துடன் இருந்தது அவளுக்குப் பிடிக்கவில்லை. இந்தக் குழந்தை பிறந்ததும் நான் அவளை டைவர்ஸ் செய்துவிடுவேன் என்று அவளாகவே மனதுக்குள் நினைக்க ஆரம்பித்து விட்டாள். இது முதலில் எனக்குத் தெரியவில்லை. திடீரென்று ஏதோ ஒரு விஷயத்துக்காக சண்டை வந்தபோது, இந்தக் குழந்தைதான உனக்கு முக்கியமா போயிடிச்சி. இதை நான் நாளைக்கே போய் கலைச்சிட்டு வந்துடறேன். அப்பத்தான் உனக்கு புத்தி வரும் என்று வயிற்றில் அடித்துக்கொண்டு அழ ஆரம்பித்துவிட்டாள்.

மருத்துவரிடம் போய் அவள் மூர்க்கமாக நடந்துகொள்வது பற்றிச் சொன்னேன். இப்போது எதுவும் செய்ய முடியாது. மெள்ள அவளே நிதானத்துக்கு வருவாள். வேறு வழியில்லை. தனியாக அதிக நேரம் இருக்க விடவேண்டாம். வெளியில் அதிகம் அழைத்துச் செல்ல வேண்டாம் என்று சொன்னார். கூடுமானவரை அதிக வேலை செய்ய வையுங்கள். மதியத்தில் சிறு தூக்கம் போடவிடாதீர்கள். இரவில் நீண்ட நேரம் ஆழ்ந்து தூங்கவேண்டும் என்று சொன்னார். ஆனால், குழந்தை வயிற்றில் இருந்ததால் அவளுக்கு இரவுகளில் அடிக்கடி சிறு நீர் கழிக்க வேண்டியிருந்தது. அதனால் தூக்கம் கெடத்தான் செய்தது. ஆனால், நாளாக ஆக ஓரளவுக்கு நிலைமை கட்டுக்குள் வந்தது. தாய்மை அவளுடைய மனப் பதற்றத்தைக் குறைத்திருக்கும். குழந்தை பற்றிய கனவுகள் அவள் மனத்தை சாந்தப்படுத்தியிருக்கும். அல்லது கர்ப்ப காலச் சோர்வு அவளுடைய வேகத்தை மட்டுப்படுத்தியிருக்கும். எது காரணம் என்று தெரியவில்லை. ஏழெட்டு மாதத்தில் ஓரளவுக்கு சமநிலைக்கு வந்துவிட்டாள். குழந்தை நல்லபடியாகப் பிறந்தது.

ஆனால், குழந்தை பிறந்ததும் ஏதோ ஒரு வெறுமை அவளைச் சூழத் தொடங்கியது. முன்பே அவள் நினைத்ததுபோல், குழந்தையை எடுத்துக்கொண்டு போய்விடுவேன் என்று பயப்பட ஆரம்பித்தாள். நானோ அவளை மடியில் படுக்க வைத்துக்கொண்டு குழந்தையை மார்பில் அணைத்துக்கொண்டு இந்தக் குழந்தை மேல சத்தியமா

சொல்றேன். உன்னை விட்டு ஒருநாளும் பிரிய மாட்டேன். இந்தக் குழந்தையைவிட எனக்கு உன் மேல ப்ரியம் அதிகம் என்று ஆறுதல் சொன்னேன். உனக்கு இருக்கும் நோயை நீ முதலில் நன்கு புரிந்து கொள். எந்த சின்ன விஷயத்தையும் நீ பெரிதாக்கிக் கொண்டுவிடு கிறாய். உனக்கு மனநல மருந்துகளின் தேவை இருக்கிறது. இப்போது தான் குழந்தை பிறந்தாயிற்றே. இனிமேல் மன நல மருந்துகள் சாப்பிடு என்று சொன்னேன். அவளோ வாரத்துக்கு இரண்டு நாள் மட்டுமே சாப்பிடுகிறேன் என்று சொன்னாள். அதுவும் பெரிய தவறு. சாப்பிடாமலே இருந்துவிடவேண்டும். அல்லது தொடர்ந்து சாப்பிட வேண்டும். இரண்டுங்கெட்டானாக இருப்பது மிகவும் தவறு. ஆனால், அவள் அப்படித்தான் நடந்துகொண்டாள். சாப்பிட மாட்டேன் என்று சொல்லும் ஒருவரை எப்படி மருந்து சாப்பிட வைப்பது என்று புரியாமல் தவித்தேன்.

தாய்ப்பால் சுரப்பதற்காகக் கொடுத்த டானிக்குகள், புரோ பில் போன்றவை வேறு அவளைக் கொஞ்சம் குண்டாக்கின. எங்கே நாம் பிற பெண்களைப்போல் மிகவும் குண்டாகிவிடுவோமோ... நம் கணவருக்கு நம்மைப் பிடிக்காமல் போய்விடுவோ என்ற பயம் வந்துவிட்டது. இந்தக் குழந்தை இருப்பதால்தானே இதையெல்லாம் செய்ய வேண்டியிருக்கிறது. வயிற்றில் இருந்தபோதே கலைத்திருந்தால் இந்தப் பிரச்னையே வந்திருக்காதே என்று அவள் மனம் யோசிக்க ஆரம்பித்துவிட்டது. இதனால், அதுவரை என்னை மட்டுமே நெருக்கடிக்கு ஆளாக்கிவந்தவள், புதிதாகப் பிறந்த குழந்தையும் பந்தாட ஆரம்பித்துவிட்டாள்.

ஆத்திரம் தலைக்கேறும் போது குழந்தையை ஒற்றைக் கையால் தூக்கியபடி படுக்கையில் கிட்டத்தட்ட வீசுவதுபோல் எறிந்துவிட்டுச் செல்வாள். குழந்தை பாலுக்காக ஏங்கியபடி கையையும் காலையும் உதைத்துக்கொண்டு அழுது துடிக்கும். ‘செத்தா சாகட்டும். எனக்கென்ன. என் குடியை அழிக்கத்தான் இது பொறந்திருக்கு. இது வந்ததுல இருந்து ஒரு நாள் கூட நிம்மதியே இல்லை. புள்ளையா இது... பிசாசு’ என்று கத்துவாள். குழந்தையை மார்பில் எடுத்துப் போட்டுத் தட்டிக் கொடுப்பேன். குழந்தையோ முலைக்காம்புகளை என் உடம்பில் தேடித் தவிக்கும். ஒரு ஆணாகப் பிறந்ததற்கு வருத்தப் பட்ட தருணங்கள் அவை. குழந்தையைத் தூக்கிக்கொண்டு அவள் முன்னால் மண்டியிட்டு கெஞ்சுவேன். என்ன கோபம் இருந்தாலும் என் மேல காட்டு. இந்தப் பச்சைக் குழந்தையைக் கொல்லாத. நமக்குப்

பிறந்ததைத்தவிர அது வேற எந்தத் தப்பும் செய்யலை என்று அவள் காலைப் பிடித்தபடி கெஞ்சுவேன். வேகமாகத் தட்டிவிடுவாள். என் காலைப் பிடிக்காத. அந்தப் பாவமும் எனக்கு வந்து சேர்ந்தா என்ன ஆகிறது. ஏற்கெனவே என் அப்பனும் அம்மாவும் செஞ்ச பாவத்தைக் கட்டிக்கிட்டு மாரடிச்சிட்டிருக்கேன். இதையும் சொமக்க வைக்காதே என்று சீறுவாள்.

சாமி அறைக்குச் சென்று குழந்தையை மடியில் கிடத்தியபடி அழுவேன். கோபம் குறைந்த பிறகு வருவாள். குழந்தையை அள்ளி மார்போடு அணைத்தபடி பாலூட்டுவாள். மனதுக்குள் மெள்ள ஆசுவாசம் பிறக்கும். அதன்பிறகு ஓரிரு வாரம் அமைதியாக இருப்பாள். மீண்டும் பிரச்னை தலைதூக்கும். இப்படியாகவே சில மாதங்கள் கழிந்தன.

குழந்தை பள்ளிக்குப் போக ஆரம்பித்ததும் வேறு பிரச்னைகள் ஆரம்பித்தன. அப்போது மருந்துகளையும் அவள் அறவே நிறுத்திவிட்டி ருந்தாள். குழந்தை யாரையாவது அடித்துவிட்டாலோ அல்லது யாராவது குழந்தையை அடித்தாலோ பள்ளியில் போய் பெரிய பிரச்னையைக் கிளப்பிவிடுவாள். டீச்சர்களில் யாராவது கொஞ்சம் நவீனமாக உடை உடுத்திக்கொண்டு வந்தால், உடனே அவர்களைத் தேவடியா என்று சொல்லித் திட்ட ஆரம்பித்துவிடுவாள். ஏன் இப்படிச் சொல்கிறாய் என்று கேட்டால், அடுத்த நிமிடமே நீ அவளை வெச்சிருக்கியா... அவளைச் சொன்னா உனக்கு ஏன் கோபம் வருது என்று சீற ஆரம்பித்துவிடுவாள். இப்படியாக ஆரம்பிக்கும் கோபம் நாலைந்து மாதங்களில் பெரிதாகி அந்தப் பள்ளியை விட்டே குழந்தையை மாற்றுவதில் போய் முடியும். புதிய பள்ளிகளில் எளிதில் சேர்த்துக் கொள்ளவும் மாட்டார்கள். அதோடு, கூடுதல் தொகையும் கேட்பார்கள். மனைவியோ அந்த ஸ்கூல்ல புள்ளைய அடிக்கறாங்க... என் புள்ளைய சாகக் கொடுக்கச் சொல்றியா... என்று கத்த ஆரம்பித்துவிடுவாள். ஐந்தாம் வகுப்பு வருவதற்குள் இதுவரை நாலு பள்ளிகள் மாறியாகிவிட்டது.

இதைவிடப் பெரிய கொடுமை அக்கம்பக்கத்து வீட்டினருடனும் வீட்டு உரிமையாளருடனும் ஏற்படும் சண்டைகள். எந்த வாடகை வீட்டிலும் இரண்டு மூன்று மாதங்களுக்குள் அவளுக்கு ஏதேனும் ஒரு விஷயம் பிடிக்காமல் போய்விடும். ஒரு வீட்டில் உரிமையாளரின் ...ன் இறந்துவிட்டிருந்தார். மருமகளும் பேரனும் மட்டும் அவருடன்

இருந்தனர். காலையில் எழுந்ததுமே தாலி அறுத்தவ மூஞ்சியில முழிக்க வேண்டியிருக்கு. அப்பறம் எப்படி வெளங்கும். மொதல்லயே தெரிஞ்சிருந்தா இந்த வீட்டுகே வந்திருக்கமாட்டேன் என்று ஆரம்பித்தாள்.

அந்த வீட்டில் இருந்த நாட்களில் நடந்த எல்லா கஷ்டங்களுக்கும் அந்த அறு தாலி மூஞ்சியில முழிக்கறதுதான் காரணம் என்று குதிக்க ஆரம்பித்துவிட்டாள். அவளுக்கு மதம் பிடிக்கும்போது, சரி வீட்டை மாத்திடலாம் என்று சொல்லியும் நிதானத்துக்கு வந்த பிறகு விஷயத்தை எடுத்துச் சொல்லியும் ஒரு வருடம் சமாளித்து வந்தேன். ஆனால், நாளாக நாளாக மதம் பிடிக்கும் நாட்களில் வீட்டை விட்டே போயாக வேண்டும் இல்லையென்றால், குழந்தையும் நானும் தற்கொலை செய்து கொண்டுவிடுவோம் என்று மிரட்ட ஆரம்பித்தாள். வேறு வழியில்லாமல் அந்த வீட்டை விட்டு மாறினோம்.

அதற்கு அடுத்த வீட்டில் வேறு பிரச்னை வந்தது. அந்த வீட்டில் சிங்கிள் பேஃஸ் கரண்ட்தான். கோடைக்காலம் வந்தபோது நாங்கள் ஏஸி வாங்கினோம். அதை அந்த சிங்கிள் ஃபேஸ் கனெக்ஷனில் போட முடியாது. புது கனெக்ஷன் எடுக்க பத்தாயிரம் ரூபாய் செலவு ஆகும். வீட்டு உரிமையாளரோ நீங்களேதான் போட்டுக் கொள்ளவேண்டு மென்று சொல்லிவிட்டார். இப்போது நாங்கள் போட்டுக் கொள் கிறோம். வீட்டைக் காலி செய்யும்போது அட்வான்ஸுடன் அதைச் சேர்த்துக் கொடுங்கள் என்று கேட்டுப் பார்த்தோம். அதற்கும் அவர் சம்மதிக்கவில்லை. நாளாக நாளாக இரவுகளில் வெக்கை அதிகரிக்கத் தொடங்கவே அந்த வீட்டைக் காலி செய்தே ஆகவேண்டிய நிலை வந்தது. அப்போது அவள் இரண்டாம்முறை கர்ப்பமாக இருந்தாள். உண்மையில் இரண்டாவது குழந்தை வேண்டாமென்றுதான் நான் நினைத்தேன். ஏனென்றால், இவளுடைய மன நோய் நாளாக நாளாக தீவிரமடைந்து கொண்டேயிருந்தது. எனவே, இன்னொரு குழந்தையையும் பெற்று அதையும் கஷ்டப்படுத்த வேண்டாம் என்று நினைத்தேன். அவளுக்கும் அந்த எண்ணமே இருந்தது. ஒரு குழந்தையை நன்கு வளர்க்கவே ரொம்பவும் சிரமப்பட வேண்டியிருக்கும். இரண்டாவது குழந்தையென்றால், மேலும் செலவு அதிகரித்துவிடும் வேண்டாம் என்று சொன்னாள்.

***

மாத்திரை சாப்பிட ஆரம்பி என்று அவளிடம் தொடர்ந்து அதை வற்புறுத்த ஆரம்பித்தேன். திடீரென்று ஒருநாள் நாம் இன்னொரு குழந்தை பெற்றுக்கொள்வோம். முதல் குழந்தை மிகவும் தனியாக இருக்கிறது என்றாள். நம் குழந்தை தனியாக இருக்கிறானென்றால், அக்கம் பக்கத்து குழந்தைகளுடன் விளையாட விடு என்று நான் சொன்னபோது அதைக் கேட்கவில்லை. நம் காலத்துக்குப் பிறகு அந்தக் குழந்தை மிகவும் தனியாகிவிடும் என்று சொல்லி இன்னொரு குழந்தைக்கு என்னைத் தயார்ப்படுத்தினாள். எனக்கும்கூட இன்னொரு குழந்தை வேண்டுமென்று மனத்தில் ஆசை இருக்கத்தான் செய்தது. ஆனால், முதல் குழந்தை தொடர்பாக பட்ட கஷ்டங்கள் மனதில் இருந்ததால் வேண்டாமென்று சொன்னேன். அவளோ தன் முடிவில் பிடிவாதமாக இருந்தாள்.

அவளுடைய மன மாற்றத்துக்கான உண்மையான காரணம் குழந்தை மீதான ஆசை மட்டுமே அல்ல. அவளை மாத்திரை சாப்பிடும் படி நான் தொடர்ந்து வற்புறுத்தி வந்திருந்தேன். அவளுக்கு அதை மறுப்பதில் உள்ளூர வருத்தம் இருந்திருக்கிறது. நானே மாத்திரை சாப்பிட வேண்டாம் என்று சொல்லவைக்க வழி தேடியிருக்கிறாள். கர்ப்பமானால் மாத்திரை சாப்பிட வேண்டாம் என்று மருத்துவர்கள் சொல்வார்கள். எனவே, நானும் அதைத்தான் சொல்லுவேன். அப்படியாக மருந்தில் இருந்து தப்பிவிடலாம் என்று மனதுக்குள் கணக்குப் போட்டிருக்கிறாள். அந்த மருந்துகள் அவளுடைய சிந்தனை, செயல், இயக்கம் என அனைத்தையும் மட்டுப்படுத்தும் தன்மை கொண்டது. கிட்டத்தட்ட நீருக்குள் கை கால்களைக் கட்டிப் போடுவதைப் போன்ற ஒரு செயல். அதில் இருந்து திமிறிக்கொண்டு வெளியே வர விரும்பினாள். அதன்படியே இன்னொரு குழந்தைக்கு என்னை சம்மதிக்க வைத்தாள்.

அந்தக் குழந்தை நான்கு மாதக் கருவாக வயற்றில் இருந்தபோதுதான் ஏஸி தொடர்பான சண்டை அந்த வீட்டுக்காரருடன் வந்தது. புள்ளத் தாச்சியா நான் இந்த வெய்யிலைத் தாங்க முடியாது. உடனே வேற வீட்டைப் பாரு என்று என்னை விரட்டினாள். அதோடு அந்த வீட்டை நாங்கள் மூன்று லட்ச ரூபாய் லீஸில் எடுத்திருந்தோம். எங்களிடம் ரொக்கப் பணம் இருந்திருக்கவில்லை. நகையை வங்கியில் அடகு வைத்துத்தான் அந்த மூன்று லட்ச ரூபாயைக் கொடுத்திருந் தோம். வீட்டு உரிமையாளர் பணத்தை இல்லையென்று சொல்லி விடுவாரோ

என்ற பயம் வேறு அவளுக்கு வந்துவிட்டது. உடனே வீடு மாறியே ஆகவேண்டும் என்று தீர்மானித்துவிட்டாள். அதுதொடர்பாக தினமும் சண்டை ஆரம்பித்தது. வயிற்றில் இருக்கும் குழந்தைக்கு ஏதேனும் கெடுதல் வந்துவிடும் என்று பயந்து ஓரிரு வாரத்தில் வேறு வீட்டைப் பார்த்து மாறினோம். அந்த வீட்டில் காலடி எடுத்து வைத்த இரண்டே வாரத்தில் வயிற்றில் இருந்த கரு கலைந்துவிட்டது.

நாலைந்து மாதங்கள் சோகத்தில் இருந்தவள் இந்த வீடு ராசியில்லை. அதனால்தான் கரு கலைந்துவிட்டது வேறு வீட்டைப் பாரு என்று மெள்ள ஆரம்பித்தாள். நானும் முடிந்தவரை அதைத் தள்ளிப் போட்டு வந்தேன். ஒரு கட்டத்தில் காய்ச்சல், ஜல தோஷம் என எது வந்தாலும் வீடுதான் காரணம். இதை மாற்றப் போகிறாயா இல்லையா என்று கூப்பாடு போட ஆரம்பித்தாள். நீ நல்லவன் மாதிரி நடிக்கிறாய். என்னைக் கொன்றுபோடத்தான் நீ நினைக்கிறாய். நானாகவே சாகிறேன் என்று வீட்டை விட்டு நள்ளிரவில் வெளியேறி விட்டாள். அவள் நேராக மொட்டை மாடிக்குச் செல்வதைப் பார்த்தேன். அன்று இருந்த கோபத்துக்கு ஒருவேளை அவள் மாடியில் இருந்து குதித்து தற்கொலை செய்து கொண்டாலும் பரவாயில்லை என்று எனக்குத் தோன்றியது. முதல் குழந்தையை அருகில் படுக்க வைத்துக்கொண்டு லைட்டை அணைத்துவிட்டுத் தூங்கிவிட்டேன். திடீரென்று முழிப்பு வந்து எழுந்து பார்த்தால், பக்கத்தில் படுத்திருந்த குழந்தையையும் காணும். வீடு முழுவதும் பதறி அடித்தபடி தேடினேன். மாடியில் போய் பார்த்தேன். மேலே இருந்து பார்த்த போது கீழே யாரோ விழுந்து கிடப்பதுபோல் இருந்தது. மடமடவென இறங்கிப்போய் பார்த்தேன். நல்ல வேளையாக ஏதோ பைக்குக்கான தார் பாய் சுருட்டி வைத்திருக்கிறார்கள்; மேலிருந்து பார்த்தபோது குழந்தையும் அம்மாவும் போலவே தெரிந்திருக்கிறது. போன உயிர் மீண்டு வந்தது.

ஆனால், அவர்களை காணாததால் பதற்றம் குறையவில்லை. வீட்டுக்குப் பக்கத்தில்தான் ரயில்வே தண்டவாளம் செல்கிறது. மனதைக் கையில் பிடித்தபடியே டார்ச் லைட்டை எடுத்துக்கொண்டு இருண்ட தண்டவாளம் வழியாக ஓடினேன். எங்கும் அவர்களைக் காணவில்லை. மனதுக்குக் கொஞ்சம் தெம்பு வந்தது. ஆளரவமற்ற ரயில்வே ஸ்டேஷனில் மங்கலான விளக்கொளியின் கீழே ஒரு கல் பெஞ்சில் மனைவியும் குழந்தையும் படுத்திருப்பதைப் பார்த்தேன். போன உயிர் திரும்பி வந்தது. நாலரைக்குத்தான் முதல் வண்டி வருமாம். காத்துட்டிருக்கேன் என்றாள் கண்களில் வன்மம் மின்ன.

அந்தக் கண்கள் ஒரு மிருகத்தின் கண்களைப் போலவே என்னை பயமுறுத்தின. சமாதானப்படுத்தி வீட்டுக்கு அழைத்து வந்தேன். அடுத்த ஒரு மாதத்தில் வேறு வீடு பார்த்து மாறினோம்.

நாம் செய்த ஏதாவது ஒரு விஷயத்தை வைத்துக் கொண்டுதான் சண்டையை ஆரம்பிப்பாள். ஏன் அலுவலகத்தில் இருந்து வீட்டுக்கு வர லேட் என்று சில நாள் ஆரம்பிப்பாள். போக்குவரத்து நெரிசல், அலுவலக வேலை என எந்த பதில் சொன்னாலும் அவளுக்கு ஏறாது. முதலில் அது தொடர்பான விஷயங்களையே பேசிக் கொண்டு வருபவள், நாம் சொல்லும் ஏதாவது ஒரு சாதாரண வார்த்தையை எடுத்துக் கொண்டு கிடு கிடுவென மேலே போக ஆரம்பித்துவிடுவாள். ஆரம்ப காலத்தில் அவளுடைய வசைகள் மெள்ள மெள்ள அவளுடைய பெற்றோரைத் திட்டுவதில் போய் முடியும். அவர்கள் ஒழுங்காகப் படிக்க வைத்திருந்தால், நன்கு படித்து வேலைக்குப் போயிருப்பேன். கல்யாணமே வேண்டாம் என்று இருந்திருப்பேன். என்னைப் படிக்க வைக்காததால்தான் வாழ்க்கை நாசமாகிப் போயிடிச்சு என்பாள்.

அவள் படிக்காமல் இருந்தது குறித்தோ வேலைக்குப் போகாதது குறித்தோ எனக்கு எந்த புகாரும் இல்லை என்று சொல்லிப் பார்ப்பேன். அவளைப் பொறுத்தவரையில் அவளுடைய அரற்றலுக்கு ஏதேனும் ஒரு காரணத்தைச் சொல்ல வேண்டும். அவ்வளவுதான், அது உண்மையான பிரச்னையாகவே இருந்திருக்காது.

எந்தவொரு விஷயத்துக்கும் அதீதமாக எதிர்வினை புரிவதுதான் அவளுடைய நோயின் குணம். பொதுவாக ஒரு பெண் பேருந்தில் பயணம் செய்கிறாள் என்று வைத்துக்கொள்வோம். யாராவது ஒருவன் வேண்டுமென்றே இடிக்கிறான் என்றால், அந்தப் பெண் என்ன செய்வாள். சட்டென்று அந்த இடத்தை விட்டு நகர்ந்து செல்வாள். முடியவில்லையென்றால், கோபத்துடன் திரும்பிப் பார்த்து தன் எதிர்ப்பைத் தெரிவிப்பாள். அடுத்த நாளில் இருந்து கூட்டம் அதிகம் உள்ள பேருந்துகளில் ஏறமாட்டாள். இப்படியாக ஏதாவது ஒன்றைத் தான் செய்வார்கள். இவை எதுவுமே பலன் தராமல் யாராவது ஒருத்தன் தினமும் வேண்டுமென்றே மேலே வந்து உரசிக்கொண்டே வந்தால் அப்போதுதான் முதல் முறையாக சத்தம் போட்டுத் திட்டுவார்கள். ஆனால், என் மனைவியோ யாரேனும் உரசினால் அடுத்த விநாடியே செருப்பைக் கழட்டி அடித்துவிடுவாள் (அப்படி

உண்மையிலேயே செய்துமிருக்கிறாள்). கூட்ட நெரிசலினால்கூட ஒருவர் லேசாக உரசியிருக்கக்கூடும். ஆனால், அதையெல்லாம் புரிந்துகொள்ளும் மனநிலையில் இருக்கமாட்டாள்.

இதுதான் அவளுடைய வழிமுறை. எடுத்த எடுப்பிலேயே கோபத்தின் உச்சத்துக்குச் சென்றுவிடுவாள். கொஞ்சம் நிதானமாக நடந்து கொள் என்று நாம் சொன்னால், அனைத்து தர்க்கரீதியான காரணங்களையும் முதலில் அடுக்குவாள். இந்த ஆம்பளைங்களே மோசம்... இடிக்கறதுக்குன்னே பஸ்ஸுல ஏறறானுங்க. அது எப்படி என்ன கூட்டமா இருந்தாலும் சின்னப் பொண்ணுங்க மேல மட்டுமே இடிபடுது என்றெல்லாம் அடுக்குவாள். வசயானவங்க மேலயும் இடி படும். அவங்க அதைப் பெரிசா எடுத்துக்கமாட்டாங்க. கொஞ்சம் அட்ஜஸ்ட் பண்ணிக்கோ என்றால், நீ எனக்கு புருஷனா, இல்லைன்னா கண்டவனுக்கு மாமா வேலை செய்யறியா... ஏன் இடிக்கறதோட நிறுத்திக்கச் சொல்ற. வீட்டுக்கு அழைச்சிட்டு வரவேண்டியதுதான... என்று தாறுமாறாகப் பேச்சு திசை மாறத் தொடங்கும்.

இரண்டாவது குழந்தை பிறந்தபோது உடன் இருந்து கவனித்துக்கொள்ள யாரும் இருந்திருக்கவில்லை. அது தெரிந்ததும் எங்கள் வீட்டுக்குப் பக்கத்தில் இருந்த மாமி ஒருவர் உதவிக்கு வந்தார். திருமணமான சில வருடங்களிலேயே தன் கணவனை இழந்த அவர் இரண்டு ஆண் குழந்தைகளை நன்கு வளர்த்து ஆளாக்கியிருந்தார். வங்கியில் மேனேஜராகப் பணி புரிந்த அவருடைய குழந்தைகள் இருவரும் அமெரிக்காவில் செட்டில் ஆகிவிட்டனர். அந்த மாமி மட்டும் தனியாக அரண்மனை போன்ற வீட்டில் வசித்து வந்தார். பிறக்கு உதவும் குணம் மிகுந்தவர். எங்களுக்கு அருகில் இருந்து உதவ யாரும் இல்லையென்றதும் வீட்டைப் பூட்டிக்கொண்டு மருத்துவமனைக்கு வந்துவிட்டார். சுமார் நாலைந்து நாட்கள் மருத்துவமனையில் எங்க்ள் கூடவே இருந்தார். என் அம்மாவோ அவளுடைய அம்மாவோ இருந்திருந்தால்கூட இப்படிப் பார்த்திருக்க மாட்டார்கள். அப்படிப்பட்டவரை ஒரு சிறிய சண்டைக்காக நடு ராத்திரியில் வெளியே போங்கள் என்று சொல்லி விரட்டி அடித்தாள். இப்போ எங்கம்மா போக... ஒரு ஓரமா படுத்துண்டு காலையில் முதல் சூரிய கிரணம் உள்ளே வந்ததும் போயிடறேன்னு என்று கெஞ்சினர்கள். கீழ ரிசப்ஷன்ல போய் படுங்க.. இல்லைன்னா பஸ் ஸ்டாண்டுல பிளாட்பாரத்துல படுங்க... என் கண்ணுல முழிக்காதீங்க என்று மருத்துவமனையே நடுங்கும்படிக் கத்தி விரட்டினாள். இத்தனைக்கும்

ஒரு நர்ஸ் அந்த மாமியைப் பார்த்து நீங்க பையனுக்கு அம்மாவா பொண்ணுக்கு அம்மாவா என்று கேட்டிருக்கிறார்கள். இவங்களுக்கு யாரும் இல்லைம்மா.. பக்கத்து வீட்டுக்கரி நான். ஒத்தாசைக்கு வந்திருக்கேன் என்று சொல்லியிருக்கிறார்கள். என் மனைவிக்கு அதைக் கேட்டதும் ஆத்திரம் பொத்துக்கொண்டு வந்துவிட்டது. எங்களுக்கு யாரும் இல்லைன்னு நீ எப்படி சொல்லலாம். ஏதோ நாலு நாள் உதவி செஞ்சதும் பெரிய புண்ணியவதின்னு நினைப்பா. செஞ்ச வேலைக்கு கூலி தர்றேன். தர்மத்துக்கு ஒண்ணும் பண்ண வேண்டாம். நாலு நாள் உட்கார வெச்சு சோறு போட்டிருக்கேன்ல. இன்னும் வேணும்னா கேளு தர்றேன் என்று படு கேவலமாகப் பேசினாள். அந்த மாமியோ புடவைத் தலைப்பால் வாயைப் பொத்திக் கொண்டு அழத் தொடங்கிவிட்டார்.

சிறிது நேரத்தில் சமாதனம் அடைந்தார்கள். வயிற்றில் குழந்தை இருந்த நாட்களில் தூக்கம் சரியாக இருந்திருக்காது. அது இப்படித்தான் ஆத்திரப்படவைக்கும் என்ற புரிதல் அந்த மாமிக்கு இருந்தது. என்றாலும் என் மனைவி சொன்ன வார்த்தைகளைத் தாங்க என்னால் முடியவில்லை. இவை கூடப் பரவாயில்லை. அதன் பிறகு அவள் சொன்னவைதான் ஈரக்குலையை நடுங்க வைத்தன. முதலில் அவள் கோபப்பட்டுப் பேசியபோது அதைப் பெரிதாகப் பொருட்படுத்தாமல் அந்த மாமி குழந்தையைத் தூக்கிவைத்துக்கொண்டு தாலாட்ட ஆரம்பித்தார்கள். என் புருஷன் மேல சத்தியமா சொல்றேன் நீங்க என் குழந்தையைத் தூக்காதீங்கோ என்று சீறினாள்.

சரிடியம்மா... செத்த நேரம் தூங்கிக்கோ. காலைல ஏந்திரிச்சு பேசிக்கலாம் என்று அந்த மாமி சொன்னார்கள். குழந்தையைக் கீழ வைக்கப்போறேளா இல்லையா என்று இவள் கத்த ஆரம்பித்தாள் அப்படி ஏதேனும் ஒன்றைக் கீறல் விழுந்த ரெக்கார்டு போல் அவள் சொல்ல ஆரம்பித்தால் உடனே அதைச் செய்துவிடவேண்டும். இல்லையென்றால் அவளுடைய கோபம் உச்சத்துக்குப் போய்விடும். அந்த மாமியோ எதுவும் தெரியாமல் குழந்தையைத் தோளில் போட்டுத் தட்டிக் கொடுத்துக் கொண்டிருந்தார்கள். எனக்கு நடக்கப்போகும் விபரீதம் புரிந்துவிட்டதால் மாமி, குழந்தையக் கெ ஙுங்கோ... நான் பாத்துக்கறேன் என்று பதறினேன். மாமியோ நீங்க தூங்கிக்கோங்கோ நான் பாத்துக்கறேன் என்று நிதானமாகச் சொன்னார்கள்.

என் மனைவிக்கு ஆத்திரம் தலைக்கேறியது. என் புருஷன் பேர்ல சத்தியம் செஞ்சு சொல்லியிருக்கேன். அப்படியும் கேட்காம இப்படிப்

பண்றேளே. என் புருஷன் சாகணும்னு நினைக்கறேளா... நானும் உங்களை மாதிரி தாலியை அறுத்துண்டு அலையணுங்கறதுதான உங்க ஆசை என்று விஷத்தைக் கக்கினாள். அதைக் கேட்டதும் அந்த மாமி நிலைகுலைந்து குழந்தையை என்னிடம் கொடுத்துவிட்டு 'ஓ'வென்று அழுதபடியே போய்விட்டார்கள். என் மனைவி தூங்கிய பிறகு அந்த மாமியிடம் சென்று ஆறுதல் சொல்லலாம் என்று நினைத்தேன். ஆனால், நான் அப்படிச் செய்வேன் என்று எதிர்பார்த்து அவள் அந்த இரவு முழுவதும் கொட்டக் கொட்ட முழித்தாள். சிசேரியன் செய்த வலி, மருத்துவர்கள் கொடுத்த தூக்க மாத்திரைகள், வலி நிவாரணிகள் எதுவும் அவளிடம் எந்த தாக்கத்தையும் ஏற்படுத்தவில்லை. மாமி ஆஸ்பத்திரி வராண்டாவில் படுத்திருந்துவிட்டு பொழுது புலர்ந்ததும் புறப்பட்டுப் போய்விட்டார்கள்.

எனக்கு வீடு திரும்புவதுவரை அவர்கள் முகத்தில் எப்படி முழிக்கப் போகிறோம் என்று கவலையாகவே இருந்தது. ஆனால், நாங்கள் எங்கள் வீட்டுக்குப் போனபோது அந்த மாமி, ஆரத்தி தட்டுடன் எங்களுக்காகக் காத்திருந்தார்கள். அதைப் பார்த்ததும் எனக்கு அழுகை முட்டிக்கொண்டு வந்துவிட்டது. பொண் குழந்தையை முதல் தடவையா ஆத்துக்கு அழைச்சுண்டு வர்றாய். ஆரத்தி எடுக்காம இருக்கலாமோடி என்று என் மனைவியின் தலையில் செல்லமாகத் தட்டிவிட்டுச் சென்றார்கள். பூமா தேவி நகமும் சதையுமாகக் கையும் காலும் முளைத்து என் கண் முன்னே நடந்து சென்றதுபோல் இருந்தது. பால் வாங்கிக் கொண்டு வருவதாகச் சொல்லி அந்த மாமியின் வீட்டுக்குச் சென்று காலில் விழுந்து அழுதேன். ஆம்பளைக் குழந்தை அழக்கூடாது. ஏந்திரி என்று என்னைத் தொட்டுத் தூக்கி தலையைத் தடவிக் கொடுத்தார்கள். என் பொண்ணுதான என்னைத் திட்டினா. உங்களுக்கு ஒத்தாசைக்கு யாரும் இல்லைங்கறதைச் சொல்லிக் காட்டியிருக்கக்கூடாதுதான். ஆனா என்ன, உங்களை மாதிரியே தாலியை அறுத்துண்டு நானும் நிக்கணும்னு ஆசைப்படறேளான்னு கேட்டுட்டா... அதைத்தான் தாங்கிக்க முடியலை என்றார்கள். கண்களில் லேசாக நீர் கோர்த்துக்கொண்டு நின்றது. என் மனைவி ஒரு மன நோயாளி என்பதை அவர்களிடம் சொல்லிவிடவேண்டும் என்று நினைத்துத்தான் போயிருந்தேன். ஆனால், அவர்கள் அதுவெல்லாம் தேவைப்படாத ஒரு உயரத்தில் நின்று கொண்டிருந்தார்கள். சிறிது நேரம் பேசிவிட்டுப் புறப்பட்டேன்.

எந்தவொரு விஷயமானாலும் மனதுக்குள் அது தொடர்பாகக் கற்பனையாகப் பல விஷயங்களை நினைத்துக்கொள்வாள். நம்மில் பலருக்கும் அந்த குணம் இருக்கத்தான் செய்யும். ஆனால், அது கற்பனை என்பது நமது பிரக்ஞைக்குத் தெரிந்தே இருக்கும். அவளுக்கு அந்த பிரக்ஞை மங்கிப் போய்விடும். அலுவலகத்துக்கு அவள் போன் செய்யும்போது பக்கத்தில் யாராவது பெண்கள் பேசுவதோ சிரிப்பதோ கேட்டுவிட்டால் போதும். அந்தப்பெண்ணும் நானும் தனியாக ஒரு அறையில் இருப்பதாக நினைத்துக் கொள்வாள். அந்தப் பெண் என்னை மயக்கி அவளிடமிருந்து பிரித்துக்கொண்டு போய்விடுவாளோ என்று பயப்பட ஆரம்பிப்பாள். வேலைக்குப் போகும் பெண்கள் எல்லாருமே தேவடியாதான் என்பது அவளுடைய எண்ணம்.

இப்படியெல்லாம் நினைக்காதே. அந்தப் பெண் அப்படிப் பட்டவள் அல்ல என்று நான் ஏதாவது சொன்னால் போதும். கண்டவளுக்காக நீ ஏன் பரிந்துகொண்டு வருகிறாய். அப்படியானால், உனக்கும் அவளுக்கும் ஏதோ தொடர்பு இருக்கிறது என்று கத்த ஆரம்பித்துவிடுவாள். தினமும் அலுவலகத்துக்கு வந்ததும் அவளுக்கு போன் செய்யவேண்டும். அதுபோல் மாலையில் அலுவலகத்தில் இருந்து புறப்படும்போதும் அலுவலக எண்ணில் இருந்து போன் செய்தாகவேண்டும். அலுவலகத்தை விட்டு நான் வெளியே எங்கும் போகவே கூடாது. வெளியே போவதாகச் சொன்னால் உடனே ஈ.சி.ஆரில் ஒரு காட்டேஜ் புக் பண்ணி நானும் அந்தப் பெண்ணும் போயிருப்பதாக நினைத்துக்கொண்டு சண்டையை ஆரம்பித்து விடுவாள். இதனால் வெளியே போக நேர்ந்தால் அதைச் சொல்ல மாட்டேன். வெளி வேலை முடிந்த பிறகு எவ்வளவு தூரமென்றாலும் பயணம் செய்து நேராக அலுவலகத்துக்குச்சென்று அங்கிருந்து போன் செய்துவிட்டுத்தான் புறப்படுவேன். சில நேரங்களில் அந்த வேலை வீட்டுக்கு அருகில்கூட இருந்திருக்கும். என்றாலும் நேராக அங்கிருந்து வீட்டுக்குப் போய்விட முடியாது.

இப்படி எவ்வளவுதான் பார்த்து பார்த்து நடந்தாலும் அவளைக் கோபப்படுத்தவென்று ஏதாவது ஒரு விஷயம் கிடைத்துவிடும். ஒருநாள் அலுவலகத்தில் நண்பர் ஒருவர் பழனிக்குப் போய்விட்டு வந்திருந்தார். விபூதி, குங்குமம், பஞ்சாமிர்தம் பிரசாதம் கொடுத்தார். குங்குமத்தை இட்டுக் கொண்டபோது ஒரு துளி என் சட்டை மீது விழுந்துவிட்டது. யதேச்சையாக நான் அதை கையால் துடைத்தும்

விட்டிருந்தேன். மிகச் சரியாக என் சட்டைப் பைக்கு மேலாக அந்த தடம் விழுந்துவிட்டிருந்தது. ஒரு சராசரி இந்திய பெண்ணின் நெற்றியின் உயரம் அது. என் மனைவிக்கு அந்தத் தடத்தைப் பார்த்ததும் ஏதோ ஒரு பெண் என் மார்பில் சாய்ந்து முகம் புதைத்திருக்கிறாள். அவளுடைய நெற்றி குங்குமம் என் சட்டைப் பகுதியில் பட்டிருக்கிறது என்று தோன்றிவிட்டது. அன்றைய இரவு ரணகளமாகிவிட்டது. வேலையை ரிஸைன் செய்துவிடு என்று இறுதிக் கெடு விதித்து விட்டாள். நான் எவ்வளவோ சொல்லியும் கேட்கவில்லை.

மறு நாள் திடீரென்று அலுவலகத்துக்கே வந்துவிட்டாள். ரிசப்ஷனில் காத்திருந்த அவளைப் பார்க்கப் போனேன். அந்த நேரம் பார்த்து உடன் வேலை செய்யும் பெண் விளையாட்டாக என் சட்டைப் பையில் இருந்து பேனாவை எடுத்துக்கொண்டு ஓடினாள். என் மனைவிக்கு கோபம் தலைக்கேறியது. நில்லுடி என்று கட்டடமே இடிந்து விழும் அளவுக்குக் கத்தினாள். அந்தப் பெண் அரண்டு நடுங்கிவிட்டாள். நாலு பேருக்கு முன்னால பட்டப் பகல்லயே இப்படி நடந்துக்கறியே தனியா இருந்தா என்னவெல்லாம்செய்ய மாட்ட என்று பிலுபிலுவெனப் பிடித்துக்கொண்டாள். அந்தப் பெண்ணும் சரமாரி யாக ஏதேதோ பேச பெரிய சண்டையாகிவிட்டது. அவசர அவசரமாக மனைவியை அழைத்துக்கொண்டு ஆட்டோவில் ஏறி வீட்டுக்கு வந்து சேர்ந்தேன்.

அடுத்த நாளே அந்த வேலையை ரிஸைன் பண்ணு இல்லைன்னா செத்துடுவேன் என்று மிரட்டினாள். கை நிறைய சம்பளம் கிடைத்த அந்த வேலையை வேறு வழியில்லாமல் ரிஸைன் செய்தேன். இதுகூடப் பரவாயில்லை... எனக்கு வெறொரு தடவை அயல் நாட்டில் ஒரு வேலை கிடைத்தது. நாலைந்து வருடம் அங்கு போய்விட்டு வந்தால் பத்து பதினைந்து வருடத்துக்கான தொகையைச் சம்பாதித்துவிடலாம். என் வாழ்க்கையிலும் நான் பல கனவுகள் வைத்திருந்தேன். எனக்கு தோளில் ஒரு புகைப்படக் கருவியைப் போட்டுக்கொண்டு ஊர் ஊராகச் சென்று புகைப்படம் எடுத்தபடியே சில மாதங்களைக் கழிக்கவேண்டும் என்று ஒரு கனவு உண்டு. அதையெல்லாம் செய்ய அந்த வேலை நல்ல வாய்ப்பாக இருந்தது. ஏதோ ஒரு நாள் வந்த சண்டையில், நீ என்ன ஆனாலும் ஃபாரினுக்குப் போகக்கூடாது... இது என் மேல சத்தியம். நம்ம புள்ளைங்க மேல சத்தியம் என்று சொல்லிவிட்டாள்.

அவளுடைய சத்தியங்கள் மீறவே முடியாதவை. மீறக்கூடாதவை. அவள் கோபத்தில் கத்தும்போதெல்லாம் ஏதாவது சத்தியத்தைச் செய்து விடக்கூடாதே என்று நடுங்குவேன். அவள் எப் போதுமே அப்படித்தான். ஆரம்பத்தில் செய்யும் மூர்க்கத்தனங்களை அடுத்துச் செய்யும் மூர்க்கத்தனங்களால் லேசான ஒன்றாக ஆக்கிவிடு வாள். நம் மனம் அவள் முதலில் செய்ததையே செய்தால் போதும் நினைக்க ஆரம்பித்துவிடுவோம்.

கல்யாணமான புதிதில் ஒரு தடவை இப்படித்தான் பீச்சுக்குப் போய்விட்டு ரயிலில் வீட்டுக்குத் திரும்பிக்கொண்டிருந்தோம். அவளைப் பற்றி ஓரளவுக்குத் தெரிய வந்திருந்த நேரம். எனவே, மூன்று சீட்கள் இருக்கும் பெட்டியில் ஏறாமல் இரண்டு சீட்கள் இருக்கும் பெட்டியாகப் பார்த்து ஏறியிருந்தோம். இறங்க வேண்டிய இடம் வருவதற்கு சற்றுமுன்பாக எழுந்து வாசல் பக்கம் போனேன். பக்கத்தில் நின்றுகொண்டிருந்த மத்திய வயதினர் ஒருவர் சட்டென்று அவள் பக்கத்தில் உட்கார்ந்துவிட்டார். அவளுக்கு வந்தது பாருங்கள் ஆத்திரம். எந்திரிடா என்று அதட்டினாள். அந்த சத்தத்தைக் கேட்டு அவர் அரண்டே போய்விட்டார். என்ன தைரியம் இருந்தா என் கிட்ட உட்காருவ. சீட் காலியா இருந்தா உட்கார்ந்திருவியா என்று கத்தினாள்.

இதனிடையில் சற்று சுதாரித்த அவரும் இரண்டு சீட் இருக்குல்ல. உட்கார்ந்தா என்ன தப்பு என்றார். என் மனைவிக்கு மேலும் கோபம் தலைக்கு ஏறியது. உன் அம்மா, பொண்டாட்டியெல்லாம் கண்டவனை பக்கத்துல உட்கார வெச்சுப்பாளா இருக்கும். ஏன் மடில கூட உட்கார வெச்சிப்பாளா இருக்கும். எல்லாரையும் அப்படி நினைக்காத... எந்திரிடா நாயே... செருப்பு பிஞ்சிடும் என்று ஆத்திரத்தில் கத்த ஆரம்பித்துவிட்டாள். நான் பதறியபடியே அவளைத் தடுத்து நிறுத்து வதற்குள் இவை அனைத்தும் நடந்துவிட்டன. அந்த நபரைப் பார்த்துக் கெஞ்சியபடியே வேறு இடத்தில் உட்காரச் சொன்னேன். இவளை அழைத்துக்கொண்டு வேகமாகப் புறப்பட்டேன்.

நல்ல வேளையாக இறங்க வேண்டிய இடம் வந்துவிட்டது. மள மளவென அவளை இழுத்துக்கொண்டு வெளியே போனேன். பக்கத் தில் ஒரு நொடி உட்கார்ந்த அவனுடைய ஒட்டு மொத்த குடும்பத் தையும் வீடு வந்து சேருவதுவரை படு கேவலமாகத் திட்டியபடியே வந்தாள். அவன் மட்டும் அந்த நிறுத்தத்தில் இறங்கியிருந்தான்

என்றால் அல்லது நாங்கள் அந்த ரயிலிலேயே தொடர்ந்து பயணம் செய்திருந்தால் நிச்சயம் அடிதடி என்று போலீஸ் கேஸ் ஆகிவிட்டிருக்கும்.

இன்னொருநாள் இப்படித்தான் ஆட்டோ டிரைவருடன் சண்டை வந்தது. டிராஃபிக் நெரிசல் காரணமாக வெவ்வேறு தெருக்கள் வழியாகப் போய் வரவேண்டியிருந்தது. பேசிய தொகையைவிட பத்து ரூபாய் அதிகமாகக் கேட்டார். முதலில் முடியாது என்று குரலை உயர்த்திச் சொன்னாள். பத்து ரூபாய்க்காக அல்பத்தனமா நடந்துக்கா தீங்க என்று ஒரு வார்த்தை விட்டுவிட்டார். அவ்வளவுதான். பிடித்துக் கொண்டுவிட்டாள். யார்ரா அல்பம். என் பரம்பரை தெரியுமாடா... உன்னை மாதிரி பத்து வேலைக்காரனுக்கு பத்து ஏக்கர் நிலத்தை எழுதி வெச்ச பரம்பரைடா (உண்மையிலயே அவர்கள் குடும்பம் பெரிய மிராசுதார் குடும்பம்தான்). பத்து ரூபாயை ஏண்டா சும்மா கேக்கற... உன் பொண்டாட்டியை என் புருஷன் கூட அனுப்பி வை... ஆயிரம் ரூபாயே தர்றேன் என்று தாறுமாறாகத் திட்ட ஆரம்பித்துவிட்டாள். ஆட்டோ டிரைவரைத் தனியாக அழைத்துச் சென்று காலில் விழாதகுறையாகக் கெஞ்சி அனுப்பிவைத்தேன்.

அவளை வெளியே அழைத்துச் செல்லும்போதெல்லாம் வெடி குண்டை மடியில் கட்டிக்கொண்டு செல்வது போலவே நடுங்குவேன். எந்த இடத்தில் யாருடன் சண்டைய ஆரம்பிப்பாளென்று ஒரே கலவர மாக இருக்கும். வெளியில் அழைத்துச் செல்லாமலும் இருக்க முடி யாது. தானாகவே போவதாகச் சொல்லிப் புறப்பட்டுவிடுவாள். அதற்கு நாமளே அழைத்துச் செல்வது மேலென்று அழைத்துச் செல்வேன்.

வெளியாட்களுடன் நடக்கும் சண்டைகள் ஒரு பக்கம் என்றால் குடும்பத்தினருடன் நடக்கும் சண்டைகள் வேறு ரகமாக இருக்கும். அவளுடைய தம்பியுடன் ஒரு சண்டை ஆரம்பித்தது. எங்கள் திருமணத்துக்கு அவர்கள் குடும்பத்தில் முதலில் சொன்னதைவிட அதிக நகைகள்தான் போட்டிருந்தார்கள். இருந்தும் என் மனைவி திருமணமான ஓரிரு வருடங்கள் கழித்து ஐந்து பவுன் நகை ஒன்று போடும்படி அவளுடைய பெற்றோரிடம் கேட்டாள். அவர்களும் பார்க்கலாம் என்று சொல்லியிருந்தார்கள். ஆனால், நாலைந்து மாதங்கள் ஆகியும் எதுவும் வாங்கித் தந்திருக்கவில்லை. அப்படியே இருந்திருந்தால் கூடப் பரவாயில்லை. அவளுடைய அம்மாவுக்கு பத்து

பவுனில் ஒரு நகை வாங்கிவிட்டிருந்தார்கள். அவளுடைய தம்பிதான் வாங்கித் தந்திருந்தான். அதைப் பார்த்ததுமே என் மனைவிக்கு கோபம் வந்துவிட்டது. நான் ஐந்து பவுன் நகை கேட்டேன். அதை வாங்கித் தரவில்லை. வெறுங்கழுத்தோட நாலு இடத்துக்கு போயிட்டு வர எனக்கு முடியலை (அப்போது நாங்கள் நகையை அடகு வைத்து அதில் கிடைத்த பணத்தை வைத்துத்தான் வீடு ஒன்றை லீஸுக்கு எடுத்திருந் தோம்) வயசான காலத்துல அம்மாவுக்கு நகை தேவையா என்று கோபம் வந்துவிட்டது.

அவளுடைய அம்மாவோ, நீ எப்ப வெளிய போறியோ அப்போ இந்த நகையைப் போட்டுண்டு போ. உனக்கு இல்லாததா என்று சொல்லி யிருக்கிறார்கள். அப்போதுகூட இந்தா இந்த நகையை நீயே வெச்சுக்கோ என்று கொடுக்கவில்லையே. போட்டுக் கொண்டு போ என்று சொல்லிவிட்டார்களே என்று மனைவிக்கு ஆத்திரம் வந்திருக் கிறது. இது தொடர்பாக நிறைய சண்டையும் வந்தது. ஒரு நாள் அம்மாவும் தம்பியும் எங்கள் வீட்டுக்கு ஏதோ ஒரு விசேஷத்துக்காக வந்திருந்தார்கள். மதியம் சாப்பிட்டு விட்டு எல்லாரும் தூங்கிக் கொண்டிருந்தபோது இவள் அம்மாவின் மடியில் இருந்து சாவியை நைஸாக எடுத்துக் கொண்டு அவர்கள் வீட்டுக்குச் சென்று அந்தப் பத்து பவுன் நகையை எடுத்துக் கொண்டுவந்துவிட்டாள்.

என்னிடம் எதுவும் சொல்லாமல் கமுக்கமாக இருந்துவிட்டாள். அம்மா வீட்டில் போய் பார்த்தபோது நகையைக் காணவில்லை. தம்பியிடம் சொல்லியிருக்கிறார்கள். அவன் என்ன ஆச்சு என்று பதறிப் போய் எங்களிடம் வந்து சொல்லி அழுதான். அப்போதும் இவள்தான் எடுத்திருப்பாள் என்று யாருக்கும் தோன்றியிருக்கவில்லை. ஓரிரு நாட்கள் கழித்து யதேச்சையாக, அம்மா வீட்டுக்குப் பக்கத்தில் இருந்த ஒருவர், நாலைந்து நாட்கள் முன்னால் உன் அக்கா இங்கு தனியாக வந்ததைப் பார்த்தேனே... என்று யதேச்சையாகச் சொல்லியிருக்கிறார். எப்போது என்று கேட்டபோது ஞாயிற்றுக் கிழமை மதியத்தில் என்று சொல்லியிருக்கிறார். தம்பிக்கு என் மனைவிதான் நகையை எடுத்திருக்கிறாள் என்பது புரிந்துவிட்டது. உடனே நேராக வீட்டுக்கு வந்து கேட்டான். மனைவியோ தனக்குத் தெரியவே தெரியாது என்று சொல்லிவிட்டாள். அவனும் விஷயத்தை அதோடு விட்டுவிட்டான். இவளுக்கோ அப்படி என் முன்னால் அவளைக் கேட்டது பெரும் ஆத்திரத்தைக் கொடுத்துவிட்டது. இது அவளுடைய மனதில் ஆழமாகப் பதிந்துவிட்டது.

ஐந்தாறு மாதங்கள் கழிந்த பிறகு, தம்பிக்குத் திருமணம் நிச்சயம் ஆனது. மணப் பெண் வீட்டாருக்கு மொட்டைக் கடிதம் எழுதி அதன் பிறகு தன் பெயரைச் சொல்லாமல் போன் போட்டு, அவனைப் பற்றி தரக்குறைவாக என்னவெல்லாமோ சொல்லியிருக்கிறாள். அவர்களும் சம்பந்தமே வேண்டாம் என்று போய்விட்டார்கள்.

தம்பிக்கு இது தெரிந்ததும் இவள்தான் ஏதோ செய்திருக்கிறாள் என்பது புரிந்துவிட்டது. வீட்டுக்கு வந்து சண்டை போட்டான். உன் முகத்தில் முழிக்கவேமாட்டேன் என்று போய்விட்டான். நானும் இனி நீ செத்தாலும் உன்னைப் பார்க்க வரமாட்டேன் என்று சொல்லி விட்டாள். இந்த விஷயங்களையெல்லாம் பார்க்கும்போது நோயின் பிடியில் இருந்துகொண்டுதான் செய்கிறாளா... நோயைச் சாக்காக வைத்து செய்கிறாளா என்ற சந்தேகம் எனக்கு வந்தது. மன நல மருத்துவரிடம் சென்று கேட்டேன். முழுக்க முழுக்க நோயின் ஒரு பகுதியாகவே இதைச் செய்கிறார்கள். மிகவும் கவனம் தேவை என்று சொன்னார்.

பெரும்பாலும் எனக்கும் பிற பெண்களுக்கும் இடையில் முறைகேடாக ஏதாவது நடந்துவிடும்; அவள் மிகவும் கோபப்படுவதால் நான் வேறு பெண்ணைத் தேடிச் சென்றுவிடுவேன் என்பதுதான் அவள் பயம். நான் மிகவும் நிதானமாக எவ்வளவோ பொறுமையாக எடுத்துச் சொன்னாலும் அவளுக்கு நம்பிக்கை வராது. ஊருக்கு எங்காவது நாலைந்து நாள் போனால் போவதற்கு முன் துணிமணி எடுத்துவைப்பவள் அதோடு நிறுத்தமாட்டாள். வெளியில் எந்தப் பெண்ணுடனும் உறவு கொண்டுவிடக்கூடாதென்று உடலுறவுக்கு அழைப்பாள். அதற்கான கால அவகாசம் இல்லையென்றால் கர மைதுனம் செய்வாள். எனக்குப் பொதுவாக ஒரு தடவை விந்து வெளியானால் அடுத்த முறை முழு பலத்துடன் உறவுகொள்ள ஒரு வார காலம் ஆகும். எனக்கும் கர மைதுனம், அதுவும் அவள் செய்வது ரொம்பவே பிடிக்கும் என்பதால் உற்சாகமாக இருப்பேன்.

ஆனால், இந்த சந்தேகம் சில நேரங்களில் எல்லை மீறும். என் தந்தை இறந்த செய்தி வந்து ஊருக்குப் புறப்பட்டபோது இப்படித்தான் கர மைதுனம் செய்யவேண்டும் என்றாள். எனக்குக் கோபம் தலைக்கு ஏறியது. நான் மிகவும் மனமுடைந்த நிலையில் இருக்கிறேன். இப்போதுபோய் இப்படிச் செய்யச் சொல்கிறாயே என்று திட்டினேன். ஆனால், அவளோ கேட்கவே இல்லை. நீ போகவேண்டுமென்றால்

சுய மைதுனம் செய். இல்லையென்றால் வரமுடியவில்லை என்று சொல்லிவிட்டு வேலைக்குப் போ என்று சீறினாள். வேறு சாதியைச் சேர்ந்த அவள் சடங்கு சம்பிரதாயத்துக்கு இருக்கக்கூடாது என்பதால் அவளை வரச் சொல்லவில்லை. அதுவேறு அவளுக்குப் பெரும் கோபத்தைத் தந்திருந்தது. நான் எவ்வளவோ கெஞ்சிப் பார்த்தேன். எனக்கு அப்பா போன சோகத்தோடு இதுவும் சேர்ந்துகொள்வே உடைந்துபோய்விட்டேன். அவளோ பாத்ரூம் முன்னால் நாற்காலியை எடுத்துப் போட்டுக்கொண்டு எதுவும் நடக்காததுபோல் அமர்ந்தாள். வேறு வழியில்லாமல் கதவைச் சாத்திக்கொண்டு சுய மைதுனம் செய்ய ஆரம்பித்தேன். அவளோ கதவைத் திறந்து வை என்று சீறினாள். நான் செத்துப் போய்விடலாம் என்று மனமுடைந்த தருணம் அது. அவளுடைய கோபம் எனக்குத் தெரியும் என்பதால் எதுவும் சொல்லவும் முடியவில்லை. இதுபோன்ற பல தருணங்களை அவள் பரிசளித்திருக்கிறாள்.

எனது குடும்பத்தினருடன் சண்டை வர பெரிய காரணம் எதுவும் இருந்திருக்கவில்லை. நாலைந்து வருடங்களில் ஐந்தாறு வீடுகள் மாறியதைப் பார்த்து என் அம்மா ஒருநாள் அவளிடம் லேசாகக் கடிந்து கொண்டிருந்திருக்கிறார். அவ்வளவுதான். இவளுக்கு அவர்கள் மேல் கொலை வெறி வந்துவிட்டது.

அப்புறம் அவளைப்போலவே நானும் ஒரு சத்தியம் செய்து தப்பிக்கலாம் என்று ஒரு தந்திரம் செய்திருந்தேன். அது பெரிய வினையாகிவிட்டது. ஒரு நாள் சண்டை நடந்தபோது, இனிமேல் நாம வீடு மாறுவதாக இருந்தால் சொந்த வீடாகத்தான் இருக்கவேண்டும். இது என் புள்ள மேல சத்தியம் என்று தெரிந்தே ஒரு அதிகப்படியான சத்தியத்தைச் செய்தேன். இதில் இரண்டு எதிர்பார்ப்புகள் எனக்கு இருந்தன. முதலாவதாக, எனக்கு உண்மையிலேயே தனியாக அவளைச் சமாளிப்பது சிரமமாக இருந்தது. ஊரில் அரண்மனை போல் ஒரு சொந்த வீடு இருந்தது. பேசாமல் அங்கு போய் செட்டில் ஆகி விடலாம். குடும்பத்தினருக்கு அவளைப் பற்றிக் கொஞ்சம் கொஞ்ச மாகப் புரியவைத்துவிடலாம் என்று நினைத்தேன். நான் சொந்த ஊருக் குப் போகப் போகிறேன் என்று சொன்னதும், என் அம்மாதான் ஏதோ சொல்லி என்னை அவளிடமிருந்து பிரிக்கத் திட்டம் போட்டிருக்கிறார்கள் என்று நினைத்துவிட்டாள்.

ஏற்கெனவே என் அம்மா அவளை வீடு மாற்றுவது தொடர்பாக லேசாகக் கடிந்துகொண்டதோடு நான் சொன்னதும் சேர்ந்துவிடவே

நாங்கள் இருவரும் அவளைக் கழட்டிவிடத் தீர்மானித்திருப்பதாக முடிவெடுத்துவிட்டாள். என் குடும்பத்துடனான என் உறவை முறித்தால்தான் அவளால் வாழ முடியும் என்று நினைக்க ஆரம்பித்து விட்டாள். என் அம்மாவின் பெயரைக் கேட்டாலே அவளுக்கு அடி வயிற்றில் இருந்து ஆத்திரம் வந்துவிடும்.

என் அம்மா எதுவும் சொல்லவில்லை. நான் வாடகை வீடுகளை மாற்றிக்கொண்டே இருப்பதில் இருந்து தப்பிக்கத்தான் இப்படிச் சொன்னேன். என் சம்பாத்தியத்தை வைத்து சொந்த வீடு அதிலும் சென்னையில் வாங்குவது மிகவும் கடினம். எனவே அதைப் புரிந்து கொண்டு, இருக்கும் வாடகை வீட்டிலே என்ன சிக்கல்கள் வந்தாலும் தாங்கிக்கொண்டு இருக்க முடிவெடுப்பாய் என்று நம்பித்தான் அப்படிச் சொன்னேன் என்று எவ்வளவோ சொல்லிப் பார்த்தேன். அவளோ, இந்த வீடு பிடிக்கவில்லை. நீ சத்தியம் வேறு செய்துவிட்டிருக்கிறாய். எனவே சொந்த வீடு பார்க்க ஆரம்பி என்று அசால்ட்டாக பிரச்னையை அவள் விருப்பம்போல் திருப்பிக் கொண்டுவிட்டாள்.

ஓரிரு வருடங்கள் அலைந்து திரிந்து கடைசியில் ஒரு இருபது வருட பிளாட்டை வங்கியில் கடன் போட்டு வாங்கினேன். அதோடு, பகுதி காசு நாம்தான் போட்டாகவேண்டுமே. அதற்காக கைவசம் இருந்த 40 பவுன் நகையை வந்த விலைக்கு விற்க வேண்டிவந்தது. அந்த வகையில் ஓரிரு லட்சம் நஷ்டம். தனி வீடாக இருந்தால் பிற் காலத்தில் இடித்துக் கட்டவோ விற்கவோ செய்தால் நல்ல லாபம் கிடைக்கும். பிளாட் என்பதால் பின்னாளில் நல்ல விலைக்கு விற்கவும் முடியாது. அதோடு, என்னுடைய துறை என்பது மிகவும் அபத்திரமான துறை. எப்போது வேலை போகும் என்றே சொல்ல முடியாது. எனவேதான் நான் கிடைத்த காசையெல்லாம் நகையில் போட்டு வந்தேன். அது மொத்தத்தையும் அவள் ஒரே நாளில் காலி செய்து விட்டாள். வங்கியில் கடன் வேறு வாங்கியாகிவிட்டது. அலுவலகத் தினருக்கு அது தெரிந்துவிட்டதால், சம்பளத்திலும் துணிந்து கை வைக்க ஆரம்பித்துவிட்டனர். வேலையை எந்தக் காரணம் கொண்டும் விடமுடியாது. மனைவியோ மிகவும் கூலாக, அதுதான் சத்தியம் பண்ணிவிட்டாயே... சொந்த வீடு வாங்குவதைத் தவிர வேறு வழியே இல்லையே என்று அப்பாவிபோல் கேட்டாள்.

அதிலும் எனது குடும்பத்தினர் மீது அவளுக்கு கோபம் வர ஆரம்பித்ததில் இருந்து என் அம்மாவையும் தங்கையையும் தேவ்டியா

முண்டைகள் என்றுதான் பேசுவாள். நான் ஏதாவது தவறு செய்தால், உன் வீட்டில் இருந்துதான் சொல்லிக் கொடுக்கிறார்கள். என் குடும்பத்தை அழிக்கலாம்னு பாக்கறாங்களா... உனக்கு எதுக்கு கல்யாணம். பேசாம உன் தங்கை கூடவே படுத்துப் புள்ளைபெத்துக்க வேண்டியதுதான... அவளுக என் கைல கிடைச்சா கண்டந்துண்டமா வெட்டிப் பொலிபோட்ருவேன் என்று தாறுமாறாகச் சீறுவாள். பெற்ற தாயையும் கூடப் பிறந்த சகோதரியையும் தேவடியா என்று ஒருத்தி காதுக்கருகில் அமர்ந்துகொண்டு திட்டுவதைக் கேட்டபடியேதான் என் நாட்கள் கழிந்தன. முதலில் இவற்றைக்கேட்டபோது பயங்கரமாகக் கோபம் வந்தது. ஆனால், இவையெல்லாம் அவளுடைய நோயின் விளைவு என்பது தெரிந்ததும் அந்த வார்த்தைகளை இந்தக் காதில் வாங்கி அந்தக் காதில் விடக் கற்றுக்கொண்டுவிட்டேன். ஆனால், அது அவ்வளவு எளிய காரியமல்ல.

இரவுகளில் சண்டை ஆரம்பித்துவிட்டால் அந்த மயான அமைதி நிலவும் வீட்டுக்குள் இடைவிடாமல் படபடவென கெட்ட வார்த்தைகள் சரமாரியாகத் தெறிக்கும். போர் முனையில் நான்கு பக்கமிருந்தும் சுடப்படும்போது தரையில் விழுந்துபடுத்து தப்பிக்க முயற்சி செய்வதுபோல் மவுனமாக அடங்கிக் கிடப்பேன். படுக்கை அறையில் இருந்து எழுந்து சென்று வேறு அறையில் உட்கார்ந்து கொள்வாள். நான் சிறிது நேரம் பொறுத்திருந்து பார்ப்பேன், பிறகு படுத்துத் தூங்கிவிடுவேன். அரை மணி நேரம் தனக்கு மட்டுமே கேட்கும்படியாக முனகுவாள். பிறகு சட்டென்று குரல் உச்சத்தை எட்டும். கைக்குக் கிடைத்த பொருட்களை வீசி எறிவாள். தூக்கி வாரிப் போடும். தலையை விரித்துப் போட்டபடி படுக்கை அறைக்குள் ஆவேசமாக நுழைவாள். காளி திரிசூலம் ஏந்தியபடி பாய்ந்து வருவது போல் வருவாள். என்ன தைரியம் இருந்தா அப்படிச் சொல்லுவ என்று கத்துவாள். பதிலே பேசாமல் தலைகுனிந்து அமர்ந்திருப்பேன்.

கடவுளே அவளை நிதானத்துக்குக் கொண்டுவந்துவிடு என்று மனத்துக்குள் மன்றாடுவேன். நான்கு வயது மகள் திடுக்கிட்டு எழுந்து மலங்க மலங்க முழிப்பாள். அவள் போன பிறகு என்னைக் கட்டி அணைத்தபடியே அம்மாவுக்கு கோபம் எப்பப்பா சரியாகும் என்று அழுதபடியே கேட்பாள். சாமியை வேண்டிக்கோ... சீக்கிரமே சரியாகிடும் என்று சொல்லித் தூங்க வைப்பேன்.

ஆரம்பத்தில் என்னிடம் மட்டுமே என் அம்மா தங்கைபற்றி திட்டி வந்தவள் அதன் பிறகு அவர்களுக்கே போன் செய்து திட்ட

ஆரம்பித்தாள். கோபம் தலைக்கு ஏறும் நள்ளிரவுகளில் கிராமத்து வீட்டுக்கு போன் போடுவாள். நல்ல தூக்கத்தில் இருக்கும் அவர்கள் பதறி அடித்தபடி எழுவார்கள். புள்ளையை வளர்த்து வெச்சிருக்கற லட்சணமா இது... என் புருஷனை என் கிட்ட இருந்து பிரிக்கலாம்னு பாக்கறியா... உன் குடும்பம் வெளங்காது. நீ தாலி அறுத்து தட்டழிச்சுதான் சாவ. என்னை அழிக்க நினைக்கறவங்க நல்லாவே இருக்கமட்டாங்க. நான் உங்களைச் சும்மா விடமாட்டேன் என்று திட்டித் தீர்ப்பாள். என் வயதான அம்மாவோ அந்த இரவெல்லாம் தூக்கம் வராமல் துடிப்பாள். ஓரிரு நாளில் இவள் நிதானத்துக்கு வந்ததும் அவளே போன் செய்து பேசுவாள். நான் எதுவுமே பேசலையே... வேறு யாராவது இருக்கும் என்று சொல்வாள். அவர் களுக்கு எதுவுமே புரியாது. என்னமோ தெரியலைம்மா... உன் குரல் மாதிரியும் இல்லை. உன் குரல் மாதிரியும் இருந்தது. கெட்ட கெட்ட வார்த்தைல எல்லாம் திட்டினா. மனசே ஆறலைடியம்மா... நாலு நாளா ராத்திரியானா ஒரே பயமா இருக்கு... போன் அடிச்சாலே உடம் பெல்லாம் நடுங்கறதுடி யம்மா என்று அம்மா அழுவார்கள். நானும் வேற யாராவது இருக்கும். ராத்திரியானா இனிமே போன் வந்தா எடுக்காதே என்று சொல்லிவைத்தேன். ஆனால், அதுவும் முடியாதே... சொந்த பந்தங்கள் எல்லாம் வேறு வேறு ஊர்களில் இருக்கிறார்கள். யார் வேண்டுமானாலும் எப்போதுவேண்டுமானாலும் அழைக்க வேண்டிய அவசியம் வரலாம் என்று சொன்னார்கள். நானும் சரி என்று விட்டுவிட்டேன்.

என் தங்கை, அம்மா இரண்டுபேரும் சேர்ந்துகொண்டு என்னை அவளிடமிருந்து பிரித்துவிடுவார்கள் என்று பயந்தாள். அப்படி என் அம்மாவும் தங்கையும் ஒருநாளும் ஒரு வார்த்தையும் பேசியதில்லை. இருந்தும் அவள் பயந்தாள். அவளுடைய நோயும் ஒரு காரணம். இன்னொரு காரணம் அவள் வேறு சாதியைச் சேர்ந்தவள். எங்கள் திருமணத்தை என் பெற்றோர் மிகுந்த தயக்கங்களுடனே ஏற்றுகொண்டிருந்தார்கள். முதல் குழந்தை பிறந்த பிறகுதான் திருமணம் ஆன விவரத்தையே பெற்றோரிடம் சொல்லியிருந்தேன். எங்கள் வீட்டு எந்த விசேஷத்துக்கும் அவளை அழைக்கவே மாட்டார்கள். போன் செய்து நீ மட்டும் வா என்று வெளிப்படையாகவே சொல்வார்கள். எனக்கு வரும் எந்த போனாக இருந்தாலும் ஸ்பீக்கரில் போட்டுத்தான் நான் பேசியாகவேண்டும். அதுவும் என் வீட்டாருடன் என்றால் அவளுக்கு முன்னால் மட்டுமே பேசவேண்டும்.

தினமும் நான் வீட்டுக்கு வந்ததும் கை கால் அலம்பப் போவதற்குள் அவள் என் செல்போனை வாங்கிக்கொண்டு நேராக பெட்ரூமுக்குப் போய் கதவைச் சாத்திக்கொண்டு நான் யாருக்கெல்லாம் பேசியிருக்கிறேன். யார் யாரெல்லாம் எனக்குப் பேசியிருக்கிறார்கள் என்று சோதனை செய்வாள். புதியதாக ஏதேனும் போன் நம்பர் இருந்தால் என்னிடம் யார் என்று கேட்பாள். ஆபீஸ் விஷயமாக என்று சொல்வேன். ஆம்பளையா பொம்பளையா என்பாள். ஆம்பளைதான் என்று சொன்னதும் சரிஎன்று போய்விடுவாள். ஆனால், இரவில் நான் தூங்கிய பிறகு அந்த நம்பருக்குப் போன் செய்வாள். ஆண்கள் யராவது எடுத்தால் சிறிது நேரம் பேசாமல் இருப்பாள். பிறகு கட் செய்துவிடுவாள். என் நண்பர்களுடைய நம்பராக இருந்தால் ஏதோ அவசரம் போலிருக்கிறது என்று அவர்கள் போன் செய்வார்கள். குழந்தை எடுத்து ஏதோ விளையாட்டாகப் போன் போட்டுவிட்டது சாரி என்று சொல்லி வைத்துவிடுவாள்.

பெண்கள் யாராவது போனை எடுத்தால் மெள்ள பேச்சுக்கொடுப்பாள். அவர்களுடைய பேச்சில் ஏதேனும் எனக்கு நெருக்கமானவர்கள் போல் தடயம் தெரிந்தால் பிலு பிலுவெனப் பிடித்துக்கொண்டுவிடுவாள். என் புருஷன் கிட்ட உனக்கு என்னடி பேச்சு வேண்டியிருக்கு. ஆபீஸ் வேலைன்னா ஆபீஸ்ல இருக்கற பொம்பளை கிட்டப் பேசவேண்டியதுதான... எவன் கிடைப்பான்னு அலையறியாடின்னு கன்னா பின்னாவென்று திட்ட ஆரம்பித்துவிடுவாள். நான் பத்திரிகையில் வேலை பார்ப்பதால் சில நேரங்களில் நடிகைகளுடன் பேச வேண்டியிருக்கும். ஊர் மேயற சிறுக்கி... அவுசாரி முண்ட... உனக்குத்தான் காலைல ஒருத்தன் மத்யானம் ஒருத்தன் ராத்திரி ஒருத்தன்னு கிடைப்பானே... ஏன் ஒரே நேரத்துலயே ஒவ்வொரு ஓட்டைக்கும் ஒவ்வொருத்தன் கிடைப்பானே... அப்பறம் என்னடி என் புருஷன் கிட்ட தூக்கிக் காட்டிக்கிட்டு வர்ற... என்று திட்டுவாள். இத்தனைக்கும் எதிர்முனையில் நிதானமாக ஏதேனும் ஒரு காரணம் சொல்லி அதனால்தான் பேச வேண்டியிருந்தது; அவர் ரொம்பவும் நல்லவர் என்று பொறுமையாகத்தான் சொல்லியிருப்பார்கள். இவளுக்கு அதுவே போதும்.

மாறாக எதிர்முனையில் கோபப்பட்டார்கள் என்றால் அவர்கள் ஜென்மத்துக்கும் மறக்கமுடியாதபடி திட்டித் தீர்ப்பாள். தேவடியா முண்ட... பத்தினி என்கிட்ட மோதறியா..? நாளைக்கே உனக்கும் என்

புருஷனுக்கும் இருக்கற கள்ளத் தொடர்பை ஊரறியச் சொல்றேண்டி... யார் பக்கம் நியாயம் இருக்குன்னு ஊர் சொல்லட்டும். கோர்ட், போலீஸ்னு போய் உன்னை உண்டு இல்லைன்னு பண்றேன் பாருடின்னு எக்ஸ்ட்ரீமுக்குச் சென்றுவிடுவாள். எதிர்முனையில் போனை கட் பண்ணிவிட்டு போயேவிடுவார்கள்.

நான் அவர்களுக்கு பிறகு போன் போட்டு சமாதானம் சொல்வேன். அவளுடைய குடும்பத்தில் சில பெண்கள் இப்படி அவர்களுடைய கணவனால் கைவிடப்பட்டிருக்கிறார்கள். மேலும் டி.வி., செய்தித்தாள் என எதைத் திறந்தாலும் இப்படியான நிகழ்வுகள் ஏராளம் நடப்பதால் கொஞ்சம் பதற்றமாக இருக்கிறாள். தவறாக எடுத்துக்கொள்ளாதீர்கள் என்பேன். சிலர் புரிந்து கொள்வார்கள். சிலர் முகத்தில் அடித்தாற்போல் பேசிவிட்டு வைத்துவிடுவார்கள்.

பெண்கள் தொடர்பான விஷயங்களில் இப்படியென்றால் ஆண்கள் எல்லாருமே செய்வினை செய்பவர்கள், வாடகைக் கொலையாளிகள் என்று அவளுக்கு எண்ணம். அக்கம் பக்கத்து வீட்டில் இருக்கும் ஆண்களுடன் ஏதேனும் பிரச்னையென்றால் அவர்கள் குடும்பமே செத்து அழியவேண்டும் என்று கடுகு, மிளகாய்வத்தல், குங்குமம், சுண்ணாம்பு என கைக்குக் கிடைத்ததையெல்லாம் வைத்து அவர்கள் வீட்டுக்கு முன்னால் நடு ராத்திரியில் போய் வைத்து சூடம் ஏற்றிவைத்துவிட்டு சாபம் போடுவாள்.

ஒரு தடவை நாங்கள் பிளாட் ஒன்றை விலைக்கு வாங்கியிருந் தோம். அக்கம் பக்கத்தில் இரண்டு வீடுகளில் பொறியியல் கல்லூரி மாணவர்கள் படித்து வந்தார்கள். ஒரே வீட்டில் நாலைந்து பேர் தங்கி இருந்தார்கள். இது போதாதென்று அவர்களுடைய நண்பர்களும் அடிக்கடி வந்து போவார்கள். அவர்களிடம் ஏதாவது சொல்வதென் றால் ஒவ்வொருவரிடமும் சொல்லியாக வேண்டியிருக்கும். கதவை ஓங்கிச் சாத்தாதே... குழந்தை தூங்குகிறது என்று ஒருவனிடம் சொல்லியிருப்போம். வேறொருவன் வந்து கதவை மடால் என்று சாத்துவான். அவனைப் பார்த்துச் சொன்னால் வேறொருவன் வந்து கதவை உடைப்பான். வீட்டைப் பெருக்கும்போது தூசி வெளிய வராம பாத்துக்கோன்னு நாம சொல்லிட்டு திரும்பறதுக்குள்ள இன்னொருத்தன் வந்து டோர்-மேட்டைத் தட்டுவான்.

என் மனைவிக்கு ஆத்திரம் தலைக்கு ஏறும். அதுவும் குழந்தை பிறந்து சில மாதங்கள் ஆன நேரத்தில் சரியான தூக்கம் இல்லாமல்

தவித்துக்கொண்டிருப்பாள். என்றைக்காவது குழந்தையும் தூங்கி இவளும் படுத்துக்கொள்ளும்போது பக்கத்து வீட்டில் புதிதாக வாங்கிய ஸ்பீக்கர் செட்டில் பாட்டைப் போட்டு அலறவிடுவார்கள். இவள் காளியாக மாறிவிடுவாள். அவர்கள் குடித்துவிட்டுக் கும்மாளம் போடுவது, பெண்களை க்ரூப் ஸ்டடி என்ற பெயரில் அழைத்துவருவது இவற்றைப்பற்றியெல்லாம் திட்ட ஆரம்பிப்பாள். வீட்டு உரிமையாளருக்குப் போன் செய்து வாடகைக்கு விட்டிருக்கீங்களா... பிராத்தலுக்கு விட்டிருக்கீங்களா என்று சரமாரியாகத் திட்டுவாள்.

பகலில் நடக்கும் சண்டைகள் அதோடு முடியாது. நாலைந்து மணி நேரத்துக்கு ஒருதடவை நடந்ததை அனைத்தையும் மனதுக்குள் ஓட்டிப் பார்த்து மீண்டும் அதே கோபத்துடன் சண்டையை ஆரம்பிப்பாள். அவர்கள் வீட்டு வாசலில் போட்டிருக்கும் ஷூக்கள், கொடியில் உலர்த்தியிருக்கும் துணிகள் அனைத்தையும் தூக்கிக் கொண்டுபோய் குப்பை வண்டியில் அல்லது கண்காணாத இடத்தில் நள்ளிரவில் போய் போட்டுவிடுவாள். அவர்கள் வீட்டு வாசலில் சூனியம் வைப்பாள். இரவு நேரங்களில் வெறும் சூடன் எரியும் ஒளியில் தலையை விரித்துப் போட்டபடி கைகளை நொடித்துகொண்டு அவள் சாபம் கொடுப்பதைப் பார்க்கும்போது எனக்கே குலை நடுங்கும். மெதுவாக அழைத்து வந்து தூங்க வைப்பேன்.

இவளுடைய நிலையைப் பற்றி அக்கம் பக்கத்தில் இருப்பவர்களுடன் ஜாடைமாடையாக ஏதாவது சொல்லி வைக்கலாம் என்று நினைப்பேன். ஆனால், அதன்பிறகு எங்கு என்ன பிரச்னை நடந்தாலும் எது காணாமல் போனாலும் என் மனைவியைத்தான் சந்தேகப்படுவார்கள். அதோடு அவள் போகும்போது வரும்போதும் அவள் காதுபடவே பைத்தியம் என்று கேலி செய்வார்கள். முதலில் தங்கியிருந்த சில வீடுகளில் இப்படி நான் சொல்லப்போய் அது என் மனைவிக்கும் தெரிந்து பெரிய சண்டையாகிவிட்டது. அதனால், நான் அதன் பிறகு யாரிடமும் எதுவும் சொல்வதில்லை. அவள்தான் தவறு செய்திருப்பாள் என்று தெரிந்த பிறகும் என் மனைவியை விட்டுக் கொடுக்காமல்தான் எல்லாரிடமும் பேசுவேன். அவர்களுடைய பொருட்கள் ஏதேனும் காணாமல் போயிருந்தால் அவளிடம் கேட்டு எங்கு வீசியிருக்கிறாளோ அங்கிருந்து எடுத்துக்கொண்டுவந்து கொடுப்பேன்.

பில்லி, சூனியம் இவற்றில் எனக்கு நம்பிக்கை கிடையாது. இருந்தும், அவள் யாருக்கெல்லாம் செய்வினை செய்கிறாளோ அவர்களுடைய பெயருக்கு கோவிலில் சென்று அர்ச்சனை செய்துவிட்டு வருவேன். ஒரு முறை எங்கள் பக்கத்து வீட்டில் ஜார்ஜ் என்ற கிறிஸ்தவர் குடும்பத்துடன் இருந்தார். அவர் ஒரு முன்கோபி. பிளாட்டில் இருக்கும் அத்தனைபேருடனும் அவருக்கு சண்டையிருந்தது. ஒரு வீட்டில் நாய் வளர்த்தார்கள். அது இவரைப் பார்த்துக் குரைத்தால் இவருக்குப் படு கோபம் வந்துவிடும். கத்த ஆரம்பித்துவிடுவார். வேறொரு வீட்டின் முன் பைக் நிறுத்துவதில் சண்டை. எல்லாம் சாதாரணச் சண்டையில்லை, போலீஸ் வந்துதான் சமாதானம் செய்ய வேண்டியிருக்கும். அந்த ஜார்ஜ் போலீஸுடனே சண்டை போடுவார். அவருடன் நடந்த சண்டைகளில் எங்களுக்கும் நாலைந்து தடவை போலீஸ் ஸ்டேஷனுக்கே போகவேண்டிவந்திருக்கிறது.

எங்கள் வீட்டு வாஷிங்மிஷினில் இருந்து செல்லும் தண்ணீர் கீழே தேங்கி சேறாக ஆவதாக ஒரு சண்டை. இனிமேல் அந்தத் தண்ணி தேங்கினால் அந்தச் சேற்றை எடுத்துவந்து உங்கள் வீட்டில் எறிவேன் என்று ஆத்திரப்பட்டார். என் மனைவிக்குக் கோபம் வந்தது. குழந்தையின் மலத்தை டைபரில் இருந்து வழித்து எடுத்து இரவுகளில் அவர் வீட்டுக்குள் எறிய ஆரம்பித்தாள். அவள்தான் செய்வதாக ஜார்ஜினால் நிரூபிக்க முடியவில்லை. பிளாட்டில் இருந்த பலருக்கும் அவருடன் சண்டை என்பதால் அவர்தான் பொய் சொல்வதாக அனைவரும் அவரை மாட்டிவிட்டார்கள். நான்கூட ஆரம்பத்தில் அவர் தான் செய்திருக்கக்கூடும் என்று நினைத்தேன். என் மனைவியோ தான் செய்யவே இல்லை என்று குழந்தைகள் பேரில் சத்தியம் செய்தாள். அதனால் அவள் சொன்னதை நம்பினேன். ஜார்ஜை இழுத்துச் சென்று ஐயாயிரம் ரூபாய் அபராதம் கொடுத்தால்தான் விடுவேனென்று சொல்லி ஸ்டேஷனிலேயே அடைத்துப்போட்டுவிட்டார்கள். அவர் கொஞ்சம் ஏழ்மையில் இருப்பவர். உடனே ஐயாயிரம் ரூபாயைப் புரட்ட முடியவில்லை. பணம் தேடி அலைந்தாரோ ஸ்டேஷனிலேயே அடைக்கப்பட்டாரோ தெரியவில்லை. இரண்டு நாள் கழித்துத்தான் வீடு வந்தார். என் மனைவிதான் குழந்தையின் மலத்தை எடுத்துப் போட்டிருக்கிறாள் என்பது தெரிந்ததும் ரொம்பவும் வேதனையாக இருந்தது.

அந்த ஜார்ஜ் குடும்பம் அடியோடு அழிய வேண்டும் என்று இவள் வேண்டிக்கொள்வாள். நல்ல நாளும் அதுவுமாக சாமி முன் நின்று

வேண்டிக்கொள்ளும்போது நமக்கு நல்லது நடக்க வேண்டும்; நான் நன்றாகப் படிக்க வேண்டும். நாங்கள் சந்தோஷமாக இருக்கவேண்டும் என்று என்று குழந்தையிடம் வேண்டிக் கொள்ளச் சொல்வேன். என் மனைவியோ ஜார்ஜ் குடும்பம் அழியவேண்டும் என்று அடிவயிற்றில் இருந்து சாபம் கொடுப்பாள். குழந்தைகளையும் அப்படியே வேண்டிக் கொள்ளவெண்டும் என்று அதட்டுவாள். அவன் லாரில அடிச்சி தூக்கிப் போட உடம்பு கூடக் கிடைக்காம சாகணும். ரோட்டோட ரோடா சதைஞ்சு போகணும்; வழிச்சி எடுத்து இதுதான் உடம்புன்னு காட்டணும். அவன் புள்ளைங்க அநாதையா தட்டழிச்சி போகணும். அவன் பொண்டாட்டி வீடு வீடா ஏறி பிச்சை எடுக்கணும் என்று வரிசையாக சொல்லி குழந்தைகளைச் சொல்லச் சொல்வாள். குழந்தைகளோ மிரண்டு நடுங்கும். சர்க்கரைப் பொங்கல் அல்லது ஏதேனும் நைவேத்தியத்துக்கு வைத்திருக்கும் கரண்டியைக் கையில் எடுத்துக்கொண்டு மிரட்டுவாள். குழந்தைகள் வாய்க்குள் முனகும். சத்தமா சொல்லு என்பாள். சத்தம் குறைந்தால் மண்டையில் நங் என்று அடிப்பாள். குழந்தைகள் பயந்து நடுங்கியபடியே சாபம் கொடுக்கும். குழந்தைகள் சாபம் கொடுத்த நிச்சயம் பலிக்கும் என்று என்னைப் பார்த்துக் கறுவுவாள்.

என்னால் எதுவும் செய்ய முடியாமல் தவிப்பேன். குழந்தை களைத் தனியாக அழைத்துச்சென்று முடிந்தவரை விஷயத்தைச் சொல்லிப் புரியவைப்பேன். ஜார்ஜுக்காக கோவிலுக்குச் சென்று பிரார்த்தனை செய்வேன். அவருக்கு இனிமேல் எந்த துன்பமும் வரக்கூடாது என்று வேண்டிக்கொண்டேன். அர்ச்சகரிடம் ஜார்ஜ் என்ற பெயரில் அர்ச்சனை என்றதும் மேலும் கீழும் பார்த்தார். எனக்குமே அந்தப் பெயரைச் சொல்ல மிகுந்த கூச்சமாகத்தான் இருந்தது. எனினும் அவருடைய துன்பத்துக்கு என்னால் முடிந்த பிராயச்சித்தம் அதுவாக மட்டுமே இருந்தது.

இரவுகளில் தூங்காமல் என் மனைவியைக் கண்காணிக்க என்னால் என்றுமே முடிந்ததில்லை. இரண்டு மணிநேரம் பஸ்ஸிலும் ரயிலிலும் பயணம் செய்து வேலை முடிந்து வந்தால் 9 மணிக்கு எப்போதுடா தூங்கலாம் என்று தான் இருக்கும். பையனை காலையில் எழுப்பி ஸ்கூலுக்குக் கொண்டு செல்ல வேண்டியிருக்கும். அதோடு காலை டிஃபனும் மதிய சாப்பாடும் நானே காலையில் தயாரிக்க வேண்டியிருக்கும். எனவே ஐந்து மணிக்கெல்லாம் எழுந்துவிடுவேன்.

மனைவி ஆறு, ஏழு மணிக்கு எழுந்து வாசல் பெருக்கி கோலம் போட்டுவிட்டு உணவை பாக்ஸ்களில் எடுத்துவைத்து அனுப்புவாள். இரவில் குழந்தை அடிக்கடி எழுந்து அழும் என்பதால் அவளால் நிம்மதியாகத் தூங்க முடிந்திருக்காது. எனவே, காலையில் அவள் தூங்கினால் நான் பொதுவாக எழுப்புவது கிடையாது. நானே எல்லாவற்றையும் செய்துகொண்டுவிடுவேன்.

***

கிட்டத்தட்ட அவளுடைய நடத்தைகள் எனக்கு ஒருவிதமாகப் பழகிப் போயிருந்தது. அவ்வப்போது சண்டை போடுவாள். அதனால், ஓரிரு வாரங்கள் மன நிம்மதி கெடும். வருடத்துக்கு ஒருமுறை ஏதாவது பெரிய பிரச்னையை ஆரம்பிப்பாள். வீடு மாற்றுதல், பள்ளியை மாற்றுதல், வேலையை விடுதல் என ஏதாவது நடக்கும். ஏழெட்டு வருடங்களில் இந்த வாழ்க்கைக்கு என்னை நான் பழக்கிக்கொண்டு விட்டேன். மயில் பீலியே ஆனாலும் ஓரளவுக்கு மேல் ஏற்றினால் அச்சு முறிந்துவிடும். இவளுடைய செய்கைகளோ பெரிய மரத்தடிகளை ஏற்றுவதைப் போன்றது. எனவே அச்சு முறியும் காலம் வந்தது. ஒரு தடவை நடந்த சண்டையில் ஐந்து வயதுக் குழந்தைக்கும் சேர்த்து தூக்க மாத்திரையைக் கொடுத்து தற்கொலை செய்யப் போய்விட்டாள். அலுவலகத்தில் இருந்து போன் செய்து பார்த்தேன் எந்த பதிலும் வந்திருக்கவில்லை. இப்படி ஏதாவது நடந்தால் எனக்கு ஏதோ அசம்பாவிதம் நடக்கப் போகிறது என்று உள் மனசு எச்சரித்துவிடும்.

பக்கத்து வீட்டில் இருந்தவர்களுக்குப் போன் செய்து வீட்டில் அவள் இருக்கிறாளா என்று பார்க்கும்படிச் சொன்னேன். அவர்கள் வந்து பார்த்தபோது வீட்டுக்குள் இருந்து ஏதோ முனகல் சத்தம் மட்டுமே கேட்பதாகச் சொன்னார்கள். நல்லவேளையாக ஜன்னல் பூட்டப் படாமல் இருந்தது. திறந்து பார்த்தவர்கள் உள்ளே நிலைப்படி அருகில் அம்மாவும் பிள்ளையும் விழுந்து கிடப்பதைப் பார்த்து உடனே வரச் சொன்னார்கள். விழுந்தடித்து ஓடினேன். போகும்போதே ஆம்புலன் ஸுக்கு போன் செய்துவிட்டேன். கதவை உடைத்துக்கொண்டு உள்ளே போனோம். இருவருக்கும் சுய நினைவு தப்ப ஆரம்பித்திருந்தது. மருத்துவமனைக்குத் தூக்கிக் கொண்டு ஓடினோம். குழந்தைக்கு எனிமா கொடுத்து முதலில் காப்பாற்றினார்கள். மனைவியையும் ஒருவழியாகக் காப்பாற்றினார்கள். அவள் கலக்கிய பாலை வீட்டில்

நாங்கள் வளர்த்த நாய்க்கும் ஒரு பங்கு கொடுத்திருந்தாள். அதுதான் அவர்களை மரணத் தில் இருந்து காப்பாற்றியது. இரண்டு பங்காகப் பிரித்திருந்தால் நிச்சயம் குழந்தை இறந்து போயிருக்கும்..

மன நல மருத்துவரிடம் பேசியபோது, நிலைமை கை மீறிப் போய்க்கொண்டிருக்கிறது. ஏதாவது பெரிய இழப்பு நடந்த பிறகு வருத்தப்பட்டுப் பலனில்லை. எனவே, கட்டாயம் மருந்து மாத்திரை சாப்பிட்டே ஆகவேண்டும் என்று சொன்னார். அவளோ மருந்து சாப்பிட்டால் தன்னைக் கட்டிப்போடுவதுபோல் இருப்பதாகச் சொல்லி மறுத்துவிட்டாள். எனக்கென்ன பைத்தியமா... நீ கோபம் வராதமாதிரி நடந்துக்கோ. எல்லாம் சரியாகிடும் என்று சொல்லி விட்டாள்.

அலோபதி மருந்துகளால் பெரிய பலன் இல்லை என்றதும் ஆயுர்வேத முறைகளை முயன்று பார்த்தேன். சித்த வைத்தியம் செய்து பார்த்தேன். எந்தப் பலனும் இல்லை. காம உணர்வுகள் அதிகமாக இருப்பதால்தான் இப்படியெல்லாம் நடந்து கொள்கிறாள் என்று நினைத்து செக்ஸ் டாய்ஸ் வாங்கிக்கொண்டுவந்து தந்தேன். வயாக்ரா, வேக்யுஎரெக்ட், காக் ரிங் என நானும் என்னைப் பலப்படுத்திக் கொண்டேன். மசாஜ் பார்லர்களுக்கு அழைத்துச் சென்றேன். சாதாரணமாக நானாக இவற்றைத் தேடிச் சென்றிருக்கமாட்டேன். ஆனால், அவளுக்காக நான் செய்தவை மிகுந்த சந்தோஷத்தைத் தந்தன. திருப்தியான உடலுறவுகள் தரும் மன நிறைவு வேறு எதிலும் கிடைப்பதில்லையே. அதிலும் மனைவி காம விளையாட்டுகளில் கூடுதல் ஆர்வமும் சாதுரியமும் நிறைந்தவளாக இருந்தால் அந்த இரவுகள் நிச்சயம் சொர்க்கமே.

வீட்டில் மசாஜ் செய்யவென்றே கட்டில்கள், ரப்பர் ஷீட்கள் வாங்கினாள். ஜலக்கிரீடை செய்யவென்றே நீளமான பாத் டப் வாங்கினாள். என்னை திருப்திப்படுத்தவென்றே ஆன் லைனில் ஏகப்பட்ட உள்ளாடைகளை வாங்கிக் குவித்தாள். அதீத ஷாப்பிங் என்பதும் அவளுடைய நோயின் ஓர் அங்கமே. மிகவும் பதற்றமாக இருக்கும் நாட்களில் கண்ணில்பட்டதையெல்லாம் வாங்க ஆரம்பித்துவிடுவாள்.

ஆனால், செக்ஸ் விளையாட்டுகள் அதிகரித்த நிலையிலும் அவளுடைய கோபங்கள், அதீதச் செயல்பாடுகள் எந்தவகையிலும் குறையவில்லை. ஒருவேளை ஒருவனுக்கு ஒருத்தி என்பதே பெரும்

நெருக்கடிகளுக்குக் காரணமாக இருக்ககூடும் என்று நினைத்து லெஸ்பியன்களுடனும் வேறு ஆண்களுடன் பழக அனுமதித்தேன். நண்பன் ஒருவனை வீட்டுக்கு அழைத்துவந்து இரவில் தங்க வைக்கத் தீர்மானித்தேன். அவனை வீட்டில் விட்டுவிட்டு ஏதோ ஒரு பொருள் வாங்கும் சாக்கில் வெளியே போனேன். ஆனால், திரும்பிவரும்போது நண்பன் வீட்டில் இல்லை. அவன் நெருங்க முயற்சி செய்திருக்கிறான் போலிருக்கிறது. இவள் அவனை அடித்துத் துரத்திவிட்டிருக்கிறாள். இதை அவன் சிகிச்சையின் ஓர் அங்கமாகத்தான் செய்தேன். ஆனால், மன நல மருத்துவரிடம் இதுபற்றிச் சொன்னபோது என்னைக் கடிந்து கொண்டார். மன நோயாளிகள் மிகப் பெரிய கலாசார அழுத்தத்தில், மிகவும் கன்சர்வேட்டிவாக இருப்பார்கள். நீங்கள் இப்படி யோசித்திருந் தீர்கள் என்பது தெரிந்தால் மிகவும் ஆக்ரோஷமாகிவிடுவார்கள் என்று என்னை எச்சரித்தார்.

மன நல மருந்துகளை அவள் ஏன் வேண்டாம் என்று சொல் கிறாள் என்று தெரிந்துகொள்ள அந்த மாத்திரைகளை ஒரு நாள் சாப்பிட்டுப் பார்த்தேன். நூறு கிலோ இரும்பைக் கழுத்தில் கட்டிக் கொண்டதுபோல் அது என்னை அழுத்தியது. சிந்தனைகள் அனைத்தும் வற்றிப் போய் ஒருவித பயத்தைக் கிளப்பியது. சாதாரண மனிதர் களுக்கு அது ஏற்படுத்தும் உணர்வும் நோயாளிகளுக்கு ஏற்படுத்தும் உணர்வும் நிச்சயம் வேறாகத்தான் இருக்கும். இந்த மந்ததன்மையை அவளுடைய உடல் மூர்க்கமாக எதிர்த்திருக்கும். உடலும் மனமும் பெரும் போர்க்களமாக ஆகியிருக்கும். அந்த வலியைத் தாங்க முடியாமல்தான் அவள் மாத்திரைகளே வேண்டாம் என்ற முடிவுக்கு வந்திருக்கக்கூடும். என்னால் அவள் படும் வேதனையைப் புரிந்து கொள்ள முடிந்தது. ஆனால், அவளை அவள் போக்கில்விட்டால் நிச்சயம் தற்கொலை செய்துகொண்டுவிடுவாள். அல்லது குழந்தையை யும் சேர்த்துக் கொன்றுவிடுவாள் என்று தெரிந்ததால் என்ன செய்வ தென்று தெரியாமல் சில மாதங்கள் தவித்தேன்.

விவாகரத்து தொடர்பாக வக்கீலிடம் பேசினேன். நோயைக் காரணம் காட்டி மணவிலக்கு பெறமுடியாது. அவளுடைய குடும்பத் தினரும் இப்போது தொடர்பில் இல்லை என்கிறீர்கள். யார் பொறுப் பில் மனைவியை விடமுடியும்; மனைவிக்கு சிகிச்சை கொடுத்து மீட்டெடுக்க வழியைப் பாருங்கள் என்றார். ஷாக் ட்ரீட்மெண்ட் போல் ஏதாவது கொடுக்கலாம் என்று தீர்மானித்தேன். ஆனால், அது முடிந் திருக்கவில்லை. அதனால், வேறு வழியில்லாமல் அவளை

தற்கொலை நோக்கித் தள்ளுவது அல்லது கொல்வது என்று முடி வெடுத்தேன். இது மிகவும் வேதனையான தீர்மானம்தான். ஆனால், குழந்தையைக் காப்பாற்ற எனக்கு வேறு வழி தெரிந்திருக்கவில்லை.

குல தெய்வக் கோவிலுக்குப் போகலாம் என்று ஒருமுறை ரயிலில் அழைத்துச் சென்றேன். நள்ளிரவில் சும்மா பேசிக் கொண்டிருக் கலாம் என்று கதவோரம் அழைத்துச் சென்றேன். விளையாட்டுக்குப் பிடித்துத் தள்ளுவதுபோல் நிஜமாகவே தள்ளிவிடலாம் என்று தீர்மானித்தேன். அவளோ எதுவும் தெரியாமல் சிரித்துச் சிரித்துப் பேசிக் கொண்டிருந்தாள். மனதுக்குள் தீர்மானித்திருந்தேனேதவிர நிஜத்தில் அதைச் செய்ய தைரியம் இருந்திருக்கவில்லை. கழுத்துவரை நீண்ட கை தளர்ந்துபோய் அவள் தோளில் சரிந்தது. கட்டி அணைத்துக் கொண்டு அழுதேன். அவளோ விடுங்க... யாராவது பார்த்துடுவாங்க என்று சிணுங்கியபடியே ரயிலுக்குள் ஓடினாள். தட தடவென ஓடிய ரயிலில் அமர்ந்தபடியே வெளியில் கவிழ்ந்திருந்த அந்தகாரத்தைப் பார்த்தபடியே வந்தேன். வெகு வேகமாக ஓடிய பின்னும் இருளின் எல்லையைக் கடக்கவே முடியாமல் என் ரயில் ஓடிக்கொண்டிருந்தது.

இன்னொரு நாள் அவளுக்கு நிறைய தூக்க மாத்திரைகளைப் பாலில் கலந்து கொடுத்துவிடலாம் என்று முடிவெடுத்தேன். அவள் அதைக் குடிக்கும்போது குழந்தை தனக்கு வேண்டும் என்று அடம் பிடிக்கவே கொடுத்துவிட்டாள். அதைப் பார்த்ததும் பதறி ஓடிவந்து குழந்தையிடமிருந்து பறித்தேன். பால் ரொம்பச் சூடாக இருக்கிறது என்று சொல்லிவிட்டு ஆத்தும் சாக்கில் கீழே கொட்டினேன்.

இப்படியாக அவன் அவளைக் கொல்ல எடுக்கும் முயற்சிகள் தோல்வியடைந்து கொண்டிருக்கையில் ஒரு நாள் நல்லதொருவாய்ப்பு தானாக வந்தது. இரண்டாவது குழந்தை வேண்டும் என்று அவள் நச்சரிக்க ஆரம்பித்தாள். ஒருகட்டத்துக்கு மேல் என்னால் அவளை மறுதலிக்க முடியவில்லை. முதல் குழந்தை சிசேரியன் மூலம் பிறந்திருந்தது. ஆனால், மன நோயின் ஓர் அங்கமாக, அடுத்த குழந்தை சுகப்பிரசவமாகவே பிறந்துவிடும் என்று அவளுக்குத் தோன்றியது. இரண்டாவது குழந்தை வேண்டுமானால் பெற்றுக் கொள்வோம். ஆனால், சிசேரியன்தான் செய்தாகவேண்டும் என்று சொன்னேன். அவள் கேட்கவில்லை. குடும்ப மருத்துவரிடம் போய் கேட்டுவிட்டு வரச் சொன்னாள். அவரோ, முதல் குழந்தை சிசேரியன் என்பதால்

இரண்டாவதும் சிசேரியன் செய்வதுதான் நல்லது. இல்லையென்றால் ரிஸ்க் என்று சொன்னார்.

சுகப் பிரசவத்துக்கு முயற்சி செய்தால் என்ன நடக்கும் என்று சாதாரணமாகக் கேட்டேன். அம்மா இறந்து போக வாய்ப்பு இருக்கிறது என்றார். என் மூளைக்குள் ஒரு மின்னல் வெட்டியது. கடவுளாகப் பார்த்துத் தந்திருக்கும் வாய்ப்பு இது என்று மனம் சொன்னது. மனைவியிடம் வந்து, முதல் குழந்தை சிசேரியனில் பிறந்திருந்தாலும் இரண்டாவது குழந்தையை நார்மல் டெலிவரியில் பெற்றுக்கொள்ள லாம் என்று சொன்னேன். அதன் பிறகு குடும்ப மருத்துவரை ஏதோ காரணம் சொல்லி மாற்றிக்கொண்டுவிட்டேன்.

நாட்கள் நகர்ந்தன. பிரசவ காலம் வந்தது. மருத்துவமனைக்கு அழைத்துச் சென்றேன். அங்கோ சிசேரியன்தான் செய்தாகவேண்டும் என்றார்கள். இவளோ நார்மல் டெலிவரிக்கு முயற்சி செய்யுங்கள் என்றாள். மருத்துவர்கள் மறுக்கவே, நான் இறந்தாலும் பரவாயில்லை. நார்மல் டெலிவரியே செய்யுங்கள் என்றாள். அப்படியெல்லாம் எங்களால் முடியாது. நாளை உங்கள் கணவர் கேட்டால் நாங்கள் என்ன பதில் சொல்ல என்று சொன்னார்கள். என் கணவர் நார்மல் டெலிவரி செய்யச்சொன்னால் நீங்கள் செய்வீர்கள் அல்லவா என்று கேட்டாள். ஆமாம், தாய் இறந்தால் எங்களைக் கேட்கக்கூடாது. தாய் இறக்க அதிக வாய்ப்பு இருக்கிறது என்பதையெல்லாம் சொல்லி கையெழுத்து வாங்கிக் கொள்வோம் என்று சொன்னார்கள்.

என் கணவரை அழைத்து வாருங்கள் என்று சொன்னாள். நார்மல் டெலிவரிக்கு முயற்சி செய்தால் தாய் இறந்து போக வாய்ப்பு இருக் கிறது. இது தெரிந்தே நார்மல் டெலிவரிக்கு நாங்கள் சம்மதிக்கிறோம் என்று கையெழுத்திடச் சொன்னார்கள். மனைவி இறந்தால் பரவாயில்லை என்று எப்படி என்னால் சொல்ல முடியும்? எனவே, சிசேரியனே செய்யுங்கள் என்று சொன்னேன். அவளோ கடைசிவரை சிசேரியனுக்கு ஒப்புக்கொள்ள மறுத்தாள். ஒருகட்டத்தில் வயிற்றில் இருக்கும் குழந்தையும் இறந்துவிடும் என்ற நிலை வந்தது. அதன் பிறகே அவள் சிசேரியனுக்குச் சம்மதித்தாள்.

ஒருவழியாக குழந்தை பிறந்தது. அவள் சொன்னதுபோல் பெண் குழந்தை. குழந்தை பிறந்ததில் இருந்து ஒரு சில நாட்கள் ஏதோ ஆழ்ந்த சிந்தனையிலேயே இருந்தாள். என்ன யோசிக்கிறாய் என்று

கேட்டேன். எதுவும் சொல்லாமல் மழுப்பினாள். தாய்ப்பால் போதிய அளவு சுரக்கவில்லையென்றால் குழந்தை எதைச் சாப்பிடும் என்று கேட்டாள். வேறு என்ன செய்ய? இப்போதுதான் ஏராளமான ஊட்டச் சத்து பவுடர்கள் வந்துவிட்டிருக்கின்றனவே. அதில் எதையாவது கரைத்துத் தான் கொடுக்கவேண்டும் என்று நர்ஸ் சொன்னார்கள். என் மனைவி ஏன் அப்படிக் கேட்டாள் என்பதன் பொருள் இரண்டு நாள் கழிந்த பிறகுதான் புரிந்தது.

முதல் மூன்று நாட்கள் படுத்த படுக்கையாகவே இருந்தவள் எழுந்து உட்காரும் அளவுக்குத் தேறினாள். குழந்தையைக் கைகளில் முதல் முறையாக வாங்கிக் கொஞ்சினாள். பிறகு நீண்ட பெருமூச்சு விட்டபடியே என்னை அழைத்துக் குழந்தையை என் கைகளில் கொடுத்தாள். அதன் பிறகு அவளுடைய நடத்தைகள் ரொம்பவும் விசித்திரமாகவே இருந்தன. மூத்த மகனிடம் நிறைய அறிவுரைகள் சொன்னாள். அப்பாகிட்ட சமத்தா நடந்துக்கணும்... குட்டிப் பாப்பாவை பத்திரமா பாத்துக்கணும் என்று சொன்னாள். ஏனோ குழந்தையிடம் பேசும்போதெல்லாம் அவள் கண்களில் நீர் கோத்துக்கொண்டுவந்தன.

அன்றிரவு தையல் போட்ட இடத்தில் யாரோ அழுத்தியதுபோல் ரத்தம் கசிய ஆரம்பித்தது. முதலில் நான் கவனிக்கவில்லை. மூத்த மகன் தான் அம்மா ரத்தம் என்று அலறினான். உடனடியாக மருத்துவர் ஓடிவந்தார். இதனிடையில் மனைவிக்கு உடம்பெல்லாம் குளிர்ந்து மூச்சு முட்டத் தொடங்கியது. மருத்துவர் ஐ.சி.யுவுக்கு அழைத்துச் சென்றார். தையல் பிரிந்த இடத்தில் மருந்துகள் வைத்துக் கட்டி ஆக்ஸிஜன் மாஸ்க் பொருத்தி அவளைப் படுக்க வைத்தார்கள். அன்று இரவு நான் அவள் அருகிலேயே உட்கார்ந்திருந்தேன். மருத்துவமனை யின் ஜன்னல் வழியாக வெளியே பார்த்துக் கொண்டிருந்தேன். சாலையில் வாகனங்கள் குறுக்கும் மறுக்குமாக ஓடிக் கொண்டிருந்தன. என் மனதுக்குள் சிறு சபலம் எழுந்தது. ஆக்ஸிஜன் மாஸ்கை லேசாக கழட்டிவிட்டால் போதும். சிறிது நேரத்தில் அவள் நிரந்தரமாகக் கண்மூடிவிடுவாள். ஒரு ஐந்து நிமிடம்தான். அதன் பிறகு மாஸ்கை மாட்டிவிட்டு எதுவும் தெரியாதவன் போல் அருகில் உட்கார்ந்துகொள்ளலாம்.

எனக்குக் கிடைத்திருக்கும் நல்ல வாய்ப்பு இது. மெதுவாகத் திரும்பிப் பார்த்தேன். தூக்கிவாரிப் போட்டது. நிஜமாகவே மாஸ்க்

கழட்டிவிடப்பட்டிருந்தது. பதறிப்போய் அனிச்சையாக அதை எடுத்து அவள் முகத்தில் வைக்கப் போனேன். அவள் மிகுந்த சிரமப்பட்டு என் கைகளைத் தட்டிவிட்டாள்.

என்ன செய்கிறாய் என்று அதிர்ந்து கேட்டேன்.

நான் போறேன்... என்னை விட்ருங்க.... ஒரு அஞ்சே அஞ்சு நிமிஷம் கொஞ்சம் வெளில போய் நின்னுக்கோங்க. எல்லாம் முடிஞ்சிடும்.

தெரிந்தே உன் உயிரை நான் எப்படி எடுக்க முடியும்?

தெரியாமலேயே எடுக்கத்தான் முடியலியே...

யாரோ பின் மண்டையில் ஓங்கி அடித்ததுபோல் இருந்தது.

என்ன சொல்கிறாய்... என்று பதறியபடியே நர்ஸை அழைக்க ஓட முயன்றேன்.

உடல் சக்தியையெல்லாம் ஒன்றுதிரட்டி என்னைத் தடுத்தாள். ஆக்ஸிஜன் மாஸ்கை அவள் என்ன சொல்லியும் கேட்காமல் அவள் முகத்தில் பொருத்தினேன்.

சிறிது நேரம் மவுனமாக இருந்தாள். அவளுடைய கண்களில் நீர் வழிந்தது.

நான் குடும்ப டாக்டரைப் பார்த்தேன் என்றாள் மெதுவான குரலில்.

எனக்குத் தூக்கிவாரிப்போட்டது.

நார்மல் டெலிவரிக்கு அவளை சம்மதிக்கவைத்து யாருக்கும் தெரியாமல் அவளை சாகடித்துவிடலாம் என்று நான் நினைத்திருந்தது அவளுக்கு முன்பே தெரிந்துவிட்டிருக்கிறது. மூத்த மகளுக்குக் கொடுத்த பாலை நான் அவசர அவசரமாக வாங்கிக் கொட்டியதில் அவளுக்கு ஏதோ சந்தேகம் வந்திருக்கிறது. குடும்ப டாக்டருக்கு போன் போட்டு கேட்டிருக்கிறாள். சிசேரியனே செய்துகொள். நார்மல் டெலிவரி என்றால் உன் உயிருக்கு ஆபத்து என்று சொல்லியிருக் கிறார்கள். அவளைக் கொல்லும் நோக்கில்தான் பொய் சொல்லியிருக் கிறேன் என்பது தெரிந்ததும் முதலில் நிலைகுலைந்து போயிருக்கிறாள். நிதானமாக யோசித்துப் பார்த்ததில் குழந்தைகளை ஏதாவது செய்துவிடுவாள் என்று பயந்துதான் இந்த முடிவை எடுத்திருக்கிறான்

என்பது புரிந்ததும் அவளே நார்மல் டெலிவரியில் யாருக்கும் தெரியாமல் இறந்துவிட முடிவெடுத்திருக்கிறாள்.

அவள் சொன்னதைக் கேட்டதும் கதறி அழுதபடியே அவள் காலில் விழுந்து மன்னிப்புக் கேட்டேன்.

உங்க மேல தப்பில்லை... உங்களை மாதிரி நல்லவர் ஒருத்தரையேகூட என்னைக் கொல்ற அளவுக்குக் கெட்டவளா நான் மாத்திருக்கேன்னா நான் எவ்வளவு தப்பான காரியம் செஞ்சிருக்கேன்னு புரியுது. இந்த நோய்ல இருந்து தப்பிக்க என்னால முடியலை. மாத்திரைகள் என் கழுத்தை நெரிக்குது. அந்த வேதனையைத் தாங்கிக்க முடியலை. என் உயிரைப் போக்கிக்கறதுதான் உங்களுக்குச் செய்யற உதவியா இருக்கும். என்னைச் சாக விடுங்க. வயித்துல இந்தக் குழந்தை மட்டும் இல்லாம இருந்திருந்தா நான் அப்பவே தற்கொலை பண்ணிக்கிட்டு செத்திருப்பேன். உங்களுக்கு பெண் குழந்தைன்னா ரொம்ப உசிரு இல்லையா... இந்தக் குழந்தை பெண் குழந்தைங்கறதை ஸ்கேன் செண்டர்ல கேட்டுத் தெரிஞ்சிக்கிட்டேன். அதனாலதான் என் உசிரை இதுநாள் வரை கையில பிடிச்சிக்கிட்டு இருந்தேன்.

நான் உன்னைக் கொல்லணும்னு நினைச்சது உண்மைதான். ஆனா, இப்போ அந்த எண்ணம் இல்லை. மொதல்ல இந்தக் குழந்தைங் களுக்கு நீ வேணும் அதுக்காகவாவது நீ உயிர் வாழ்ந்தாகணும்.

என்னை உயிருடன் காப்பாற்றினால், நான் என்னை அறியாமலேயே உங்களையோ குழந்தைகளையோ கொன்றுவிடுவேன். என்னை அந்தப் பாவத்தில் இருந்து காப்பாற்றுங்கள். உங்கள் மடியில் நான் உயிர் துறக்க விரும்புகிறேன். நீங்க எனக்கு எவ்வளவோ நன்மை செஞ்சிருக்கீங்க. உங்களுக்கு நான் கொஞ்ச நன்மையாவது செய்தாக ணும். நான் இல்லாம இந்தக் குழந்தைங்க படற கஷ்டத்தைவிட நான் இருந்தா அதிக கஷ்டத்தைப்படுவாங்க... அதுக்கு நான் போறதுதான் நல்லது. உங்க மேல இருக்கற காதல்னாலதான் நான் இதைச் சொல் றேன், உங்க மனசுலயே என்னைக் கொல்லணுங்கற என்ணத்தை நான் என்னிக்கு உருவாக்கினேனோ அன்னிக்கே நான் செத்துட்டேன். என்னை மன்னிச்சிடுங்க.

இந்த உலகத்துலயே மிகவும் கொடிய வியாதி மன நோய்தான். வேற எந்த நோய் வந்தவங்களுக்கும் மற்றவங்களோட கருணையும் அன்பும் கிடைக்கும். ஆனா இந்த மன நோய் வந்தவங்களைக்

கண்டாத்தான் எல்லாருக்கும் பயம். கோபம். ஏன்னா, இந்த நோயை யாருக்கும் புரிஞ்சிக்க முடியாது. நீங்களும் எவ்வளவோ பொறுமையா நடந்துக்கிடீங்க. ஆனா அதுக்கும் ஒரு எல்லை இருக்கு இல்லையா... நீங்க என்னைச் கொன்னு ஜெயிலுக்குப் போயிட்டா அப்பறம் நம்ம குழந்தைகளோட கதி என்ன ஆறது. அதை நினைச்சுப் பாருங்க. தயவு செஞ்சு இந்த மாஸ்கை கழட்டிவிட்ருங்க. இது நீங்க எனக்கு செய்யற பெரிய உதவி. நம்ம குழந்தைங்களுக்குச் செய்யற பெரிய உதவி. தயவு செஞ்சு என்னைக் கொன்னுடுங்க. இல்லைன்னா நானா சாகறேன். அதையாவது தடுக்காதீங்க என்று கெஞ்சினாள்.

கடைசியா ஒரு தடவை என் குழந்தைங்களைப் பாக்கணும்போல இருக்கு என்று கேட்டாள். தூங்கிக் கொண்டிருக்கும் குழந்தைகளைத் தூக்கிக் கொண்டுவந்து காட்டினேன்.

இரண்டு குழந்தைகளையும் கைகளால் வருடியபடியே, கண்களில் கண்ணீரும் மார்பில் பாலும் கசிய அழுதாள். அவளது ஆக்ஸிஜன் மூச்சுக் குழாயை மெள்ளக் கழட்டினேன். சிறுகச் சிறுக உயிர் விடுவதை வேறு வழியில்லாமல் அழுதபடியே பார்த்துக்கொண்டிருந்தேன்.

சரஸ்வதி மேரி டீச்சர்

திரைப்படத்தின் ஒன் லைன்: 'ஃபின்லாந்தில் இருந்து வரும்' லட்சிய ஆசிரியை தனது பள்ளியில் சில சீர்திருத்த நடவடிக்கைகளை எடுக்கிறார். அவர் வெற்றி பெறுகிறாரா இல்லையா என்பதுதான் கதை.

கருவில் இருக்கும்போதே ஆங்கிலம் கற்றுத் தருதல், காலையில் நான்கு மணிக்கே குழந்தைகளை எழுந்து படிக்க வைத்தல், தினமும் பரீட்சை, ஐ.ஐ.டி.யில் சேர்வதற்கான கோச்சிங், அமெரிக்க வேலைக்கான பயிற்சி என ஒவ்வொரு பள்ளியும் போட்டிபோடும் நிலையில் ஒரு பள்ளிக்கூடத்தின் நிர்வாகக்குழுக் கூட்டத்தில் தமது பள்ளியின் பிராண்ட் மதிப்பை அதிகரிக்க ஒரு முடிவெடுக்கிறார்கள். உலகிலேயே மிகச் சிறந்த கல்வி ஃபின்லாந்தில்தான் தரப்படுகிறது. எனவே, நமது ஆசிரியர்களை ஃபின்லாந்துக்கு அனுப்பிப் பயிற்சி பெற்று வரச் சொல்வோம்; அதை விளம்பரப்படுத்தி நமது பள்ளியை முன்னுக்குக் கொண்டு வருவோம் என்று ஒருவர் ஆலோசனை சொல்கிறார்.

இன்னொரு நபரோ நமது ஆசிரியர்கள் அங்குபோய் பயிற்சி பெற்று வருவதற்குப் பதிலாக ஃபின்லாந்து ஆசிரியர் ஒருவரையே நம் பள்ளிக்குத் தலைமை ஆலோசகராக நியமித்தால் இன்னும் சிறப்பாக

இருக்கும் என்று சொல்கிறார். அதன்படி ஃபின்லாந்தில் இருந்து ஒரு ஆசிரியையை அழைத்து வருகிறார்கள். அவரும் ஒரு ஆறு மாதம் தமிழகப் பள்ளியை அருகில் இருந்து கவனிக்கிறார். அதன் பிறகு விஜயதசமியில் இருந்து பொறுப்பெடுத்துக்கொள்கிறார். சாரா மேரி என்ற தன் பெயரை சரஸ்வதி மேரி என்று மாற்றிக்கொள்கிறார். ஐந்து வருடங்கள் தன்னுடைய திட்டங்கள், கொள்கைகள் எதிலும் யாரும் தலையிடக்கூடாது என்ற உத்தரவாதத்தின் பேரில் பள்ளியின் பொறுப்பை எடுத்துக்கொள்கிறார். அவர் கொண்டுவரும் அதிரடித் திட்டங்களும் அதற்கு நம் ஆசிரியர் வர்க்கமும் சமூகமும் போடும் முட்டுக்கட்டைகளும் அதை அவர் வெல்லும் விதமுமே திரைப் படமாக விரிகிறது.

முதல் காட்சியிலேயே அவருடைய கண்டிப்பும் நேர்மையும் காட்டப்படுகிறது. அந்தப் பள்ளிக்கு காலையில் கார், ஆட்டோக்களில் குழந்தைகளைக் கொண்டுவந்துவிடுவது வழக்கம். அதனால் காலை நேரத்தில் பள்ளிக்கூடச் சாலை போக்குவரத்து நெரிசலில் பிதுங்கும். நம் ஆசிரியை முதலில் அனைத்து பெற்றோருக்கும் ஒரு மின்னஞ்சல் அனுப்புவார். அதில் இருபது காரில் இருபது பேர் பயணிப்பதற்குப் பதிலாக 20 பைக்குகளில் பயணித்தால் சாலையில் பாதி இடம் மட்டுமே அதற்குப் போதுமானது. அந்த இருபது பேரும் ஒரே ஒரு பேருந்தில் வந்தால் 90 சதவிகித சாலை நெரிசல் குறைந்துவிடும். மேலும் இருபது பேரும் சைக்கிளில் வந்தால் சுற்றுச் சூழலுக்கும் பெரும் நன்மை கிடைக்கும் என்று நான்கு புகைப்படங்களில் அந்த விஷயம் அழகாகத் தெரிவிக்கப்பட்டிருக்கும்.

வழக்கம்போல் நம் பெற்றோர்கள் அதைப் படித்துவிட்டு மறு நாளும் காரிலும் ஆட்டோவிலும் குழந்தைகளை அழைத்து வருவார்கள். அவர்கள் அனைவரையும் அப்படியே திருப்பி அனுப்புவார் நம் கதாநாயகி. பள்ளிக்குப் பேருந்தில் வாருங்கள். அல்லது சைக்கிளில் வாருங்கள் என்று சொல்வார். எல்லாரிடமும் கார் இருப்பது அல்ல; செல்வந்தர்கள்உட்பட எல்லோருமே சைக்கிளிலும் பஸ்ஸிலும் பயணம் செய்வதே முன்னேறிய நாட்டின் அடையாளம் என்று சொல்வார். இன்று ஒருநாள் உங்களை மன்னிக்கிறேன். நாளை முதல் காரில் குழந்தைகளை அழைத்து வந்தால் அதுவும் ஒரு காரில் ஒரே ஒரு குழந்தை மட்டுமே வந்தால் அந்தக் குழந்தை வீட்டுக்குத் திருப்பி அனுப்பப்படும் என்று சொல்வார்.

அடுத்த நாள் கார் பூலிங் முறையில் ஐந்தாறு குழந்தைகள் ஒரே காரில் வந்து இறங்குவார்கள். பெருமளவுக்கு நெரிசல் குறையும். எல்லா கார்கள், ஆட்டோக்களைப் பள்ளிக்கூட வாசலில் இருந்து சற்று தள்ளி நிறுத்தச் சொல்லியிருப்பார்கள். பிரின்சிபால் மட்டும் தன் காரில் நேராக பள்ளிக்குள் நுழைவார். அதைப் பார்க்கும் ஃபின்லாந்து ஆசிரியை, காரை நிறுத்தி அதன் சாவியை எடுத்து பிரின்சிபாலிடம் கொடுத்து, முன்னுதாரணமாக நடந்துகொள்ளவேண்டிய நீங்களே இப்படி விதியை மீறினால் மற்றவர்கள் எப்படிப் பின்பற்றுவார்கள்; நாளையில் இருந்து உங்கள் வீட்டுக்கு அருகில் இருந்து நம் பள்ளிக்கு வரும் குழந்தைகளில் நான்குபேரை உங்கள் காரில் அழைத்துவர வேண்டும். மேலும் காரை எல்லாரும் போல் பள்ளிக்கு வாசலிலேயே நிறுத்திவிடவேண்டும் என்று சொல்லி அவரை நடந்து போகும்படிச் சொல்வார்.

கனத்த சரீரத்தைத் தூக்கிக்கொண்டு மிகுந்த கடுப்புடன் தன் அறைக்குள் நுழைவார் பிரின்சிபால். அங்கு அவருக்கு இன்னொரு அதிர்ச்சி காத்திருக்கும். அவர் பாடம் எடுப்பதற்கான அட்டவணை அங்கு ஒட்டப்பட்டிருக்கும். கடந்த சில வருடங்களாக பிரின்சிபாலாக அவர் ஆனதில் இருந்து எந்த வகுப்புமே எடுத்ததில்லை. ஆனால், அவரும் பாடம் எடுத்தாகவேண்டும் என்று ஃபின்லாந்து ஆசிரியை சொல்வார்.

ஐந்து வருடங்கள் அவர் சொல்வதைக் கேட்டாகவேண்டும் என்பதால் வேறு வழியில்லாமல் சாக்பீஸையும் டஸ்டரையும் எடுத்துக் கொண்டு தன் வகுப்புக்குச் செல்வார்.

ஃபின்லாந்து ஆசிரியையை முதலில் நர்சரி மாணவர்களுக்கும் பெற்றோருக்கும் அறிமுகப்படுத்தும்வகையில் மிகப் பெரிய விழா நடக்கும். அதில் கலந்துகொள்ளும் ஆசிரியர்களும் நிர்வாகக் குழு உறுப்பினர்களும் பிஞ்சுக் குழந்தைகளுக்கு என்ன புரியும் என்ற யோசனை சிறிதும் இல்லாமல் ஆக்ஸ்ஃபோர்டு, ஷேக்ஸ்பியரியன் ஆங்கிலத்தில் மணிக்கணக்கில் உரையாற்றுவார்கள். தமது பள்ளி செய்த சாதனைகள், மாணவச் செல்வங்களின் எதிர்கால வாழ்க்கைக்கு அவர் களுடைய பள்ளியில் தரப்படும் கல்வியும் பிற பயிற்சிகளும் எப்படி யெல்லாம் உதவும், ஒழுக்கம், நேர்மை, நாணயம், கடமை, கண்ணியம் கட்டுப்பாடு என அவர்களுக்குத் தெரிந்த விழுமியங் களைப் பற்றியெல்லாம் விலாவாரியாகப் பேசுவார்கள். குழந்தை

களோ பேந்தப் பேந்தவென முழித்துக்கொண்டிருக்கும். குழந்தைகள் தான் நாட்டின் வருங்காலத் தூண்கள், எதிர்கால மன்னர்கள், குழந்தைகள்தான் பள்ளிகளின் கதாநாயகர்கள் என்று அவர்களுக்குப் புரியாத மொழியில் பேசிக்கொண்டே செல்வார்கள். பிஞ்சுக் குழந்தைகள் சிலரையும் ஆங்கிலத்தில் சில வாக்கியங்களை மனப் பாடம் செய்து ஒப்பிக்க வைத்திருப்பார்கள். அந்தக் குழந்தைகள் மேடையோரத்தில் கையில் பேப்பருடன் நின்றுகொண்டு ஆசிரியர் ஒருவர் முன்னால் மிரண்டபடியே சொல்லிச் சொல்லிப் பார்த்துக் கொண்டு இருப்பார்கள்.

கடைசியாக ஃபின்லாந்து ஆசிரியை பேச அழைக்கப்படுவார். உங்கள் அனைவருக்கும் என் அன்பான வணக்கங்கள் என்று தூய தமிழில் பேச ஆரம்பிப்பார். காலை எட்டு மணிக்கு ஆரம்பித்து 12 மணிவரை நடந்த விழாவில் முதன் முதலாகப் பேசப்பட்ட தமிழ் வாக்கியம் அது. ஒரே இடத்தில் உட்கார வைக்கப்பட்டதாலும், புரியாத மொழியில் பேசிக்கொண்டே போனதைக் கேட்க நேர்ந்ததாலும் இரண்டு பக்கமும் நின்றிருந்த ஆசிரியர்களால் தொடர்ந்து மிரட்டப் பட்டு வந்ததாலும் வாடி வதங்கிப் போயிருந்த குழந்தைகள் அந்தத் தமிழ் வாக்கியத்தைக் கேட்டதும் சட்டென்று உயிர் பெறுகின்றன.

உங்கள்ள யாரெல்லாம் ரயில் பாத்திருக்கீங்க...

குழந்தைகள் பெரும் ஆரவாரத்துடன் நான் பாத்திருக்கேன்... நான் ரயில்ல போயிருக்கேன் என்று கைகளை உயரத் தூக்கிக் காட்டும்.

சரி... ரயில் எப்படி சத்தம் போடும்..?

கூ...குச்...குச்...குச்.... கூ.....குச்...குச்...குச்...

ரயில் எப்படி ஓடும்...

எழுந்து சத்தம் போட்டபடியே, ஒவ்வொரு குழந்தையும் முன்னால் இருக்கும் குழந்தையின் சட்டையைப் பிடித்தபடி ஓடத் தொடங்குகின்றன. அந்த விழா அரங்கம் முழுவதும் குழந்தைகளின் நீண்ட ரயில் ஓடத் தொடங்குகிறது...

சரி... நாம ஒரு பாட்டுப் பாடிட்டே ஓடுவோமா...

ஓ... பாடலாமே...

ஆசிரியை *: காற்றைச் சிமிழில் அடக்கலாம்...*

குழந்தைகள் : காற்றைச் சிமிழில் அடக்கலாம்

நீரை அணையில் தடுக்கலாம்

நீரை அணையில் தடுக்கலாம்...

எங்களை யாரும் அடக்க முடியாது

எங்களை யாரும் அடக்க முடியாது

கன்றை மரத்தில் கட்டலாம்

கன்றை மரத்தில் கட்டலாம்

பறவையைக் கூண்டில் அடைக்கலாம்

பறவையைக் கூண்டில் அடைக்கலாம்

எங்களை யாரும் அடக்க முடியாது...

எங்களை யாரும் அடக்க முடியாது!

விழா அரங்கம் ஒரு சில நிமிடங்களில் உயிர் பெற்று உத்வேகம் பெறுகிறது.

பிரின்சிபால், ஆசிரியர்கள், நிர்வாக உறுப்பினர்கள் முழுங்கவும் முடியாமல் துப்பவும் முடியாமல் தவிப்பதுபோல் நெளிகிறார்கள். அடுத்த அஸ்திரம் அவர்களை நேராகத் தாக்குகிறது.

இப்போ நான் ஒரு பரீட்சை வைக்கப் போறேன்.

ஆசிரியர்கள் உற்சாகமாகக் கை தட்டி வரவேற்பார்கள்.

குழந்தைகள் பேச்சு மூச்சற்று ஒடுங்கும்.

மொதல் நாள்லயே பரீட்சையா...

பாடம் எடுக்காமலேயே பரீட்சையா என்று சலசலப்பு எழும்.

பரீட்சை வைக்கப்போறேன்னு சொன்னேனே தவிர யாருக்குன்னு சொல்லலையே...

சொல்லுங்க... சொல்லுங்க...

நம்ம டீச்சர்களுக்குத்தான்...

இப்போது ஆசிரியர் கூட்டம் ஸ்தம்பித்து நிற்கும். குழந்தைகள் கூரையே இடிந்து விழும் அளவுக்கு ஆர்பரித்து வரவேற்பார்கள்.

நான் ஒவ்வொரு கேள்வியா கேட்பேன். ஆசிரியர்கள் டக் டக்குன்னு பதில் சொல்லணும்... சரியா...

ஆசிரியர்கள் தர்ம சங்கடமாகச் சிரித்தபடியே சரி என்பார்கள்.

உலகில் அதிகம் பேர் பேசும் மொழி எது?

பலர் ஆங்கிலம் என்பார்கள்.

சிலர் சீன மொழி என்பார்கள்.

ஆம் சீன மொழி.

உலகின் மூத்த மொழி?

சமஸ்கிருதம் என்பார்கள் சிலர்.

தமிழ் என்பார்கள் சிலர்.

ஆம் சமஸ்கிருதமும் தமிழும்.

உலகின் எல்லாரும் பேசும் முதல் மொழி?

அவர்களுடைய தாய் மொழி என்று எல்லாரும் கோரஸாகச் சொல்வார்கள்.

உலகில் எல்லாருக்குமான பயிற்று மொழி?

தாய்மொழி... தாய் மொழி என்று சொல்வார்கள்...

நாம் பயிற்றுவிக்கும் மொழி...?

ஆசிரியர் கூட்டம் தலை குனிந்து நிற்கும்.

சொல்லுங்க... ஏன் பேச்சே இல்லை?

ஆங்கிலப் பாடங்கள் தேவை... ஆங்கில வழிப் பாடங்கள் தேவையா..?

ஆசிரியர் கூட்டம் அமைதியாக இருக்கும்.

ஒரு ஆசிரியர்: உயர் கல்விக்கு ஆங்கிலம் தானே தேவை...

ஐந்தாம் வகுப்புக்கு அது தேவையா... நர்சரிக்கு அது தேவையா?

வளர்ந்தவர்கள் உயிர் வாழச் சாப்பாடு தேவை. அரிசி, ரசம், குழம்பு, தயிர், காய், ஊறுகாய் எல்லாமே தேவை... பச்சைக் குழந்தைக்கு..?

தாய்ப்பால் மட்டுமே ஜீரணமாகும் குழந்தைக்கு தட்டு நிறைய சாதம் கொடுத்தா என்ன ஆகும்?

வாந்தி பேதிதான் ஆகும்...

தாய் மொழி மட்டுமே புரியற குழந்தைக்கு ஆங்கிலத்தைத் திணிச்சா என்ன ஆகும்?

தரம் கெட்டுத்தான் போகும்.

அதைத்தான் செய்யறீங்க. ஆங்கிலத்தை ஒரு பாடமா சொல்லிக் கொடுங்க. ஐந்தாம் வகுப்புக்கு மேலதான் அந்நிய மொழியை எல்லா நாட்டுலயும் சொல்லித் தர்றாங்க. அப்பயும் ஒரு மொழிப் பாடமாத் தான் சொல்லித் தர்றாங்க. அதுதான் சரி. உங்களைக் கையெடுத்துக் கேட்டுக்கறேன்... ஆங்கிலம் சொல்லிக் கொடுங்க... ஆங்கில வழில சொல்லிக் கொடுக்காதீங்க. நாளைல இருந்து தமிழ்க்கு மாறுங்கன்னு சொன்னா குழந்தைகளுக்கு சந்தோஷமா இருந்தாலும் உங்களுக்கும் குழந்தைகளோட பெற்றோருக்கும் கஷ்டமாத்தான் இருக்கும். அதனால, தினமும் பாடம் எடுக்கும்போது ஆங்கிலத்தில சொல்றதோட தமிழ்லயும் சேர்த்தே சொல்லிக் கொடுங்க. ஒவ்வொரு ஆசிரியர் கூடயும் தமிழ்ல மொழி பெயர்த்துச் சொல்ற ஒருத்தரும் இருக்கட்டும். ஃனு*t* தண் குடூணிதீடூது ஞிடச்ணஞ்னு டூடிணனுண். மெதுவாகத் தடம் மாறுவோம்! நன்றி என்று சொல்லிப் பேச்சை முடிக்கிறார்.

குழந்தைகள் கை தட்டி வரவேற்கிறார்கள். ஆசிரியர்களும் தயக்கத்துடன் கை தட்டி முடிப்பார்கள்.

தினமும் வகுப்பில் விளக்கேற்றிவிட்டுப் பாடங்களைத் தொடங்குதல், பள்ளிக்கூடத்தில் வன விலங்குப் பூங்கா, வகுப்பறைகளில் மைதானம், ஆசிரியர்களுக்கு கார்ட்டூன் உடைகள், குழந்தைகளுக்கும் வண்ணச் சீருடைகள், குழந்தைகளைப் பேசவிட்டு, கேள்வி கேட்கவிட்டு அதில் இருந்து கதைகள், நாடகங்கள், பாடல்கள் வாயிலாகப் பாடம், தினமும் தாங்கள் பார்த்த கார்ட்டூன்கள் பற்றிப் பேச ஒரு மணி நேர வகுப்பு, காலையில் பாடம், மதியம் இசை, ஓவியம், தச்சுவேலை, பொம்மை தயாரிப்பு, தோட்ட வேலை எனக் கலைகள், கண் தெரியாதவர்களுடைய பள்ளிக்குச் சென்று வாரம் ஒருமுறை வாசித்துக் காட்டுதல், பள்ளியில் ஒவ்வொரு வகுப்பிலும் ஒரு முதலமைச்சர், எம்.எல்.ஏ.க்கள் தேர்ந்தெடுத்து வாரத்துக்கு

ஒருமுறை பள்ளி நாடாளுமன்றம் கூடிப் பள்ளியில் செய்ய வேண்டியவை குறித்து விவாதித்தல், மாணவர்களே தேர்வுகளுக்கான கேள்விகளைத் தீர்மானித்தல், குழந்தைகள் கேள்வி கேட்க ஆசிரியர்கள் பதில் சொல்லுவதுதான் தேர்வு எனப் பல அம்சங்களைக் கல்வியாளர்கள், மாற்றுக் கல்வி தொடர்பான புத்தகங்கள், திரைப்படங்கள் ஆகியவற்றில் இருந்து சேகரித்திருக்கிறேன் நமது ஃபின்லாந்து ஆசிரியை அவற்றை நமது பள்ளியில் அமல்படுத்துகிறார்.

பிரதான கதையில் இவையெல்லாம் இடம்பெறும். பள்ளி, சமூகம், தேசம், உலகம் சார்ந்த பிரச்னைகளும் அவற்றுக்குப் பள்ளி மாணவர்கள் சொல்லும் தீர்வுகளும் குறும்படங்களாக எடுக்கப்பட்டுப் படத்துடன் இணைக்கப்படும். அப்படியாக இந்தத் திரைப்படம் என்பது ஒருவகையில் பத்து குறும்படங்களும் அவற்றை ஒரு சரடில் இணைக்கும் மையப்படமும் என்ற வடிவில் இருக்கும்.குறும்படம் என்று சொல்லியிருப்பது எளிதில் புரியவேண்டும் என்பதற்கு மட்டுமே. அவை அனைத்திலுமே நம் பள்ளி மாணவர்களும் ஆசிரியரும் கதாபாத்திரங்களாக வருவார்கள் என்பதால் அது ஒரு முழுத் திரைப்படத்தின் தனித்தனி அங்கங்கள் போல மட்டுமே இருக்கும்.

இவற்றில் சொல்லப்படும் தீர்வுகள் ஒருவகையில் மிகவும் மேலோட்டமானதாகவோ பிரச்னையின் தீவிரத்தைப் புரிந்து கொள்ளாததாகவோ தோன்றக்கூடும். விஷயம் என்னவென்றால், பெரும்பாலான பிரச்னைகளுக்குத் தீர்வு எல்லாருக்குமே தெரிந்துதான் இருக்கிறது. அதை நடைமுறைப்படுத்த முடியாமல் இருப்பதே பெரிய பிரச்னையாக இருக்கிறது.

உதாரணமாக, அரசு அலுவலகங்களில் ஊழல் அதிகமாக இருக்கிறது. இதைத் தடுக்க ஒரு எளிய வழி இருக்கிறது. கீழிருந்து மேலாக என்று இருக்கும் கட்டமைப்பை மேலிருந்து கீழாக என்று மாற்றினால் போதும். இப்போது அரசு அலுவலகங்களில் புரோக்கர்கள், ப்யூன்கள், கிளர்க்குகள், மேலதிகாரி, தலைமை அதிகாரி என்ற கட்டமைப்பு இருக்கிறது. நாம் புரோக்கர்களை அலுவலக வாசலில் சந்திக்கிறோம். அவர் ப்யூனைச் சந்தித்து நம் வேலையைக் கொடுக்கிறார். அவர் கிளார்க்கிடம் அதைத் தருகிறார். கிளார்க் வேலையைச் செய்துவிட்டு மேலதிகாரியிடம் ஒப்புதலுக்கு அனுப்பு கிறார். மேலதிகாரி தலைவரிடம் காட்டிக் கையெழுத்து

பெற்று நம் வேலையை முடிக்கிறார். இதில் புரோக்கரில் ஆரம்பித்து ப்யூன், கிளார்க் சில நேரங்களில் மேலதிகாரி என நம் நகர்வுகள் இருக்கும். தலைவரை அநேகமாகப் பார்க்கவேண்டியிருக்காது. புரோக்கரில் ஆரம்பித்து கிளார்க்வரை அனைவருக்கும் நாம் லஞ்சம் கொடுத்தால் தான் வேலை நடக்கும். இதுதான் அரசு அலுவலகங்கள் செயல்படும் விதம்.

லஞ்சத்தை ஒழிக்க வேண்டுமென்றால் அந்த அலுவலகத்தின் தலைமை அதிகாரியை புரோக்கர்கள் அமர்ந்திருக்கும் இடத்தில் டேபிள் போட்டு உட்காரவைத்தால் போதும். நாம் அந்த அலுவலகத் தில் தலைமை அதிகாரியை மட்டுமே பார்க்க முடியும்படிச் செய்தால் போதும். நமது விண்ணப்பத்தைப் பார்த்து ஒரு வாரம் அல்லது பத்து நாளில் முடித்துத் தருவதாக அவர் கையெழுத்துப் போட்டுத் தருவார். நாம் அப்படியே வீட்டுக்குத் திரும்பிவிடவேண்டும். அந்த விண்ணப்பத்தைத் தலைமை அதிகாரி ப்யூனிடம் கொடுத்து கிளார்க் கிடம் அனுப்புவார். அவர் அதை உரிய காலத்துக்குள் முடித்து மேலதி காரிக்கு அனுப்புவார். அவர் அதைச் சரி பார்த்துவிட்டுத் தலைமைக்கு அனுப்புவார். தலைவர் உடனே நமக்கு போன் போட்டு உங்கள் வேலை முடிந்துவிட்டது என்று சொல்வார். இவ்வளவுதான். கீழிருந்து மேல் என்பதற்குப் பதிலாக மேலிருந்து கீழ் என்று அரசு அலு வலகத்தை மாற்றினாலே போதும் லஞ்சம் குறைந்துவிடும்.

மேலதிகாரிக்கும் தலைவருக்கும் சேர்த்துத்தான் கிளார்க்கும் ப்யூனும் லஞ்சம் வாங்குவது வழக்கம். தலைவரே நேரடியாகத் தலை யைச் சொறிவது இல்லை. எனவே, அவரை மக்களுடன் நேரடியாக இணைத்துவிடவேண்டும். அவரும் தலையைச் சொறிந்தால் அதுபோல் கேவலம் வேறு எதுவும் இருக்காது. 60-70 ஆயிரம் வாங்கும் ஒருவர் ஆயிரம் ஐநூறு என்று கையை நீட்டமாட்டார் என்ற நம்பிக்கையிலும் அவர் அப்படி லஞ்சம் கேட்டால் நேரடியாக அவரே தண்டிக்கப்பட்டு விடுவார் என்பதால் அதைச் செய்யமாட்டார் என்ற நம்பிக்கையிலும் இதைச் சொல்கிறேன்.

ஒரு தலைமை அதிகாரி அந்த அலுவலகத்துக்கு தினமும் வரும் நூறு பேரையும் சந்திக்கவேண்டுமா என்ற கேள்வி வரும். 100 பேருடைய விண்ணப்பங்களையும் பார்த்து அவர் கையெழுத்து போடத்தானே செய்கிறார். எனவே, 100 பேரை அவர் பார்ப்பதில் தவறே இல்லை. அந்தப் பொறுப்பை வரவேற்பறைப் பணியாளர்

போல் யாரிடமாவது ஒப்படைக்கலாம். ஆனால், இன்னொரு கடை நிலைப் பணியாளரை அங்கு நியமித்தால் லஞ்ச ஆறு அந்த வாய்க்கால் வழி பாயத் தொடங்கும் என்பதால்தான் தலைவரையே வாசலுக்கு வரச் சொல்கிறேன்.

இது இன்று காலையில் உத்தரவு போட்டால் மதியத்தில் இருந்தே அமலுக்குக் கொண்டுவர முடிந்த எளிய தீர்வுதான். ஆனால், இது நடைமுறைப்படுத்தப்பட வேண்டுமென்றால் பல ஜென்மங்கள் எடுக்க வேண்டியிருக்கும். எனவே, நமது திரைப்படத்தில் இப்படி ஒரு தீர்வு சொல்லப்பட்டு சம்பந்தப்பட்டவர்கள் அதை அப்படியே ஏற்றுக்கொண்டுவிடுவதாகக் காட்டினாலோ வேறு சுலபமான வழி இருப்பதாகக் காட்டினாலோ அது விஷயத்தை எளிமைப்படுத்திய தாகவே தோன்றும். அதற்காக எளிய, நடைமுறை சாத்தியமான தீர்வைச் சொல்லாமலும் இருக்க முடியாது. எனவே, முடிந்தவரை பிரச்னையின் தீவிரத்தைக் காட்சிப்படுத்திவிட்டுத் தீர்வையும் இடம்பெறச் செய்வோம்.

பள்ளி என்பது மாணவர்களை மையமாகக் கொண்டதாக, அவர்களுடைய விருப்பு வெறுப்புகளை அடிப்படையாகக் கொண்ட தாக இருக்கவேண்டும் என்று நம் ஆசிரியை சொல்கிறார். உண்மையில் என்ன பாடத்தை எப்படிப் படிக்கவேண்டும் என்பதை மாணவர்களே தீர்மானிக்கவேண்டும். சுருக்கமாகச் சொல்வதென்றால் ஒரு பள்ளிக்கு பிரின்சிபாலாக மாணவர்களே இருக்கவேண்டும் என்கிறார்.

மற்ற ஆசிரியர்கள் இதற்குக் கடும் எதிர்ப்புத் தெரிவிக்கிறார்கள். பொறுப்பைக் குழந்தைகளிடம் விட்டால் விளையாடிக்கொண்டே இருப்பார்கள். படிக்கவேமாட்டார்கள் என்று ஆசிரியர்கள் சொல்கிறார்கள்.

மாணவர்களுக்குக் கற்றுக்கொள்வதில் ஆர்வம் இல்லை என்று சொல்வது குரங்குகளுக்குச் சேட்டையில் ஆர்வம் இல்லை என்பதைப் போன்றது. நாம் பாடம் என்று சொல்லிக் கற்றுத் தருபவற்றைப் படிப்பதில்தான் அவர்களுக்கு விருப்பம் இல்லையே தவிர கற்றுக் கொள்வதில் அவர்களுக்கு மிகுந்த ஆர்வம் இருக்கவே செய்கிறது. நெஞ்சைத் தொட்டுச் சொல்லுங்கள். ஒவ்வொரு குழந்தையையும் பெற்றோரும் ஆசிரியரும் எப்படி வளர்க்கிறோம். வாயை மூடு... கேள்வி கேட்காதே... அசட்டுத்தனமாக உளறாதே என்று சொல்லிச் சொல்லித்தானே வளர்க்கிறோம். அவர்கள் கேட்கும் கேள்விகளை

எல்லாம் யார் சொல்லிக் கொடுத்துக் கேட்கிறார்கள்? உண்மையில் தெரிந்துகொள்ளும் ஆர்வத்தில் கற்றுக்கொள்ளும் நோக்கத்தில்தானே அந்தக் கேள்விகளைக் கேட்கிறார்கள். அதற்கான பதிலைத்தானே சொல்லித்தரவேண்டும். அதுதானே உண்மையான கல்வி.

படிப்பு வேண்டாம் என்று சொன்னால் குழந்தைகள் படிக்கவே மாட்டார்கள். விளையாடிக் கொண்டே இருப்பார்கள் என்று சொல்கிறீர்களே... விளையாடவிடுங்கள். ஏதேனும் ஒரு குழந்தை கீழே விழுந்து அடிபட்டதும் ஆயிரம் கேள்விகளுடன் உங்களிடம் வருவார்கள். ரத்தம் ஏன் சிவப்பு நிறத்தில் இருக்கிறது? உடம்பில் எங்கு அடிபட்டாலும் ரத்தம் வருமா? ரத்தத்தின் சுவை என்ன? ரத்தம் எப்படி சிறிது நேரத்தில் உறைந்துவிடுகிறது? பேண்ட்-எய்டில் என்ன இருக்கிறது; அது எப்படிப் புண்ணைக் குணப்படுத்துகிறது என்று ஆயிரம் கேள்விகள் கேட்பார்களே. அதற்கான பதிலைச் சொல்லுங்கள். இயல்பான உரையாடலாக நீங்கள் அங்கு நடத்துவதுதான் பாடம். அதுதொடர்பான புத்தகங்கள் நூலகத்தில் இருப்பதைச் சொல்லுங்கள். இணையத்தில் அதுசர்ந்த தகவல்களை எப்படித் தேடுவது என்று சொல்லிக் கொடுங்கள். சிலபஸில் அது இல்லையே என்று கவலைப் படாதீர்கள். சிலபஸ் என்பது மாணவர்கள் கேட்கும் கேள்விகளில் இருந்துதான் உருவாகவேண்டும். எங்கோ தொலைதூரத்தில் இருக்கும் அதிகார அமைப்பும் கார்ப்பரேட் கம்பெனிகளும் சந்தையும் தீர்மானிப் பதை குழந்தைகளின் மூளைக்குள் திணிப்பதற்குப் பெயர் கல்வி அல்ல.

இந்த ஆல்டர்நேட் கல்வியினால் குழந்தைகளின் அறிவு வளரும் என்பது சரிதான். ஆனால், அவர்களுக்கு வேலைகள் எதுவுமே கிடைக் காதே. உலகில் வாழ நல்ல வேலை மிகவும் அவசியமாயிற்றே?

உங்களுடைய கேள்விகளுக்கு இரண்டு பதில்கள் சொல்கிறேன். முதலில் ஆல்டர்நேட் எஜுகேஷன் என்ற வார்த்தையே தவறு. ஏதோ வழக்கத்தில் இருக்கும் கல்விதான் இயல்பானது என்றும் மாணவர்களை மையமாகக் கொண்ட கல்வி என்பது அதற்கான ஆல்டர்நேட் என்றும் சொல்வதில் எனக்கு உடன்பாடில்லை. மாணவர்களை மையமாகக்கொண்ட கல்விதான் உண்மையான கல்வி. அதுதான் ரியல் எஜுகேஷன். மற்றவை எல்லாம் போலியான பொய்யான கல்விகள். எனவே, ஆல்டர்நேட் எஜுகேஷன் என்று சொல்லாதீர்கள். அதை ரியல் எஜுகேஷன் என்றே சொல்லுங்கள்.

அடுத்ததாக வேலை என்பது முக்கியம்தான். ஆனால், ரியல் எஜுகேஷன் பெறுபவர்களுக்கு வேலை கிடைக்காது என்று யார் சொன்னார்கள். இன்று பொய்யான கல்வி பெற்று வருபவர்கள் பொறியியல் படித்தாலும் கணினி உயர் கல்வி படித்தாலும் அவர்களைத்தான் அன்-எம்பலாயபிள் என்று சொல்லி ஓரங்கட்டுகிறார்கள். தனிப் பயிற்சி கொடுத்தாகவேண்டியிருக்கிறது. ரியல் எஜுகேஷன் பெறுபவர்கள் அவர்களையெல்லாம் எளிதில் வென்றுவிடுவார்கள். கவலையே வேண்டாம். அப்படியும் உங்களுக்கு சந்தேகம் இருந்தால், பத்தாம் வகுப்பு, 12ம் வகுப்பு மாணவர்களுக்கு மட்டும் அந்தப் பாடங்களை நடத்தி அந்தத் தேர்வுகளுக்கு அவர்களைத் தயார்படுத்துவோம். அது அப்படியொன்றும் கடினமான பணி அல்ல என்கிறார் நம் ஆசிரியர்.

சரி உங்கள் வழிக்கே வருகிறோம். மாணவர்களிடம் பொறுப்பை ஒப்படைப்பது என்றால் எப்படி?

தேர்தல் நடத்தி பிரதமர், முதலமைச்சர், எம்.எல்.ஏ., எம்.பி. எனத் தேர்ந்தெடுப்போம். ஒவ்வொரு வகுப்புக்கும் ஒரு முதலமைச்சர். நான்கு எம்.எல்.ஏக்கள். பள்ளி முழுமைக்கும் ஒரு பிரதமர். ஒவ்வொரு வகுப்பில் இருந்தும் இரண்டு எம்.பி.க்கள் வீதம் மொத்தம் 36 வகுப்புகளில் இருந்து 72 எம்.பி.க்கள் என்று சொல்கிறார்.

ஆனால், பெற்றோர்களுக்கு இந்த விவரம் தெரிந்ததும் அவர்கள் எதிர்ப்புத் தெரிவிக்கிறார்கள். பெரியவர்களைவிடக் குழந்தைகள் புத்திசாலிகள் அல்ல என்று சொல்கிறார்கள்.

ஃபின்லாந்து ஆசிரியை ஒரு கதை சொல்கிறார். எந்தவொரு மனிதருடைய சிறு பிராயம் என்பதும் அந்த மனிதரின் அடல்ட் பருவத்தைவிட மேலானது. க்ரியேட்டிவிட்டியில் மேலானது. வயதாக ஆக பொறுப்புகள், கவலைகள், பயங்கள் அதிகரித்து சமரசங்களை நோக்கி நகர ஆரம்பித்துவிடுவோம். இளம் கன்று பயம் அறியாது... துடிப்பும் மிக்கது. ஒரு சம்பவம் சொல்கிறேன். ஒரு சோப்பு கம்பெனியில் ஒரு பிரச்னை வந்தது. அதாவது அந்த கம்பெனியில் அசெம்பிளி லைன் முறையில் சோப்புகள் தயாரிக்கப்பட்டு பேக் செய்யப்பட்டு விற்பனைக்கு அனுப்பப்பட்டன.

சோப்பு பாளம் பாளமாக ஒரு கன்வேயர் பெல்ட் வழியாக வரும். வேறொரு இடத்தில் அது சோப்புக் கட்டிகளாக வெட்டப் படும். அடுத்த இடத்தில் கம்பெனியின் பெயர் அதில் முத்திரை குத்தப்படும்.

வேறொரு இடத்தில் சோப்பின் கவர் கன்வேயர் பெல்டில் வரும். அடுத்த இடத்தில் இந்த கவரின் மேல் சோப்பு கட்டி வைக்கப்படும். அடுத்த நிலையில் அந்த கவர் மூடப்பட்டு அட்டைப் பெட்டியில் போய் விழும். இதுதான் அந்த கம்பெனியின் அசெம்பிளி லைன் உற்பத்தி முறை.

ஒரு சிறிய தவறின் காரணமாக சோப்பு கட்டி வைக்கப்படாம லேயே சில கவர்கள் வெற்று கவராகவே போய் அட்டைப் பெட்டியில் விழத்தொடங்கின. சோப்பு கட்டிகளுக்கான கன்வேயர் பெல்டின் வேகத்தையும் சோப் கவர்களுக்கான கன்வேயர் பெல்டின் வேகத்தை யும் எவ்வளவு மாற்றியமைத்தும் இந்தப் பிரச்னைக்குத் தீர்வு காண முடியவில்லை. 200 சோப்புகள் வைக்க முடிந்த அட்டைப் பெட்டியில் சுமார் பத்து பதினைந்து கவர்கள் காலியாகவே இருந்தன. இதனால் கடைகளுக்கு அனுப்பப்படும் சோப்புகளின் எண்ணிக்கையில் பிரச்னை வந்தது. கடைக்காரர்கள் பத்து கவர் காலியாக இருந்தால் 15-20 என்று சொல்ல ஆரம்பித்தனர். வருமானமும் குறைய ஆரம்பித்தது.

எத்தனையோ தொழில் நுட்ப நிபுணர்கள் வந்து என்னவெல்லாமோ செய்து பார்த்தும் இந்தப் பிரச்னைக்குத் தீர்வு காணவே முடியவில்லை. அனைத்து மிஷின்களையும் பிரித்து புதிதாகச் செய்யவேண்டும் என்று சொன்னார்கள். அதற்கு லட்சக்கணக் கில் செலவு ஆகும். அதற்கு அந்த நிறுவனத்தினர் தயாராக இல்லை. எனவே, அந்த நிறுவனத்தினர் ஒவ்வொரு அட்டைப் பெட்டியையும் தனித்தனியாக சோதித்து காலி சோப்பு கவர்களை வெளியே எடுத்து அதில் சோப்பு கட்டிகளை வைத்து தனியாக பேக் செய்து அனுப்ப முடிவெடுத்தார்கள்.

ஒருநாள் என்ன ஆயிற்று என்றால், காலி கவர்களில் சோப்பு கட்டிகளைப் போட்டு வைக்கும் கடைநிலைப் பணியாளர் தன் ஐந்து வயது மகளையும் தொழிற்சாலைக்கு அழைத்து வந்திருந்தார். மகள் கன்வேயர் பெல்ட்டில் சோப்பு வருவதையும் துண்டுகளாக வெட்டப் படுவதையும் சோப்பு கவர் வேறொரு பெல்ட் வழியாக வருவதையும் சோப்பு கட்டிகள் அதில் வைக்கப்படுவதையும் வேடிக்கை பார்த்துக் கொண்டே வந்தாள். அப்பா அட்டைப்பெட்டியில் விழும் வெற்று கவர்களை எடுத்து வெளியே போடும் பணியில் ஈடுபட்டார். சிறிது நேரம் கழிந்ததும் காலி கவர்கள் வந்து சேருவது கொஞ்சம் கொஞ்ச மாகக் குறைய ஆரம்பித்தது. நாலைந்து அட்டைப் பெட்டி நிரம்பிய தும் எல்லா கவர்களிலும் சோப்பு நிரம்பியே வரத்தொடங்கியது.

அந்தப் பணியாளருக்கு ஒரே ஆச்சரியம். என்னடா என்று எட்டிப் பார்த்தவர் அங்கு நடப்பதைப் பார்த்ததும் ஆனந்தத் தாண்டவம் ஆடத்தொடங்கிவிட்டார்.

சில சோப்பு கவர்கள் சோப்பு கட்டி இல்லாமல் போவதைப் பார்த்ததும் குழந்தைக்கே உரிய குறும்புடன் ப்பூ... என்று ஊதிக் கொண்டிருந்தாள் அவருடைய ஐந்து வயது மகள். அந்த காலி கவர்கள் எல்லாம் பெல்ட்டில் இருந்து வெளியே விழுந்துகொண்டிருந்தன. அட்டைப் பெட்டிக்கு சோப்பு கட்டிகள் வைக்கப்பட்ட கவர்கள் மட்டுமே போய்ச் சேர்ந்தன! அப்பாவைப் பார்த்ததும் அந்தச் சிறுமி சிரித்தபடியே சொன்னாள், இங்க ஒரு சின்ன ஃபேனை வெச்சு விட்டுட்டா காலி கவர்களை எல்லாம் அது ஊதித்தள்ளிடும். சோப்பு கட்டி வெச்ச கவர் மட்டுமே அட்டைப் பெட்டிக்குப் போகும்... இது கூடத்தெரியலியா என்று சிரித்தபடியே சொன்னாள்.

எக்ஸ்பர்ட் சொல்யூஷனைவிட க்ரியேட்டிவ், அவுட் ஆஃப் பாக்ஸ் சொல்யூஷன் உயர்வானது என்று அந்த நிறுவனத்தினர் புரிந்துகொண்டு அந்தச் சிறுமிக்கு பரிசு கொடுத்தார்கள். எந்தவொரு பிரச்னைக்குமே எளியதொரு தீர்வு இருக்கும். சிறுவர்கள் இதில் கை தேர்ந்தவர்கள் ஆசிரியர்களைவிட பெற்றோரைவிட அவர்கள் ரொம்பவே மேலானவர்கள் என்கிறார்.

ஆனால், பெற்றோரும் ஆசிரியர்களும் அப்படியும் நம்ப மாட்டேன் என்கிறார்கள்.

சரி நான் ஒரு போட்டி வைக்கிறேன். அதில் அவர்கள் உங்களை ஜெயித்துவிட்டால் நீங்கள் நம்புவீர்களா என்று ஆசிரியர் சவால்விடுகிறார். ஆசிரியர்களும் பெற்றோரும் சரி என்கிறார்கள்.

மேலைநாட்டில் நடந்த ஒரு விளையாட்டை இங்கு பயன்படுத்திக்கொள்ளலாம்.

ஒரு வகுப்பில் 30 மாணவர்கள் இருந்தார்கள். முப்பது பெரிய பந்துகளைக் கொண்டுவந்து ஒவ்வொன்றிலும் ஒவ்வொரு மாணவனின் பெயரை எழுதினார்கள். அந்தப் பந்துகளை ஒன்றாகக் கலந்து வகுப்பறைக்குள் போட்டுவிட்டு, மாணவர்களிடம் தனது பெயர் எழுதிய பந்தை எடுக்கச் சொன்னார்கள். முதலில் ஒரே கூச்சலும் குழப்பமுமாக இருந்தது. பந்துகள் இங்குமங்கும் துள்ளிக்

கொண்டிருந்தன. மாணவர்கள் ஒவ்வொரு பந்தாக எடுத்து தமது பெயர் அதில் இல்லை என்றதும் அந்தப் பந்தை வீசி எறிந்துவிட்டு வேறொரு பந்தை எடுக்கப் பாய்ந்தார்கள்.

சுமார் பத்து நிமிடம் இப்படியே கழிந்தது. ஒரு ஒழுங்கில்லாமல் அனைவரும் ஓடிக் கொண்டிருந்ததால் யாருக்கும் அவர்கள் பெயர் எழுதிய பந்து கிடைக்கவே இல்லை. அப்போது ஒரு மாணவி யோசித்தாள். தன் கையில் இருந்த பந்தில் யார் பெயர் எழுதியிருக்கிறதோ அதை அவள் உரக்கச் சொன்னாள். அந்தப் பெயரை உடைய மாணவி தன் கையில் இருந்த பந்தைக் கீழே போட்டுவிட்டு ஓடிவந்து அந்தப் பந்தை வாங்கிக் கொண்டாள். அதைப் பார்த்ததும் பக்கத்தில் இருந்த இன்னொரு குழந்தை அதுபோலவே தன் கையில் இருந்த பந்தில் என்ன பெயர் இருந்ததோ அதை உரத்த குரலில் சொன்னாள். அந்தப் பெயரையுடைய குழந்தை தன் கையில் இருந்த பந்தில் இருந்த பெயரை உரக்கச் சொன்னது. அப்படியாக ஒவ்வொரு குழந்தையும் தத்தமது கைகளில் இருந்த பந்தில் என்ன பெயர் எழுதப்பட்டிருந்ததோ அதைச் சொல்லி பந்துகளை அவர்களிடம் ஒப்படைத்தனர். ஓரிரு நிமிடங்களில் அனைவரிடமும் அவரவர் பெயர் எழுதிய பந்துகள் கிடைத்துவிட்டன!

ஒருவருக்கொருவர் உதவி செய்து வாழவேண்டும் என்ற விஷயத்தைப் போதிப்பதற்காக அந்தப் பள்ளியில் அந்த விளையாட்டைக் கண்டுபிடித்தார்கள். இதைக் கொஞ்சம் மாற்றிக் கொள்ளலாம். முதலில் ஆசிரியர்களுக்கும் பெற்றோருக்கும் இந்தப் போட்டி வைக்கப்படும். அரை மணி நேரம் ஆனாலும் அவர்களால் சரியான பந்தைக் கண்டுபிடிக்கமுடியாமல் ஓடி ஓடிக் களைத்துவிடுகிறார்கள். அதன் பிறகு குழந்தைகளுக்கு இந்தப் போட்டியை வைக்கிறார்கள். நாலைந்து நிமிடங்கள் தடுமாறும் குழந்தைகள் சட்டென்று சரியான வழியைக் கண்டுபிடித்து வெற்றி பெற்றுவிடுகின்றன.

அப்படியாக ஆசிரியர்களும் பெற்றோரும் போட்டியில் தோற்றதும் தேர்தலுக்கு அனுமதி கிடைக்கிறது. மாணவர்களுக்கு ஒரே கொண்டாட்டம்.

நாங்கள் நினைத்ததையெல்லாம் அமல்படுத்த முடியுமா என்று கேட்கிறார்கள். நிச்சயமாக என்று சொல்கிறார் நம் ஆசிரியை. வீட்டுப் பாடம் வேண்டாம் என்று சொன்னால் அனுமதிப்பீர்களா..? பாட புத்தகங்கள் வேண்டாமென்று சொன்னால் அனுமதிப்பீர்களா..?

ஆசிரியர்களே வேண்டாம் என்று சொன்னால் அனுமதிப்பீர்களா என்றெல்லாம் கேட்கிறார்கள்.

பள்ளிக்கூடமே வேண்டாம் என்று சொன்னால் அதைக்கூட அனுமதிப்போமென்று சொல்கிறார் ஆசிரியை.

இல்லையில்லை... பள்ளிக்கூடம் கட்டாயம் இருக்கணும். ஆனால், புக்ஸ்மட்டும்தான் இருக்கக்கூடாது. எக்ஸாம்ஸ் இருக்கவே கூடாது என்று மாணவர்கள் சொல்கிறார்கள்.

தேர்தல் வாக்குறுதிகள் தூள் பறக்கின்றன. நாங்கள் ஆட்சிக்கு வந்தால் ஹோம்வொர்க்கே இருக்காது என்று ஒரு கட்சி அறிவிக்கிறது. நாங்கள் ஆட்சிக்கு வந்தால் எல்லாருக்கும் தேர்வுகளில் எல்லாருக்கும் 35 மதிப்பெண்கள் இலவசம் என்று இன்னொருவர் அறிவிக்கிறார். நான் ஆட்சிக்கு வந்தால் ஆசிரியர்களுக்கு ஹோம் வொர்க் தருவேன் என்று சொல்லும் முதலமைச்சருக்கு அமோக வரவேற்பு கிடைக்கிறது. நான் ஆட்சிக்கு வந்தால் ஆசிரியர்களுக்கு தினமும் தேர்வு நடத்துவேன் என்று சொல்பவர் பிரதமராகவே ஆகிவிடுவார் என்பதுபோல் அமோக வரவேற்பு பெறுகிறார்.

தினமும் ஒரு சாக்லேட், யூனிஃபார்மே கிடையாது, வகுப்புக்குக் காலையில் அரை மணி நேரம் தாமதமாக வந்தால் மாலையில் அரை மணி நேரம் கூடுதலாக இருந்தால் போதும். காலை எழுந்தவுடன் விளையாட்டு... பின்பு கனவை வளர்க்கும் நல்ல கார்ட்டூன்... மாலை முழுவதும் மண்ணில் ஆட்டம் என்று பழக்கப்படுத்திக் கொள்ளு பேபி என்று புதுக்கவிதை மழை பொழிகிறது.

போட்டியிடுபவர்களில் 50% பெண்கள். பொதுக்கூட்டங்களில் துண்டுப் பிரசுரங்கள், போஸ்டர்கள், கொடிகள் எனக் கலக்குகிறார்கள். கூட்டம் முடிந்ததும் பொறுப்பாகக் குப்பைகளை எடுத்துச் சென்று குப்பைக் கூடையில் போடுகிறார்கள். ஙணிtஞு ஹூணிஞூ குதணூஞுண்ட என்ற பேனர் தட்டி அவர்களுடைய கூட்டம் முடிந்ததும் தரப்படுகிறது. அதில் சுரேஷ் என்ற பெயருக்கான ஸ்டிக்கரை எடுத்துவிட்டு திணிtஞு ஹூணிஞூ குதட்ச்tடடி என்று ஒட்டிக் கொடுத்து அனுப்புகிறார்கள்.

பெரும் பரபரப்புடன் சட்டசபைக்கும் நாடாளுமன்றத்துக்கும் சேர்ந்து தேர்தல் நடந்து முடிகிறது. மூன்று கட்சிகள் கணிசமான வாக்குகளைப் பெறுகின்றன. ஒரு கட்சிக்கு 36% வாக்குகள் கிடைத்து

பெரும்பாலான தொகுதிகளில் வெற்றி பெறுகிறது. அடுத்ததாக இன்னொரு கட்சிக்கு 30% வாக்குகள் கிடைக்கிறது. அடுத்த கட்சிக்கு 25% வாக்குகள் கிடைத்திருக்கின்றன. 49-ஓ-வுக்கு 4% வாக்குகள் கிடைக்கின்றன. 3% செல்லாதவை. 2% வாக்களிக்கவில்லை.

36% வாக்குகள் கிடைத்த கட்சிக்கு 80% இடங்கள் கிடைக்கி ன்றன. மற்ற கட்சிகள் இதை ஆட்சேபிக்கின்றன. எங்களுக்கு 30% வாக்குகள் கிடைத்திருக்கிறதே... வெறும் 15% இடம் மட்டும்தானா... எங்களுக்கு 25% வாக்குகள் கிடைத்தும் ஐந்து இடம் தானா என்று கேட்கிறார்கள். சரி அப்படியானால் எத்தனை சதவிகித வாக்குகள் கிடைத்திருக்கிறதோ அத்தனை பிரதிநிதிகள் என்று தீர்மானிக்கப்படு கிறது.

முதல் நாள் கூட்டம் நிஜ நாடாளுமன்றமும் சட்டசபையும் தோற்றுப்போகும் அளவில் களேபரமாகிறது. டெஸ்குகளைத் தூக்கி எறிதல், சட்டை டிரவுசரைக் கிழித்தல், பென்சிலால் குத்துதல், டஸ்டர் சாக்பீஸை எடுத்து எறிதல் என நடக்கிறது. பிரதமர் இவை அனைத்தையும் வேதனையுடன் பார்க்கிறார்.

அனைத்து பள்ளி மாணவர்களையும் அழைத்து கார்ப்பரேட் கம்பெனிகளின் கூட்டங்கள் நடத்தப்படும் விதத்தை வீடியோவில் போட்டுக் காட்டுகிறார். உலகின் பிற நாடுகளில் சட்டசபைகள் கண்ணியமாக நடப்பதைக் காட்டுகிறார். சட்டசபையும் நாடாளுமன்ற மும் மக்கள் பிரச்னைகளைப் பேசுவதற்கான இடம். ஒவ்வொரு நாளும் சில தீர்மானங்கள் முன்மொழியப்பட்டு அதன் மீது விவாதம் பட்டிமன்றங்களில் நடப்பதுபோல் நடக்கவேண்டும். அதன் பிறகு ஏகமனதாக ஒரு முடிவெடுக்கப்படவேண்டும்.

நமது மந்திரிகளும் எம்.எல்.ஏக்களும்தான் உலகமே நம் சட்டசபை, நாடாளுமன்ற நிகழ்வுகளைப் பார்க்கின்றனவே... இப்படி தேசத்துக்குப் பெரும் அவமானத்தைத் தேடித் தருகிறோமே என்ற குற்ற உணர்ச்சியோ பொறுப்போ இல்லாமல் நடந்துகொள்கிறார்கள் என்றால் நாமும் அப்படியே நடந்துகொள்ளலாமா? அவர்களைப் போலவே நடந்துகொண்டால் புதிய தலைமுறை என்று சொல்லிக் கொள்ளவே அருகதையற்றவர்களாகிவிடுவோம் என்று சொல்கிறார்.

அடுத்த நாளில் இருந்து இரு அவைகளிலும் ஒழுங்கு வருகிறது. ஒவ்வொரு வாரமும் மூன்று தீர்மானங்கள் முன்வைக்கப்பட்டு, ஒவ்வொரு தரப்பினரும் தத்தமது கருத்துகளை நிதானமாக எடுத்து

வைக்கிறார்கள். கடைசியில் ஏகமனதாகச் சட்ட திட்டங்கள் உருவாக்கப்படுகின்றன.

முதல் தீர்மானமாக, ஒவ்வொரு மாணவரும் தமது பெட் அனிமல்களைப் பள்ளிக்குக் கொண்டுவரலாம் என்று சட்டம் போடப்படுகிறது. பெட் அனிமல் இல்லாதவர்கள் தமக்குப் பிடித்த விலங்குகளைச் சொல்லலாம். அவை பள்ளியில் வளர்க்கப்படும் என்று அறிவிக்கப்படுகிறது. அப்படியாகப் பள்ளிக்கு என்று முயல், மான், கோழி, வாத்து, புறாக்கள், மயில், பூனை, நாய், பசு என சாதுவான விலங்குகள் வாங்கப்படுகின்றன. பள்ளிக்கூடம் மாணவர்களுக்குப் பிடித்த மிருககாட்சி சாலைபோல் ஆகிறது.

பெற்றோர்-ஆசிரியர் கூட்டத்தில் பெற்றோர்கள் எல்லாம் குழந்தைகள் பள்ளிக்கு ஆர்வமாகப் புறப்படுவதைச் சொல்லி மகிழ் கிறார்கள். முன்பெல்லாம் குழந்தைகளை எழுப்பி, குளிக்கவைத்து, சாப்பாடு கொடுத்து அனுப்புவதற்குள் போதும் போதுமென்று ஆகிவிடும். இப்போதோ குழந்தைகள் தாமாகவே சீக்கிரம் எழுந்து எல்லா வேலைகளையும் மடமடவென்று முடித்துவிட்டுப் புறப்பட்டுவிடுகிறார்கள். காலையில் முயலுக்கு நான்தான் சாப்பாடு கொடுக்கணும்; மானுக்கு நேத்திக்கு அடிபட்டிருச்சு. மருந்து கொடுக்கணும், சீக்கிரம் புறப்படு என்று குழந்தைகள் எங்களை அவசரப்படுத்துகிறார்கள் என்று சொல்லி மகிழ்கிறார்கள்.

ஆனால், அந்தப் பள்ளியில் மான்களும் முயல்களும் சுதந்தரமாக உலவும் விவரம் வேறொருவருக்கும் தெரிந்து அவரும் சந்தோஷப்படு கிறார். ஒரு மழை நாள் இரவில் நெருப்புத் துண்டு போல் மின்னும் கண்களுடனும் கூர் நகங்கள் கொண்ட நான்கு கால்களுடனும் பதுங்கிப் பதுங்கிப் பள்ளிக்கு வந்து சேர்கிறார்.

*** குறும்படம் 1 ***

புலியைப் பார்த்ததும் குழந்தைகளும் ஆசிரியர்களும் விழுந் தடித்து வெளியே ஓடிப் போய்விடுகிறார்கள். ஆனால், ப்ரீகேஜியில் இருந்த குழந்தைகள் மட்டும் தப்பிக்க வழி தெரியாமல் பள்ளிக்குள் மாட்டிக்கொண்டுவிடுகின்றன.

புலி ஒவ்வொரு அறையாக மானையும் முயலையும் தேடியபடி போகிறது. ஒரு அறைக்குள் ப்ரீகேஜி குழந்தைகள் சத்தம் போடாமல் பதுங்கி இருக்கிறார்கள். புலி மெள்ள அந்த அறையைக் கடந்து

போகிறது. புலி போய்விட்டது என்று நினைத்துக் குழந்தைகள் மெள்ள வெளியே வரவே ஒரு குழந்தையின் கொலுசுச் சத்தம் கேட்டுப் புலி திரும்பி வந்துவிடுகிறது. புலியைப் பார்த்ததும் குழந்தைகள் விழுந்தடித்து ஓடுகின்றன. ஒரு குழந்தை மட்டும் கால் தடுக்கி கீழே விழுந்துவிடுகிறது. புலி மெள்ள அந்தக் குழந்தையை நெருங்குகிறது. அந்தக் குழந்தை தன் பலத்தையெல்லாம் கூட்டிக்கொண்டு ஓட முற்படுகையில் புலி ஆவேசத்துடன் அந்தக் குழந்தை மீது பாய்கிறது. அந்த நேரத்தில் சட்டென்று ஒரு மனிதக் குரங்கு வந்து புலியை அடித்து வீழ்த்துகிறது. அடிபட்ட புலி எழுந்திருப்பதற்குள் மனிதக் குரங்கு அந்தக் குழந்தையைத் தூக்கிக்கொண்டு வேறு அறைக்கு ஓடிவிடுகிறது.

அதன் பிறகு அந்தக் குரங்கு மாட்டிக்கொண்ட குழந்தைகளையும் மான், மயில், முயல் என ஒவ்வொரு உயிரையும் தனித்தனியாகப் போய்க் காப்பாற்றி மாடியில் ஒரு அறைக்குள் பத்திரமாகப் பூட்டி வைக்கிறது. இடையிடையே புலியுடனான சண்டையில் அதன் உடம்பில் காயங்கள் பட்டு ரத்தம் கசிகிறது. இருந்தும் அனைவரையும் காப்பாற்றிவிடுகிறது.

இதனிடையில் புலியைப் பிடிக்கக் காவல் படை வந்து சேரு கிறது. அவர்களைப் பார்த்ததும் மனிதக் குரங்கு சந்தோஷ மிகுதியில் மாடியில் இருந்து கைகளை ஆட்டியபடியே அவர்களை நோக்கி விரைவாக சுவரில் ஏறிக் குதித்து ஓடி வருகிறது. ஆனால், அதன் உடம்பில் இருக்கும் ரத்தக் கறையைப் பார்க்கும் காவலர்கள் குழந்தை களை அது கடித்துக் கொன்றதாகத் தவறாக நினைத்து துப்பாக்கியால் அதனைச் சுட்டுவிடுகிறார்கள். அது மயக்க மருந்து தோட்டாதானென்ற □லும் மனிதக் குரங்கு நிலை தடுமாறி மாடியில் இருந்து கீழே விழுந்து விடுகிறது. புலியும் காவலர்களைப் பார்த்துப் பாயவே அதையும் சுட்டு வீழ்த்துகிறார்கள்.

மனிதக் குரங்கு கீழே விழுந்ததைப் பார்த்ததும் குழந்தைகள் பதறி அடித்து கீழே விரைகின்றன. மனிதக் குரங்கைத் தமது மடியில் கிடத்திக்கொண்டு அழுகின்றன. துப்பாக்கியால் சுட்ட காவலர் உண்மை அறிந்து அதன் காலடியில் அமர்ந்து மன்னிப்பு கேட்கிறார். குரங்கு அவரை மன்னித்து எல்லாம் விதி என்பதுபோல் கைகளை விரித்து வான் பார்த்து அழுகிறது. குழந்தைகளை அவருடைய கையில் ஒப்படைக்கிறது. குழந்தைகள் கதறி அழுகின்றன. காவலர்கள் விரைந்து

சென்று ஸ்ட்ரெச்சரைக் கொண்டுவருகிறார்கள். மனிதக்குரங்கோ அதெல்லாம் வேண்டாம். எல்லாம் முடிந்துவிட்டது. குழந்தைகளின் மடியிலேயே என் உயிர் பிரியட்டும் என்று சைகையில் சொல்லிய படியே குழந்தைகளின் தலையை வாஞ்சையுடன் வருடியபடியே கண் களை மூடுகிறது. குழந்தைகள் துக்கம் தாளாமல் மனிதக் குரங்கின்மீது விழுந்து கதறி அழுகிறார்கள். மான்களும் மயில்களும் முயல் களும் கூட அருகில்வந்து மண்டியிட்டு வருத்தத்தைத் தெரிவிக்கின்றன.

அந்தப் பள்ளியில் காந்தி, நேரு, விவேகானந்தர் எனப் பெரும் தலைவர்களின் சிலைகள் வைக்கப்பட்டிருக்கின்றன. அந்த வரிசையில் மனிதக்குரங்குக்கும் ஆளுயரச் சிலை ஒன்றைச் செய்கிறார்கள். தினமும் குழந்தைகள் அந்தச் சிலைக்குப் பூக்கள் தூவி அகல் விளக்கு ஏற்றி அஞ்சலி செலுத்திவிட்டே வகுப்பறைக்குள் நுழைகிறார்கள்.

***

நமது ஆசிரியர் மாணவர்களின் மனம் ஒரு விஷயத்தில் ஒருமுகப்பட்டு ஈடுபடவேண்டும் என்பதற்காக தியானம், யோகா போன்றவற்றைப் பள்ளியில் அறிமுகப்படுத்துகிறார். சிதறிக் கிடக்கும் சூரிய ஒளியை ஒரு குவி ஆடியினால் காகிதத்தில் ஒருமுகப்படுத்தி அது அந்தக் காகிதத்தையே எரியவைத்துவிடுவதைச் செய்து காட்டி நம் மனதையும் இதுபோல் ஒருமுகப்படுத்தினால் அதன் சக்தி பல மடங்கு அதிகரிக்கும் என்று விளக்குகிறார்.

ஒரு குழந்தையோ நேற்று டிஸ்கவரி சானலில் ஒரு காடு தீப்பிடித்து எரிவதைப் பார்த்தேன். பல உயிரினங்கள் அதில் கருகி இறந்துவிட்டன. தீயானது ஆக்கபூர்வ சக்தி மட்டுமே அல்ல. அது பெரும் அழிவையும் கொண்டுவரக்கூடும். அதுபோல் நம் மனதையும் ஒருமுகப்படுத்தும்போது கெட்ட விளைவுகளும் வந்துவிடுமே என்று ஒரு குழந்தை கேட்கிறது.

சரியான கேள்வி... நம் புராணங்களில் கூட எத்தனையோ அரக்கர்கள் தவம் செய்து கெட்ட வரங்களைப் பெற்றதைப் பற்றிப் படித்திருப்பீர்கள். அது இந்த அம்சத்தைத்தான் சொல்கின்றன. தவமும் தியானமும் செய்தால் போதாது. நல்ல எண்ணத்தை அடிப்படையாக வைத்து அதைச் செய்ய வேண்டும். எனக்கு மரணமே வரக்கூடாது... என்னை யாருமே கொல்லக்கூடாது என்று இரண்ய கசிபு வேண்டிக் கொண்டான்... நான் யார் தலையிலாவது கையை வைத்துவிட்டால்

அவர்கள் அந்த இடத்திலேயே சாம்பலாகிவிடவேண்டும் என்று பஸ்மாசுரன் வேண்டினான். இதெல்லாம் தவறு. தியானமும் தவமும் நல்ல நோக்கத்தில் செய்யப்படவேண்டும் என்று சொல்கிறார்.

சில குழந்தைகள் இரண்ய கசிபு, பஸ்மாசுரனின் கதை தெரியாது என்று சொல்ல அந்தக் கதைகள் தெரிந்த குழந்தைகளைவிட்டு அதைச் சொல்லச் சொல்கிறார். அதன் பிறகு அடுத்த வகுப்பில் இருந்து தினமும் காலையில் அரைமணி நேரம் தியானம் என்று சொல்கிறார்.

மத்தியில் காங்கிரஸ் ஆட்சி இருந்தால் இந்த விஷயங்கள் எந்தவிதப் பெரிய எதிர்ப்பும் இல்லாமல் அமலாகிவிடும். பி.ஜே.பி. ஆட்சியில் இருந்தால் முந்தைய ஆண்டுகளில் நடந்த சாதாரண விஷயங்கள்கூட அரசியலாக்கப்படுமே. வகுப்பறைகளில் தியானம் என்பது புதிய விஷயம் அல்லவா. கேட்கவே வேண்டாம். கடும் எதிர்ப்பு வருகிறது. தியான மந்திரமாக ராம ராம என்று எதற்காகச் சொல்லவேண்டும்... இது அப்பட்டமான இந்து மதத் திணிப்பு... சூத்திரரான சம்புகன் தவம் செய்தான் என்ற ஒரே காரணத்துக்காக அவனைக் கொன்ற கொடூரன் அல்லவா... வாலியை மறைந்திருந்து கொன்ற கோழை அல்லவா... தமிழர் தலைவன் ராவணனை வதைத்த ஆரிய வந்தேறிக் கடவுள் அல்லவா என்று ஆசிரியர்கள் சிலர் எதிர்ப்பு தெரிவிக்கிறார்கள்.

உங்களுக்கு ராம ராம என்று சொல்லச் சொல்வது பிடிக்க வில்லையா. அல்லது தியானம் செய்யச் சொல்வதே பிடிக்கவில்லையா என்று நமது ஆசிரியர் கேட்கிறார்.

இரண்டுமேதான் என்கிறார்கள்.

தியான மந்திரம் என்பது எதுவாக வேண்டுமானாலும் இருக்கலாம். ராம ராம என்று சொல்ல விருப்பமில்லையென்றால் ஈ.வே. ராம ஈவே.ராம என்று கூடச் சொல்லிக்கொள்ளலாம். துள்ளித் திரியும் கன்றுக்குட்டியை முளைக்கம்பில் கட்டிப்போடுவது போல் அலைபாயும் மனதை நிலைநிறுத்துவதற்கான ஒரு முளைக்கம்புதான் ராம என்ற தியான மந்திரம். அது எதுவாக வேண்டுமானாலும் இருக்கலாம். அப்பறம் ராமரை சம்புக வதத்தை வைத்து மதிப்பிடுவது என்பது மகள் வயதில் இருந்த மணியம்மையை மணந்தார் என்று சொல்லி ஈ.வே.ராவை முற்றாக நிராகரிப்பதைப் போன்றது.

ராமர் கடைநிலைச் சாதியைச் சேர்ந்த குகனைத் தன் சகோதரனாக ஏற்றுக்கொண்டிருக்கிறார். பழங்குடிப் பெண் சபரி எச்சில் செய்து

கொடுத்த கனியை விரும்பி ஏற்றுக்கொண்டார். இலங்கை வேந்தனை அவன் தமிழ் மன்னன் என்பதால் எதிர்க்கவில்லை. தன் மனைவியை அபகரித்துச் சென்றதால் எதிர்த்துக் கொன்றார். மனைவியைத் திருப்பி அனுப்பிவிடு என்று சமாதானப் பேச்சு பேசியதோடு முதல் நாள் போரில் தோற்று நிராயுதபாணியான ராவணனை இன்று போய் நாளை வா என்று பகைவனிடமும் அன்புக் காட்டியிருக்கிறார்.

மேலும் ராவணன் வெறும் தமிழ் மன்னன் அல்ல... சமஸ்கிருதத்தில் கரைகண்டவர். சாம வேதத்துக்குப் பண் அமைத்தவர். பரம சிவ பக்தர். அந்தணர் வம்சத்தில் பிறந்து ஷத்ரியரானவர். திராவிட, நாத்திக ஒட்டுத்துணிகளையெல்லாம் அவர் மேல் போர்த்தவே முடியாது. அப்போதும்கூட அந்த ராஜ்ஜியத்தை ராமர் அயோத்தியுடன் இணைத்துக்கொள்ளவில்லை. எந்தத் தமிழ் வேந்தனைக் கொன்றாரோ அதே வேந்தனின் தம்பியிடமே ஆட்சிப் பொறுப்பைக் கொடுத்துவிட்டுத் திரும்பிவிட்டார். அங்கே இனவெறி எங்கு இருக்கிறது? திராவிடன் என்பதற்காக ராவணனைக் கொன்றிருந்தால் விபீஷணனையும் சேர்த்துத்தானே கொன்றிருப்பார். நின்னோடு எழுவரானோம் என்று சகோதரராக எப்படி ஏற்றுக்கொண்டிருப்பார். தலித்களையும் தமிழர்களையும் சகோதரராக ஏற்றுக்கொண்டவர் மீதா இப்படி அபாண்டமாகப் பழி போடுகிறீர்கள்?

வாலியின் விஷயத்தை எடுத்துக்கொண்டால் அவன் நேர்மையாகச் சண்டை போடவில்லை. எதிரில் இருப்பவரின் பாதி பலத்தை மந்திர சக்தியின் மூலம் கவர்ந்துவிடும் வரம் பெற்றிருந்தான். எனவே, அவனை நேருக்கு நேராக நின்று யாராலும் வெல்ல முடியாது. நேர்வழியில் போரிடுபவனை நேர் வழியில் வெல்லலாம். தந்திரத்தைக் கைக்கொள்பவனைத் தந்திரத்தால்தான் வெல்ல முடியும். அதில் எந்தத் தவறும் இல்லை.

மேலும் ராமனை மக்கள் வேறு காரணங்களுக்காக ஏற்றுக்கொள்கிறார்கள். இன்பத்தையும் துன்பத்தையும் அன்றலர்ந்த தாமரை போன்ற முகத்துடன் சமமாகப் பாவிப்பவர், தந்தை தாயின் சொல்லுக்கு மரியாதை தருபவர், அதற்காக ராஜ்ஜியத்தையே துறந்து காட்டுக்குச் சென்றவர், ஏக பத்தினி விரதனாக இருந்தவர், பகைவனுக்கும் அருளும் நன் நெஞ்சம் கொண்டவர், அரச குலம் அப்பழுக்கற்றதாக இருக்கவேண்டும் என்று வண்ணாருடைய வார்த்தைக்கும் மரியாதை கொடுத்தவர் என இப்படியான விழுமியங்களுக்குத்தான்

இந்து சமூகம் ராமரை உதாரண புருஷராக, தெய்வமாக மதிக்கிறது. உண்மையில், அவரை அதன் அடிப்படையில்தான் மதிப்பிடவும் வேண்டும். ஈ.வே.ராவை அவருடைய பகுத்தறிவுக் கொள்கைகள், பிராமண ஆதிக்க உணர்வு எதிர்ப்பு, பெண்ணுரிமை கருத்துகள், கொண்ட கொள்கைக்காகத் தீவிரமாக இரவு பகல் பாராமல் நோய் நொடி பாராமல் அயராது உழைத்தது இவற்றின் அடிப்படையில்தான் மதிப்பிடவேண்டும் (அல்லது நிராகரிக்கவேண்டும்). மகள் வயதுப் பெண்ணை மணந்துகொண்டார், நிர்வாண நடனம் ஆடினார் என்று சொல்லி நிராகரிக்கக்கூடாது என்று சொல்கிறார்.

அதெல்லாம் இருக்கட்டும். தியானம் என்பதே தேவையில்லை என்று சிலர் சொல்கிறார்கள்.

அவர்களுக்கு தியானம் என்ற வழிமுறையின் விஞ்ஞான அடிப்படையைச் சொல்லிப் புரியவைக்கிறார். நம் மனமானது குரங்கு போல் ஒன்றிலிருந்து இன்னொன்றுக்குத் தாவிக்கொண்டே இருக்கக் கூடியது. காலையில் படுக்கையில் இருந்து எழுந்ததும் உங்கள் எண்ண வோட்டங்களைச் சிறிது நேரம் நிதானமாகக் கவனித்துப் பாருங்கள். ஐந்து நிமிடத்துக்குள் ஐம்பது விஷயங்களை அது சிந்தித்துவிடும். அப்படி அலைபாயும் மனதை ஒரே ஒரு விஷயத்தில் ஒருமுகப் படுத்தும் வழிதான் தியானம். தியான மந்திரத்தின் மூலம் மனதை ஒருமுகப்படுத்திப் பழகிவிட்டால் அதன் பிறகு நீங்கள் செய்யும் எந்த விஷயத்திலும் மனதை ஒருமுகப்படுத்துவது எளிதாகிவிடும். ராம ராம என்று சொல்வதால் கடவுளே வந்து வெற்றிகளைத் தந்துவிடுவதில்லை. அதைச் சொல்லி தியானம் செய்வதில் கிடைக்கும் மனப்பயிற்சியானது நீங்கள் இசையமைப்பாளராக இருந்தால் இசைக் கடலில் ஆழத்துக்குச் சென்று அதி அற்புதமான பாடல் முத்துக்களை எடுக்க உங்களுக்கு உதவும். கணிதத்தில் ஆர்வமுடையவராக இருந்தால் கணிதப் புதிர் களை எளிதில் புரிந்துகொள்ளும் அறிவுக் கூர்மையைத் தரும்.

அலைபாயும் மனதுடன் ஒரு விஷயத்தைச் செய்வதென்பது இங்கு இரண்டு அடி அங்கு நான்கு அடி என்று அரை குறையாக ஐநூறு இடங்களில் ஆயிரம் அடி தோண்டுவதைப் போன்றது. தியானம் செய்து பழக்கப்பட்ட மனது செய்யும் வேலையானது ஒரே இடத்தில் நூறு அடி தோண்டுவதைப் போன்றது. அரைகுறையாக ஆயிரம் அடி தோண்டினாலும் மண் குவியல் மட்டுமே கிடைக்கும். நீர் கிடைக்க

வேண்டுமென்றால் ஒரே இடத்தில் 100 அடி தோண்டினாலே போதும். தியானம் அதைத்தான் சாத்தியப்படுத்துகிறது.

தியானம் மன ஒருமைப்பாட்டோடு நிதானத்தையும் சேர்த்தே தரும். அது எந்தவொரு சிக்கலையும் முழுமையாகப் புரிந்துகொண்டு தீர்வுகளைச் சொல்லும் திறமையை வளர்க்கும். நிலை கொள்ளாத மனதினால் இரண்டுமணிநேரம் படித்தும் புரிந்துகொள்ளவோ மனப்பாடம் செய்யவோ முடியாத விஷயத்தை தியானம் செய்யும் மனம் அரை மணி நேரத்தில் படித்து முடித்துவிடும்.

தியானத்தை அதன் மத அம்சங்களுக்காக ஏற்க விரும்பாதவர்கள் அதன் விஞ்ஞான அம்சங்களுக்காக ஏற்றுக்கொள்ளலாம். இந்துக்கள் அதைத் தமது மத வழிகாட்டுதலாகக் கூடுதல் ஆர்வத்துடன் ஏற்றுக்கொள்ளலாம் என்று சொல்லிப் புரியவைக்கிறார். இன்னும் சொல்லப்போனால், பொங்கல் திருநாளை அதிலிருக்கும் இயற்கை சூரிய வழிபாட்டை நீக்கிவிட்டு ஏற்றுக்கொள்வதாக ஒருவர் சொன்னால் அதை நாம் ஏற்க முடியுமா என்ன? வேண்டுமானால் பிற மதத்தவர்கள் தமது இறைவனை வழிபடும் விழாவாக அதை ஏற்றுக்கொள்ளட்டும். பொங்கல் விழாவின் கலாசார சடங்குகளை அப்படியே ஏற்றுக்கொண்டு சூரியனுக்கு பதிலாக அல்லாவையும் கர்த்தரையுமே அன்றும் வணங்கிக் கொள்ளட்டும்.

அதுபோல் தியானத்திலும் ராம ராம என்பதற்கு பதிலாக அல்லா அல்லா என்றோ ஜீசஸ் ஜீசஸ் என்றோ சொல்லிக்கொள்ளட்டும். எந்த தெய்வத்தைக் கும்பிடுகிறீர்கள் என்பதா முக்கியம் எவ்வளவு பக்தியோடும் நம்பிக்கையோடும் கும்பிடுகிறீர்கள் என்பதுதானே முக்கியம் என்று சொல்கிறார்.

***

பெற்றோர் ஆசிரியர் கூட்டத்தில் குழந்தைகள் படிப்பை விட வீடியோ கேம்ஸில் மிகுந்த ஆர்வத்துடன் இருப்பது பற்றிய பேச்சு வருகிறது. பள்ளியின் மருத்துவ ஆலோசகரும் அந்த விளையாட்டுகள் அதி வேகம், பதற்றம், போட்டி, சண்டை, வன்முறை போன்ற உணர்வுகளை அடிப்படையாகவைத்தே வடிவமைக்கப்பட்டுள்ளதால் குழந்தைகளின் மன நிலையை வெகுவாகப் பாதிக்கும் என்று எச்சரிக்கிறார். ஆனால், குழந்தைகளோ வீடியோ கேம்ஸ் கட்டாயம் விளையாடியாகவேண்டும் என்று முடிவெடுக்கிறார்கள். எனவே, நம்

ஆசிரியை இதற்கொரு தீர்வு கண்டுபிடிக்கிறார். நாம் என்ன விதமான மதிப்பீடுகளைக் குழந்தைகளுக்குக் கற்றுத் தர விரும்புகிறோமோ அதனடிப்படையில் வீடியோ கேம்ஸ் தயாரிக்க சம்பந்தபட்ட துறை நிபுணர்களிடம் ஆலோசனை கேட்கிறார். அவர்களும் அதற்குத் தகுந்த கேம்ஸ்களை உருவாக்கித் தருகிறார்கள்.

கார் பைக் ரேஸ் போன்றவற்றுக்கு பதிலாக சாலை விதிகள் தொடர்பான கதை எடுத்துக்கொள்ளப்படுகிறது. காரில் புறப்படும் நபர் முதலில் சீட் பெல்ட் இல்லாமல் புறப்படுகிறார். சாலையின் முதல் வளைவில் சீட் பெல்ட் கிடைக்கும். அதை எடுத்து அணிந்து கொள்வார். அடுத்த திருப்பத்தில் ஏர் பேக் எடுத்து காரில் பொருத்திக் கொள்வார். மூன்றாவது திருப்பத்தில் வேகக் கட்டுப்பாட்டுக் கருவி இருக்கும். கார் *50* கி.மிக்கு அதிகம் போக முடியாதபடி அது கட்டுப் படுத்தும். ஹார்ன் என்பது எரிச்சலூட்டக்கூடியதாகவும் ஒருவகையில் அதிகாரத்தின் குறியீடாகவும் இருகிறது. எனவே நமது வீடியோ கேம்ஸ் காரில் ஹார்ன் அடித்தால், ‘தயவு செய்து வழி விடுங்கள்’ என்று இனிய குரலில் ஒரு குயில் கூவும்படியாக வடிவமைக்கப்படுகிறது.

சாலையில் செல்லும்போது நாலைந்து வாத்துகள் ஓரத்தில் நின்று கொண்டிருக்கும். கார் டிரைவர் அவை சாலையைக் கடக்க வழிவிட்டு நிற்க வேண்டும். அதுபோல் ஒரு சிக்னலில் வாகனங்கள் எதுவுமே இருக்காது. சிவப்பு விளக்கு எரிந்துகொண்டிருக்கும். சிவப்பு மஞ்சளாகி பச்சையாகும்வரை காத்திருந்து செல்லவேண்டும். யாரும் இல்லாவிட்டாலும் விதிகளைப் பின்பற்ற வேண்டும் என்ற பாடத்தை அதன் மூலம் கற்றுத் தரலாம். அடுத்ததாக வழியில் ஒருவர் சாலை ஓரமாக நடை பாதையில் மயங்கிக் கிடப்பார். காரை நிறுத்தி அவர் முகத்தில் தண்ணீர் தெளித்து அருகில் இருக்கும் கடையில் இருந்து க்ளுகோஸ் வாங்கிக் கலந்து கொடுத்துவிட்டுப் புறப்படவேண்டும். இப்படியாக அட்ரீனலினைத் தூண்டும் ரேஸ் கார் விளாஇயாட்டை சாலை விதிகள் மற்றும் சக மனிதர் தொடர்பான நற்பண்புகளைக் கற்றுத்தரும் விளையாட்டாக ஆக்குகிறார்.

அதுபோல், தங்கப் புதையலைத் தேடிப் போகும் வழியில் கண்ணில் தென்படுபவர்களையெல்லாம் வெட்டிக் கொல்லும் வீடியோ கேம்ஸுக்கு பதிலாக நோய்வாய்ப்பட்ட நண்பனுக்காக ஏழுமலை தாண்டி ஏழு கடல் தாண்டி இருக்கும் காட்டில் கிடைக்கும் அரியவகை மூலிகையைக் கண்டுபிடித்து எடுத்து வரவேண்டும்

என்ற விளையாட்டு வடிவமைக்கப்படுகிறது. முதல் மலையை ஏறி இறங்கியதும் அங்கு கிணற்றில் விழுந்து கிடக்கும் பூனைக் குட்டியைக் காப்பாற்றினால் அடுத்த மலைக்கான குகைப்பாதை திறக்கும். அதன் வழியாக அடுத்த லெவலுக்குச் சென்றால் அங்கு ஒரு கோவில் இருக்கும் அதன் பீடத்தில் எந்தக் கடவுள் சிலையும் இருக்காது. பக்கத்தில் இருக்கும் சிறபக் கூடத்தில் பல தெய்வ்வங்களின் சிலைகள் இருக்கும். இந்து குழந்தைகள் சிவன் அல்லது அம்மன் என அவர்களுக்குப் பிடித்த தெய்வத்தை எடுத்து அந்தக் கோவிலின் பீடத்தில் வைக்கவேண்டும். அதன் பிறகு அந்த தெய்வத்துக்கு அபிஷேகம் செய்து மாலை அணிவித்து ஆரத்தி காட்டி ஆசிபெற்று விட்டு அடுத்த கட்டத்துக்குச் செல்லவேண்டும். கிறிஸ்தவக் குழந்தைகள் ஏசு நாதர் அல்லது அன்னை மரியாளின் சிலையை எடுத்துச் சென்று அந்தக் கோவிலில் பிரதிஷ்டைசெய்வார்கள். ஏசுநாதருக்கும் மரியாளுக்கும் பாலபிஷேகம், தேனபிஷேகம் செய்து மாலைகள் அணிவித்து ஆரத்தி எடுத்து ஆசி பெறுவார்கள். இஸ்லாமியக் குழந்தைகள் வெறும் பீடத்தை மண்டியிட்டு வணங்கிவிட்டுப் புறப்படுவார்கள்.

இதில் இன்னொரு விளையாட்டில் கூட்ட நெரிசல் மேலாண்மை பற்றிய சவால் முன்வைக்கப்படும். இஷ்ட தெய்வத் தைக் கும்பிடப் போன இடத்தில் விபத்தில் உயிர் துறப்பது போல் கொடூரம் வேறு எதுவும் இருக்காது. மெக்கா, காசி, மகாமகக் குளம், கும்பமேளா போன்ற இடங்களில் ஒருவருடைய உயிர் இயல்பாகம் பிரியும் என்றால் அதுவேறு விஷயம். ஆனால், மாநகராட்சிகளின் நிர்வாகக் கோளாறுகளால் நூற்றுக்கணக்கில் இறப்பதைப் போன்ற கொடூரம் வேறு எதுவும் இருக்காது. அது அரசின் கொலையே. அப்படியான விபத்தில் உயிரை இழப்பவர்களின் உறவினர்களுக்கு அதன் பிறகு ஆயுள் முழுவதும் அந்தத் திருவிழா என்பது உறவினரின் கோர மரணத்தை நினைவுறுத்தும் கொடுங்கனவாகவே ஆகிவிடும். ஒவ்வொரு மதத்தின் அரசியல் சக்திகளில் ஆரம்பித்து அதன் எளிய விசுவாசிகள் வரை அனைவருக்கும் பெரும் அவமானம். நமது வீடியோ கேம்ஸில்கூட நெரிசல் மேலாண்மை ஒரு அங்கமாக இடம்பெறும்.

விழா நடக்கும் இடத்துக்கு ஒரு கி.மீ முன்னதாகவே அனைத்து வாகனங்களையும் நிறுத்திவிடுதல், தாறுமாறாக நிற்கும் வாகனங்களை இழுத்துச் சென்று ஓரங்கட்டுதல், ஒரு குறிப்பிட்ட சதுர கி.மி.யில் இன்ன நிமிடத்தில் இத்தனை பேர் மட்டும் இருக்கவேண்டும் என்று நெறிப்படுத்துதல், பக்தர்கள் வீசும் குப்பைகளை உடனுக்குடன்

தன்னார்வத் தொண்டர்கள் குப்பைத் தொட்டியில் எடுத்துப் போடுதல் என அனைத்து விஷயங்களும் வீடியோ கேம்ஸில் இடம்பெற வேண்டும். குறிப்பிட்ட நல்ல நேரத்துக்குள் குறுகிய குளத்தில் லட்சக்கணக்கானவர்கள் குளித்தாக வேண்டும் என்று வரும்போது அந்தப் புனித நீரை ஸ்பிரிங்ளர் மூலம் ஒரு கி.மி வரை நிற்கும் பக்தர்கள் மேல் நல்ல நேரம் ஆரம்பித்த நொடியில் இருந்து முடியும் வரை தெளிக்க ஏற்பாடு செய்யவேண்டும். சொர்க்கத்தில் நடக்கும் கலை நிகழ்ச்சிகளை முன் வரிசையில் அமர்ந்து பார்க்க முடியாவிட்டாலும் பின்வரிசைப் படிக்கட்டுகளில் நின்றுகொண்டாவது தரிசிக்கும் பாக்கியம் கிடைக்கும் என்ற உத்தரவாதத்தை பக்தர்கள் அனைவருக்கும் அதன் மூலம் தரலாம். இனி எங்கள் மத விழாவில் ஒரு உயிர் கூடப் பிரியாது என ஒவ்வொரு மதத்தினரும் உறுதி எடுக்கும் வகையில் அந்த வீடியோ கேம்ஸை வடிவமைக்கவேண்டும்.

அடுத்த மலையில் ஒரு மந்தை குறுக்கிடும். அதில் இருக்கும் கன்றுகளின் முகத்தில் கூடை மாட்டப்பட்டிருக்கும். அந்தக் கூடையை அவிழ்த்து கன்றுகளைத் தாயிடம் சேர்த்து பால் அருந்தி மகிழ வைக்கவேண்டும் அம்மா பசுவையும் கன்றுக்குட்டியையும் சரியாகக் கண்டுபிடித்துச் சேர்த்துவைப்பதுதான் இந்த லெவலின் சவால்.

அடுத்த லெவலில் ஒரு பெரிய கார்ப்பரேட் கம்பெனியின் லாக்கரில் இருக்கும் பணத்தை எடுத்து பழங்குடிகள் பலருக்கு அவர் களுக்கு சொந்தமான நிலங்களுக்கு ஏற்ப பிரித்துக்கொடுக்கவேண்டும்.

அடுத்ததாக கடல் சாகசங்கள். அங்கு மிதக்கும் ஒரு கப்பலில் இருந்து பெட்ரோல் கசிந்து கவ்டல் வாழ் உயிரினங்கள் எல்லாம் மூச்சு முட்டி இறக்கத் தொடங்கும். பெட்ரோல் கசிவைத் தடுத்து நிறுத்தி கடல் வாழ் உயிரினங்களைக் காப்பாற்றவேண்டும்.

இப்படி ஒவ்வொரு லெவலிலும் தங்கம், வெள்ளி, வைரம், மாணிக்கம் என ஒவ்வொரு ரத்தினங்களாகக் கிடைக்கும். அதையெல்லாம் சேகரித்து காட்டை அடைய வேண்டும். நண்பனுடைய நோய்க்குத் தகுந்த மூலிகையைக் கண்டுபிடித்து அதில் இருந்து மருந்து தயாரித்துக் கொடுக்கும் மூப்பருக்கு அந்த ரத்தின மாலையைப் பரிசாகக் கொடுத்துவிட்டு அவர் தரும் மாயக் கம்பளத்தில் பறந்துவந்து நண்பனைக் காப்பாற்றவேண்டும்.

* குறும்படம் 2 *

அடுத்ததாக, பள்ளி வாகனத்தில் இருந்த ஓட்டை வழியாக ஒரு மாணவன் கீழே விழுந்து இறந்துவிடுகிறான். அவனுடைய நண்பர்கள் வாகனங்களில் எப்படியெல்லாம் விபத்துகள் ஏற்படுகின்றன என்று பார்த்து அவற்றுக்கு எல்லாம் தீர்வுகளைக் கண்டுபிடிக்கிறார்கள். அந்தப் பள்ளியின் அந்த வருட ப்ராஜெக்டே விபத்துகளைத் தடுத்தல் என்பதாக பள்ளிப் பிரதமரால் தீர்மானிக்கப்படுகிறது.

'அழியாத கோலங்கள்' திரைப்படம் போல் சிறுவர்களின் இளமைக்காலக் குறும்புகள் முதலில் காட்சிப்படுத்தப்படுகின்றன; அதன் பிறகு அதில் ஒரு மாணவனுடைய மரணம்; கடைசியில் நண்பர்களுடைய கண்டுபிடிப்பு என அந்த நிகழ்வுகள் ஒரு குறும்படம் போல் நகர்கின்றன. 'அழியாத கோலங்கள்' படத்தில் பருவ வயதுக் கோளாறுகள் காட்சிப்படுத்தப்பட்டிருக்கும். இன்றைய நமது பள்ளி மாணவர்கள் இணைய தள மையங்களில் போர்னோ சைட்களைத் தேடித் தேடிப் பார்ப்பதுபோல் காட்டலாம். ஆனால், இள வயது குறும்புகள் என்பதைக் கொஞ்சம் கண்ணியமாகவும் காட்டலாம்.

சென்ற தலைமுறை மாணவர்களுக்குத் திருட்டு மாங்காய் பறிப்பதில் ஆரம்பித்து ஆறு குளங்களில் ஆசைதீரக் குளியல் போடுவதுவரை பல எக்ஸ்ட்ராகரிக்குலர் ஆக்டிவிட்டீஸ் இருந்தன. இன்றைய தலைமுறையோ இண்டர்நெட், வீடியோ கேம்ஸ், ஹோம்வொர்க்குகள் என முடங்கிவிட்டன. சக குழந்தைகளுடன் விளையாட்டு என்று பார்த்தால் பள்ளியில் விளையாடுவதுமட்டுமே என்று ஆகிவிட்டிருக்கிறது. ஆனால், பள்ளியில் நடக்கும் இன்னொரு சுவாரசியமான விஷயம் என்னவென்று பார்த்தால் முதல் பெஞ்ச் மாணவர்களுக்கும் கடைசி பெஞ்ச் மாணவர்களுக்கும் இடையில் நடக்கும் பனிப்போர். ஆசிரியர்களைக் கேலி செய்தல் என்பதைவிட மாணவர்களுக்கு இடையிலான இந்தச் சண்டை மிகவும் நிஜமானது மட்டுமல்ல சுவாரசியமானதும்கூட.

அதுபோல் டீன் ஏஜ் மாணவர்களிடையே இன்றும் இருக்கும் இன்னொரு விஷயம் நடிகர் சண்டை. மூன்றாம் உலகப் போருக்கு இணையாகப் படு தீவிரமாக நடக்கக்கூடியது. எம்.ஜி.ஆர். சிவாஜி, கமல் ரஜினி என்ற பெருமை மிகு பாரம்பரியமானது தல - தளபதி, தோனி- சச்சின் என இன்றும் தொடர்கிறது. அப்படியாக நமது திரைப் படத்தில் மாணவர்களின் இளமைக்காலக் குறும்புகளாக பெஞ்ச்களுக்

கிடையிலான பனிப்போரையும் ரசிகர்களுக்கிடையிலான மூன்றாம் உலக யுத்தத்தையும் வைத்துக்கொள்ளலாம். தளபதி அணியைச் சேர்ந்த சிறுவன் விபத்தில் இறந்துவிடவே தல அணியினர் புதிய தொழில் நுட்பத்தைக் கண்டுபிடிப்பதாகக் காட்டி இந்த மோதல்களெல்லாம் மேலோட்டமானவை அடிப்படையில் அவர்களுக்கிடையில் ஆத்மார்த்தமான நட்பே இருக்கிறது. அந்த ப்ரியத்தைத்தான் அப்படிப் போட்டியாக வெளிப்படுத்துகிறார்கள் என்று காட்டி முடிக்கலாம்.

ப்ளைண்ட் ஸ்பாட் விபத்தைத் தடுக்க வண்டியின் பின் பக்கம் ஒரு கேமராவைப் பொருத்தி அதன் பிம்பம் டிரைவர் முன்னால் இருக்கும் மானிட்டரில் தெரியும்படிச் செய்கிறார்கள். சக்கரங்களில் யாரும் சென்று விழுந்துவிடாதபடிக்கு சக்கரத்தை ஒட்டி இன்னொரு டம்மி சக்கரத்தை வைத்து அதன் மீது பெரிய தகரத் தடுப்பைப் பொருத்துகிறார்கள். முன்பக்கச் சக்கரங்களுக்கு முன்பாக சஸ்பென்ஷ னுடன் கூடிய ஏர் பலூன் பொருத்துகிறார்கள். ஃபுட்போர்டுகளில் யாரேனும் நின்றால் வண்டி நின்றுவிடும்படியாக ஒரு பிரேக் சிஸ்டத்தை வடிவமைக்கிறார்கள்.

* குறும்படம் 3 *

இந்த விபத்தை மையமாக வைத்து ஒரு நாடகம் குழந்தைகளால் நடத்தப்படுகிறது. விபத்தில் இறந்த குழந்தை கடவுளிடம் சென்று முறையிடுகிறது. உன் மரணத்துக்கு யாரேனும் பொறுப்பேற்றுக் கொண்டால் அந்த நிமிடமே உன் உயிர் திரும்பக் கிடைக்கும் என்று வரம் தந்து அனுப்புகிறார். பூலோகம் திரும்பும் குழந்தை வேன் டிரைவரிடம் சென்று அவர்தானே காரணம் என்று கேட்கிறது. அவரோ நான் காரண மில்லை. பள்ளி நிறுவனம்தான் வாகனத்தைப் பழுது பார்க்கவில்லை. அதனால்தான் விபத்து நடந்துவிட்டது என்று சொல்கிறார். பள்ளி பிரின்சிபாலிடம் போய்க் கேட்டால் குழந்தை களின் படிப்புக்கு மட்டுமே நாங்கள் பொறுப்பு. வாகனங் களைப் பராமரிப்பது, சோதனை செய்வது எங்கள் வேலையில்லை. அது ஆர்.டி..ஓ. அலுவலரின் வேலை என்று சொல்லிவிடுகிறார்.

குழந்தை ஆர்.டி.ஓ. அலுவலரைச் சென்று கேட்கிறது. அவரோ தன் மீது எந்தத் தவறும் இல்லை. தொலை தூரத்தில் இருந்த பள்ளிக்கு குழந்தைகளை அனுப்பிய உன் பெற்றோர்தான் காரணம் என்று சொல்கிறார். அப்பாவிடம் போய்க் கேட்டால், குழந்தை நன்றாகப்

படித்து பெரிய ஆளாக வரவேண்டும் என்ற நல்லெண்ணத்தால்தான் தொலைவில் இருந்த நல்ல பள்ளிக்கு வேனில் அனுப்பினேன். நல்ல பள்ளி அருகில் இருந்திருந்தால் ஏன் தொலைதூரப் பள்ளிக்கு அனுப்புகிறேன். நல்ல பள்ளிகளை ஊருக்குப் பலவாகத் திறக்காத அரசுதான் காரணம் என்று சொல்கிறார்.

கல்வி அமைச்சரைப் போய்கேட்டால் தன் மீது தவறில்லை என்று கைகழுவுகிறார். இப்படி ஒவ்வொருவரும் தன் மீது தவறு இல்லை என்று சொல்வதைக் கேட்டதும் மனம் வெறுத்துப் போகும் குழந்தை, உங்கள் யார் மீதும் தவறே இல்லை. உங்களைப் போன்ற சுயநலமிகள் மத்தியில் நான் பிறந்ததுதான் தவறு என்று சொல்லிய படியே அழுதுகொண்டே இருளுக்குள் மறைகிறது.

***

இயற்பியல் பாடங்களில் ஓம்ஸ் லா, நியூட்டனின் விதி என தியரிகளாகப் படிப்பதற்கு பதிலாக சர்வதேசப் பொறியியல் வலை தளங்கள், யூ ட்யூப்களில் இடம்பெற்றிருக்கும் நவீன கண்டுபிடிப்பு வீடியோக்கள் இவற்றைப் போட்டுக்காட்டுகிறார்கள். அதில் இருந்து அந்த தொழில்நுட்பங்களின் பின்னால் இருக்கும் அறிவியல் தத்துவத் தைச் சொல்லித் தருகிறார்கள்.

தென்னை மரம் ஏற உதவும் லிப்ட், தேங்காய் தொலிக்க உதவும் மிஷின், வீட்டுக் குப்பைகளில் இருந்து எரிவாயு தயாரிக்கும் கருவி, சைக்கிள் பெடலை இயக்குவதன் மூலம் இயங்கும் வாஷிங் மிஷின், மின்சாரம் தயாரிக்க உதவும் ராட்டை, வீடுகளின் நான்கு பக்கச் சுவர்களிலும் கூரையிலும் பந்தல் போட்டு படர் கொடிகள் வளர்த்து இயற்கை குளிர்பதனம் செய்துதருதல், அறைக்குள் இருக்கும் வெப்பக் காற்றை பூமிக்குள் செலுத்தி அங்கு குளிரவைத்து வீட்டுக்குள் அனுப்புதல் என புதுப் புது கருவிகள் கண்டுபிடிக்கப்பட்டிருக்கின்றன. பெரிய பெரிய நிறுவனங்கள் அசெம்ப்ளி லைன் ப்ரொடக்ஷனுக்கும் கொள்ளை லாபத்துக்கும் இவை தோதுப்படாது என்பதால் இவற்றை ஓரங்கட்டுகின்றன. இவற்றை நம் பள்ளி மாணவர்கள் அக்கம் பக்கத்து மக்களுக்கு உற்பத்தி செய்துகொடுக்கிறார்கள்.

தினமும் காலையில் மட்டும் அகடமிக் படிப்பு படிக்கும் 12-13 வயதுக்கு மேற்பட்ட மாணவர்கள் மதிய நேரம் இது போன்ற கருவிகளைத் தயாரித்துக் கொடுத்து படிக்கும்போதே சம்பாதிக்க

ஆரம்பிக்கிறார்கள். அப்படியாக அறிவியல் பாடங்களை ஆர்வத்துடன் கற்றுக்கொள்ளவும் செய்கிறார்கள். அவற்றின் மூலம் சமூகத்துக்கு உதவியும் செய்கிறார்கள். கூடவே கணிசமான பணம் சம்பாதிக்கவும் செய்கிறார்கள்.

*** குறும்படம் 4 ***

அடுத்த எபிசோடில் ஒரு சிறுமி ஆசை ஆசையாக வளர்த்த ஆடு கோவில் கொடையின் போது வெட்டிக் கொல்லப்படுகிறது. அதைப் பார்த்ததும் மயங்கிவிழும் குழந்தை கடும் காய்ச்சலில் விழுந்துவிடு கிறது. நம் லட்சிய ஆசிரியர் அந்தக் குழந்தையை மருத்துவமனையில் சென்று சந்திக்கிறார். ஒரு ஆடு கொல்லப்பட்டதற்கே இவ்வளவு வருந்துகிறாயே உலகமெங்கும் ஆடுகள், கோழிகள் பன்றிகள், மீன்கள் என தினமும் எத்தனை உயிர்கள் கேவலம் மனிதனின் நாக்கு ருசிக்காகக் கொல்லப்படுகின்றன தெரியுமா என்று அதற்கான வீடியோக்களைப் போட்டுக்காட்டுகிறார். ஆயிரக்கணக்கில் கோழி களின் இறகுகளைக் கதறக்கதற உரித்து கழுத்தை நெரித்துக் கொல்லும் எந்திரங்கள், தலை வெட்டிக் கொல்லப்படும் மாடுகள், வலை வீசிப் பிடித்துத் தரையில் போடப்பட்டுக் கொல்லப்படும் மீன் கூட்டங்கள் என ஆயிரக்கணக்கில் தினமும் கொல்லப்படுவதெல்லாம் வீடியோக் களாகக் காட்டப்படுகின்றன. கூண்டுக்குள் நீளும் கரத்தைப் பார்த்து மிரண்டு மூலையில் சென்று ஒடுங்கிக் கொள்ளும் கோழிக் குஞ்சுகளில் ஆரம்பித்து நிலைகுத்திய கண்களுடன் ரத்தம் சொட்ட இறந்து கிடக்கும் உயிர்கள்வரை காட்டப்படுகின்றன.

இதற்கு ஒரு முடிவு கட்டவேண்டும் என்று குழந்தைகள் முடிவெடுக்கின்றன. மாமிசம் போலவே சுவையையுடைய வேதிப் பொருளை சோதனைச் சாலையில் இரவுபகலாகப் பாடுபட்டுக் கண்டு பிடிக்கிறார்கள். உலகம் முழுவதும் அது பெரும் வரவேற்பைப் பெறுகிறது. இந்து, முஸ்லிம் வழிபாடுகளின் ஓர் அங்கமான உயிர் பலி இருந்ததுபோய் அந்த நாளில் அந்த விலங்குகளுக்கு இலை தழை ஒடித்துக்கொடுத்து அவற்றுக்கு வணக்கம் செலுத்தும் விழாவாக மாறுகின்றன.

மாமிசம் சாப்பிடுவது எங்கள் கலாசாரம்... நாங்கள் அதை ஒருபோதும் கைவிடமாட்டோம். மாமிசத்தை வேண்டாமென்று சொல்வது பார்ப்பனிய அராஜகம் என்று போர்க்கொடி பிடிப்பார்கள்.

அந்த பிராமணர்கள் கூட மாமிசம் சாப்பிட்டிருக்கிறார்கள். இன்றைக்கு நல்லவர்கள் போல் வேஷம் போடுகிறார்கள். மாமிசம் சாப்பிடுவது தவறென்றால் கன்றுக்கு பசு சுரக்கும் பாலை மனிதன் சாப்பிடுவதும் தவறு என்று சொல்வார்கள்.

பிராமணர்கள் ஆதி காலத்தில் மாமிசம் சாப்பிட்டது உண்மைதான். ஆனால், புத்தர் உயிர்க் கொலை கூடாது என்று சொன்னதும் அதைக் கேட்டு அவர்கள் திருந்திவிட்டார்கள். மேலும் கொல்லாமை என்பது வள்ளுவரும் சொன்னதுதான். பிராமணர்கள் ஏற்றுக்கொண்ட ஒன்றை எவ்வளவு நல்லதாக இருந்தாலும் கேட்க மாட்டோம் என்று சொல்பவர்கள் புத்தரும் வள்ளுவரும் சொல்வதை யாவது கேட்கலாமே. பால் குடிப்பதையும் நிறுத்தத்தான் வேண்டும். பாலுக்கான பவுடர் கண்டுபிடிக்கப்பட்டுவிட்டிருக்கிறது. எனவே, இனிமேல் பால் கறப்பதையும் நிறுத்தச் சொல்லிப் போராடுவோம் வாருங்கள் என்று நம் ஆசிரியர் அழைக்கிறார்.

மாமிசம் சாப்பிட்டு வளர்ந்த மக்களில் இருந்து வந்த மாணவன் தானாக இறக்கும் விலங்குகளைச் சாப்பிடலாமே என்று சொல்கிறான். உரம் போடாமல் வளர்க்கப்பட்ட காய்கனிகள் என்றொரு சந்தை இருப்பதுபோல் ஹலால் செய்த மாமிசம் என்று சொல்லும் கடைகள் இருப்பதுபோல் தானாக இறந்த விலங்குகளின் மாமிசம் மட்டுமே விற்கும் கடையைத் தன் தந்தையிடம் சொல்லி ஆரம்பிக்கிறான். அப்படி இறக்கும் உயிர்களின் எண்ணிக்கை மிகவும் குறைவாகவே இருக்கும். அதோடு இளம் உயிர்களின் சதைபோல் அது ருசியாக இருக்காது என்பதால் அதை யாரும் விரும்பி வாங்குவதில்லை. எனவே, அதிக உயிர்களைத் தானாகவே இறக்கச் சொல்ல முடியாது. எனவே, இறக்கும் முதிய விலங்குகளின் சதையை நன்கு பக்குவப் படுத்தி இளம் மாமிசம் போல் ஆக்கும் வேதியல் வழிமுறை கண்டு பிடிக்கப்படுகிறது. முதிய விலங்குகளின் சதை நன்கு அரைத்துக் கூழாக்கப்பட்டு அதில் இருந்து புதுப் புது உணவு வகைகள் கண்டுபிடித்துத் தரப்படுகின்றன.

இப்படியான விஷயங்கள் காட்சிப்படுத்தப்படலாம். அல்லது குழந்தை ஆசை ஆசையாக ஆடு வளர்ப்பதும் கொடை விழாவில் அது கொல்லப்படுவதையும் மட்டுமேகூடக் காட்சிப்படுத்தப்படலாம். அதாவது, ஊரில் நடக்கும் திருவிழாவின்போது ஒரு குடும்பத்தினர் ஆட்டுக் குட்டியை வாங்குகிறார்கள். அந்த வீட்டில் இருக்கும் சிறுமி அதை ரொம்பவும் ஆசை ஆசையாக வளர்க்கிறாள். ஒரு நாள் அந்தக்

குட்டி அவள் சொல்வதைக் கேட்காமல் முட்ட வரவே அதை அடிக்கிறாள். அதைப் பார்க்கும் அவளது அம்மா ஆட்டுக் குட்டியை அடிக்காதே. அதைக் கடவுளுக்காக நேர்ந்து விட்டிருக்கிறோம் என்று சொல்கிறாள். அதைக் கேட்டதும் குழந்தையின் கண்கள் விரிகின்றன. இதை நாம் கடவுளுக்காகவா வளர்க்கிறோம் என்று உற்சாகமடைந்து அதிலிருந்து அந்தக் குட்டியை பூப்போல கவனித்துக் கொண்டு வருகிறாள். தினமும் அதைக் குளிப்பாட்டிப் பூ வைத்துப் பொட்டு வைத்துக் கொஞ்சுகிறாள். அதன் காலில் சலங்கைகட்டி விடுகிறாள். அது ஜல் ஜல் என்று அங்கும் இங்கும் நடந்து போவதைப் பார்க்கும் போதெல்லாம் அவளுக்கு சந்தோஷம் பொங்கிவருகிறது.

தினமும் பள்ளிக்கூடம் விட்டதும் அதற்கு இலை, தழை ஒடித்துக்கொண்டு வருகிறாள். விடுமுறை நாட்களில் அதை மேய்ச்ச லுக்கு தானே அழைத்துச் செல்கிறாள். மழைக்காலங்களில் அதை வீட்டுக்குள் படுக்கவைக்கிறாள்.

இரண்டு மூன்று வருடங்கள் கழிகின்றன. ஊரில் கொடை விழா வருகிறது. குட்டி ஆடைக் காணிக்கையாகக் கொடுக்க கூட்டிச் செல்லு கிறார்கள். சற்று தொலைவில் இருக்கும் கோவில் என்பதால் வீட்டில் உள்ள அனைவரும் வண்டி கட்டிக்கொண்டு புறப்படுகிறார்கள். குட்டி ஆடை வண்டியின் பின்னால் கட்டி கொண்டு போகிறார்கள். காளை யின் வேகத்துக்கு ஈடுகொடுக்க முடியாமல் குட்டி திணறுகிறது. சிறுமி, வண்டியை நிறுத்தச் சொல்லி குட்டியை மடியில் தூக்கி வைத்துக் கொள்கிறாள். சிறிது நேரத்தில் தூங்கிவிடுகிறாள். அவள் கண்முழித்து பார்க்கும்போது அவள் அம்மா மடியில் படுத்திருப்பது தெரிகிறது.

எழுந்து கண்ணைக் கசக்கிக் கொண்டு பார்க்கிறாள். கோவிலின் முன்னால் இருக்கும் பரந்து விரிந்த மைதானத்தில் ஒரு ஆலமரத்தின் அடியில் அவர்கள் கூடாரம் போட்டுத் தங்கியிருப்பது தெரிகிறது. லேசாக இருட்டத் தொடங்கியிருக்கிறது. அந்த மைதானத்தில் அவர்களைப் போலவே ஏராளமான குடும்பத்தினர் நேர்ச்சைக்கான ஆடுகளோடு வந்திருக்கிறார்கள். கண்ணுக்கெட்டிய தூரம் வரைக்கும் ஒரே மக்கள் கூட்டம். தன்னுடைய குட்டி ஆடைத் தேடுகிறாள். ஆலமரத்தடியில் ஒரு மூலையில் கட்டிப் போடப்பட்டிருப்பது தெரிகிறது. அவளைப் போலவே ஏராளமான சிறுவர் சிறுமிகள் அங்கு இருப்பதை பார்த்ததும் அவர்களோடு ஆடிப் பாடி விளையாடுகிறாள்.

நவிழாக் கடைகளை அப்பாவுடன் போய் சுற்றிப் பார்த்துவிட்டு

வருகிறாள். மறு நாள் காலையில் கடவுளுக்கு காணிக்கையாகக் கொடுக்கவேண்டும் என்று அப்பா சொல்கிறார். இரவு சாப்பிட்டு விட்டு அப்பா மடியில் படுத்தபடியே தூங்கிப் போகிறாள்.

அவளுடைய கனவில் ஒரு பெண் தெய்வம் சிறகுகளை அசைத்தபடி வானிலிருந்து இறங்கி வருகிறது. சிறுமி ஒரு ஆற்றின் கரையில் குட்டி ஆடை ஒரு குழந்தையைப் போல் கைகளில் அணைத்தபடி நிற்கிறாள். பறந்து வரும் தெய்வம் அவள் முன்னால் வந்து இரு கைகளையும் விரித்து அந்த குட்டி ஆடைத் தரும்படிக் கேட்கிறது. நீ இதை நல்லா கவனிச்சுக்கணும். சரியா. தினமும் ரெண்டு நேரம் கொளை ஒடிச்சு போடணும். நாய், ஓநாய் வந்து கடிச்சு தின்னுடாம பாத்துக்கணும். ராத்திரியானா ஒரு பெரிய கூடை போட்டு மூடி வெச்சுடணும். கூடையைப் போட்டு மூடினதும் ஒரே இருட்டாயிடும். குட்டி பயப்படும். அதனால கூடைல சின்னதா ஒரு ஓட்டை போட்டு நிலா நட்சத்திரமெல்லாம் பாக்க முடியற மாதிரி வெக்கணும். மழை வந்துடுச்சுன்னா சாக்கு போட்டு வீட்டுக்குள்ள கொண்டுவந்து படுக்க வெச்சுக்கணும் செய்வியா என்று கேட்கிறாள். உன் அளவுக்கு என்னால் கவனித்துக் கொள்ள முடியாது; இருந்தாலும் முடிந்தவரை அன்பாகக் கவனித்துக் கொள்கிறேன் என்று சொல்லிவிட்டு அந்த தெய்வம் குட்டி ஆடை மார்போடு அணைத்துக் கொண்டு பறந்து செல்கிறது. தெய்வத்துக்குக் காணிக்கையாகத் தருவது என்பதை அந்தச் சிறுமி புரிந்து கொண்டிருந்த விதம் அது.

மறு நாள் பொழுது விடிகிறது. சிறுமி ஆற்றங்கரைக்குப் போய் குளித்துவிட்டு வருகிறாள். கோவிலுக்கு திரும்பிவரும்போது பிரகாரத்தை வலம் வருபவர்கள் ஆடுகளையும் கூடவே இழுத்துக் கொண்டு போவதைப் பார்க்கிறாள். ஆடுகள் பெருங்குரலில் கதறிய படியே தரையோடு தரையாகப் படுத்துக் கொண்டு அடம்பிடிக்கின்றன. ஆனாலும் விடாமல் ஒவ்வொருவரும் ஆடுகளை இழுத்துக் கொண்டுபோகிறார்கள். சிறுமி லேசாகப் பதறியபடியே நடக்கிறாள். ஒரு ஓலைத் தடுப்பின் பின்னால் ஏதோ சத்தம் கேட்கிறது.

மெல்ல அதை நோக்கிப் போகிறாள். ஓலைத் தடுப்பின் பெரியதொரு துவாரத்தின் வழியே மறுபுறம் நடப்பது லேசாகத் தெரிகிறது. அங்கே ஒரு கை கீரை கட்டு ஒன்றை நீட்டுகிறது. ஒரு ஆடின் தலை அதை தின்பதற்காக முன்னே நீள்கிறது. மறுவினாடி சடாரென்று ஒரு அருவாள் அதன் தலையை ஒரே வெட்டில் துண்டாக்கிப் போடுகிறது.

அதைப் பார்த்ததும் சிறுமி அதிர்ச்சியில் உறைந்து போகிறாள். ஓலைத்தடுப்பின் மறுபக்கம் ஓடிப்போய் பார்க்கிறாள்.

ரத்தம் சொட்டும் அருவாளுடன் காவிப்பல் தெரிய சிரித்தபடியே நிற்கும் பூசாரி, சாமி ஏத்துகிடுச்சு என்கிறார். கீழே தலை துண்டிக்கப் பட்ட ஆட்டின் கால்கள் பூமியை விலுக் விலுக் என்று உதைத்துக் கொண்டிருக்கிறது. கழுத்தில் இருந்து வழியும் ரத்தமானது ஒரு மண் கலயத்தில் சேகரமாகிக் கொண்டிருந்தது. சிறுமி அலறித் துடித்தபடியே தன் குட்டி ஆடு கட்டிப்போட்டிருந்த இடத்தை நோக்கி ஓடுகிறாள்.

காணிக்கைக்காக ஆடுகளை இழுத்து வருபவர்களின் கூட்டம் அவளை முட்டித் தள்ளுகிறது. மஞ்சள் துணிகட்டி ஈர உடையுடன் கையில் அருவாள் ஏந்தியபடி ஒவ்வொருவராக வந்து கொண்டிருக்கிறார்கள். அவர்களை இடித்து தள்ளியபடியே சிறுமி மைதானத்தின் நடுவே இருக்கும் ஆலமரத்தை நோக்கி ஓடுகிறாள். குட்டி ஆடு கட்டப்பட்ட இடம் வெறுமையாக இருக்கிறது. குட்டியைத் தேடி ஓடுகிறாள். மைதானத்தின் மணல் வெளியில் மனிதக் கால்தடம் பதிந்த குழிவுகளில் எல்லாம் தேங்கி நிற்கிறது வெட்டப்பட்ட ஆடுகளின் ரத்தம்.

அதை குனிந்து பார்க்கிறாள் சிறுமி. அவளது பிம்பம் அந்த ரத்தத்தில் நடுங்கியபடியே மிதக்கிறது. அவளுக்கு கண்கள் இருட்டிக் கொண்டு வருகிறது. கோவில் முகப்பில் உச்சியில் கட்டப்பட்டுள்ள ஒலிபெருக்கி யில் பம்பை சத்தம் மெல்ல மெல்ல உயர்ந்து உச்சத்தை அடைகிறது. அவள் வளர்த்த குட்டி ஆடின் காலில் ஆசை ஆசையாக அவள் கட்டிய சலங்கையின் சத்தமாக அது மாறுகிறது. விலுக் விலுக் என்று அது துடிப்பது கேட்கிறது. சிறகசைத்தபடி பறந்து வரும் தேவதையும், வெட்டப்படும் ஆடுகளுமாக அவளது கண்ணில் காட்சிகள் தோன்றி மறைகின்றன. மெல்ல அவள் மண்ணில் மயங்கி விழுகிறாள்.

* குறும்படம் 5 *

அடுத்த எபிசோடில் டெட் பொயட்ஸ் சொசைட்டி திரைப்படத் தின் ஒரு பகுதி எடுத்தாளப்படுகிறது (அதற்கான நன்றியைப் படத்தில் தெரிவித்துவிடவேண்டும்). அந்தப் படத்தில் ஒரு மாணவனுக்கு நாடகத்தில் நடிக்க மிகுந்த ஆர்வம் இருக்கும். ஆனால் அவனுடைய தந்தையோ அவனை மருத்துவராக ஆக்க விரும்பியிருப்பார். நாடகம், பாட்டு என்று சுற்றினால் படிப்பில் கவனம் சிதைந்துபோய் மருத்துவராக முடியாமல் போய்விடும் என்று அவனைக் கண்டிப்பார்.

ஒரு முக்கியமான தேர்வின்போது நாடக விழா ஒன்று நடக்கும். லட்சிய ஆசிரியரான ராபின் வில்லியம்ஸ் அவனை நாடக விழாவுக்குத் தயார்படுத்தி அனுப்பிவைப்பார். நாடகத்தை அந்த மாணவரின் தந்தையும் வந்து பார்ப்பார். மகனின் நடிப்புக்கு அரங்கில் கிடைக்கும் பெரும் வரவேற்பைக் கண்டு சந்தோஷப்படுவார். ஆனால், அதுவே அவன் நடிக்கும் கடைசி நாடகமாக இருக்கவேண்டும் என்று கடுமையாகச் சொல்லிவிடுவார். அதனால் மனமுடையும் அந்த மாணவன் நள்ளிரவில் துப்பாக்கியால் சுட்டுக்கொண்டு இறந்துவிடுவான். அந்த மாணவனின் இறப்புக்கு ராபின் வில்லியம்ஸ்தான் காரணம் என்று அவரைப் பள்ளியில் இருந்து நீக்கிவிடுவார்கள்.

நமது திரைப்படத்தில் அதை லேசாக மாற்றிக்கொள்வோம். நமது மாணவன் விஷம் குடித்துத் தற்கொலை செய்துகொள்ள முயற்சி செய்கிறான். கடைசி நிமிடத்தில் காப்பாற்றப்படுகிறான் என்று வைத்துக்கொள்வோம். முந்தைய தலைமுறையில் பெற்றோர் அடித்தாலோ கண்டித்தாலோ இள வயதினர் வீட்டை விட்டு ஓடிப் போவது வழக்கம். உறவினர்கள், தெரிந்தவர்கள் யாராவது கண்டுபிடித்து வீட்டுக்கு அனுப்பிவைப்பார்கள். அல்லது வேறு ஊருக்குச் சென்று ஏதாவது வேலை செய்து பல வருடங்கள் கழித்து வீடு திரும்புவது உண்டு. இன்றைய தலைமுறையில் கோபம் அல்லது மன வருத்தம் அடையும் இளைஞர்கள் தற்கொலை செய்துகொண்டுவிடுகிறார்கள். இது மிகவும் வேதனைக்குரிய விஷயம். எனவே, தோல்வியுறும் மனதுக்கு ஆறுதல் சொல்லித் திருத்தும்வகையிலும், குழந்தைகளின் விருப்பத்துக்குக் குறுக்கே நிற்கவேண்டாம் என்று பெற்றோருக்கு அறிவுரை சொல்லும் வகையிலும் இந்த எபிசோடை வைத்துக் கொள்வோம்.

ஆங்கிலப் படத்தில் அந்த மாணவன் நாடகம் நடிக்க விரும்புவான். இங்கே நம் திரைப்படத்தில் புல்லாங்குழல் கலைஞனாக வர விரும்புவதாக மாற்றிக்கொள்வோம். நமது திரைப்படத்தின் இசையின் உச்சம் அந்தக் காட்சிகளில் எட்டப்படவேண்டும். விஷம் அருந்தி நாடித்துடிப்பு மெள்ள மெள்ள குறையத் தொடங்கியவனை அவனுடைய பாடல் நோட்ஸைக் கொண்டு நம் லட்சிய ஆசிரியர் வாசிக்கும் புல்லாங்குழல் இசையே மீட்டெடுக்கும். மரணப் புதை குழிக்குள் மூழ்கத் தொடங்கியவனை அந்த இசைக் கயிறே இழுத்து வெளியே போடும். புல்லாங்குழல் போல் உயிரை மீட்கும் இசைக் கருவி இந்த உலகில் வேறென்ன இருக்க முடியும்? அந்தப் பாடலைக்

கேட்டு மாணவனின் அப்பாவும் மனம் திருந்தி அவனுடைய லட்சியத்துக்குப் பச்சைக்கொடி காட்டுவார்.

***

சொல்யூஷன்.காம் என ஒரு வலைதளம் நமது பள்ளி சார்பில் தொடங்கப்படுகிறது. அதில் ஒவ்வொரு மாணவரும் தமது பள்ளி அனுபவங்கள், வாழ்க்கை அனுபவங்கள் இவற்றில் இருந்து பிரச்னைக் குரியவற்றை எழுதி அதற்கான தீர்வுகளையும் சொல்கிறார்கள்.

எஸ்கலேட்டரில் கால் வைக்கும் இடத்தில் பாதம் படம் வரைந்து வைப்பதில் ஆரம்பித்து போக்குவரத்து நெரிசலைத் தவிர்க்க பாதி அலுவலகங்களை பி.பி.ஓ. கம்பெனிகளைப் போல் இரவு ஷிப்டுக்கு மாற்றுவதுவரை பல ஆலோசனைகள் முன்வைக்கப்படுகின்றன.

அடுத்ததாக கிரேட் டிபேட்டர்ஸ் படத்தைபோல் மாணவர்கள் இரு அணியாகப் பிரிந்து விவாதிக்கிறார்கள். பட்டி மன்றம் என்ற வடிவம் நமக்கு மிகவும் பரிச்சயமானதும் விருப்பத்துக்குரியதும்தானே. நிஜத்தில் நடக்கும் பட்டிமன்றங்கள் ஞாபக மறதி நல்லதா... ஞாபக சக்தி நல்லதா... பெற்றோரை அன்புடன் கவனிப்பது மகனா மகளா, பணமா பாசமா என மிகவும் பாதுகாப்பான விஷயங்களை மட்டுமே வைத்து நடக்கின்றன. நம் திரைப்படத்தில் தாய் மொழிக் கல்வியா... ஆங்கில வழிக் கல்வியா எது உயர்ந்தது? சாதியா மதமா... இரண்டில் எது உயர்ந்தது? தமிழ் தேசியம்... இந்திய தேசியம்... எது நல்லது, அலோபதியா சித்த-ஆயுர்வேத பாரம்பரிய மருத்துவமா என மிகவும் பயனுள்ள விஷயங்கள் காரசாரமாக விவாதிக்கப்படுகின்றன.

சுமார் அரை மணி நேரப் படத்தை இந்த விவாதங்களே எடுத்துக்கொள்ளும். இது முழுக்கவும் வசனங்களால் ஆன பகுதி. ஆனால், எடுத்துக்கொள்ளப்படும் அரசியல் பிரச்னைகளின் வீரியம் அந்தக் காட்சிகளுக்கு ஒரு கனத்தைத் தரும். மேலும் அந்த அரைமணி நேரத்தை விறுவிறுப்பாக ஆக்கும்வகையில் இரு தரப்பு நிபுணர்களைக் கொண்டே அந்தப் பகுதிகளின் வசனம் எழுதப்படலாம். கிட்டத்தட்ட சொற்களால் நடக்கும் யுத்தமாகவே அது இடம்பெறவேண்டும்.

***

பள்ளியில் அடுத்த வருட மாணவர் சேர்ப்பு வேலைகள் ஆரம்பிக்கின்றன. அரசின் உத்தரவுப்படி 25% இடங்களை நலிவடைந்த பிரிவினருக்கு ஒதுக்கவேண்டும். ஆனால், பள்ளி நிர்வாகமோ

இடைநிலை மற்றும் கடைநிலை சாதியில் இருக்கும் பணக்காரர்களுடைய குழந்தைகளுக்கே அந்த இடத்தைத் தருகிறது. நம் ஆசிரியர் இதைக் கண்டிக்கிறார். கடைநிலை சாதிகளில் இருக்கும் ஏழைகளுக்கு அந்த இடம் தரப்படவேண்டும். அதன் பிறகும் சில இடங்கள் காலியாக இருந்தால், மேல் சாதிகளில் இருக்கும் ஏழைகளுக்கு அந்த இடத்தைத் தரவேண்டும். அதன் பிறகே கடைநிலை சாதியில் இருக்கும் செல்வந்தர்களுக்கு அந்த இடம் தரப்படவேண்டும் என்கிறார். அதுபோல் மேல் ஜாதியினருக்கான இடங்களிலும் அந்தந்த ஜாதி ஏழைகளுக்கே முன்னுரிமை தருகிறார். கடும் எதிர்ப்பு வருகிறது.

2000 ஆண்டுகளாக பிராமணர்களுக்கு மட்டுமே கல்வி கிடைத்தது. பிராமணரல்லாத நாங்கள் கல்வி கற்க முடியாமல், மனதுக் குப் பிடித்த வேலைக்குச் செல்ல முடியாமல் ஒடுக்கப்பட்டிருந்தோம். ஓரிரு தலைமுறையாகத்தான் நன்கு படித்து நல்ல வேலை கிடைத்து முன்னேறியிருக்கிறோம். அதற்குள் எங்களை க்ரீமி லேயர் என்று சொல்லி ஒதுக்கினால் நாங்கள் என்ன செய்ய என்று கோபப்படுகிறார்கள்.

சாதி பற்றிய தவறான புரிதலில் இருந்தே இப்படியான கேள்விகள் வருகின்றன. மன்னராட்சி காலகட்டம் வரை உலகம் மூழ்வதுமே கல்வி செல்வந்தர்கள், அரசர்கள், புரோகிதர்களுக்கே தரப்பட்டது. தொழில் புரட்சி ஏற்படும் வரை உலகம் முழுவதுமே பிறப்பின் அடிப்படையி லேயே வேலைகள் தீர்மானிக்கப்பட்டன. எனவே, இந்து மதத்தையும் இந்தியாவையும் மட்டுமே பழிக்க வேண்டாம். இன்று பல தளங்களில் சமத்துவம் வந்துவிட்டிருக்கிறது. இன்றைய நிலையில் இந்திய அரசியல் சாசனத்தில் கூடுதல் வசதி வாய்ப்புகள் தலித்துகளுக்கே தரப்பட்டிருக்கிறது. அதை மேல் ஜாதியினர் தடுக்கவே இல்லை. ஒரு தலித்தை பஞ்சாயத்து தலைவராக ஆனதுக்காக வெட்டிக் கொன்றது உண்மைதான். ஆனால், இந்தைய தேசத்தின் ஜனதிபதியாகவே ஒரு தலித் ஆகியும் இருக்கிறார். எனவே பழைய காயங்களை மறந்து புதிய தேசம் படைப்போம்.

மேலும், உங்கள் சாதியைச் சேர்ந்த ஏழைகளுக்குத்தானே உங்கள் இடங்களைத் தரச் சொல்கிறோம். நீங்கள் மேலேறிவிட்டால் மட்டும் போதுமா. கிணற்றுக்குள் வாடும் உங்கள் சகோதரர்களை மேலேற்ற வேண்டாமா. அதற்கு நீங்களே தடை போடலாமா என்கிறார் ஆசிரியர்.

அப்படியென்றால் அதிக இடங்களை உருவாக்குங்கள். உயர் சாதிகளின் இடங்களைக் குறையுங்கள் என்று ஆசிரியர்களும் இடை, கடைநிலை சாதிப் பெற்றோர்களும் சொல்கிறார்கள்.

அது சாத்தியமில்லை. வேண்டுமானால் இப்படிச் செய்வோம்... செல்வந்தர்களின் குழந்தைகளுக்கே இடம் தருகிறோம். ஆனால், உங்கள் சாதியைச் சேர்ந்த ஏழைக் குழந்தைகளுக்கு சனி ஞாயிறு நாட்களில் ஒரு சில மணி நேரம் இந்தக் கல்வியை உங்கள் குழந்தைகள் கற்றுத் தரவேண்டும். அதற்கு சம்மதமா என்று கேட்கிறார்.

எங்கள் குழந்தைகள் மட்டுமா அதைச் செய்யவேண்டும் எல்லாரையும் செய்யச் சொல்லுங்கள் என்று சொல்கிறார்கள்.

நல்லது அப்படியே செய்வோம். ஆனால், நலிவடைந்த நிலையில் இருக்கும் உங்கள் சாதியினருக்கு உதவுவதில் கூடுதல் பொறுப்பு உங்களுக்குத்தான் இருக்கிறது என்பதை மனதில் வைத்துக்கொள்ளுங்கள் என்று சொல்லிவிட்டு, ஒவ்வொரு வாரமும் அந்தப் பள்ளியில் படிக்கும் குழந்தைகள் அவர்களுடைய வீட்டுக்குப் பக்கத்தில் இருக்கும் ஏழைச் சிறுவர்களுக்கு சனி, ஞாயிறுகளில் கட்டாயப் பாடம் எடுக்கவேண்டும் என்று ஒரு திட்டத்தைக் கொண்டுவருகிறார். சனி ஞாயிறுகளில் குடும்பத்தினருடன் நேரத்தைச் செலவிடவேண்டும் என்று சொல்பவர்கள் தினமும் பள்ளி விட்ட பிறகு அரை மணி நேரத்தில் இருந்து ஒரு மணி நேரம் ஏழைக் குழந்தைகளுக்குப் பாடம் எடுக்கவேண்டும் என்று சொல்கிறார்.

* குறும்படம் 6 *

அடுத்ததாக நமது பள்ளியில் படிக்கும் ஒரு தலித் மாணவனின் தாத்தா இறந்துவிடுவார். அந்த ஊரின் ஆதிக்க சாதியினர் வன்னியர்கள். தமது தெருவின் வழியாக அந்த தலித் முதியவரின் பிணத்தை எடுத்துச் செல்லக்கூடாது என்று தடுப்பார்கள். நமது ஆசிரியர் காந்தியவாதிகள், ஆர்.எஸ்.எஸ்.காரர்கள், கிறிஸ்தவர்கள், இஸ்லாமியர்கள் என தலித்களுக்கு நேச சக்திகளாக இருக்கும் அனைவரையும் சென்று சந்தித்து ஆதரவு தரும்படிக் கேட்பார். இஸ்லாமிய, கிறிஸ்தவ தலைவர்கள் இந்துக்களின் பிரச்னையில் நாங்கள் எப்படித் தலையிட என்று கேட்பார்கள். ஒரு இந்தியனாக, தமிழனாக நீங்கள் இந்தப் பிரச்னையில் நிச்சயம் தலையிடலாம் என்று சொல்லி அவர்களுடைய ஆதரவைப் பெறுவார்.

ஆனால், நம் ஆசிரியர் அவர்களைத் தனித்தனியாகச் சென்று சந்தித்திருப்பார். கிறிஸ்தவ, இஸ்லாமிய தலைவர்கள் மத மாற்றக் கிடைத்த நல்ல வாய்ப்பு என்று நினைத்து உற்சாகமாகப் புறப்பட்டிருப் பார்கள். நமது ஆசிரியரும் தலித்களுடைய நேச சக்திகள் அனைவரை யும் சந்தித்து அழைத்திருக்கிறேன் என்பதைச் சொல்லாமல் விட்டிருப் பார். எனவே முதிய தலித்தின் உடல் கிடத்தப்பட்டிருக்கும் இடத் துக்கு வந்து சேர்ந்ததும் இஸ்லாமிய, கிறிஸ்தவ தலைவர்கள் பெரும் அதிர்ச்சியடைவார்கள். காந்தியவாதியோ ஆர்.எஸ்.எஸ்.காரரர் அழைக்கப்பட்டிருப்பதைப் பார்த்ததும் கோபப்படுவார். ஆர். எஸ்.எஸ். காரரோ பிற மதத்தினரைக் குறிப்பாக இஸ்லாமியரை அழைத்ததைக் கடுமையாக எதிர்ப்பார்.

இப்படியாக ஒவ்வொருவரும் இன்னொருவரைக் கடுமையாகத் திட்டிக்கொள்வார்கள். கிறிஸ்தவ, இஸ்லாமியத் தலைவர்கள் தம்மால் எந்த உதவியும் செய்ய முடியாது என்று சொல்லி தமது சொகுசான ஜீப்களில் ஏறிப் புறப்படுவார்கள். காந்தியவாதி தன் பிய்ந்த செருப்புக்கு ஊக்கு மாட்டிகொண்டபடியே முகத்தைத் திருப்பிக்கொண்டு புறப்படு வார். ஆர்.எஸ்.எஸ்.காரரர் கிறிஸ்தவ, இஸ்லாமியப் பிரதிநிதிகளை முறைத்துப் பார்த்தபடியே புறப்படுவார்.

தலித் சிறுவனுக்கு வேதனை முன்பைவிட அதிகரிக்கும். ஆதிக்க சாதியினர் மட்டும்தான் ஒடுக்குவதாக நினைத்தவனுக்கு நேச சக்தி களுமே உள்நோக்கோடுதான் உதவ வருகின்றன என்பது புரிந்ததும் துவண்டுவிடுகிறான். பிற மத வாகனங்கள் உறுமியபடியே அவன் முகத்தில் கரும் புகையை உமிழ்ந்தபடி புறப்படத் தயாராகும். அப்போது நம் ஆசிரியை கூட்டத்தில் இருந்து முன்னேறி முதல் காலடியை எடுத்துவைப்பார். அவரைப் பார்த்ததும் கிறிஸ்தவ சிறுமி, இஸ்லாமிய சிறுவன், காந்தியவாதியின்மகன் ஆர்.எஸ்.எஸ். சிறுவன் என நால்வரும் கைகளைக் கோர்த்தபடி தலிச் சிறுவனுக்கு அருகில் சென்று அவனுடைய கண்ணீரைத் துடைப்பார்கள்.

ஆசிரியை சங்கை எடுத்து உரத்த குழலில் முழங்குவார். இஸ்லாமியச் சிறுவன் தொழுகைப் பாடலை உரத்த குரலில் முழங்கிய படியே பாடையின் ஒரு காலைப் பிடிப்பான். கிறிஸ்தவ சிறுமி கர்த்தரின் மகிமையைப் பாடியப்டியே இன்னொரு காலைப் பிடிப்பாள். அடுத்ததாக ஆர்.எஸ்.எஸ். சிறுவன் நமஸ்தே வதசலே என்று கணீரென முழங்கியபடியே இன்னொரு காலைப் பிடிப்பான்.

இறுதியாக காந்தியவாதியின் மகன் ரகுபதி ராகவ ராஜாராம் என்று பாடியபடியே பாடையைத் தொட்டுத் தூக்குவான்.

ஆசிரியை சங்கை ஊதியபடி முன்னால் செல்ல சிறுவர்கள் பாடையைத் தூக்கியபடி தடை செய்யப்பட்ட அந்தத் தெருவில் கம்பீரமாக நடப்பார்கள். அவர்கள் நடக்க நடக்க வழி மறித்து நின்ற ஆதிக்க சாதியினரின் கைகளில் இருந்து ஆயுதங்கள் ஒவ்வொன்றாகக் கீழே விழும். இஸ்லாமிய, கிறிஸ்தவ, காந்திய, ஆர்.எஸ்.எஸ் பிரதிநிதிகள் தலை குனிந்து நின்றுகொண்டிருப்பார்கள். சூரியன் மேற்கில் மறையத் தொடங்கியிருக்கும். சிறுவர்கள் தலித் முதியவரின் உடலைக் கிடத்தி எரியூட்டுவார்கள். அந்தத் தீயில் வெந்து பொசுங்குவது சாதித் திமிர் மட்டுமல்ல அரசியல் நோக்குகளுடன் காட்டப்படும் போலி அன்புகளும்தான். அந்தத் தீயின் ஜ்வாலைகள் தொட்டு எழுப்பியதுபோல் இருண்ட வானில் பவுர்ணமி நிலவு முகிழ்க்கும் அந்தச் சித்திரைமுழு நிலவு அனைத்து இருண்ட பகுதிகள் மீதும் தன் பொன்னொளியைப் பாய்ச்சியபடி வானில் உயரும்.

நிஜத்தில் இதைப் போன்ற ஒரு சம்பவம் குடி தாங்கி கிராமத்தில் நடக்கத்தான் செய்திருக்கிறது. நான்கு தரப்புக்கு பதிலாக ஆதிக்க சாதியினரின் பிரதிநிதியான ராமதாஸ் அன்று அந்தப் பாடையை, தானே முன்னின்று தூக்கிச் சென்றார். அதன் பிறகு ஆற்றில் பல வெள்ளங்கள் பாய்ந்துவிட்டன. நமது திரைப்படத்தில் நான்கு பேருக்கு நாம் நன்றி சொல்வோம்.

***

இடைநிலை, கடைநிலை சாதியைச் சேர்ந்த ஏழைகளின் குழந்தைகளும் மேல் சாதி செல்வந்தர்களின் குழந்தைகளும் ஒரே பள்ளியில் படிப்பது என்பதே பல்வேறு சுவாரசியமான முரண்பாடு களுக்கு அடியெடுத்துக் கொடுக்கும். உண்மையில் இந்த ஒற்றை அம்சத்தை மட்டுமே வைத்து ஒரு படம் எடுக்க முடியும். நம் லட்சிய ஆசிரியர் அந்த 25 சதவிகித நலிவடைந்த பிரிவினரைப் பள்ளியின் முதல் இடத்துக்கு எப்படிக் கொண்டுவருகிறார் என்பதாக அந்தக் கதையை நூல் பிடித்தாற்போல் ஒற்றை இலக்குடன் கொண்டு செல்லலாம்.

நமது கதையில் கொஞ்சம் விரிவான களத்தையே எடுத்துக் கொண்டிருக்கிறோம். எனவே, ஏழை மற்றும் கடைநிலை சாதியினர்

மீது சமூகம் கொண்டிருக்கும் பிழையான எண்ணங்களையொட்டிய காட்சிகளை அமைத்து அவற்றைத் தவறு என்று புரியவைப்போம். பொதுவாக ஏதேனும் ஒரு பொருள் காணாமல் போனால் அங்கு கடைநிலை சாதி, ஏழை மக்கள் இருந்தால் முதலில் சந்தேகம் அவர்கள் மீதுதான் விழும். கடைநிலைச்சாதியில் இருப்பவர்களில் சிலர் திருடுவதுண்டு. அதற்காக கடைநிலைச் சாதியினர் அனைவருமே திருடர்கள் தான் என்று சந்தேகிப்பது மிகப் பெரிய தவறு. மேல் சாதியினர் கூடத்தான் திருடுவதுண்டு. அதற்காக எல்லா மேல் சாதியினரையும் திருடர் என்றா சந்தேகிக்கிறோம். எனவே, அபாண்டமாக யார் மீதும் எந்த முன் தீர்மானத்தின் அடிப்படையிலும் குற்றம் சுமத்தக்கூடாது.

நமது பள்ளியில் ஒரு மேல் சாதி மாணவியின் தங்கச் சங்கிலி திருடு போய்விடுகிறது. உடனே அந்த வகுப்பில் இருக்கும் ஏழை தலித் மாணவி மீது சந்தேகப்பட்டு தனியாகக் கூட்டிச் சென்று உடைகளைக் கழட்டி மேல் சாதி ஆசிரியர் சோதிக்கிறார். இதனால் மனமுடையும் அந்தச் சிறுமி மறுநாள் முதல் பள்ளிக்கு போகாமல் இருந்துவிடுகிறார். நிஜத்தில் இப்படி ஒரு சம்பவம் நடந்து அந்தச் சிறுமி தற்கொலை செய்துகொண்டுவிட்டார் என்று நினைக்கிறேன். நம் கதையில் பல மரணங்கள், தற்கொலை முயற்சிகள் இருப்பதால் இந்தச் சிறுமியையும் இறப்பதாகக் காட்டினால் நன்றாக இருக்காது. இந்தப் பிரச்னையின் ஆதார அம்சங்கள் இரண்டு. ஒன்று ஏழைகள் மீது சமூகம் கொண்டிருக் கும் இழிவான எண்ணம். இரண்டாவதாக, அப்படி இழிவாக நடத்திய தும் மனமுடைந்து தற்கொலை செய்வது அல்லது துவண்டு போவது.

பலர் முன்னால் அவமானப்படுத்தப்படுவது வேதனையைத் தரும் என்பது உண்மைதான். ஆனால், அப்படித் தன்னை இழிவுபடுத்தியவர்கள் முன்னால் தலை நிமிர்ந்து நின்று சாதித்துக் காட்ட வேண்டும். அதுதான் சரியான பதிலடியாக இருக்கும்.

காந்தி, அம்பேத்கர் போன்றவர்களும் எண்ணற்ற கறுப்பர் தலைவர்களும் சந்திக்காத அவமானமா... அவர்கள் அந்தக் கோபத்தையும் வருத்தத்தையும் மனதில் அடக்கிக்கொண்டு வாழ்க்கையில் சாதித்துக் காட்டவில்லையா என்ன..? ஒரு கல்லை உளி கொண்டு செதுக்கும்போது அது பயந்து அழுது துவண்டால் என்னாகும்? வலிகளையெல்லாம் தைரியமாக ஏற்றுக்கொண்டு நிமிர்ந்து நின்றால் தானே சிலையாக முடியும். அப்படியாக தனக்கு இழைக்கப்படும்

கொடுமைகளையெல்லாம் உரமாக எடுத்துக்கொண்டு உயர்ந்துகாட்ட வேண்டும். இன்னா செய்தாரை ஒறுத்தல் அவர் நாண நன்னயம் செய்துவிடல். என்று இந்துக் குழந்தைகளுக்கும் ஒரு கன்னத்தில் அறைந்தால் மறு கன்னத்தைக் காட்டு என்று கிறிஸ்தவக் குழந்தை களுக்கும் சொல்லித் தருகிறார்.

திருட்டுப் பட்டம் சுமத்திய ஆசிரியையைத் தனியாக அழைத்து அந்த கடைநிலை சாதியைச் சேர்ந்த ஏழைப் பெண்தான் திருடியிருப் பார் என்று எப்படிச் சொல்கிறீர்கள் என்று நம் ஆசிரியர் கேட்கிறார். அவரோ உங்கள் கேள்வியிலேயே பதில் இருக்கிறது என்கிறார் திமிராக. கக்கன், காமராஜர் போன்ற கடைநிலை சாதித்தலைவர்களின் நேர்மையையும் சுயநலமற்ற தொண்டையும் நம் ஆசிரியர் எடுத்துச் சொல்கிறார். அந்த ஆசிரியரோ அவர்கள் எல்லாம் விதிவிலக்குகள் என்று சொல்கிறார். மார்ட்டின் லூதர் கிங்கின் புகைப்படத்தையும் சீரியல் கொலை செய்த ஐரோப்பியர் ஒருவருடைய புகைப்படத்தையும் காட்டி இவர்களில் ஒருவர் நல்லவர்... இன்னொருவர் கெட்டவர். யார் கெட்டவர் யார் நல்லவர் என்று சொல்லுங்கள் என்று கேட்கிறார். பார்த்தாலே தெரியவில்லையா இந்தக் கறுப்பன் தான் கெட்டவன் என்கிறார் சட்டென்று.

நம் ஆசிரியர் மார்ட்டின் லூதர் கிங் செய்த போராட்டங்களையும் தியாகங்களையும் அவருடைய நேர்மையையும் எடுத்துச் சொல்கிறார். வெளுப்பு நிற ஐரோப்பியர் செய்த கொலைகளைப் பட்டியலிடுகிறார். தோற்றப் பொலிவுக்கும் ஒரு நபருடைய நேர்மைக்கும் எந்த சம்பந்தமும் இல்லை என்று அந்த ஆசிரியருக்குப் புரியவைக்கிறார். சங்கிலியைத் திருட்டுக் கொடுத்த மாணவியை அழைத்து கன்னங் கரேலென்று இருக்கும் பிராமணர் ஒருவருடைய படத்தையும் செக்கச் செவேலென்று வட இந்திய பாணியில் பஞ்சகச்சம் போல் வேட்டி கட்டிய ஆரம்பகால அம்பேத்கரின் புகைப்படத்தையும் காட்டி இதில் யார் பிராமணர் யார் தலித் என்று கேட்கிறார். அந்த மாணவியோ அம்பேத்கரை பிராமணர் என்றும் கறுப்பு நபரை தலித் என்றும் சொல்கிறது. கடைநிலை ஜாதிப் பெண்ணிடம் உலகம் இப்படித்தான் தவறாக முடிவெடுக்கிறது. அதற்காக வருந்தி முடங்குவதில் அர்த்தமில்லை. திருடினால்தான் மனம் வருத்தப்படவேண்டுமே தவிர திருட்டுப் பட்டம் சுமத்தப்படுவதால் வருந்தவேண்டியதில்லை என்று ஆறுதல் சொல்கிறார்.

கணிசமான பணம் புழங்கக்கூடிய ஸ்போர்ட்ஸ் நிர்வாகப் பொறுப்பை அந்தச் சிறுமியிடம் ஒப்படைக்கிறார். மாதந்தோறும் வாங்கும் பந்துகள், பிற விளையாட்டுக் கருவிகள், விளையாட்டு வீரர்களுக்கு வாங்கித் தரும் புத்துணர்ச்சி பானங்கள் என்பது போன்ற கணக்குவழக்குகளை அந்தச் சிறுமி துல்லியமாக எழுதிவருகிறார். கணக்கில் ஏதேனும் விடுபட்டால் தன் கைக் காசைப் போட்டு அதைச் சரி செய்கிறார். ஆண்டு விழா மேடையில் அந்தச் சிறுமியின் நேர்மையைப் பாராட்டி பிரின்சிபாலைவிட்டுப் பரிசு தரச் சொல்கிறார்.

அடுத்ததாக, ஒரு மாணவிக்கு ஒரு நோய் வருகிறது. அறுவை சிகிச்சைக்காக தலையை மொட்டை அடிக்க வேண்டிவருகிறது. அந்த மாணவி அதன் பிறகு பள்ளிக்கு வர கூச்சப்படுகிறார். சக மாணவர்கள் தமது அன்பை வெளிப்படுத்தி அந்த மாணவியைப் பள்ளிக்கு அழைத்துவரும்படி ஆசிரியர் கேட்டுக்கொள்கிறார். வீட்டில் சோகமாக படுத்திருக்கும் மாணவியை அனைவரும் சென்று சந்திக்கிறார்கள். தங்கள் தலையில் அணிந்திருக்கும் ஸ்கார்ஃபை நீக்குகிறார்கள். அதைப் பார்த்ததும் அந்த மாணவி இன்ப அதிர்ச்சியில் உறைகிறாள். அதாவது அந்த மாணவிகள் அனைவருமே தமது தோழிக்கு ஆதரவாக மொட்டை அடித்துக் கொண்டிருக்கிறார்கள் (இது பெங்களூரில் நடந்த ஓர் பள்ளியில் நிகழ்வு).

* குறும்படம் 7 *

அடுத்ததாக நமது ஆசிரியையை வம்பில் மாட்டிவிடவேண்டும் என்று சில ஆசிரியர்கள் சதியாலோசனை செய்வார்கள். சமூக அக்கறையோடு பள்ளிகள் இயங்கவேண்டும் என்று சொல்கிறார் அல்லவா... தீர்க்க முடியாத ஒரு சமூகப் பிரச்னையோடு அந்த ஆசிரியையை கோர்த்துவிடுவோம் என்று முடிவெடுக்கிறார்கள். வேண்டுமென்றே ஒரு ஆசிரியர் கண்டதேவியை பற்றி வகுப்பெடுப் பார். அங்கு பள்ளர்கள் மற்றும் பறையர்களைத் தேர் இழுக்கவிடாமல் தேவர்கள் தடுக்கிறார்கள். நீங்கள் இழுத்தால் தேரோட்டமே வேண்டாம் என்று சொல்லி நிறுத்திவைக்கிறார்கள். அரசு தரப்பில் நாலைந்து தலித்களை மட்டும் ஒப்புக்கு வடம் தொட வைத்து போட்டோவுக்கு போஸ் கொடுத்துவிட்டு தேரை தேவர்களே இழுக்கிறார்கள் என்று அங்கு நடப்பதைச் சொல்கிறார்.

மாணவர்கள் அந்த விஷயத்தை ஆசிரியையிடம் வந்து சொல்லி தீர்வு காணச் சொல்கிறார்கள். இது போட்டி ஆசிரியர்களின் சதி என்று தெரிந்ததும் அந்த சவாலை ஆசிரியை துணிச்சலுடன் எடுத்துக்கொள்கிறார். தமிழகத்தில் இருக்கும் பிற எண்ணற்ற கோயில்களில் தலித்களுக்குத் தேர் இழுக்க எந்தத் தடையும் இல்லை. அவர்கள் தங்கத் தேர்கூட இழுக்க முடியும். முதலில் அந்த அம்சத்தை நாம் பலப்படுத்துவோம் என்று சொல்கிறார். அதன்படி அந்தப் பள்ளி மாணவர்கள் கண்டதேவி தலித்களை ஐந்தாறு பஸ்களில் ஏற்றிக் கொண்டு நாடு முழுவதிலும் இருக்கும் 108 தேர்களை இழுக்க புனிதப் பயணம் அழைத்துச் செல்கிறார்கள். ஹஜ் பயணத்துக்கு அரசு மானியம் தருவதுபோல் இந்து அமைப்புகளிடம் உதவி கேட்டு இந்த புனித யாத்திரையை அவர்கள் நடத்துகிறார்கள்.

ஒவ்வொரு ஊரின் குளத்திலும் குளித்து ஈர உடையுடன் தலித்கள் தேர் இழுக்கிறார்கள். 108வது தேர் கண்டதேவி தேர். 107 ஊர்களில் எந்தப் பிரச்னையும் இல்லாமல் தேர் இழுக்கும் தலித்களுக்கு கண்ட தேவியில் மட்டும் பெரும் முட்டுக்கட்டை போடப்படுகிறது.

இந்தப் பிரச்னையைத் தீர்க்க தலித்களில் இருந்து பெரும் சாதனை செய்த, தமிழகமே கொண்டாடும் ஒரு தலித்தைச் சென்று நம் லட்சிய ஆசிரியர் சந்தித்து ஆசி கேட்கிறார். அவரும் என் அப்பன் உங்களுக்கு அருள் புரிவான் என்று சொல்வார். உங்கள் ஹார்மோனியப் பெட்டியைக் கொடுங்கள் என்று கேட்பார்கள். அவரும் அதைக் கொடுத்து ஆசி வழங்கி அனுப்பிவைப்பார்.

தேருக்குப் பின்னால் பெரிய மேடை கட்டி எழுப்பப்பட்டு ஹார்மோனியப் பெட்டியை தொட்டுக் கும்பிட்டு ஆசிரியரும் மாணவர்களும் இசைக்க ஆரம்பிப்பார்கள். சுகதுக்கம், நட்பு துரோகம், பிறப்பு இறப்பு, கொண்டாட்டம் சோர்வு என உங்கள் வாழ்க்கையின் ஒவ்வொரு நிமிடத்திலும் ஒவ்வொரு நொடியிலும் உங்களுடன் கூடவே வரும் இந்த இசையானது ஒரு பறையரால் உருவாக்கப் பட்டது. அந்த ராக தேவனின் இசைத் தேர் உங்கள் ஒவ்வொருவர் மனதிலும் தடதடவென ஒய்யாரமாக ஓடிக்கொண்டேதான் இருக் கிறது. இந்தப் பாடல்களுக்கு சிரிக்காத அழாத, ஆனந்தப்படாத, கொண்டாடாத, நெகிழாத ஒரு மனம் இந்த உலகில் உண்டா பார்த்து விடுகிறோம் என்று தங்கள் இசை வேள்வியை ஆரம்பிக்கிறார்கள்.

ஆதிக்க சாதியினர் இவர்களைப் பார்த்து இளக்காரமாகப் புன்னகைத்தபடியே தமது வேலைகளில் ஈடுபடுவார்கள். நிமிடங்கள், மணித்துளிகளாகும். மணித்துளிகள் நாட்களாகும். குழந்தைகளும் ஆசிரியரும் ஒரு சொட்டு தண்ணீர்கூட அருந்தாமல் தமிழர்களின் நவீன இசைத் தெய்வத்தின் பாடல்களைத் தொடர்ந்து பாடுவார்கள். ஊரே தூங்கும் நேரத்திலும் அந்தப் பாடல்கள் மட்டும் இரவுகளில் கால் சலங்கை ஒலிக்க உலாவரும் மாடன் போல் ஒவ்வொருவரின் மனதி லும் திம் திம் என நடைபோடும். இரண்டு மூன்று நாட்கள் ஆனதும் இந்தச் செய்தி ஊடகங்களில் எல்லாம் முதல் இடத்தைப் பிடிக்கும்.

அரசு தரப்பில் இருந்து வந்து இந்தப் போராட்டத்தைத் தடுத்து நிறுத்தச் சொல்வார்கள். காவலர்கள் மேடையில் இருந்து ஒவ்வொரு குழந்தையாக இழுத்துச் செல்வார்கள். ஒரு பக்கமாக அவர்கள் இழுத்துச் செல்லச் செல்ல மறுபக்கமாக குழந்தைகள் மேடை ஏறிக் கொண்டே இருப்பார்கள். காவலர்கள் சோர்ந்துபோய் திரும்பிவிடு வார்கள். கடைசியில் ஒரு அதிகாரி மூடிய ஓர் அறைக்கு முன்னால் கை கட்டி வாய் பொத்தியபடி நின்று கொண்டு, என்ன சொல்லியும் கேட்கமாட்டேன் என்கிறார்கள்... இளையராஜாவின் பாடல்களை வீழ்த்த இளையராஜாவால் மட்டுமே முடியும் என்று சொல்கிறார். உள்ளிருந்து வைன் கிளாஸில் விரலால் சுண்டும் ஒலி கேட்கிறது. சரிம்மா என்று சொல்லியபடியே குனிந்த நிலையிலேயே பின்வாங்கு கிறார் அதிகாரி.

நேராக இளையராஜாவைச் சென்று சந்திக்கிறார்கள். அவர் முதலில் வர மறுக்கிறார். அவர் காதருகில் குனிந்து ஏதோ சொல் கிறார்கள். சிறிது நேரம் யோசிப்பவர் சரியென்று தோளில் துண்டை எடுத்துப் போட்டுக்கொண்டு புறப்படுகிறார். ஆரஞ்சுப் பழங்களைத் தன் கையால் பிழிந்து மாணவர்களுக்குக் கொடுத்து போராட்டத்தை நிறுத்திக்கொள்ளச் சொல்கிறார். ஆனால், அவர்களோ அதை ஏற்க மறுத்துவிடுவார்கள். வேறு வழியின்றி ராஜா கோயிலைச் சுற்றி வலம்வருவார். ஒரு இடத்தில் வந்து நின்றதும் அவருக்குள் ஏதோ ஒரு மாற்றம் நிகழ்வதை உணர்வார். அவருடைய உடல் வெடவெடவென நடுங்கும். முகமெல்லாம் வேர்க்கும். நாடி நரம்புகள் முறுக்கிக் கொள்ளும். கண்கள் சிவனின் மூன்றாம் கண்ணைப் போல் தகிக்கும். நேராக மேடையில் ஏறுபவர் சன்னதம் வந்தவர் போல்

கணீர் குரலில் பெரிய புராணத்தில் சிவன் தலித்களுக்கு அருளிய கதைகளைப் பட்டியலிட்டு பாடுவார்.

ஆதிசாதியினர் அந்த சிவபெருமானே வந்து பாடினாலும் தேரை இழுக்க விடமாட்டோம் என்று கொக்கரிப்பார்கள்.

இதனிடையே இரு தரப்புக்கும் மத்யஸ்தம் செய்ய மத்திய அரசு அதிகாரிகள் வருவார்கள். ஒரே ஒரு தடவை தலித்களைத் தேர் இழுக்க அனுமதியுங்கள்; நீங்கள் என்ன கேட்டாலும் செய்துதருகிறோம் என்று சொல்வார்கள். அப்படியா... இது எங்கள் தேர்... எனவே நாங்கள் எப்படிச் சொல்கிறோமோ அப்படித்தான் இழுக்கவேண்டும். தலித்கள் இந்தத் தேரை இழுக்கலாம். ஆனால், ஒரே ஒரு நிபந்தனை. எங்குமே நிறுத்தாமல் தேரை இழுத்து நிலைக்குக் கொண்டுவந்து சேர்க்க வேண்டும். அப்படிச் செய்துவிட்டால் அதன் பிறகு இந்தத் தேரை ஆயுள் முழுவதும் அவர்களே இழுத்துக்கொள்ளட்டும். அப்படி முடியாமல் வழியில் எங்காவது நிறுத்திவிட்டால் அதன் பிறகு இந்தத் தேரை மட்டுமல்ல தமிழகத்தில் எந்தத் தேரையுமே எந்த தலித்துமே இழுக்கக்கூடாது என்று ஒரு முரட்டு நிபந்தனையை விதிப்பார்கள்.

அதிகாரிகள் அதை வந்து ஆசிரியரிடமும் இளையராஜாவிடமும், தலித்களிடமும் வந்து சொல்வார்கள். தலித்கள் அது சாத்தியமே இல்லை என்று பின்வாங்குவர்கள். நாடு முழுவதும் இருக்கும் தலித்களும் இந்த போட்டிக்கு ஒப்புக்கொள்ளக்கூடாது. இது தலித்களைத் தேரே இழுக்க விடாமல் தடுக்கும் தந்திரமே என்று சொல்வார்கள். ஆனால், இளையராஜாவோ கண்களை மூடி ஆழ்ந்த தியானிப்பார். சிறிது நேரத்தில் பெருமூச்சுவிட்டபடியே கண்களைத் திறப்பார். யாரிடமிருந்தோ ஏதோ ஒரு அனுமதி கிடைத்ததுபோல் அவர் முகத்தில் ஒரு ஒளி தென்படும். தன் சட்டை, பனியனைக் கழட்டி அருகில் இருப்பவரிடம் கொடுப்பார். தேரின் முன்னால் சென்று தட்டில் இருக்கும் விபூதியை எடுத்து நெற்றியில் அள்ளிப் பூசிக்கொள்வார். இரு கைகளையும் நீட்டி தேரையும் அதற்கு அப்பால் விரிந்து நிற்கும் ஆகாசத்தையும் வணங்குவார். வேட்டியைத் தார்ப்பாய்ச்சிக் கட்டிக் கொள்வார். ஒருவர் ஓடிச் சென்று ஒரு பறையை எடுத்துவந்து அவர் கையில் கொடுப்பார். அதைத் தீயில் நன்கு வாட்டிவிட்டு,

என் குலம் உன் கையில் இருக்கும் பறையின் ஒலி கேட்டுப் பிறந்தது உண்மை என்றால்...

என் இசையின் ஆன்மாவாக இருப்பது நீதான் என்பது உண்மையென்றால்...

இந்த உலகின் ஆதார ஒலியான ஓங்கார சொரூபன் நீ என்பது உண்மையென்றால்...

என் தாய் என்னை ஒரு வீரப் பறையனுக்குப் பெற்றெடுத்தது உண்மையென்றால்...

இந்தத் தேர் என் குலத்தவரின் ஒற்றை இழுப்பில் நிலைக்கு வந்து நிற்கட்டும் என்று சூளுரைத்தபடியே பறையை ஓங்கி அடிப்பார். கூடி நிற்கும் தலித்கள் அனைவரின் உடம்பினுள்ளும் அந்த ஒற்றை நாதம் ஊடுருவி உறுமும்.

ருத்ர தாண்டவத்துக்கான பின்னணி இசைபோல் மெள்ள மெள்ள தாளகதியின் வேகம் கூடத் தொடங்கும். தலித்களின் ஆழ்மனதை அந்த பறையோசை தொட்டு எழுப்பும். சன்னதம் கொண்டவர்கள் போல் பெரும் புயலென உத்வேகம் கொள்வார்கள். அவர்கள் முன் மலையே எதிர்த்து நின்றாலும் கடலே குறுக்கிட்டா லும் துவம்சம் செய்யும் ஆக்ரோஷத்துடன் ஆர்ப்பரிப்பார்கள். இத்தனை ஆண்டு காலம் அடங்கி ஓடிய ரத்தமெல்லாம் கரையை உடைத்துக்கொண்டு புது வெள்ளமாகப் பாய்ந்ததுபோல் அந்த மக்கள் கூட்டம் ஒற்றை உடலாக பிரமாண்டமாக வளர்ந்து தேரை இழுக்கத் தொடங்கும்.

ராட்சஸத் தேர் ஆடிக் குலுங்கி தரையில் உருளத் தொடங்கும். வேகத்தைக் கட்டுப்படுத்தப் போடும் தடை கட்டைகளையெல்லாம் உடைத்தெறிந்து ஓடத்தொடங்கும். ஏழு மலைகளைக் கட்டி இழுக்கச் சொன்னால் கூட இழுத்திருப்பார்கள் போல் முதல் வீதி, இரண்டாம் வீதி என அது தடதடத்து ஓடும்.

இளையராஜாவின் உடலுக்குள் ஆதி பறையனே குடிபுகுந்தது போல் தாள கதிகள் திமிறி வெளிவந்து கேட்பவர்களின் உடல்களை முறுக்கேற வைக்கும். ஆனால், மூன்று தெரு தாண்டியதும் தலித்களின் உற்சாகம் குறையத் தொடங்கும். அவர்களுடைய கால்கள் பின்னும்... கைகள் தளத் தொடங்கும். தேர் தள்ளாடித் தள்ளாடி நிற்கும் நிலை வரும். இதைப் பார்த்ததும் ஆதிக்க சாதியினரின் மனம் பதைபதைக்க ஆரம்பிக்கும். ராஜாவின் இசை அவர்களையும் பித்து நிலைக்குக் கொண்டு சென்றிருக்கும். கால்களும் கைகளும் அவர்களை அறியாமலேயே தாளம் போட்டுக்கொண்டிருக்கும். ஒரே முன்னோர்

தானே அனைத்துத் தமிழருக்கும். ராஜாவின் இசை அனைவரின் ஆதி மனதைத் தொட்டு எழுப்புகிறது. நிபந்தனை விதித்த நேரத்தில் இருந்தவர்கள் அல்ல அந்த இசையைக் கேட்டபின் இருப்பவர்கள். தனது ஆதிக்கப் பரிவட்டத்தைக் கழட்டி எறிந்து கூட்டத்துக்குள் பாய்கிறார் தேர்த்தட்டில் நின்றுகொண்டிருந்த மேல் சாதித் தலைவர். அவரைப் பார்த்ததும் பிற மேல் சாதியினரும் தமது மேலாதிக்க வெறியை விட்டொழித்து ஆதி மனிதனாக வேட்டியை வரிந்து கட்டிக்கொண்டு களம் இறங்குகிறார்கள்.

ராஜா இவை எதுவொன்றும் அறியாமல் சன்னதம் கொண்டு சாமியாடியபடியே பாடிக் கொண்டிருக்கிறார். தேவர் சாதியினரும் வடம் பிடிப்பதைப் பார்த்ததும் உற்சாகம் கொள்ளும் தலித்கள் புத்துணர்ச்சி பெற்று இன்னும் வேகத்துடன் தேரை இழுக்கிறார்கள். ராஜாவின் இசை போர்ப்பரணியாக ஆரம்பித்து மெள்ள அதன் எல்லைகளைக் கடந்து மனித இனத்தின் ஆதி காலத்தை நோக்கிப் பயணித்து ஒவ்வொருவருக்குள்ளும் இருக்கும் ஆதித் தமிழனை ஆதி மனிதனை உயிர்த்தெழச் செய்கிறது. ராஜாவின் இசையினால் ஆதி மனித உணர்வுகள் விண்ணளந்த பெருமான்போல் விஸ்வரூபம் எடுக்க பாதி வழியில் வந்த சாதிக் கலாசாரத் தேர் பொம்மை போல் ஆகிறது.

காதுள்ளவனால் கேட்காமலும் கால் உள்ளவனால் ஆடாமலும் இருக்க முடியாத இசை. ஆயிரமாண்டுகால ஏற்றத்தாழ்வுகளை அடியோடு பிடுங்கி எறியும் இசை. பிரளயமே வந்ததுபோல் தேர் நிற்காமல் ஓடி நிலைக்கு வந்து சேர்கிறது. கூட்டம் இளையராஜாவை தலைக்கு மேல் தூக்கிக்கொண்டு ஆடிப் பாடுகிறது.

* குறும்படம் 8 *

அடுத்ததாக நமது பள்ளி மாணவனின் அப்பா குடித்துவிட்டுப் பள்ளிக்கூட வாசலில் நின்று கலாட்டா செய்கிறார். அந்த மாணவன் அவமானத்தினால் கூனிக் குறுகிப் போகிறான். இனிமேல் நான் பள்ளிக்கு போகவேமாட்டேன் என்று வீட்டிலேயே முடங்கிக் கொள்கிறான். இது தெரிந்ததும் நம் ஆசிரியர் அந்த மாணவருடைய வீட்டுக்குப் போகிறார். அந்த மாணவனின் அம்மா வீட்டு வேலைக்குப் புறப்பட்டுக்கொண்டிருக்கிறார். இன்று உங்களுக்குப் பதிலாக வேறொருவரை அனுப்பிவையுங்கள். உங்களுடன் சிறிது நேரம்

பேசவேண்டும் என்கிறார் ஆசிரியர். அதன்படியே செய்துவிட்டு மாணவனின் அம்மா வருகிறார்.

ஆசிரியர் வீட்டிலேயே பாட்டில்களை வாங்கி வைத்துக் கொள்ளுங்கள் என்று எடுத்த எடுப்பிலேயே சொல்கிறார். அதைக் கேட்டதும் அந்த மாணவனின் தாய் அதிர்ச்சி அடைகிறார். குடிப் பழக்கத்தை உடனே நிறுத்த முடியாது. அதன் தீய விளைவுகளில் இருந்து கொஞ்சம் கொஞ்சமாக விடுதலை பெற முயற்சி செய்ய வேண்டும். குடிகாரர்கள் கெட்டவர்கள் அல்ல. நோயாளிகள். மருந்து கொடுத்துக் கொஞ்சம் கொஞ்சமாகத்தான் குணப்படுத்தவேண்டும் என்று சொல்கிறார்.

வீட்டிலேயே குடிக்க வழி செய்தால் ரோட்டில் விழுந்து கிடப்பதும் மற்றவர்களுக்குக் கெடுதல் விளைவிப்பதும் குறையும் என்று சொல்கிறார். திண்ணையில் அமர்ந்து இப்படி அவர் ஆலோசனை சொல்வதைப் பக்கத்து வீட்டில் இருந்து கேட்கும் ஒருவர் வந்து, ஒரு மாசத்துக்குக் காயப்போடுடி. அப்பத்தான் அடங்குவான் என்று சொல் கிறார். அதையும் செஞ்சு பாத்தாச்சு... குடிச்சிட்டு கண்டவகிட்ட போய் நோயை வாங்கிட்டு வந்துரும்னு பயந்துதான் அப்படிச் செய்யற தில்லை என்கிறார். அப்படியானால் அதற்கு நேர் எதிரானதைச் செய்யுங்கள் என்று சொல்கிறார் ஆசிரியர்.

சாராயத்தைத் தேடிப்போக நினைக்காத அளவுக்கு அவரைக் காமத்தால் வசப்படுத்துங்கள் என்கிறார். ஃபோர்னோ சிடிக்கள் வாங்கிக் கொடுக்கிறார். காலையில் இஞ்சி, மதியம் சுக்கு, இரவில் கடுக்காய் என பொடித்துக் கொடுக்கச் சொல்கிறார். மது அருந்தியதால் உடம்பில் சேகரமான கசடுகளை நீக்கி உடலைப் புத்துணர்ச்சி பெற வைக்கிறார்.

காலையில் கூலி வேலைக்குச் செல்லும் கணவன் வேலை இல்லையென்றால் நேராக சாராயக் கடைக்குப் போவதற்கு முன்னால் அவரை வழியில் சந்தித்து வீட்டுக்கு அழைத்து வந்து ஃபோர்னோ படங்களைக் கணவனுடன் சேர்ந்து பார்க்கிறார். உடல் அசதியுடன் வேலை பார்த்துவிட்டு வரும் நாட்களில் வெந்நீர் போட்டு குளிக்க வைத்து உடம்புக்கு மசாஜ் செய்து உடல் வலியைப் போக்குகிறார். சுவையான உணவுகளைச் சமைத்துக்கொடுக்கிறார். சீமைச் சரக்குக்கு பதிலாக வீட்டிலேயே மது தயாரித்துக் கொடுக்கிறார். அந்தத் தெரு வில் இருக்கும் பெண்கள் அனைவருமே இதுபோல் செய்ய ஆரம்பிக்

கிறார்கள். மெள்ள மெள்ள அவர்களுடைய கணவன்கள் குடிக்கப் போவது குறைய ஆரம்பிக்கிறது. குடித்து விட்டு ரோட்டில் விழுவதும் சண்டைகள் போடுவதும் குறைகிறது.

எல்லா குடிகாரர்களையுமே காமத்தினால் திருத்திவிட முடியாது தான். ஆனால், திருப்தியான உடலுறவு இல்லாதவர்கள் குடிக்க ஆரம்பிப்பதும் குடிப்பதால் உடல் வலு குறைந்து போவதுமாக ஒரு விஷச் சுழலில் சிக்கியவர்களும் உண்டு. அவர்களுக்கு திருப்தியான உடலுறவு நிச்சயம் குடியில் இருந்து விடுதலையைத் தரும்.

குழந்தைகள், மாணவர்கள் இடம்பெறும் படம் என்பதால் இந்த விஷயங்களைக் கொஞ்சம் பூடகமாகத்தான் காட்டவேண்டியிருக்கும். வேலைக்காக கூட்டுரோட்டில் காத்திருக்கும் கூலித் தொழிலாளர்களில் மேஸ்திரி அழைத்துச் சென்றதுபோக எஞ்சுபவர்கள் குடிக்கப்போவது வழக்கம். நம் பள்ளி மாணவனின் அப்பா முதலில் அப்படிக் குடிக்கப் போவதை ஒரு காட்சியில் காட்டவேண்டும். மனைவியின் காதல் முயற்சிகளுக்குப் பிறகு அவர் தன் நண்பர்களுடன் குடிக்கப் போகா மல் மருந்துக்கடைக்குச் சென்று காண்டம் வாங்கிக்கொண்டு வீட்டுக் குச் செல்வதாகக் காட்டினாலே போதும். வீட்டில் டிரங்குப் பெட்டிக்கு அடியில் நாலைந்து போர்னோ சிடிக்கள் இருப்பதை யதேச்சையாகக் காட்டினாலே போதும்.

ஊர் பஞ்சாயத்து சார்பில் கிராமத்து மைதானத்தில் இரவு விளக்குகள் போடப்பட்டு வாலிபால், கபடி, சிலம்பம் என விளையாட்டுகள் ஆரம்பிக்கப்படுகின்றன. ஆண்களும் பெண்களும் சேர்ந்தும், தனித்தனியாகவும் விளையாடி பொழுதைப் பயனுள்ள வகையில் கழிக்கிறார்கள் என்று காட்டலாம்.

பள்ளியில் நன்கு படித்துவரும் சிறுவன் தந்தை இறந்துவிடுவ தால் வேலைக்குப் போக நேர்வதாகக் காட்டியும் குடியின் கொடுமையைப் புரியவைக்கலாம். அருகில் இருக்கும் சிறு நகரத்தில் ஹோட்டலில் அந்தச் சிறுவன் வேலைக்குச் சேர்கிறான். அவனுடைய நண்பர்கள்கள் அந்த ஊரில் ஒரு சுற்றுலாவுக்கு வருகிறார்கள். அவனை அந்த ஹோட்டலில் அந்தக் கோலத்தில் பார்த்ததும் அதிர்ச்சியடை கிறார்கள். வெளியில் இருந்தபோது என்னவெல்லாம் சாப்பிட என்று ஆசை ஆசையாகப் பட்டியலிட்டவர்கள் தன் நண்பன், கையில் சிறு காகிதமும் பென்சிலுமாக வந்து நின்று என்ன வேண்டும் என்று

கேட்பதைப் பார்த்ததும் துடிதுடித்துப் போகிறார்கள். சாப்பிடவே பிடிக்காமல் வெறும் காபி, டீ என்று குடித்துவிட்டு புறப்படுகிறார்கள்.

அவர்கள் போனதும் முதலாளி அந்தச் சிறுவனைக் கூப்பிட்டுத் திட்டுகிறார். 20-30 பேர் வந்தாங்க. நல்லா 1000 ரூபாய்க்கு வியாபாரம் நடந்திருக்கும். உன்னால எல்லாம் போச்சு. உன் கூடப் படிச்சவங் கன்னா எங்கயாவது போய் மூலைல ஒளிஞ்சு தொலைச்சிருக்க வேண்டியதுதான என்று அவனை அடிக்கிறார். நண்பர்கள் முன்னால் அவமானப்பட நேர்ந்தது மட்டுமல்லாம் இப்படி பலர் முன்னால் அடிவாங்கவும் நேர்ந்ததும் அந்தச் சிறுவன் ஓடிப் போய் பாத்ரூமில் உட்கார்ந்து அழுகிறான். அப்போது அவனுடைய நண்பர்களில் ஒருவன் டாய்லெட்டில் இருந்து வெளியே வருகிறான். நடந்ததைப் பார்த்ததும் அவனுக்கும் அழுகை பொத்துக்கொண்டு வருகிறது. ஆனால், எதுவும் செய்ய முடியவில்லை.

யார்கிட்டயும் இதைச் சொல்லாத... காலைல நாலுமணிக்கே எழுந்திரிக்கணும். ராத்திரி கடையைக் கழுவிட்டுப் படுக்க 11-12 மணி ஆயிடும். கஸ்டமர் வரலைன்னாலும் உட்காரக்கூடாது. அதுகூட கஷ்டமா இல்லை. ரொம்ப அடிக்கறாங்க, திட்டறாங்க... அதைத்தான் தாங்க முடியலை என்று சொல்லி அந்தச் சிறுவன் அழுகிறான். நண்பன் ஆறுதலாக சில வார்த்தைகள் சொல்லிவிட்டு வெளியே செல்கிறான்.

தன் நண்பர்களைச் சந்தித்து விஷயத்தைச் சொல்கிறான். ஒரு சில மாணவர்கள் அந்தக் கடைக்காரரை அடிக்கப் புறப்படுகிறார்கள். அப்படிச் செய்தால் அவனுக்கு வேலை போய்விடும் என்று சொல்லித் தடுக்கிறான். நாம எதுவும் சாப்பிடாததுனாலதான திட்டும் அடியும் கிடைச்சது. அதுக்கான காசைக் கொடுத்துடுவோம் என்று சொல்கிறான். சில மாணவர்கள் சாப்பாட்டுக்காக வைத்திருந்த காசு மட்டுமல்லாமல் ஷாப்பிங்குக்காக வைத்திருந்த காசையும் சேர்த்துக் கொடுக்கிறார்கள். ஒரு மாணவன் தன் வீட்டுக்கு நான்கு பள்ளியில் இருந்து நான்கு கிலோமீட்டர் நடக்க வேண்டியிருந்தும் அந்த பஸ் பயணத்துக்கான காசையும் கொடுத்து அனுப்புகிறான்.

நாலைந்து மாணவர்கள்போய் ஹோட்டல் முதலாளியைச் சந்தித்து கசங்கிய ரூபாய் நோட்டுக்களையும் சில்லறைக் காசுகளையும் அவர் முன்னால் கொட்டுகிறார்கள். கடையில் வேலை பார்க்கும் சிறுவன் அதைப் பார்த்ததும் இவர்களை ஓடிவந்து கட்டிப்பிடித்து அழுகிறான்.

இனிமே வேலை பாக்காதன்னு சொல்ல எங்களால் முடியலை... இந்தப் பணத்தைத்தான் கொடுக்க முடிஞ்சது. மன்னிச்சிடு என்று நண்பர்கள் சொல்கிறார்கள். விடைபெற்றுச் செல்லும் சிறுவர்களில் ஒருவன் சிறிது தூரம் சென்ற பிறகு திரும்பி வந்து, கடை முதலாளியைச் சந்தித்து, முருகன் எங்க க்ளாஸ்லயே நல்லா படிக்கறவங்கள்ல ஒருத்தன். அவங்க அப்பா செத்துப் போனதால குடும்பத்தைக் காப்பாத்த வேலைக்கு வந்திருக்கான். தப்பு எதாவது செஞ்சா அடிக்காதீங்க... நாலு பேருக்கு முன்னால திட்டாதீங்க... என்று கண்ணீரும் கேவலுமாகச் சொல்லிவிட்டுச் செல்கிறான். ஹோட்டல் முதலாளி அவர்களைப் பார்த்தபடியே உறைந்து நிற்கிறார்.

சுற்றுலாவில் இருந்து திரும்பிய ஒரு மாணவன் தன் வீட்டில் இந்த சம்பவத்தைச் சொல்கிறான். காலையில் அம்மா அவனைக் குளிப்பாட்டிவிடும்போது இந்த சம்பவத்தைச் சொல்லிவிட்டு, நம்ம அப்பாவும் குடிக்கறாருல்லம்மா. அவரும் இறந்துட்டா நானும் இப்படி படிப்பை நிறுத்திட்டு ஹோட்டல்லயோ கடைலயோ எடுபிடி வேலைக்குத்தான் போகவேண்டியிருக்குமா என்று கேட்கிறான். அவனுடைய அம்மா, அழுதபடியே அவனைக் கட்டிப்பிடித்தபடி நமக்கெல்லாம் அப்படி எதுவும் நடக்காது. அந்தப் பையனுக்குமே சீக்கிரமே நல்லது நடந்துடும் என்று ஆறுதல் சொல்கிறார். ஆனால், அவர்கள் பேசிக்கொண்டிருந்ததை அந்த வீட்டுக் குடிகாரத் தந்தை கேட்க நேருகிறது. தனக்கு ஏதாவது நடந்துவிட்டால் தன் குடும்பம் நடுத்தெருவுக்கு வந்துவிடுமோ என்று பயப்பட ஆரம்பிக்கிறார்.

இரவில் பாரில் பிராந்தி வாங்கிகொண்டு ஆம்லெட் ஆர்டர் செய்ய டேபிளில் சென்று அமர்கிறார். சிகரெட் துண்டைக் கையில் பிடித்தபடி வந்து நிற்பவனைப் பார்த்து அதிர்ச்சியில் உறைகிறார். அது அவனுடைய மகன். அது ஒரு பிரமை. ஆனால், ஒருகணம் தூக்கிவாரிப் போடுகிறது. நமக்கு ஏதேனும் நடந்தால் நம் மகனும் இப்படித்தான் பாருக்கு வர நேருமோ என்று பயப்படுகிறார். பதறியடித்து வெளியேறுகிறார். சிறிது தூரம் போனதும் யாரோ தொட்டு இழுப்பதுபோல் தெரிகிறது. பார்த்தால் அவருடைய இன்னொரு மகன் கை நீட்டி பிச்சை கேட்கிறான். அலறியடித்து இருண்ட தெருக்களினூடாக ஓடுகிறார்.

அங்கே தெருமுனையில் மங்கலான விளக்கொளியில் யாரோ ஒரு இளவயதுப் பெண்மணி தள்ளு வண்டியில் இட்லி சுட்டு விற்கிறார்.

ஐந்தாறு பேர் குடித்துவிட்டுவந்து இரட்டை அர்த்தத்தில் அந்தப் பெண்ணிடம் அசிங்கமாகப் பேசுகிறார்கள். அருகில் சென்று பார்த்தால் அந்தப் பெண்மணி இவனுடைய மனைவி! தொடர் பிரமைக் காட்சிகளால் மனம் பதறும் அவர் இடுப்பில் செருகிய குவாட்டர் பாட்டிலை நடுத்தெருவில் வீசி எறிந்துவிட்டு வீட்டுக்கு விரைகிறார். சீக்கிரமே வீடு திரும்பிய தந்தையைப் பார்த்து மகன்கள் அதிர்ச்சியில் உறைந்து நிற்க அவர்களைக் கட்டிப் பிடித்து முத்த மழை பொழிகிறார் திருந்திய குடும்பத்தலைவர்.

***

டெட் பொயட்ஸ் சொசைட்டியில் ஒரு காட்சி வரும். நாடகத்தில் ஆர்வம் கொண்ட இளைஞன் அப்பாவின் கண்டிப்பினால் தற்கொலை செய்துகொண்டுவிடுவான். அவனுடைய நாடகக் கனவுக்குத் துணை நின்றதற்காக அவனுடைய ஆசிரியர் ராபின் வில்லியம்ஸை பள்ளியில் இருந்து நீக்கிவிடுவார்கள். அவர் வகுப்பறையில் இருந்த தன் பொருட்களை எடுத்துக்கொண்டு வெளியேறும்போது மாணவர்கள் அனைவரும் பெஞ்ச் மேல் ஏறி நின்று அவருக்கு தமது அன்பைத் தெரிவிப்பார்கள். முந்திய காட்சி ஒன்றில் உலகை வித்தியாசமான கோணத்தில் பார்க்கவேண்டும் என்ற செய்தியை மாணவர்களுக்கு உணர்த்துவதற்காக வேடிக்கையாக, பெஞ்ச் மேல் ஏறி நின்று பார்க்கச் சொல்லியிருப்பார். அவர் விடைபெற்றுச் செல்லும்போது அதை இதமான கெஸ்ச்சராக அந்த மாணவர்கள் வெளிப்படுத்துவார்கள். நமது திரைப்படத்தில் அதுபோல் ஒரு காட்சியை இடம்பெற வைக்கலாம்.

ஃபின்லாந்தில் இருந்து வரும் ஆசிரியர் என்பதால் இரு நாட்டுக் கலாசார இடைவெளி, மாறுபட்ட வாழ்க்கை முறை இவற்றைக்கூட பிரச்னைக்கான ஒரு காரணமாக வைத்துக்கொள்ளலாம். ஃபின்லாந்தில் மது அருந்துதல் என்பது மிகவும் இயல்பான விஷயம். மேற்கத்திய படங்களில் ஆசிரியர் புகை பிடிப்பதும், மது அருந்துவதும் இயல்பாகக் காட்டப்படும். ஆனால் நம் ஊரில் அது பெரும் புயலைக் கிளப்பும்.

நம் ஆசிரியர் செய்யும் சீர்திருத்த நடவடிக்கைகளைப் பிடிக்காத ஒரு ஆசிரியர், நம் லட்சிய ஆசிரியர் மது அருந்துவதுபோல் ஃபேஸ்புக்கில் போட்டிருக்கும் புகைப்படத்தை எடுத்து போஸ்டர் அடித்து பள்ளிக்கூடச் சுவரெங்கும் ஒட்டிவிடுவார். பெற்றோர்கள்

கடும் எதிர்ப்பைத் தெரிவிப்பார்கள். பள்ளி நிர்வாகக் குழு கூடி ஒழுங்கு நடவடிக்கை எடுக்கும். நம் லட்சிய ஆசிரியர் இன்னொரு ஆசிரியரை அவர் செய்த தவறுக்காக பிரின்சிபால் ரூம் முன்னால் பத்து நிமிடம் நிற்கும்படி தண்டனை கொடுத்திருப்பார். அதை மனத்தில் வைத்துக்கொண்டு இனிமேல் குடிக்கமாட்டேன் என்று கழுத்தில் எழுதிக்கொண்டு பள்ளி மைதானத்தில் முட்டிக்கால் போடவேண்டும் என்று நம் ஆசிரியைக்குத் தண்டனை கொடுக்கிறார். பல ஆசிரியர் களுக்கு நம் ஆசிரியை மேல் கோபம் இருக்கும் என்பதால் பேசாமல் இருந்துவிடுவார்கள்.

மாணவர்களைப் பார்த்துப் பேச தைரியம் இல்லாமல் சரஸ்வதி மேரி தலை குனிந்தபடியே பேசுவார். மது அருந்துவதை நான் நியாயபடுத்த விரும்பவில்லை. எங்கள் ஊரில் சகஜமான ஒரு வழக்கம். குடிப்பதில் தவறில்லை. ஆனால், குடித்துவிட்டு குடும்பத்தை நடுத்தெருவில் நிற்க விடுவதுதான் தவறு. ஆனால், ஒரு ஆசிரியராக தமிழகத்துக்கு வந்த பிறகு நான் மது அருந்தியிருக்கக்கூடாது. அப்படியே மது அருந்தினாலும் அதை பலர் பார்க்கும்படியாக ஃபேஸ்புக்கில் போட்டது தவறுதான். ரோமில் இருக்கும்போது நான் ரோமானியராகவே இருந்திருக்கவேண்டும். தமிழ் நாட்டில் நான் தமிழ் பெண்ணாகவே நடந்துகொண்டிருக்கவேண்டும். அப்படிச் செய்யாதது என் தவறுதான் என்று சொல்லிவிட்டு மைதானத்தில் சென்று மண்டியிட்டு நிற்பார்.

எங்கும் மயான அமைதி நிலவும். ஒவ்வொரு ஆசிரியராகத் தங்கள் வகுப்புக்குள் போவார்கள். அப்போது கால் மட்டும் ஊனமுற்ற ஒரு மாணவன் மெள்ளத் தரையோடு தரையாக ஊர்ந்தபடியே வகுப்பின் மத்தியில் வந்து மேஜையைக் கைகளால் பிடித்தபடி சிரமப்பட்டு எழுந்து நிற்பான். அனைத்து மாணவர்களையும் ஒரு முறை பார்ப்பான். எனக்கு டீச்சர் சொல்றது சரின்னுதான் தோணுது என்று சொல்வான். யாரும் எதுவும் பேசாமல் கல் போல் அமர்ந்தி ருப்பார்கள். டீச்சர் மேல நம்பிக்கை இருக்கறவங்க என் கூட வாங்க என்று சொல்வான். யாரும் எதுவும் பேசாமல் இருப்பார்கள். ஊனமுற்ற மாணவன் கண்களை மூடி மெள்ளப் பெருமூச்சுவிட்ட படியே சிறிது நேரம் நிற்பான். பிறகு கால்கள் தரையில் உராய கைகளால் தவழ்ந்தபடியே வகுப்பை விட்டு வெளியே செல்வான். வராண்டாவில் முட்டிக்கால் தேய்ந்து ரத்தம் கசியும். வெய்யில் சுட்டெரிக்கும் படிகளில் ஒவ்வொன்றாக இறங்குவான். வகுப்பு

களுக்குப் போன ஆசிரியர்கள் ஒவ்வொருவராக வெளியே வந்து அவனையே பார்த்தபடி நிற்பார்கள்.

எனக்கு எங்க டீச்சர் மேல நம்பிக்கை இருக்கு. அவங்க செஞ்சது தப்பு இல்லை என்று சொல்லியபடியே கரடு முரடான மைதானத்தில் ரத்தம் சொட்டச் சொட்ட தவழ்ந்து போவான். ஆசிரியையோ மண்டியிட்டபடியே ஓடி வந்து அவனைத் தாங்கிக் கொள்வார். நீங்க பண்ணினது தப்பு இல்லை டீச்சர் என்று அழுதபடியே சொல்வான். இதைப் பார்த்ததும் பிற மாணவர்களுக்கும் கண் கலங்குவார்கள். திக்கு வாய் இருந்த பெண் அடுத்ததாக எழுந்து, டீச்சர் மேல எந்தத் தப்பும் இல்லை என்று சொல்லிவிட்டு படியிறங்கிச் சென்று மைதானத்தில் டீச்சருக்குப் பக்கத்தில் சென்று முட்டிக்கால் போட்டு நிற்பாள். அதைப் பார்த்ததும் ஒவ்வொரு மாணவராக எங்க டீச்சர் நல்லவங்க. அவங்க செஞ்சது தப்பு இல்லை என்று சொல்லியபடியே டீச்சருக்கு அருகில் சென்று முட்டிக்கால் போட்டு நிற்பார்கள்.

ஒட்டு மொத்த பள்ளியும் டீச்சரின் பின்னால் மெல்ல அணி திரளும். ஒன்றாம் வகுப்பு, இரண்டாம் வகுப்பு சிறுவர்கள் கூட ஆசிரியரின் கண்ணீரைத் துடைத்தபடி, நீங்க நல்லவங்க டீச்சர். நீங்க செஞ்சது தப்பு இல்லை என்று சொல்லி சுடும் மணலில் முட்டிக்கால் போட்டு நிற்பார்கள்.

பிரின்சிபாலும் பிற ஆசிரியர்களும் தமது தவறை உணர்ந்து மன்னிப்புக் கேட்டபடியே அவரை பள்ளிக்குள் திரும்ப அழைத்து வருவார்கள்.

* குறும்படம் 9 *

அடுத்ததாக பார்லிமெண்ட்டில் சமூகச் சுற்றுலா செல்ல முடி வெடுக்கப்படுகிறது. நமது ஆசிரியர் மாணவர்களை கூவத்தின் கரையினூடாக சமூகச் சுற்றுலா அழைத்துச் செல்கிறார். குடிசை வீடுகள், சாக்கடைகள், குப்பைகள், அசுத்தங்கள் என அரை மணி நேரம் கூட நிற்க முடியாத இடத்தில் ஆயுள் முழுவதும் அவர்கள் வாழ்ந்துவருவதைப் பார்க்கிறார்கள். அதன் பிறகு தாராவி பற்றிய டாக்குமெண்டரியைப் போட்டுக்காட்டுகிறார். தமிழன் என்றொரு இனம் உண்டு... தனியே அவர்க்கொரு குணமுண்டு என்பது தெரியவருகிறது. வரலாற்று வகுப்பில் சிந்து சரஸ்வதி சமவெளியில் 3000 ஆண்டுகளுக்கு முன்பாகவே அதி அற்புதமான நகர நிர்வாகமும்

குறிப்பாக கால்வாய் வசதிகளும் செய்து வாழ்ந்த ஒரு சமூகம் இப்படிச் சீரழிந்துவிட்டதை வேதனையுடன் சொல்லிக்காட்டுகிறார். உலகில் நதிக்கரையில் அமைந்திருக்கும் நகரங்களைப் பற்றிய வீடியோக்களைப் போட்டுக்காட்டுகிறார். தேம்ஸ் நதி, வெனிஸ் நகரம், ஃப்ரான்ஸ் நதிக்கரை நகரங்கள் என்று காட்சிகள் விரிகின்றன.

கூவத்தைச் சீரமைக்க என்று கோடிக் கணக்கில் இதுவரை சுருட்டப்பட்ட பணம் பற்றியும் சொல்லிக்காட்டுகிறார். கூவத்தை வெனிஸ் போல் ஆக்க என்ன செய்ய என்று மாணவர்களைக் கட்டுரை எழுதச் சொல்கிறார். கரையோரத்தில் குடியிருப்பவர்களுக்குத் தேவையான வசதிகளைச் செய்துகொடுக்கவேண்டும்... கூவத்தை சுற்றுலா மையமாக ஆக்கி பணத்தை சம்பாதிக்க வேண்டும் என்று சொல்லும் சிறுவனுக்கு முதல் பரிசு கிடைக்கிறது.

1. அந்த வீடுகளில் வசித்தவர்கள் அனைவருக்கும் சென்னையில் இருந்து 30-40 கி.மீ தொலைவில் இருக்கும் புற நகர் பகுதிகளில் அதைவிட வசதியான காற்றோட்டம் மிகுந்த குடிசைகளை அமைத்துத் தரவேண்டும் (சிமெண்ட் வீடுகள் வசதியின் அறிகுறி அல்ல). கூரை வீடுகள் என்றால் தீப்பற்றிவிடும் என்ற பயம் இருந்தால் ஆஸ்பெஸ்டாஸ் கூரைகள் போடலாம். அவற்றின் மேலே பாகற்காய், அவரைக்காய் போன்றவற்றுக்கான சிறு படர் கொடிப் பந்தல்களை அமைத்து வெய்யிலில் இருந்து பாதுகாத்துக்கொள்ளலாம்.

2. அவர்கள் வீடுகளில் இருந்த பொருட்கள் என்னவாக இருந்திருந்தாலும் ஒரு குடும்பத்துக்குத் தேவைப்படும் அடிப்படைப் பொருட்களான மின் விசிறி, ட்யூப்லைட்கள், கிரைண்டர், மிக்ஸி, ஸ்டவ் அடுப்பு, டி.வி. சைக்கிள் என அனைத்துமே அவர்களுக்குத் தரப்படவேண்டும்.

3. அந்தப் பகுதி குழந்தைகளுக்கு அரசுப் பள்ளிகளின் நல் அம்சங்களும் தனியார் பள்ளிகளின் நல் அம்சங்களும் இணைந்த பள்ளிகள் கட்டித்தரப்படவேண்டும்.

4. அதுபோல் அரசு மருத்துவமனைகள் மற்றும் தனியார் மருத்துவமனைகளின் நல் அம்சங்கள் நிறைந்த மருத்துவமனைகளைக் கட்டித் தரவேண்டும்.

5. இடை மற்றும் கடை நிலை வேலைகளைச் செய்து வரும் அந்த மக்கள் பணியிடங்களுக்கு வந்து போக கேப் வசதி செய்து தரவேண்டும்.

6. அனைத்துக் குடும்பத்தினருக்கும் ஆடு, மாடு, கோழி போன்றவை தரப்படவேண்டும். அவற்றுக்கான புல்வெளிகள், தீவனப் பயிர்களுக்கான நிலம், மூலிகைத் தோட்டம் அமைத்துத் தரவேண்டும்.

7. ஒவ்வொரு வீட்டைச் சுற்றிலும் கீரை, மிளகாய், தக்காளி, மலர்ச் செடிகள் போன்ற சிறியவகைத் தாவரங்கள் பயிரிட சிறிய இடமும் சேர்த்துத் தரவேண்டும்.

இதற்கெல்லாம் நிறைய நிதி தேவைப்படும். மத்திய அரசிடம் கேட்டுப் பெறலாம்தான். ஆனால், வேறு எளிய வழிகளும் இருக்கின்றன. சாராய அதிபர்கள் இத்தனை ஆண்டுகாலம் அள்ளிக் குவித்திருக்கும் பணத்தில் இருந்து இந்த வீடுகளைக் கட்டித் தரச் சொல்லலாம். ஒருவகையில் இந்த மக்களிடமிருந்து அள்ளிச் சென்றது அவர்கள்தானே. அல்லது கூவத்தை வெனிஸ் ஆறுபோல் சுற்றுலா மையமாக ஆக்கி அதில் இருந்து கோடிகளை அள்ளலாம்.

1. முதலில், அடையாறு, கூவம் நதியின் கரைகளைப் பலப்படுத்தி ஆறுகளை ஆழப்படுத்தி சுத்திகரிக்கவேண்டும்.

2. உபரி நீரும் கழிவு நீரும் எளிதில் கடலில் கலக்க வழி செய்யவேண்டும். அல்லது கழிவு நீரைச் சுத்தப்படுத்தி குடிநீர் அல்லாத பிற தேவைகளுக்குப் பயன்படுத்தலாம். அதில் கிடைக்கும் சேற்றை உரமாக்கிக் கொள்ளலாம்.

3. ஆற்றின் கரைகளில் நடை பாதை, சைக்கிள் வழித்தடம் (மட்டுமே) அமைக்கவேண்டும்.

4. அந்த நடைபாதையில் பூங்காக்களும் அமைக்கவேண்டும்.

5. ஆறு, கால்வாய்களை நீர் வழிப் போக்குவரத்துக்கு ஏற்ற வகையில் இணைக்கவேண்டும்.

6. காஷ்மீர், கேரளா போல் படகுவீடுகள், கொடைக்கானல் போல் சுற்றுலா படகுகள் ஆகியவற்றுக்கு ஏற்பாடு செய்யவேண்டும்.

7. கரைகளை ஒட்டிய பகுதியில் நடைபாதைக்கும், சைக்கிள் தடத்துக்கும் போதிய இடம் விட்டதுபோக எஞ்சிய இடத்தில் திறந்தவெளி ஹோட்டல்கள், கடைகள் அமைக்கவேண்டும்.

8. கூவம்- அடையாறு இவற்றை மீட்டெடுத்து இத்தகைய வசதிகளைச் செய்து தர ஒரு தனி அமைப்பை நிறுவவேண்டும்.

தனியார் இதற்கு முன்வரும்பட்சத்தில் அரசு கொடுக்கும் மானியங்கள், சலுகைகள் போக ஐந்தாண்டுகளில் போட்ட முதலீட்டைவிட அதிகப் பணத்தை அவர்களால் ஈட்டிவிட முடியும். அதன் பிறகு அவர்கள் இந்த அமைப்பை அரசிடம் ஒப்படைத்துவிடவேண்டும்.

9. அந்த ஐந்தாண்டு காலத்தில் தங்களுக்குக் கிடைக்கும் லாபத்தில் *10%* ஐ கூவம், அடையாறு கரைகளில் குடிசை அமைத்துத் தங்கியிருந்தவர்களுடைய நலனுக்குச் செலவிடவேண்டும்.

10. ஐந்தாண்டுகள் கழித்து அரசின் கைக்கு அந்த வருவாய் வரத் தொடங்கியதும் அவர்கள் முப்பது சதவிகிதத்தை அந்த மக்களின் நலனுக்குச் செலவிடவேண்டும்.

இந்த இரண்டு ஆலோசனைகளையும் நடந்ததாகவே காட்சிப்படுத்தினால் அந்தக் கற்பனையே பெரும் நம்பிக்கையையும் உத்வேகத்தையும் தரும். அதுபோல் பஞ்சாபில் இதுபோல் சாக்கடையாக இருந்த காலிபேன் நதியை துறவி சஞ்சீர்வால் மக்கள் சக்தியை ஒருங்கிணைத்து மீட்டெடுத்ததை முன்னுதாரணமாகக் காட்டலாம்.

***

கடைநிலை சாதியைச் சேர்ந்த ஏழைகளைப் பள்ளியில் சேர்த்தது பிடிக்காத ஒரு ஆசிரியர் வேண்டுமென்றே அந்தக் குழந்தைகளைவிட்டு கழிப்பறையைக் கழுவச் சொல்லி அவமானப்படுத்துவார். எந்த வேலையும் தாழ்ந்ததும் இல்லை; உயர்ந்ததும் இல்லை என்றுதானே சொல்கிறீர்கள் என்று நம் லட்சிய ஆசிரியையிடம் வக்கணை பேசிவிட்டு அந்தக் குழந்தைகளை அவமானப்படுத்துவார். சில ஆசிரியர்கள் இதை செல்லில் படமெடுத்து ஒரு பத்திரிகைக்கு அனுப்பிவிடுவார்கள். அந்தப் பத்திரிகை பின் தொடரும் மனுவின் கரங்கள் என்று முதல் பக்கத்தில் பெரும் கவர் ஸ்டோரி தயார் செய்து விடுவார்கள். ஆனால், கடைசி நிமிடத்தில் அப்படி கழிப்பறையைச் சுத்தம் செய்ய வைத்தது ஒரு கிறிஸ்தவ ஆசிரியை என்பது தெரிய வந்ததும் விஷயத்தை அப்படியே அமுக்கிவிடுவார்கள்.

நமது ஆசிரியை இந்த விஷயத்தை காந்தியவாதிகளிடம் சென்று சொல்வார். மறு நாள் அவர்கள் வாளியும் கையுமாக பள்ளிக்கு வந்துவிடுவார்கள். மலர்ந்த முகத்துடன் கழிப்பறையைச் சுத்தம் செய்துவிட்டு வகுப்பறைக்கு வந்து சபர்மதியில் காந்தி ஆஸ்ரமத்தில்

நடப்பதையும் தென் ஆப்பிரிக்காவில் டால்ஸ்டாய் பண்ணையில் நடந்ததையும் சொல்லிக்காட்டுகிறார்கள்.

போர்டில் சென்று ஒரு பொன் மொழியை எழுதுகிறார்: ஒரு தெருவைக் கூட்டுவதாக இருந்தால் கம்பர் எப்படிச் செய்யுள் புனைவாரோ அதுபோல் செய்யவேண்டும். ஒரு கழிப்பறையைச் சுத்தம் செய்வதென்றால் தியாகராயர் எப்படி இசை அமைப்பாரோ அத்தனை அர்ப்பணிப்புடன் அதைச் செய்யவேண்டும். வானத்து தெய்வங்கள் நின்று நிதானித்து இந்த தெருவைச் சுத்தம் செய்திருக்கும் அழகைப் பார் என்று ரசித்துப் பாராட்டிவிட்டுச் செல்வதுபோல் வேலைகளைச் செய்யவேண்டும். இதைச் சொன்னது யாராக இருக்கும் என்று ஆசிரியர் ஒருவரிடம் கேட்கிறார்.

நம் லட்சிய ஆசிரியர் மேல் கடும் கோபத்தில் இருக்கும் அவர், வேறு யாரு... அவா அவா துருத்தியை அவா அவாதான் ஊதணும் என்று சொன்ன ஏதாவது சங்கராச்சாரியாகத்தான் இருக்கும் என்று சொல்கிறார்.

காந்தியவாதி கம்பர் என்பதை அழித்து ஷேக்ஸ்பியர் என்று எழுதுகிறார். தியாகராயர் என்று எழுதியதை அழித்து பீத்தாவன் என்று எழுதுகிறார். இபோது சொல்லுங்கள் இது யார் சொன்னதாக இருக்கும் என்று கேட்கிறார்.

மேற்கத்தியர் யாரும் இப்படி சாதி வெறியுடன் கடைநிலை சாதிகளின் வேலையை உயர்வாகச் சொல்லியிருக்கமாட்டார்கள் என்று பொங்குகிறார்.

காந்தியவாதி நிதானமாக, இதைச் சொன்னவர் யார் தெரியுமா என்று போர்டில் எழுதிப் போடுகிறார். அந்தப் பெயர்: மார்ட்டின் லூதர் கிங்!

செய்வனத் திருந்தச் செய் என்பதுதான் நம் முதுமொழி. அதுதான் மேற்கத்திய மொழியும் கூட என்று சொல்கிறார்.

போட்டி ஆசிரியர் பதில் சொல்ல முடியாமல் தலை குனிகிறார்.

எந்த வேலை என்பது முக்கியமல்ல... எப்படிச் செய்கிறோம் என்பதுதான் அந்த வேலையின் மதிப்பைத் தீர்மானிக்கிறது என்று சொல்கிறார்.

அது சரிதான். ஆனால், மேல் சாதிக்காரர் ஒருவர் கடைநிலைப் பணியைச் செய்தால் அது அவருடைய பெருந்தன்மையையும் சமத்துவ உணர்வையும் காட்டக்கூடும். ஆனால், கடைநிலை சாதியைச் சேர்ந்த ஒருவருக்கு அது இழிவையும் அவமானத்தையுமே காட்டும். அரையாடை அணிந்தது காந்திக்கு பெருமையைத் தந்தது. ஆனால், அம்பேத்கர் அப்படி அணிந்திருந்தால் அது அவருக்கு இழிவையே தந்திருக்கும். அதனால்தான் அவர் சுயமரியாதையையும் தன்னம்பிக்கை யையும் காட்டும் வகையில் கோட் சூட் அணிந்தவராகவே எல்லா இடங்களுக்கும் செல்கிறார். மேலும் கடைநிலை சாதியைச் சேர்ந்த மாணவர்களை இந்த வேலையைச் செய்யச் சொன்ன ஆசிரியரின் மனதில் அது தொடர்பான இழிவும் அவமானப்படுத்தலுமேதான் நோக்கமாக இருந்தது. எனவே அந்தக் குழந்தைகள் மனதில் அது வேதனையையே தந்திருக்கும். அதை நீங்கள் மறுக்கவே முடியாது என்கிறார் இன்னொரு ஆசிரியர்.

நீங்கள் சொல்வது சரிதான். எனவே அந்தக் குழந்தைகளுக்கு தன்னம்பிக்கை வரும் வகையில் வேறு ஏதாவது செய்தாகவேண்டும் என்று நம் ஆசிரியரிடம் காந்தியவாதி சொல்கிறார். அதன் படி அந்த ஆறு குழந்தைகளை அந்த மாதக் கலைவிழாவில் ராமர் சீதை, சிவன் பார்வதி, கிருஷ்ணன் ராதை போல் வேடம் அணிய வைக்கிறார். அவர்களைக் கேலி செய்த மேல் சாதிக் குழந்தைகளை தேவர்கள் போல் வேடமணிந்து இந்த ஹரியின் குழந்ந்தைகளுக்கு மலர் தூவி ஆரத்தி எடுத்து வணங்குவதுபோல் ஒரு பாடல் எழுதுகிறார். அந்தப் பாடல் நடனத்தை இயக்கும் பொறுப்பை எந்த ஆசிரியை கழிப்பறையை சுத்தம் செய்யச் சொன்னாரோ அவரிடமே தருகிறார்.

அந்தக் கலை விழாவில் வேறொரு முக்கிய சம்பவம் நடக்கிறது. மாலை 6.30க்கு விழா தொடங்குவதாகத் தீர்மானிக்கப்படுகிறது. உள்ளூர் எம்.எல்.ஏ. அந்த விழாவுக்குச் சிறப்பு விருந்தினராக அழைக்கப்படுகிறார். விழா நாளில் மாலை 6.20 ஆன பிறகும் எம்.எல்.ஏ. வந்தபாடில்லை. போன் செய்து கேட்டால் வீட்டில் இருந்து இன்னும் புறப்படவில்லைஎன்ற செய்திதான் கிடைக்கிறது. பிரின்சிபாலும் ஆசிரியர்களும் பதைபதைத்தபடி விழா அரங்க வாசலில் காத்து நிற்கிறார்கள். நேரம் 6.25 ஆகிறது... 6.26 ஆகிறது... சரியாக 6.30 ஆனதும் ஸ்பீக்கரில் தமிழ் தாய் வாழ்த்து உரத்த குரலில் கேட்கிறது. எம்.எல்.ஏ. வந்துவிட்டாரா என்று பதறியபடியே அரங்குக்குள் பிரின்சிபால்

ஓடிப் போய் பார்த்தால் அங்கு மாணவிகள் மட்டுமே இருந்து பாடுவது தெரிகிறது.

யார் விழாவை ஆரம்பித்தது என்று அவர் கோபத்துடன் மேடைக்குப் போகிறார். அந்த விழாவை நடத்தும் பொறுப்பை ஏற்றுக்கொண்டிருந்த ஆறாம் வகுப்பு மாணவி வேகமாக வரும் பிரின்சிபாலைப் பார்த்து தன் கைக் கடிகாரத்தைத் தொட்டுக் காட்டுகிறார். 6.35 என்று அது ஓடிக்கொண்டிருக்கிறது. பிரின்சிபாலில் கையில் இருக்கும் கடிகாரத்தையும் பார்த்துவிட்டு அதை பிரின்சிபாலு டைய முகத்துக்கு நேரே காட்டுகிறார் அந்தச் சிறுமி. பிரின்சிபால் எதுவும் பேச முடியாமல் தன் இருக்கையில் சென்று அமர்கிறார்.

பள்ளியில் மிகவும் ஏழையான கடைநிலைச் சாதியைச் சேர்ந்த மாணவரின் அம்மாவை அழைத்து குத்து விளக்கை ஏற்றச் சொல் கிறார்கள். அவர் விளக்கேற்றி வைத்து குலவையிட்டு நிகழ்ச்சியை ஆரம்பித்து வைக்கிறார். 7.00 மணிவாக்கில் எம்.எல்.ஏ. ஏராளமான கார்கள், சுமோக்கள் சூழ அரங்குக்கு வருகிறார். நிகழ்ச்சி ஆரம்பிக்கப் பட்டு நடந்து கொண்டிருப்பதைப் பார்த்ததும் ஆத்திரப்படுகிறார்.

நான் வர்றதுக்கு முன்னால விழாவை ஆரம்பிச்சது யாரு... இந்த நிமிஷமே என் கண் முன்னால வந்து நிக்கணும் என்று அல்லக்கை களுக்கு ஆணையிடுகிறார். அவர்கள் விழுந்தடித்து ஓடிப் போய் பிரின்சிபாலைச் சந்தித்து விஷயத்தைச் சொல்கிறார்கள். பிரின்சிபால் புறப்பட எத்தனிக்கையில் விழாவுக்குப் பொறுப்பாளரான ஆறாம் வகுப்பு மாணவி அவரை அமரச் சொல்லிவிட்டு தானே செல்கிறார்.

உங்களுக்கு என்ன வேணும் என்று எம்.எல்.ஏ.வைப் பார்த்து கேட்கிறாள் அந்தச் சிறுமி.

உன்னை யாரு பாப்பா கூப்பிட்டாங்க. நான் வர்றதுக்கு முன்னால விழாவை ஆரம்பிச்சது யாரு... அவங்களை வரச் சொல்லு.

சொல்லுங்க உங்களுக்கு என்ன வேண்டும் என்று அந்தச் சிறுமி கைகளைக் கட்டிக்கொண்டு கம்பீரமாக நிமிர்ந்து அவரைப் பார்க்கிறது.

அதான் சொன்னேனே... போய் உங்க பிரின்சிபாலை வரச் சொல்லு.

உங்களுக்கு கூட்டத்தை 6.30க்கு யார் ஆரம்பிச்சாங்கங்கறதுதான தெரியணும்.

ஆமாம்...

நான் தான் ஆரம்பிச்சேன்.

அதைக் கேட்டதும் அந்த எம்.எல்.ஏ. சிறிது அதிர்கிறார்.

இந்த விழாவோட நிர்வாகப் பொறுப்பு என்னோடதுதான் என்கிறாள் அந்தச் சிறுமி.

அந்தச் சிறுமியை மேலும் கீழும் பார்த்தபடியே, தன் கையில் இருக்கும் அழைப்பிதழைக் காட்டுகிறார்.

தமிழ் படிக்கத் தெரியுமா..? டமில்... டமில் படிக்கத் தெரியுமா.. என்று நக்கலாகக் கேட்கிறார் எம்.எல்.ஏ.

சொல்லுங்க...

இதுல என்ன எழுதியிருக்கு.

மாவட்ட எம்.எல்.ஏ. குத்து விளக்கு ஏற்றி வைத்து விழாவை தொடங்கிவைப்பார்.

எம்.எல்.ஏ. இங்க நிக்கறேன். குத்து விளக்கு அங்க எரிஞ்சிட்டிருக்கு... யார் ஏத்தினாங்க... நான் வர்றதுக்கு முன்னால யார் விழாவை ஆரம்பிச்சது?

உங்களுக்கு கண்ணு நல்லா தெரியும்தான..? கண்ணாடி தேவை யில்லையே. அழைப்பிதழ்ல மொதல் வரில என்ன போட்டிருக்குன்னு படிங்க என்று எம்.எல்.ஏ.விடம் சொல்கிறாள் சிறுமி.

அவர் அதை வாங்கிப் பார்க்கிறார். 6.30க்கு விழா ஆரம்பிக்கும் அப்படின்னு போட்டிருக்கு.

இப்போ மணி எத்தனை..?

7.00

அரைமணி நேரம் லேட்டா வந்தா இப்படித்தான் நடக்கும். எம்.எல்.ஏ. வந்த பிறகுதான் விழா தொடங்கும்னு அழைப்பிதழ்ல போடலியே. 6.30க்கு தமிழ்த் தாய் வாழ்த்துடன் தொடங்கும் அப்படித்தான போட்டிருக்கு.

பாப்பா நீ யார் கிட்ட பேசறேன்னு தெரியுமா..?

தெரியுமே... விழாவுக்கு லேட்டா வந்த ஒருத்தர் கிட்ட பேசறேன்.

எனக்கு இன்னொரு பேரும் இருக்கு பாப்பா!

சிறுமி வாய் பொத்திச் சிரித்தபடியே, அந்த மும்பையைக் கலக்கின பாட்ஷா நீங்கதானா..?

யார் கிட்ட மோதறோம்னு தெரிஞ்சுதான் செய்யறியா..?

தப்பு செஞ்சது நீங்க சார். நான் எதுக்கு பயப்படணும். ஸ்கூலுக்கு அரைமணிநேரம் லேட்டா வந்தா வீட்டுக்கு அனுப்பிடுவோம். இது பொது நிகழ்ச்சி. இத்தனை வண்டிக்கு பெட்ரோல் டீசல் எல்லாம் போட்டு புறப்பட்டு வந்திருக்கீங்க. ஒரு ஓரமா உட்கார்ந்து பார்த்துட்டுப் போங்களன்று சொல்லியபடியே அந்தச் சிறுமி அரங்குக்குள் நுழைகிறாள். எம்.எல்.ஏ. ஆத்திரத்துடன் வெளியேறுகிறார்.

* குறும்படம் 10 *

அடுத்ததாக ஈழப் பிரச்னை பற்றிய காட்சிகள் இடம்பெறுகின்றன. நம் ஆசிரியர் தமிழகத்தில் இருக்கும் அகதிகள் முகாமுக்குக் குழந்தைகளை அழைத்துச் செல்கிறார். இலங்கைப் பிரச்னை ஆதிமுதல் அந்தம்வரை அகதிகளின் வார்த்தைகளினூடாகச் சொல்லப்படுகிறது. இலங்கை யாருக்கு சொந்தம் என்பதில் ஆரம்பித்து பண்டைய தமிழ் மன்னர்களுக்கும் சிங்கள மன்னர்களுக்கும் இடையிலான சண்டை, அவர்களுக்கு இடையிலான நட்புறவு, திருமண பந்தங்கள், இந்து பவுத்த மதங்களின் கூட்டிணைப்பு, சிங்களர்கள் இந்து தெய்வங்களைத் தொழுவது, இந்துக்கள் புத்த பூர்ணிமாவைக் கொண்டாடுவது, பிரிட்டிஷ் ஆட்சியில் தமிழர்கள் கல்வி கற்று அரசுப் பணிகளில் அதிக இடங்களைப் பிடித்தது, சுதந்தரத்துக்குப் பின் சிங்களர்கள் தமது உரிமைகளுக்கு முன்னுரிமை கொடுக்க ஆரம்பித்தது, தமிழ் தேசியவாதிகளின் பதற்றமான எதிர்வினைகள், சிங்களத் தரப்பில் அடிப்படைவாதிகள் முன்னுக்கு வந்தது, சிங்களப் பெரும்பான்மை மெள்ள மெள்ளப் பேரினவாதமாக உருவெடுத்தது, தமிழர் தரப்பில் அடிப்படைவாதிகள் முன்னிலை பெற்றது, புலிகளின் சாகசங்கள், துரோகங்கள், வன்முறைகள், அடக்குமுறைகள், சிங்கள அரசின் கொடூரங்கள், சிங்கள அடிப்படைவாதிகளின் அராஜகங்கள், இந்தியத் தலையீடு, ராஜீவ் படுகொலை, சர்வ தேசத் தலையீடு, இந்தியாவின் கையறு நிலை என ஒவ்வொன்றும் விவரிக்கப்படுகிறது.

யானைச் சண்டையை மலை மேலிருந்து பார்த்திருக்க வேண்டிய மக்கள் நடுவில் மாட்டிக்கொண்ட கொடூரம் வார்த்தைகளாக, கட்சிகளாக மாணவர்களுக்கு முன்வைக்கப்படுகிறது. இந்தியாவிலும் மெள்ளக் கிளை விரிக்க ஆரம்பித்திருக்கும் பிரிவினைவாதம் பற்றிய எச்சரிக்கையோடு அந்தக் குறும்படம் முடிவடைகிறது.

அப்படியாக மொத்தம் பத்து குறும்படங்கள் படத்தில் இடம்பெறுகின்றன. ஒவ்வொன்றுக்கும் 10 நிமிடம் வீதம் 100 நிமிடங்கள் ஆகும். அதாவது 1.40 மணிநேரம். அடுத்ததாக கிரேட் டிபேட்டர்ஸ் போல் விவாதத்துக்கு மூன்று விஷயங்களை எடுத்துக்கொள்வோம். ஒவ்வொன்றுக்கும் பதினைந்து நிமிடங்கள் என்றால் அதற்கொரு 45 நிமிடம். இவற்றில் பெரிதும் பள்ளி சாராத விஷயங்களே அதிகமும் இருப்பதால் பள்ளிக்குள் இடம்பெறும் சீர்திருத்தங்களுக்கு அரை மணி நேரமாவது கட்டாயம் ஒதுக்க வேண்டியிருக்கும். அப்படியாக மொத்தம் 2.55 மணி நேரம் ஆகிவிடும். அதோடு படத்தின் க்ளைமாக்ஸ் வேறு 10 நிமிடங்கள் எடுத்துக்கொள்ளும். அதையும் சேர்த்தால் மொத்தம் 3.05 நிமிடங்கள் ஆகிவிடும். அது கொஞ்சம் அதிகம்தான்.

இப்போதைக்கு இந்த வடிவில் படம் வெளியாகட்டும். பார்வையாளர்களின் வரவேற்பு எப்படி இருக்கிறது என்று பார்த்து அதன் பிறகு அடுத்த கட்ட எடிட்டிங்கை வைத்துக் கொள்ளலாம். அதிக ஸ்க்ரீனிங்களுக்கு வழி செய்ய வேண்டும் என்பதுதானே படத்தின் நீளத்தைக் குறைப்பதற்கான காரணம். கல்வி பற்றிய படம் என்பதால் இந்தப் படத்தின் பிரதான பார்வையாளர் குழந்தைகளே. ஒரு குழந்தை என்பவர் கூடவே தன் குடும்பத்தையும் அழைத்துவரும் சக்தி கொண்ட நுகர்வோர் என்பதால் அதிக ஸ்க்ரீனிங் என்பதற்கு பதிலாக ஒவ்வொரு ஸ்க்ரீனிங்கிலும் அதிக பார்வையாளர்கள் என்ற சாத்தியக்கூறு இருக்கிறது. எனவே, வெட்டுப்படாமல் 3.05 மணி நேர முழுப்படம் என்பதுதான் என் சாய்ஸ். ஏனென்றால், வெட்டப்படப்போவது என் குழந்தையின் கையோ காலோ அல்லவா.

*** க்ளைமாக்ஸ்***

இப்போது க்ளைமாக்ஸ். படத்தின் திரைக்கதையை ஆரம்பித்தபோது ஃபின்லாந்தில் இருந்து வரும் ஆசிரியை கொண்டுவரும் சீர்திருத்தங்கள் என்பதுதான் நம்முடைய கதையின் ஆதார அம்சமாக இருந்தது. பள்ளியிலும் சமூகத்திலும் உள்ள பிரச்னைகளுக்கான தீர்வுகள்

என்று நாம் யோசிக்க ஆரம்பித்ததும் கதை வேறு தளத்துக்கு நகர்ந்துவிட்டது. பள்ளியில் நடக்கும் பிரச்னைகள், அங்கு நம் ஆசிரியை புகுத்திய புதுமைகள் இவை யெல்லாம் கொஞ்சம் சிரமப்பட்டால் நடைமுறைப்படுத்திவிட முடியும் என்ற வகையில் இருந்தன. அப்படியே நடைமுறைப்படுத்த முடியாவிட்டாலும் என்றாவது நடைமுறைப்படுத்த முடியும் என்ற சாத்தியக்கூறையாவது கொண்டிருந்தன. ஆனால், சமூகம் சார்ந்த சில தீர்வுகள் நிஜத்தில் என்றுமே சாத்தியமே இல்லை. வெறும் கற்பனையில் மட்டுமே சாத்தியம் என்ற நிலையில் இருக்கின்றன.

கண்டதேவி தேர் தொடர்பான பிரச்னைக்கு இளையராஜாவின் பங்களிப்பு, கூவத்தை சுத்திகரித்தல், திருநாள் கொண்ட சேரி என சமூகம் சார்ந்த காட்சிகள் நிஜத்தில் நடக்கவேண்டும் என்று சொல்லலாமே தவிர நடக்க வாய்ப்பே இல்லாதவையாகவே இருக் கின்றன. முழுக்க முழுக்க கற்பனையில் மட்டுமே அவை சாத்தியம். இப்போது நம் முன்னே ஒரு பெரிய பிரச்னை வருகிறது. என்றாவது நடக்கக்கூடும் என்பது போன்ற விஷயங்களை மட்டுமே படத்தில் இடம்பெற வைக்கப்போகிறோமா? கற்பனையில் மட்டுமே சாத்தியம் என்பவற்றையும் இடம்பெற வைக்கப் போகிறோமா..? யதார்த்தப் படமா... ஃபேண்டஸி படமா? இதுதான் நம் முன் இருக்கும் கேள்வி.

கற்பனையில் விவரிக்கப்பட்ட நிகழ்வுகளில் இருந்த சமூக அக்கறை அவற்றை எப்படியும் படத்தில் இடம்பெறச் செய்தாக வேண்டும் என்று உத்வேகத்தைத் தந்திருக்கின்றன. எப்படி அதைச் செய்யலாம் என்று யோசித்துக்கொண்டிருந்தபோது முன்பே பார்த்த தி ப்யூட்டிஃபுல் மைண்ட் என்ற படம் நினைவுக்கு வந்தது. க்ளாடியேட்டர் நாயகன் ரஸ்ஸல் க்ரோ நடித்த படம். நோபல் பரிசு பெற்ற பொருளாதாரமேதை ஜான் நாஷ் பற்றிய கதை.

ஜான் நேஷ் ஒரு கணிதவியல் ஆராய்ச்சியாளர். அமெரிக்காவின் புகழ் பெற்ற பல்கலைகழகத்தில் சேர்கிறார். சில ஆண்டுகள் கழித்து தனது கணித அறிவுத் திறமையினால் எதிரி நாடுகள் அனுப்பும் ரகசிய சமிக்ஞைகளை டீ-கோட் செய்து தரும் ஒற்றராக ராணுவத்துக்கு உதவுகிறார்.

இதனிடையே அலிசியா எனும் மாணவி இவரைக் காதலிக்கிறார். தன் நண்பர் ஒருவரின் அறிவுரைப்படி ஏற்கெனவே திருமணம் ஆன பேராசிரியர் நாஷ் இரண்டாம் கல்யாணத்துக்கு சம்மதிக்கிறார்.

திருமணத்துக்குப் பின் ஒரு துப்பாக்கி சூட்டில் மாட்டிக்கொள்கிறார். அமெரிக்க ராணுவத்தினர் ஒருபுறமும், ரஷ்யர்கள் மறுபுறமாக அவரைத் துரத்துகிறார்கள். அவருக்கு மன நிலைப் பிறழ்வு ஏற்பட்டுவிடுகிறது. அவரைப் பிடித்து மன நல மருத்துவமனையில் சேர்க்கிறார்கள்.

கதை இந்த இடத்தில் வேறொரு அடுக்குக்கு நகர்கிறது. நாஷுக்கு பேரனாய்ட் ஸ்கிஷோஃப்ரெனியா என்னும் நோய் இருப்பதாக மருத்துவர் சொல்கிறார். அந்த நோய் இருப்பவர்கள் நடக்காதவற்றை அதாவது அவர்களுடைய கற்பனைகளில் நடப்பவற்றை நிஜத்தில் நடந்ததாக நினைத்து எதிர்வினைபுரிவார்கள். ஜான் நாஷ் சொல்லும் அவருடைய காதலி, நண்பன் போன்ற மனிதர்கள், ராணுவ உளவு வேலை, ரஷ்யர்கள் துரத்தல்கள் என எதுவுமே உண்மை இல்லை. அனைத்தும் அவரது மன பிரமை மட்டுமே என்று பார்வையாளர்களுக்கு உணர்த்தப்படுகிறது.

மனைவியின் அன்பு, நண்பர்களின் ஆதரவு இவற்றின் மூலம் தனது கற்பனை உலகில் இருந்து மெள்ள மெள்ள வெளியே வந்து இயல்பு வாழ்க்கைக்குத் திரும்புகிறார் பேராசிரியர். உண்மையில் பொருளாதார மேதை ஜான் நாஷுடைய சுய சரிதையே இந்தப் படம்.

இந்த மனப் பிறழ்வை அப்படியே நம் கதைக்குக் கொண்டுவந்தேன். நமது பாரம்பரியத்திலும் பூசலார், தியாகராயர் என சிலருடைய வாழ்க்கையில் இதுபோன்ற கற்பனை உலக சஞ்சாரங்கள் இடம்பெற்றிருக்கின்றன. தியாகராயர் தன் கண் முன் ராமபிரான் வந்து பேசுவதாக நம்பியிருக்கிறார். பூசலாரோ முழுக்க முழுக்க தன் கற்பனையில் ஒரு முழு கோவிலையே கட்டி முடித்துவிடுகிறார். இறைவன்கூட மன்னர் கட்டிய கோவில் எழுந்தருளாமல் பூசலாரின் மனக்கோவிலிலேயே எழுந்தருளுகிறார்.

அப்படியாக, ஃபின்லாந்து ஆசிரியையை அழைத்து வந்தது, பள்ளிகளில் கொண்டு வந்த சீர்திருத்தங்கள், இளைய ராஜாவின் வருகை, திருநாள் கொண்ட சேரி, கூவம் சுத்திகரிப்பு என எல்லாமே நமது லட்சிய ஆசிரியையின் கற்பனையில் நடந்தவைதான். அதாவது இந்த ஒட்டுமொத்தத் திரைப்படமுமே அவருடைய கற்பனை மட்டுமே.

நிஜ வாழ்க்கையில் மிகுந்த கனவுகளோடு இளம் வயதில் ஆசிரியை வேலையில் சேர்கிறார் நம் நாயகி. ரியல் எஜுகேஷன் தொடர்பான கட்டுரைகள், கதைகள் என ஏராளமாகப் படித்தவர் பல பள்ளிகளுக்குச் சென்று பார்த்தும் வருகிறார். தன் வாழ்க்கையில் அங்கு கற்றவற்றை யெல்லாம் நடைமுறைப்படுத்த முயற்சி செய்கிறார். ஆனால், அவரால் எதுவுமே செய்ய முடியவில்லை.

நிஜத்தில் நடக்கும் விஷயங்கள் தரும் நெருக்கடிக்கு மாற்றாக கற்பனையில் ஒரு உலகைப் படைத்துக் கொள்கிறார். திருட்டுப் பட்டம் கட்டப்பட்டு சோதனை செய்யப்படும் மாணவி நிஜத்தில் தற்கொலை செய்து கொண்டு இறந்துவிடவே, அதைத் தாங்கமுடியா மல் தன் கற்பனையில் அந்தச் சிறுமிக்கு ஆறுதல் சொல்லி காப்பாற்றிய தாக நம்பத் தொடங்குகிறார். காலையில் தினமும் பள்ளிக்கூட வாசலில் காணும் போக்குவரத்து நெருக்கடிக்கு கற்பனையில் தீர்வு கண்டு மகிழ்கிறார். மெள்ள மெள்ள நிஜ உலகில் இருந்து முற்றாகத் துண்டித்துக்கொண்டு கனவுலகிலேயே வாழத் தொடங்கிவிடுகிறார்.

ஒருநாள் பள்ளியில் வகுப்பறைக்குப் போகாமல் ஆசிரியர்களுக்கான ஓய்வறையிலேயே எதையோ படித்துகொண்டிருக்கிறார். அவருடைய வகுப்பில் மாணவர்கள் கூச்சலும் கும்மாளமுமாக இருக்கிறார்கள். பக்கத்து வகுப்பு ஆசிரியர் வந்து இவரிடம் வகுப்புக்குப் போகவில் லையா என்று கேட்க அந்த பீரியடை பிரின்சிபாலை எடுக்கச் சொல்லிவிட்டேனே என்கிறார். அந்த ஆசிரியை அதிர்ந்துபோகிறார்.

இன்னொரு நாள் கலை விழா ஒன்றுக்கு முக்கியமான பொறுப்பை நம் ஆசிரியையிடம் ஒப்படைத்திருக்க அவரோ எதுவும் செய்யாமல் இருக்கிறார். என்ன ஆயிற்று என்று கேட்டால், ஆறாம் வகுப்பு மாணவியிடம்தானே அந்தப் பொறுப்பு ஒப்படைக்கப்பட்டிருக்கிறது என்று நம்பிக்கையோடு சொல்கிறார்.

சுதந்தர தின விழாவில் எம்.எல்.ஏ. ஒன்றரை மணி நேரம் தாமதமாக வருகிறார். மாணவர்கள் எல்லாம் சுட்டெரிக்கும் வெய்யிலில் மைதானத்தில் காத்து நிற்கிறார்கள். சிலர் மயங்கியும் விழுந்துவிடு கிறார்கள். இது நிஜத்தில் நடந்த சம்பவம். ஆனால், நம் நாயகியோ அதற்குப் பழிவாங்கும் விதமாக விழா ஒன்றுக்கு தாமதமாக வந்த எம்.எல்.ஏ.வைத் திருப்பி அனுப்பியதாகக் கற்பனையில் ஒரு கதையை உருவாக்கிக் கொள்கிறார்.

கண்ட தேவி தேர் பிரச்னையை இளையராஜாவை அழைத்து வந்து தீர்த்ததாகவும் திருநாள் கொண்ட சேரி பிரச்னைக்கு மாணவர்களைக் கொண்டே தீர்வு கண்டதாகவும் நினைத்துக் கொள்கிறார்.

இப்படி அவர் மன நிலை சிதைந்து கனவிலேயே வாழ ஆரம்பித்து விட்டதால் பள்ளியில் இருந்து நீக்கிவிட்டதாகவும் ஆனால் அது தெரியாமல் தினமும் காரில் ஏறி பாழடைந்த பங்களாவுக்குச் சென்று அங்கு தன் கற்பனைப் பள்ளியை மனக்கண்ணில் கண்டு வாழ்ந்து வருவதாகவும் அவருடைய கணவர் சொல்கிறார்.

இப்போது கூட பள்ளியில் ஏதோவொரு பிரச்னையாம்... 12-ம் வகுப்பு படிக்கும் மாணவன் சொப்ன ஸ்கலிதம் வந்ததால் பயந்து மனமுடைந்து தனக்கு ஆண்மை பறிபோய்விட்டது என்று நினைத்து தற்கொலை செய்துக்கொள்ளப் போய்விட்டானாம். அதுதெரிந்த நம் ஆசிரியை வகுப்பறையிலேயே சுய மைதுனம், சொப்ன ஸ்கலிதம் போன்றவை மிகவும் இயல்பான நிகழ்வுகள் என்று சொல்லி பாடம் எடுத்திருக்கிறாள். வகுப்பறையில் எப்படி இதையெல்லாம் பேசலாம் என்று ஒழுங்கு நடவடிக்கை எடுக்கத் தீர்மானித்திருக்கிறார்களாம். நாளை பள்ளியில் அந்த விசாரணை நடக்கப் போகிறதாம் என்று தூக்க மாத்திரை கொடுத்து நிம்மதியாகத் தூங்க வைத்திருக்கும் மனைவியின் தலையை வருடியபடியே உதவிக்கு வந்த புதிய நர்ஸிடம் அனைத்தை யும் சொல்கிறார் கணவர்.

இப்படி எத்தனை வருஷமா இருக்காங்க என்று அந்த நர்ஸ் கேட்கிறார்.

பத்து வருஷமா இப்படித்தான் இருக்கா என்று சொல்கிறார்.

ட்ரீட்மெண்ட் எதுவும் கொடுக்கலையா..?

கொடுத்தோம். ஒரு ஆறு மாசம் சரியா இருப்பா. புது பள்ளிக்கூடத் துக்கு போக ஆரம்பிப்பா. அங்க நடக்கற விஷயங்களைப் பார்த்து மறுபடியும் கற்பனை உலகத்துக்கு உள்ள போயிடுவா. அதான் நிஜத்துல கிடைக்காத சந்தோஷத்தை கற்பனையிலயாவது அடைஞ்சுக்கட்டுமேன்னு விட்டுட்டோம் என்கிறார்.

மறுநாள் பொழுது விடிகிறது. நம் ஆசிரியை பரபரப்புடன் எழுந்து குளித்துவிட்டுப் புறப்படுகிறார். மூன்று சக்கர ஸ்கூட்டரை கார்போல் வடிவமைத்த சோலார் ஸ்கூட்டர்காரில் கணவரும் நர்ஸும் பின்னால் அமர்ந்தபடி வருகிறார்கள்.

நான் செஞ்சது தப்பா... நீங்களே சொல்லுங்க. கண்ணுல ஒரு குறைன்னா அதுக்கு மருத்துவம் சொல்லமாட்டோமா... காதுல ஒரு பிரச்னைன்னா அதுக்கு மருந்து சொல்லமாட்டோமா... இனப்பெருக்க உறுப்பு சம்பந்தமான குறைபாடுன்னா அதுக்கு விளக்கம் சொல்றது தப்பா... அந்தப் பையனை தனியா கூப்பிட்டு இதைச் சொன்னா அவனுக்கு அதுவேற தர்மசங்கடத்தைக் கொடுக்கும். டீச்சருக்கு தெரிஞ்சிருச்சே அப்படின்னு கவலைப்படுவான். நான் யார் கிட்ட என்ன ரகசியம் பேசினாலும் அவனைப் பத்தி சொல்றதா நினைச்சு பயப்படுவான். இதெல்லாம் வேண்டாங்கறதுக்காகத்தான் க்ளாஸ்ல பொதுவா பாடம் எடுக்கறமாதிரி சொப்ன ஸ்கலிதம், மாஸ்டர்பேஷன் பத்தி வகுப்பெடுத்தேன். இது தப்பா நீங்களே சொல்லுங்க.

நீ செய்யறது எதுவுமே தப்பில்லையே செல்லம்மா... எதையுமே நல்லா யோசிச்சுப் பார்த்துதான செய்வ. அந்த பையனோட சுய கௌரவம்ன்னு ஒண்ணு இருக்குல்ல. நீ செஞ்சது சரிதான். அதோட செக்ஸ் எஜுகேஷன் அப்படிங்கறதுல எந்தத் தப்புமே இல்லைடா செல்லம் என்று கணவர் ஆறுதல் சொல்கிறார்.

ஸ்கூட்டர்கார் மெள்ள அந்த புதர் மண்டிய இடத்தில் இருக்கும் பாழடைந்த மண்டபத்தை அடைகிறது. கணவருக்கும் நர்ஸுக்கும் விடை கொடுத்துவிட்டு நம் ஆசிரியை அதனுள் நுழைகிறார். அவர் நடக்க நடக்க பள்ளிக்கூடம் மெள்ள மெள்ள உருவம் பெறுகிறது. மான்கள், முயல்கள் குறுக்கும் நெடுக்குமாக ஓடுகின்றன. குழந்தைகள் உற்சாகமாக ஆடிப்பாடுகிறார்கள். நம் ஆசிரியை மெள்ள பிரின்சிபால் அறைக்குச் செல்கிறார். அங்கு நீண்ட மேஜையின் இருபுறமும் ஆசிரியர்கள் உட்கார்ந்துகொண்டிருக்கிறார்கள். விசாரணை தொடங்கு கிறது. நம் ஆசிரியை தன் தரப்பு நியாயத்தை எடுத்துச் சொல்கிறார். சற்று தள்ளி இருந்து பார்க்கும் கணவருக்கு பாழடைந்த மண்டபத்தில் நாயகி மட்டும் தனியாக நின்று வீராவேசமாகப் பேசுவது தெரிகிறது.

கற்பனை உலகத்துக்குள்ள எவ்வளவோ தூரம் பயணம் செய்துட்டா... நிஜ உலகத்துலதான் பாவம் ஒரு அடி கூட எடுத்து வைக்க முடியலை... என்று சொல்லியபடியே பொங்கி வரும் கண்ணீரைத் துடைத்துக் கொள்கிறார்.

நாயகி யாருமற்ற சூன்ய வெளியைப் பார்த்தபடி தன் தரப்பு நியாயங்களை அடுக்கிக் கொண்டிருக்கிறார். நர்ஸ் கனத்த

இதயத்துடன், அப்போ அவங்க குணமாகவே மாட்டாங்களா... இப்படியேதான் இருப்பாங்களா..?

கணவர் சாலையை வெறித்துப் பார்த்தபடியே நிற்கிறார். ஒரு ஆட்டோ பத்துக்கு மேற்பட்ட குழந்தைகளும் அவர்களுடைய புத்தக கட்டு, டிபன் பாக்ஸ் கூடைகளுமாகப் பிதுங்கியபடி போகிறது.

கசந்த புன்னகையை இதழோரம் சிந்தியபடியே, இந்த மாதிரியான காட்சிகள் எல்லாம் என்னிக்கு இல்லாம போகுதோ அன்னிக்கு அவ நிஜ உலகத்துலயே இருப்பா... அவளோட உலகத்துல இந்தக் குழந்தைங்க எல்லாம் டபுள் டெக்கர் ஆட்டோல ஆடிப் பாடியபடியே போய்க்கொண்டிருக்கிறார்கள். அந்த உலகம் அப்படியே இருக்கட்டும் என்கிறார்.

புளிமூட்டை ஆட்டோ மெள்ள டபுள்டெக்கர் ஆட்டோவாக மாறு கிறது. அதில் குழந்தைகள் குதூகலமாகப் பள்ளிக்குள் நுழைகிறார்கள். மான்கள் ஓடி வந்து அந்த ஆட்டோவைச் சூழ்கின்றன. குழந்தைகள் அவற்றுக்கு வீட்டில் இருந்துகொண்டுவந்த இலை தழைகளைக் கொடுக்கின்றன. நாயகி வெற்றிப் புன்னகையுடன் பிரின்சிபால் அறையில் இருந்து வெளியே வருகிறார். வராண்டாவில் எதிரில் வரும் சிறுமி துள்ளிக் குதித்து ஆசிரியைக்கு முத்தம் கொடுத்துவிட்டு ஓடும் காட்சியுடன் படம் முடிகிறது.

துர்கா

உச்ச நீதிமன்ற நீதிபதி தன் அறையில் அமர்ந்திருக்கிறார். சுமார் ஐம்பது வயதுக்கு மேலிருக்கும். பாப் தலைமுடி, விபூதிக்கீற்றுக்கு மேலாக குங்குமப் பொட்டு, கறுப்பு பிரேம் போட்ட கண்ணாடி, கதர் புடவையில் கம்பீரமும் கனிவும் கலந்த தோற்றம். அறைக்கதவு தட்டப்படும் சத்தம் கேட்டதும் படித்துக்கொண்டிருக்கும் ஃபைலில் இருந்து தலையை நிமிர்த்தாமலேயே, 'யெஸ் கமின்' என்கிறார்.

உதவியாளர் அறைக் கதவைத் திறந்து உள்ளே நுழைந்து வழக்கறிஞர் துர்காவை அழைத்து வந்திருப்பதாகச் சொல்கிறார். ஃபைலைப் பார்த்தபடியே, வரச் சொல் என்கிறார் தலைமை நீதிபதி.

சுமார் 25 வயது மதிக்கத்தக்க துர்கா கறுப்புக் கோட்டைக் கையில் பிடித்தபடி உள்ளே நுழைகிறார்.

ஓ நீதான் அந்த துர்காவா...?

ஆமாம் மேடம்.

துர்காவும் கறுப்பு பிரேம் போட்ட கண்ணாடி அணிந்திருப்பதைப் பார்த்து மெலிதாகப் புன்முறுவல் பூக்கிறார்.

எங்க தலைமுறைல கண்ணாடிங்கறது முதுமையின் அடையாளம். இப்போ அது ஃபேஷனா, யூத்தின் ஸ்டைலாக ஆகியிருக்கு.

வரலாறு திரும்பும்போது நவ நாகரிகமும் திரும்பித்தானே ஆகவேண்டும் என்று சொல்லி துர்கா சிரிக்கிறார்.

அதனால்தான் பழங்குடி சமுதாயத்தை நோக்கி நாம் போகவேண்டும் என்று சொல்கிறாயா... சரி சரி உட்காரு... என்கிறார்.

தேங்யூ மேடம் என்றபடியே அமர்கிறார் துர்கா.

இப்போ நீதிபதியா உன்னை சந்திக்கக் கூப்பிடலை. உன்னோட வெல்விஷரா சில விஷயங்கள் சொல்றதுக்காகக் கூப்பிட்டேன்.

உங்கள் அக்கறைக்கு நன்றி மேம்.

உதவியாளர் இருவருக்கும் காஃபி கொண்டுவந்து தருகிறார்.

காபி அருந்தியபடியே பேச ஆரம்பிக்கிறார்கள்.

உன் கிட்ட சில விஷயங்கள் வெளிப்படையா பேசலாம் இல்லையா...

தாராளமா மேடம்... நீங்க எனக்கு அம்மா மாதிரி...

சந்தோஷம்மா... அப்படியான ஒரு மனநிலைலதான் உன் கிட்ட பேசணும்னு சொல்லிக் கூப்பிட்டிருக்கேன். நான் கொஞ்சம் பழைய காலத்து ஆளுதான்... ஏதாவது எல்லை தாண்டிப் பேசறதா நீ நினைச்சா சொல்லிடும்மா...

மேம்... நீங்க என்னை என்ன வேணும்னாலும் சொல்லலாம். நீங்க எனக்கெல்லாம் ஒரு ரோல் மாடல் மேடம். ஒரு வாரத்துக்கு முன்னால ஒரு இண்டர்வியூல என்னை லேடி ராம் ஜெத்மலானின்னு சொன்னாங்க... நான் அதை மறுத்து, உங்களோட வாரிசுன்னு சொன்னா ரொம்ப பெருமைப் படுவேன்னு சொன்னேன் மேம்.

டி.வி.ல வந்த உன்னோட இண்டர்வியூ நானும் பார்த்தேன்மா... வெரி நைஸ் இண்டர்வியூ. நான் நேரடியா விஷயத்துக்கு வர்றேன். உன்னோட வாழ்க்கை பற்றி நீ சொன்னதையெல்லாம் கேட்டப்போ ரொம்பவும் பெருமையா இருந்ததும்மா. இவ்வளவு பிரில்லியண்ஸூம் ஃபோர்தாட்டும் பிரைட் ஃப்யூச்சரும் உள்ள நீ ஏன்மா இந்த கேஸை எடுத்துக்கணும்னு ஆசைப்படற? நீ சொன்ன ஆர்க்யூமெண்ட்ஸ் எல்லத்தையும் கேட்டேன். அதெல்லாம் தியரிம்மா. இந்த கேஸ் நிஜம். நாலு உயிர்ம்மா...

மேம்... நீங்க தப்பா நினைக்கலைன்னா...

இல்லைம்மா... நீ இந்த கேஸை ஏன் எடுத்து நடத்தறன்னு என்னால புரிஞ்சுக்கவே முடியலை... கீழ் கோர்ட்ல மரண தண்டனை கொடுத்திருக்காங்க... மேல் கோர்ட்டுக்கு அப்பீலுக்குப் போனபோது ஒண்ணு பத்தாதுன்னு ரெண்டு மரண தண்டனை கொடுத்திருக்காங்க. பொதுவா இரட்டை ஆயுள் தண்டனை கொடுத்துப் பார்த்திருப்ப... கேட்டிருப்ப... இங்க ரெண்டு மரண தண்டனை கொடுத்திருக்காங்க. நானும் அதையேதான் கொடுக்கப்போறேன்.

ஒரு வாரத்துக்கு முன்னால பிரஸிடன்ண்டை ஒரு மீட்டிங்ல பார்த்தேன். ரெண்டு மரண தண்டனையையும் கட்டாயம் நிறைவேத்தணும். செத்த பொணத்தை எடுத்து ரெண்டாவது தடவை தூக்குல போடுங்க அப்படின்னு கொதிச்சார். வயசான மனுஷர்... வாழ்நாள் பூரா பணிவு, நிதானம், பொறுமைன்னு வாழ்ந்தவர்... அவர் அந்த அளவுக்கு எமோஷனலா பேசி யாரும் கேட்டிருக்கவோ பாத்திருக்கவோ மாட்டாங்க.

நாம இந்த விஷயத்தை வேற கோணத்துல பாக்கணும்னு ஆசைப்படறேன் மேடம்.

ஓநாயை எந்தக் கோணத்துல பார்த்தாலும் ஓநாய்தானம்மா...

அப்படியில்லை மேம்... உங்க மேல முழு மரியாதையோடவே உங்களோட கருத்தை மறுக்கறேன்.

இல்லைம்மா... நான் சொல்ல விரும்பினது என்னன்னா... தீர்ப்பு ஏற்கெனவே எழுதி வெச்சாச்சு. கோர்ட்ல நடக்கப்போறது வெறும் கண் துடைப்புதான். நாலு பொண்ணுங்களை கற்பழிச்சுத் தன் வீட்டுக்குள்ள புதைச்சு வெச்சிருக்கான். அதுல ஒரு பொண்ணுக்கு வயசு பத்து கூட ஆகலை... அந்த குழந்தையோட பேர் என்ன...?

வடிவு.

ஆமாம். வடிவு... வடிவுக்கரசி. அர்த்தம் தெரியுமா அந்தப் பேருக்கு?

ஒவ்வொருத்தருக்கும் ஒவ்வொரு உறுப்பு அழகா இருக்கும். சிலருக்கு மட்டும்தான் எல்லாமே அழகா, வடிவா இருக்கும். அப்படி எல்லா உறுப்புகளுக்கும் அரசின்னு அர்த்தம்.

அந்தக் குழந்தையும் உயிரோட இருந்திருந்தால் அப்படியானதா வந்திருக்கக்கூடும் இல்லையா... அப்படியான சிறுமியைச் சிதைச்சுக் கொன்னவனுக்கு ஆதரவா எப்படிம்மா உன்னால ஆஜராக முடியுது.

ஓ.கே. நான் உன் கிட்ட ஒரே ஒரு கேள்வி கேட்கறேன். நீ அவன் நிரபராதின்னு நிஜமாவே நினைக்கறியா..?

இல்லை மேடம்.

(சற்று அதிர்ந்து) அப்படின்னா ஏன் அந்த கேஸ்ல வாதடற?

அவன் குற்றவாளிதான். ஆனா அவனுக்கு தண்டனை தரக்கூடாது.

என்னம்மா சொல்ற நீ... நிச்சயமா... நீ ஏன் இந்த கேஸை எடுத்திருக்கன்னு எனக்குத் தெரிஞ்சாகணும். யாராவது பிளாக் மெயில் பண்ணறாங்களான்னு எனக்கு பயமா இருக்கும்மா. அதான் உன்கிட்டப் பேசணும்னு சொன்னேன். ஏன்னா உன்னை மாதிரி சென்ஸிபிளான ஒருவர் இப்படி இன்சென்ஸிபிளான காரியத்தை ஏன் செய்யணும்னு எனக்கு புரியவே இல்லைம்மா.

மேம்... நீங்க தப்பா நினைக்கலைன்னா அதை கோர்ட்லயே சொல்றேனே.

இல்லைம்மா நான் என்ன சொல்லவர்றேன்னா....

காஃபி ரொம்ப நல்லா இருந்தது மேடம் (என்று சொல்லியபடியே துர்கா எழுந்துகொள்கிறார்).

நீதிபதி அவளை ஒரு நிமிடம் பரிதாபமாக உற்றுப் பார்க்கிறார். பிறகு பெருமூச்சுவிட்டபடியே ஓகே... நீ போகலாம் என்று சொல்லி எழுந்துகொள்கிறார். வாசல் வரை வந்து வழியனுப்புகிறார். உனக்கு ஏதாவது உதவி தேவைன்னா என்கிட்ட எப்பன்னாலும் வரலாம். ஆல் த பெஸ்ட். சேஃப்கார்ட் யுவர்செல்ஃப் ஃப்ரம் தட் சிங்கிங் ஷிப்.

ஐ வில் ரோ இட் டு அவர் ஷோர் மேம்.

அவர் ஷோர்..?

யெஸ் மேம்.

ஓ.கே. பெஸ்ட் ஆஃப் லக்.

- என்று சொல்லி தோளில் தட்டி அனுப்பிவைக்கிறார்.

***

வழக்கு ஆரம்பிக்கிறது.

அரசுத் தரப்பு வழக்கறிஞர் : இந்த வழக்கில் விசாரிக்க எதுவும்

இருப்பதாக நான் நினைக்கவில்லை. ரியல் எஸ்டேட் நிறுவனம் நடத்திய குற்றவாளி நிலம் பார்க்க வந்தவர்களில் பெண்களைத் தனியாக அழைத்துச் சென்று பாலியல் பலாத்காரத்துக்குட்படுத்திக் கொடூரமாகக் கொலை செய்திருக்கிறான். அங்கு ஆடு மேய்த்துக்கொண்டிருந்த பத்து வயது சிறுமியையும் இந்தக் காமுகன் விட்டுவைக்கவில்லை. நால்வரையும் கொன்று அவன் பிளாட் போட்டு விற்ற இடத்தில் கட்டிய வீட்டிலேயே புதைத்துவைத்திருக்கிறான்.

இறந்தவர்களில் இரண்டு பெண்களின் அடையாளம் மட்டுமே தெரிந்திருக்கிறது. ஒரு பெண்ணுடைய உறவுக் காரர்கள் யாரும் வராததால் யார் என்று தெரியவில்லை. குற்றவாளிக்கும் அந்தப் பெண் பற்றி எந்தத் தகவலும் தெரியவில்லை.

பிணங்கள் கண்டுபிடிக்கப்பட்ட வீடு குற்றவாளியின் வீடுதான். நால்வரையும் பாலியல் பலாத்காரம் செய்து கொன்றதாக அவனே ஒப்புக்கொண்டிருக்கிறான். இதற்கு மேல் சொல்ல எதுவும் இல்லை. கீழ் நீதிமன்றம் அவனுக்கு மரண தண்டனை வழங்கியிருக்கிறது. உயர் நீதிமன்றத்தில் மேல் முறையீடு செய்தபோது அவனுக்கு ஒரு மரண தண்டனை போதாது என்று இரண்டு மரண தண்டனை வழங்கச் சொல்லி தீர்ப்பு வழங்கியிருக்கின்றன. உச்ச நீதிமன்ற நீதிபதியான நீங்கள் உங்கள் பங்குக்கு ஒன்று சேர்த்து மூன்று மரண தண்டனை விதிக்கும்படி கேட்டுக்கொள்கிறேன்.

துர்கா : டியர் மேடம்

நீதிமன்றம் சிரிப்பில் மூழ்குகிறது.

அரசு தரப்பு வழக்கறிஞர் (சிரித்தபடியே) : ப்ளீஸ் சே "மை லார்ட்..." நீங்கள் வாதாடும் முதல் வழக்கு இது என்பது நன்கு புரிகிறது. நீதிபதியை எப்படி அழைக்கவேண்டும் என்பது கூட உங்களுக்குத் தெரியவில்லை.. நீங்களெல்லாம் வாதாடி... நீதியை நிலை நாட்டி...

துர்கா : டியர் மேடம்... பிரிட்டிஷார் காலத்தில் நீதிபதிகளை "என் பிரபுவே" என்று அழைப்பது வழக்கமாக இருந்திருக்கிறது. நான் அதைப் பின்பற்ற விரும்பவில்லை. எனவே, மேடம் என்று அழைக்க அனுமதிக்கவேண்டும்.

நீதிபதி : பொதுவாக அது வழக்கமில்லை. என்றாலும் பழகிய பாதையில்தான் சென்றாகவேண்டும் என்று எந்த சட்டமும் இல்லை. நீங்கள் உங்கள் விருப்பப்படியே அழைக்கலாம்.

துர்கா : நன்றி மேடம்.

அரசு வழக்கறிஞர்: மேடம் என்பதும் ஆங்கில வார்த்தைதான்.

துர்கா: நான் ஆங்கிலத்துக்கோ ஆங்கிலேயருக்கோ எதிரியல்ல. ஆங்கில மேட்டிமைத்தனத்துக்குத்தான் எதிரி. ஹேட் த க்ரைம்... லவ் த க்ரிமினல்.

சிரித்த நீதிமன்றம் அடங்கி ஒடுங்குகிறது.

துர்கா (தொடர்கிறாள்) : அப்பறம் மேடம்... இன்னொரு முக்கியமான விஷயம். நம்ம நாட்டுல கோர்ட்டோட அமைப்புல சில மாற்றங்கள் வரணும்னு தோணுது. எந்தவொரு நபரும் குற்றவாளி என்று தீர்ப்பு வழங்கப்படும்வரை நிரபராதி தான் இல்லையா... அப்படி இருக்கும்போது அவர்களை நிற்க வைத்து விசாரிப்பது தவறு என்று தோன்றுகிறது. அதிலும் சிறை போன்ற கூண்டு கட்டாயம் மாற்றப்பட்டாக வேண்டும்.

அரசுத் தரப்பு வழக்கறிஞர் : அப்படின்னா திருவாளர் குற்றவாளிக்கு ஒரு சேர் போட்டு உட்கார வைப்போமா...

துர்கா : அதைத்தான் சொல்லவந்தேன் மேடம். தீர்ப்பு வழங்கப்படும்வரை அவரை அமர வைத்து விசாரிப்பதுதான் நல்லது.

அரசு வழக்கறிஞர் : அதுதான் இரண்டு நீதிமன்றங்களில் தீர்ப்பு வழங்கப்பட்டுவிட்டிருக்கிறதே.

துர்கா : அதை மறு பரிசீலனை செய்யச் சொல்லித்தானே மனு தாக்கல் செய்திருக்கிறார். அதையும் இந்த நீதிமன்றம் ஏற்றுக்கொண்டதால்தானே இந்த வழக்கு விசாரணையே இன்று நடக்கிறது. இறுதித் தீர்ப்பு வழங்கப்படாதவரை அவர் நிரபராதியே. எனவே அவருக்கு ஒரு நாற்காலி தர வேண்டும் என்று கேட்டுக்கொள்கிறேன். சாட்சிகள் உட்கார்ந்து சாட்சி சொல்லவும் சில நாற்காலிகள் போடவேண்டும் மேடம்.

அரசு வழக்கறிஞர் : அப்போ நீங்களும் நானும் மட்டும்தான் நின்னு வாதாடணுமா... நாம என்ன தப்பு செஞ்சோம். உங்களை மாதிரியான வழக்கறிஞர்கள் கூட வாதடறேனே அதுக்கான தண்டனையா..?

துர்கா: வகுப்புகளில் ஆசிரியர்கள் நின்றபடி பாடம்சொல்லித் தருகிறார்களே அது அவர்களுக்கான தண்டனையா என்ன...

அரசியல்வாதிகள் மேடைகளில் நின்றுகொண்டு பேசுகிறார்களே அது அவர்களுக்கான தண்டனையா என்ன? நிற்பது என்பது அங்கு மரியாதையையும் அதிகாரத்தையும் காட்டுகிறது.

அரசு வழக்கறிஞர் : அப்போ நீதிபதி மட்டும் உட்கார்ந்துகொள்ளலாமா... அவரும் எழுந்து நின்றுகொண்டுதான் இருக்கவேண்டுமா...

(நீதிமன்றம் சிரிக்கிறது)

துர்கா : மேடம் எழுந்து நிற்கவேண்டாம். ஆனால், இப்படி உயரமான பீடத்தில் அமர்வது சரியா என்று யோசியுங்கள். வாதப் பிரதிவாதங்களை கீழே நமக்கு சமமாக அமர்ந்து கேட்கலாம். தீர்ப்புவழங்கும்போது மட்டும் அந்த பீடத்தில் அமர்ந்து கொள்ளலாம். நமது இன்றைய நீதிமன்றம் என்பது ஆலமரத்தடி பஞ்சாயத்துபோல் இருக்கிறது. நீதிபதி மிக உயர்ந்த மேடையில் அமர்ந்திருக்க, குற்றவாளி நின்றபடி கை கட்டி பதில் சொல்லவேண்டியிருக்கிறது.

அரசு வழக்கறிஞர் : மை லார்ட்... இதை ஏற்க முடியாது. நீதி அமைப்புக்கும் நீதிபதிக்கும் உள்ள மரியாதையை இவர் கேவலப்படுத்துகிறார். இந்த வழக்கை இந்தக் காரணத்துக்காகவே தள்ளுபடி செய்து இரட்டை மரண தண்டனையை உடனே நிறைவேற்றச் சொல்லுங்கள்...

(அவர் துர்காவைப் பார்த்தபடியே பேசி முடித்துவிட்டு நீதிபதியைத் திரும்பிப் பார்க்கும்போது அந்தப் பீடம் காலியாக இருக்கிறது. நீதிபதி கீழே அமர்ந்து தட்டச்சு செய்பவருக்கு அருகில் நின்றுகொண்டிருக்கிறார். அந்தப் பணிப் பெண் பயந்து நடுங்கி எழுந்து நிற்கிறாள். நீதிபதி அவள் தோளில் தொட்டு உட்காரச் சொல்லிவிட்டு இரண்டு நாற்காலிகள் கொண்டுவரச் சொல்கிறார். ஒன்றில் அவர் அமர்ந்து கொள்கிறார். வெள்ளை உடையும் குறுக்குப்பட்டையும் அணிந்து கையில் பெரிய தடியுடன் நிற்கும் டவாலியை இன்னொரு நாற்காலியில் அமரச் சொல்கிறார். அவர் பயந்து பின்வாங்கவே, வற்புறுத்தி தன் பக்கத்தில் அமரச் செய்கிறார். துர்காவைப் பார்த்து இப்போது திருப்திதானே என்று புன்முறுவல் பூக்கிறார். துர்கா ஆமோதித்து தன் வாதங்களைத் தொடர்கிறாள்.)

துர்கா : நன்றி மேடம். நான் நேரடியாக விஷயத்துக்கு வருகிறேன். எந்தத் தவறென்றாலும் மரண தண்டனை கூடாது என்றவகையில்

இந்த தண்டனையை எதிர்க்கிறேன். இரண்டாவதாக, இவரைப் போன்றவர்கள் பாலியல் கொடுமைகள் செய்வதற்கும் அது வெளியில் தெரியக்கூடா தென்று கொலை செய்வதற்கும் நம் சமூகத்தில் இருக்கும் பாலியல் நெருக்கடிகளும் சட்டங்களுமே காரணம். இவர்களுக்கு உண்மையில் சிகிச்சைதான் தரவேண்டும். இவர்கள் குற்றவாளிகள் அல்ல... நான் மெடிக்கல் ஜர்னல்ல எழுதின ஒரு கட்டுரையோட தலைப்பைச் சொல்றேன். என்னோட டாக்டரேட் ஆய்வே அதுதான் : “செக்ஸ் குற்றம்’ செய்பவர்கள் குற்றவாளிகளே இல்லை.

அரசு வழக்கறிஞர் : ஓ. அதுனாலதான் ஆட்டோ ஷங்கர் மாதிரி நாலு பெண்களைக் கொன்னவனோட சார்பில வாதாட முன் வந்திருக்கீங்களா..?

என் ஆய்வுக் கட்டுரைகளைப் படித்த சிலர் அப்படின்னா ஒரு செக்ஸ் குற்றவாளிக்காக வாதாடுவியா... இந்த கேஸ்ல வாதாடுவியான்னு கேஷுவலா கேட்டாங்க. ஓகேன்னு சொன்னேன். என்னைப் பொறுத்தவரையில் செக்ஸ் என்பது அடிப்படையில் அவசியமான நல்ல விஷயம். அது புனித மானதோ மறைத்துவைக்கப் படவேண்டியதோ தடுக்கப்பட வேண்டியதோ அல்ல. ஒருவர் ஒரு விளையாட்டில் திறமை யுடன் இருந்தால் என்ன செய்வோம்? அவர் அதில் சாதனைகள் படைக்க வழி செய்துகொடுப்போம் அல்லவா. செக்ஸ் விஷயத்திலும் அதைத்தான் செய்யவேண்டுமென்கிறேன்.

அரசு வழக்கறிஞர் : செக்ஸை ஒரு விளையாட்டு என்று சொல்கிறீர்களா..?

ஆமாம்.

அது எப்படி..? இருவருடைய சம்மதத்துடன் நடக்கும்போது வேண்டுமானால் அப்படிச் சொல்லலாம். ஒருவரை வலுக் கட்டாயப்படுத்துவதை எப்படி விளையாட்டென்று சொல்ல முடியும். செக்ஸ் குற்றங்கள் எல்லாமே ஆணின் அத்துமீறல்கள் தானே.

நீங்கள் சொல்வது சரிதான். அந்த விஷயத்துக்குப் பின்னர் வருகிறேன். முதலில் செக்ஸ் என்பது கிரிக்கெட்போல், கால்பந்துபோல் ஒரு விளையாட்டு என்று நாம் புரிந்துகொள்ள வேண்டும். ஒருவர் கிரிக்கெட்டில் திறமையுடனும் ஆர்வத்துட னும் இருந்தால், அவருக்கு உரிய உபகரணங்கள் வாங்கித் தருவோம். நல்ல மைதானத்தில் தொடர்ந்து பயிற்சி செய்து திறமையை மேம்படுத்திக்கொள்ள

வழிசெய்துதருவோம் அல்லவா. அதுபோல் செக்ஸில் ஒருவர் கூடுதல் ஆர்வத்துடன் இருந்தால் அவருக்கு அதற்கான வாய்ப்புகளை உருவாக்கித் தரவேண்டும்.

செக்ஸ் என்பது இருவர் சம்பந்தப்பட்டது என்று சொன்னீர்கள். ஒருவேளை ஒரு ஆண் அல்லது ஒரு பெண் பல பெண்களுடன் அல்லது பல ஆண்களுடன் அவர்கள் அத்தனை பேரின் சம்மதத்துடன் உடலுறவு கொள்ள விரும்பினால் இன்றைய சமூகம் அனுமதிக்குமா?

அனுமதிப்பதில்லைதான்.

அதைத்தான் தவறு என்கிறேன். அதுதான் எல்லா பிரச்னைகளுக்கும் மூல காரணம். சம்மதிக்கும் பலருடன் உறவுகொள்ள இந்த சமூகம் அனுமதிக்காமல் இருப்பதால்தான் சம்மதிக்காத ஒருவருடன் பலாத்காரம் செய்ய சிலர் முற்படுகிறார்கள். அவர்கள் அப்படி பலாத்காரம் செய்ய அவர்கள் அல்ல; இந்த சமூகம்தான் காரணம். நான் ஒரு கேள்வி கேட்கிறேன். உங்களுக்கு என்ன உணவு பிடிக்கும்?

எல்லாம்தான் பிடிக்கும்.

நல்லது. அப்படித்தான் இருக்கவும் செய்யும். ஏதேனும் ஒன்று ரொம்பவும் பிடிக்கும் அல்லவா..?

ஆமாம். மசால் தோசை மிகவும் பிடிக்கும்.

சரி... அதை எத்தனை நாளைக்கு ஒருதடவை சாப்பிடுவீர்கள்?

தினமும்தான்.

க்ரேட். இப்போது நீங்கள் மாதத்துக்கு ஒரே ஒரு மசால் தோசைதான் அதுவும் ஒரே ஒரு ஹோட்டலில் இருந்து மட்டுமே சாப்பிடவேண்டும் என்று சொன்னால் என்ன செய்வீர்கள்?

அப்படி ஒரு சட்டம் கொண்டுவரப்பட்டால் எந்த நாட்டில் மசால் தோசை இஷ்டம்போல் சாப்பிடலாம் என்று சொல்கிறார் களோ அங்கு போய்விடுவேன்.

அப்படிப் போகமுடியவில்லையென்றால்..?

கஷ்டம்தான்.

என்ன செய்வீர்கள்? திருட்டுத்தனமாகமாவது மசால் தோசைகளை இஷ்டம்போல் சாப்பிட முயற்சி செய்வீர்கள் அல்லவா?

ஆமாம்.

ஆனால், அது சட்ட விரோதம் ஆயிற்றே.

நான் மீறுவது தவறல்ல. அப்படி ஒரு முட்டாள்த்தனமான சட்டத்தைப் போட்டதுதான் தவறு.

அதைத்தான் செக்ஸ் விஷயத்துக்கும் சொல்கிறேன். ஒருவருக்கு பலருடன் உறவு கொள்ள ஆசை இருப்பது இயல்பான விஷயம். அதைச் சட்டம் போட்டுத் தடுத்ததால்தான் அவர் அதை மீறவேண்டிய நிர்பந்தம் வருகிறது. எனவே, அவர் மீறியது தவறில்லை. தடை போட்டதுதான் தவறு.

இதனிடையில் நீதிமன்றக் கடிகாரம் 12 முறை ஒலிக்கிறது. அன்றைய விசாரணை அதோடு முடிகிறது. நீதிபதி மறு நாள் தொடரலாம் என்று சொல்கிறார்.

***

நான்கு பேரைப் பாலியல் பலத்காரம் செய்து கொன்றவனுக்கு ஆதரவாக துர்கா வாதாடுவது பெரும் பரபரப்பைக் கிளப்புகிறது. தொலைக்காட்சி சேனலில் அவருடைய பேட்டிக்கு ஏற்பாடு செய்யப்படுகிறது.

நிலையப் பணியாளர் : ஹலோ துர்கா மேடம் இருக்காங்களா?

துர்கா : துர்காதான் பேசறேன்.

டி.வி. : மேடம்... க்யூ சேனல்ல இருந்து பேசறோம். உங்களோட ஒரு பேட்டி எடுக்க விரும்பறோம்.

துர்கா : நல்லது... என்னோட ஆபீஸ்க்கு வர்றீங்களா..?

டி.வி.: இல்லை மேடம்... ஸ்டூடியோல வெச்சு எடுக்கலாம். அதுதான் சரியா இருக்கும். கார் அனுப்பிவைக்கறோம் மேடம்.

துர்கா : என் கிட்ட கார் இருக்கு நானே வர்றேன். ஆனா ஸ்டூடியோல நீங்க ரொம்ப நேரம் காக்க வைப்பீங்களே...

டி.வி. அப்படியெல்லாம் ஆகாது மேடம். லைட்டிங், மேக்கப் போடறது, பிற பார்ட்டிசிபண்ட்ஸ் வர்றது இதுக்கெல்லாம் சுமார் ஒரு மணி நேரம் ஆகலாம். மத்தபடி நேரம் ஆகாது மேடம்.

துர்கா : பொதுவா செலவை மிச்சம் பிடிக்கறதுக்காக மூணு நாலு ஒரே நேரத்துல டாக் ஷோக்களை ஷூட் பண்ணுவீங்கன்னு கேள்விப்பட்டிருக்கேன். சாயந்திரம் ஆறு மணிக்கு வரச் சொல்லிட்டு நைட் ரெண்டு மணிக்கு தான் ஷூட்டிங்கை ஆரம்பிப்பீங்கன்னு சொல்லியிருக்காங்க...

டி.வி. : உங்களை மாதிரி முக்கியமானவங்களை காக்க வைக்கமாட்டோம் மேடம்.

துர்கா : நான் எனக்காக மட்டும் பேசலை... காக்க வைக்கப்படறவங்களுக்காகவும் சேர்த்துத்தான் பேசறேன். எப்படி அவங்கல்லாம் அதை ஏத்துக்கறாங்க. இத்தனைக்கும் ஒவ்வொருத்தரும் அவங்க அவங்க துறையில பிரபலமானவங்க... ரொம்பவே சென்ஸிட்டிவானவங்க... சுயமரியாதை மிகுந்தவங்க. குறிப்பா கம்யூனிஸ்ட்டுங்க இதை எப்படி எடுத்துக்கறாங்க... ஆதிக்க சக்திகளையும் அதிகாரத்தையும் பார்த்தா பொங்காம அவங்களால இருக்கவே முடியாதே.

டி.வி.: அதெல்லாம் டி.வி.ல முகம் தெரியுதுன்னா அதுக்காக என்னவேணும்னாலும் தாங்கிப்பாங்க. அப்பறம் அமெரிக்க ஏகாதிபத்தியமே... கார்ப்பரேட் முதலாளிகளே... இந்துத்துவ வீரியன் பாம்புக் குட்டிகளேன்னு கட்சி டயோசீஸ்ல என்ன சொல்லித் தர்றாங்களோ அதை மட்டும்தான் எதிர்ப்பாங்க. ஒரு ஆதிக்க சக்தியை எதிர்க்க இன்னொரு ஆதிக்க சக்தியோட துணையைப் பயன்படுத்தும் புரட்சிகர தந்திரம்ன்னு சொல்லி தன்னைத்தானே சமாதானமும்படுத்திப்பாங்க.

துர்கா : இதுக்குத்தான் கொள்கைப்பிடிப்புன்னு ஒண்ணு தேவை இல்லையா..?

டி.வி. (சிரித்தபடியே) ஆமாம் மேடம்.

துர்கா : ஆனா எனக்கு அப்படி எந்தக் கொள்கைப் பிடிப்பும் கிடையாது. எனக்கு என் முகம் ஊர் பூரா தெரியணும்னு ஆசையும் கிடையாது. நான் வர்றேன். லைட்டிங் எல்லாம் உங்க ஸ்டாஃப்களை வெச்சு சோதிச்சு முடிச்சிக்கோங்க. மேக்கப் எனக்கு நானே போட்டுக்கறேன். அப்பறம் என்ன மாதிரியான பேட்டி அது..? ஒன் டு ஒன்னா... டிஸ்கஷனா..?

டி.வி. : ஒன் டு ஒன் தான் மேடம்.

துர்கா : நல்லதுதான். உங்களுக்குக் கேள்விகளை யார் எழுதிக் கொடுப்பாங்க?

டி.வி. : எங்க டீம் இருக்கு மேடம்.

துர்கா : அதுல யாரெல்லாம் இருப்பாங்க... ஒண்ணு செய்யுங்க. என்னோட ஃபீல்டுல இருக்கற சில எக்ஸ்பர்ட்ஸோட போன் நம்பர் தர்றேன். நீங்க அவங்களை கன்சல்ட் பண்ணி கேள்விகளை தயார் பண்ணிக்கோங்க.

டி.வி. : நானே இதைக் கேக்கணும்னு தான் இருந்தேன் மேடம்.

துர்கா: நல்லது... என்னைக் காலி பண்ணனும்னு நினைக்கறவங்களோட போன் நம்பரா பார்த்துத் தர்றேன். அவங்க கிட்ட இருந்து நிறைய கேள்விகளை கேட்டு வாங்கிக்கோங்க. அப்பறம் நிகழ்ச்சியோட ஃபைனல் வெர்ஷனை ஒளிபரப்பறதுக்கு முன்னால நான் பாக்கணும்.

டி.வி. : ஓகே மேடம். நீங்க சொல்ற எல்லாத்தையும் செய்துடலாம். இந்தியா மட்டுமல்ல உலகமே கூர்ந்து கவனிக்கும் இந்த வழக்குல ஆஜராகற நீங்க எங்களுக்குன்னு எக்ஸ்க்ளூசிவ்வா நேரம் ஒதுக்கிப் பேசறது எங்களுக்கு ரொம்ப பெருமையா இருக்கு மேடம். நாளைக்கு மாலை ஆறு மணிக்கு ஸ்டூடியோவுக்கு வந்துடுங்க.

துர்கா : நல்லது.

***

மறு நாள் மாலை ஆறுமணி.

இயக்குநர் கவுண்ட் டவுன் சொல்லி ரெடி கேமரா ஸ்டார்ட் ஆக்ஷன் என்கிறார். பேட்டி ஆரம்பிக்கிறது.

வணக்கம் *(சிறிது தயங்கியபடியே)* உங்களை லாயர் துர்கான்னு சொல்லணுமா டாக்டர் துர்கான்னு சொல்லணுமா?

(சிரித்தபடியே) லாயர் கம் டாக்டர்.

நல்லது லாயர் கம் டாக்டர் எஸ்.துர்கா. உங்களைப் பத்தி பார்வையாளர்களுக்குச் சுருக்கமா சொல்லுங்க.

வெல்... என் அப்பா அம்மாவுக்கு இரண்டு பெண்கள். நான் மூத்தவ. அப்பா பேரு கிருஷ்ணன்.

கிருஷ்ணனா..?

ஆமாம். அம்மா பேரு சீதா.

ஓ... (புரிந்துகொண்டதுபோல்) சரி சரி...

என் அப்பா என்னை ஒரு மருத்துவராக்கணும்னு விரும்பினார். ஆனா, எனக்கு லாயராகணும்ன்னு ஆசையா இருந்தது. எங்கப்பாவோட ஆசைக்காக மருத்துவப் படிப்பை முடிச்சிட்டு என்னோட ஆசைக்காக லா படிச்சு முடிச்சேன்.

கிரேட். காதல்லயும் ஜெயிச்சி வாழ்க்கைலயும் ஜெயிக்கறதைவிட இது பெரிய சாதனைதான். லீடிங் மல்ட்டி நேஷனல் மருத்துவ நிறுவனத்துல இந்தச் சின்ன வயசுலயே... உங்க வயசு என்ன..?

துர்கா லேசாகச் சிரிக்கிறார்.

பெண்கள் கிட்ட வயசு கேட்கக்கூடாதுன்னு சொல்வாங்க... உங்க விஷயத்துலயும் அது சரிதான் போல இருக்கு.

எனக்கு 25 வயசு ஆகுது. 1992-ல பிறந்தேன். 2005 ல அதாவது 13 வயசுல வயசுக்கு வந்தேன். 20 வயசுல என் கல்லூரித் தோழனுடன் முதலுறவு கொண்டேன். அண்ட் மெனி ஆஃப்டர் தட் வித் மெனி அதர்ஸ் அஃப்கோர்ஸ். என்னோட பிரா சைஸ்...

போதும் போதும்...

இல்லை ப்ரோ... ஒரு ஆணா நீங்க தெரிஞ்சுக்க விரும்பற எல்லாத்தையும் சொல்றதுல எனக்கு எந்தத் தயக்கமும் இல்லை.

இல்லையில்லை. இந்த சின்ன வயசுலயே ஒரு மல்ட்டி நேஷனல் கம்பெனிக்கு சீஃப் போஸ்ட்டுக்கு வந்திருக்கீங்களே... அதுக்கு இரண்டு துறை நிபுணராக ஆனது ஒரு காரணம் இல்லையா. அதைத்தான் சொல்லவந்தேன்.

(கம்பீரப் புன்னகை பூத்தபடியே) ஆமா மருத்துவம் மட்டும் படிச்சிருந்தாலோ லா மட்டும் படிச்சிருந்தாலோ இந்த இடத்துக்கு வர இன்னும் கொஞ்ச காலம் ஆகியிருக்கும். இப்போ எங்க கம்பெனியோட லீகல் விஷயங்களையும் பாத்துக்கறேன். மருத்துவராகவும்

பணிபுரிகிறேன். ஒருத்தர் தப்பான வழில போய் சம்பாதிக்க முடிஞ்சதையும்விட அதிகமா நேர் வழிலயே சம்பாதிக்கறேன்.

நல்லது. நிகழ்ச்சிக்குப் போவோம். மூன்று இளம் பெண்களையும் ஒரு சிறுமியையும் பாலியல் பலாத்காரம் செய்து கொன்ற ஒரு குற்றவாளிக்கு...

துர்கா (இடைமறித்து): அப்படிக் குற்றம்சாட்டப்பட்டிருக்கும் நபருக்கு...

சரி.... குற்றம்சாட்டப்பட்டிருப்பவருக்கு ஆதரவாக வழக்காட முன்வந்திருக்கிறீர்கள். நீங்கள் இந்த வழக்கில் குற்றவாளிக்கு ஆயுள் தண்டனை பெற்றுக்கொடுத்துவிட முடியும் என்று நினைக்கிறீர்களா..?

துர்கா: விடுதலையே பெற்றுக்கொடுத்துவிட முடியும் என்று நம்புகிறேன். நம்பிக்கை என்ன செய்தே காட்டுகிறேன்.

அந்த வழக்கில் அவன் மீது என்ன குற்றச்சாட்டுகள் சுமத்தப் பட்டிருக்கின்றன... சாட்சியங்கள் எப்படியெல்லாம் வலுவாக இருக்கின்றன என்பதையெல்லாம் படித்து முடித்திருப்பீர்கள் அல்லவா...

துர்கா: அதையெல்லாம் படித்து முடித்ததனால்தான் சொல்கிறேன். அவனுக்கு நான் விடுதலை வாங்கித் தருவேன்.

உங்கள் குடும்பத்தினர், அலுவலகத்தினர் இது பற்றி என்ன சொல்கிறர்கள்.

துர்கா: அலுவலகம் இந்த விஷயத்தில் எதுவும் சொல்லவில்லை. நான் இரண்டு மாத விடுமுறை எடுத்திருக்கிறேன். குடும்பத்தைப் பொறுத்தவரையில் என் அப்பாவுக்கு இதில் சம்மதம் இல்லை. அதே நேரம் அவர் என்னைத் தடுக்கவும் இல்லை. என் அம்மா என் பக்கம் நிற்கிறார். நான் என்ன செய்கிறேன் என்பது எனக்கு நன்கு தெரிந்தே இருக்கிறது. எனவே, நான் வேறு எது குறித்தும் கவலைப்படவில்லை.

மரண தண்டனையை ஒருவர் எதிர்ப்பதைப் புரிந்துகொள்ள முடியும். இந்த வழக்கு என்றில்லை... அஜ்மல் கசாப் போல் நூற்றுக்கணக்கான அப்பாவிகளைச் சுட்டுக் கொன்ற ஒருவனைக்கூட தூக்கில் போடக்கூடாது என்று சொல்பவர்களைப் பார்த்திருக்கிறேன். அதைப் புரிந்துகொள்ளவும் முடிகிறது. ஆனால், நீங்களோ செக்ஸ் குற்றம் என்பது குற்றமே அல்ல என்கிறீர்கள். கலாசார பாலியல்

ஒடுக்குமுறைகளும் இறுக்கமான சட்டங்களும் தான் பாலியல் குற்றங்களுக்குக் காரணம் என்கிறீர்கள். குற்றம் செய்தவரின் கோணத்தில் இருந்து பார்த்தால் இது ஒருவகையில் சரிதான். ஆனால், ஒரு சமூகம் உருவாக்கிய தவறான சட்டத்தினால் ஓர் இளம் பெண் பாதிக்கப்படுவதை எப்படி நியாயப்படுத்தமுடியும்?

நீங்கள் கேட்பது சரிதான். நிச்சயமாக அந்தப் பெண் பரிதாபத்துக்குரியவர்தான். ஆனால், இங்கு வேறு சில விஷயங்களை நாம் கணக்கில் கொள்ளவேண்டும். செக்ஸ் ஆர்வமும் வேகமும் மிகுந்த ஒரு ஆணால் ஒரு பெண் பலாத்காரம் செய்யப்பட்டால் அதை ஒரு விபத்தாக நினைத்து அந்தப் பெண்ணும் சமூகமும் கடந்து சென்றுவிடவேண்டும்.

சில நேரங்களில் சில மனிதர்கள் அப்படித்தான் இருப்பார்கள் என்று நடந்துகொள்ளச்சொல்கிறீர்கள்.

ஆமாம். அதோடு அந்தப் பெண் அவன் பாலியல் பலத்காரம் செய்ய முற்படும்போது அதை வேறுவகையில் சமாளிக்கப் பார்க்கலாம். அவனுக்கு மாஸ்டர்பேஷன் செய்வதன் மூலமோ அவனுக்கு தன் உடல் உறுப்புகளை ஸ்பரிசிக்க, வாய்வழிப் புணர்ச்சி செய்து கொள்ள அனுமதிப்பதன் மூலமோ செய்வதன் மூலமோ யோனியைப் பாதுகாத்துக்கொள்ளலாம். அதன் வாசலில்தானே கலாசாரக் காவலர்கள் பழியாய் காத்துக் கிடக்கிறார்கள்.

அல்லது மல்லாந்து படுத்து அதை என்ஜாய்கூட செய்துகொள்ளலாம் அல்லவா?

நீங்கள் கேலியாகக் கேட்கிறீர்கள். உண்மையில் அதை ஒரு தீர்வாகவேகூட நான் வைப்பேன். இன்பம் துய்க்க ஒரு வாய்ப்பு கிடைத்தால் அது விரும்பிக் கிடைக்கிறதா வலிந்து திணிக்கப்படுகிறதா என்று யோசிப்பானேன். விலங்குகள் உலகில் இது மிகவும் சாதாரணமாக நடக்கும். திருமணம் செய்தவன் என்பதற்காக அவனுடன் ஆர்கஸம் கிடைக்காவிட்டாலும் படுத்து எந்திரிப்பதை நாம் சரியானதென்று சொல்கிறோம். உண்மையில் அது ஒரு பெண் தன் உடலுக்கும் மனதுக்கும் செய்யும் துரோகம் அல்லவா. அந்தவகையில் வலுக்கட்டாய மாகப் புணர்பவன் மூலம் ஆர்கஸம் கிடைத்தால் அதை அனுபவிப்பதில் அல்லது கிடைக்கக்கூடும் என்ற எதிர்பார்ப்பில் அதை அனுமதிப்பதில் எந்தத் தவறும் இல்லை.

ஆயிரம் உடலுறவுகள் உங்கள் வாழ்க்கையில் மேற்கொள் வீர்கள் என்றால் அதில் ஒரு சில உங்களை மீறி நடப்பதால் உடல்ரீதியில் எந்த இழப்பும் ஏற்படப்போவதில்லை. அது உங்களுக்குப் பிடிக்கவில்லையென்றால் அப்படி ஒரு விஷயம் நடக்க வாய்ப்பு உள்ள இடங்களுக்கு அப்படியான நேரங்களில் போகாதீர்கள். அப்படித்தான் போவேன் என்று உரிமைக்குரல் எழுப்பினால், அந்த பாலியல் பலாத்காரங்களையும் அதே மாதிரி துணிந்து கடந்துசெல்லுங்கள். நான் அல்ட்ரா மாடர்னா இருப்பேன்; ஏதாவது நடந்தா கன்சர்வேட்டிவா உட்காந்து அழுவேன் என்ற இரட்டை வேடம் வேண்டாம்.

நினைத்துப் பாருங்கள்... ஆணுக்குப் பெண் சமம் என்ற நோக்கில்தானே ஆணைப்போல் எங்குவேண்டுமானாலும் எப்போது வேண்டுமானாலும் போய்வருவேன் என்று சொல்கிறார்கள். எந்த ஆணாவது தன்னை நான்கு பெண்கள் பாலியல் பலாத்காரம் செய்தால் அழுவானா... கோபப்படு வானா... தடுப்பானா... ஒன்ஸ் மோர் தானே கேட்பான்.

பெண் உடல் மீதான இந்த அத்துமீறலுக்கு நாம் அதிக கனம் கொடுத்துவைத்திருக்கிறோம். இது தேவையில்லை. உதாரணமாக, மனரீதியாக நமக்குப் பிடிக்காத எத்தனையோ செயல்களை நாம் செய்ய நேர்வதில்லையா..? உதாரணமாக ஒருவர் ஒரு நிறுவனத்தில் பணிபுரிகிறார் என்று வைத்துக்கொள்வோம். அந்த நிறுவனத்துக்கு நிறுவனருக்கு ஏன் மேலதிகாரிக்குக்கூட ஒரு அரசியல் இருக்கும். அதைத்தாண்டி அந்தப் பணியாளர் எதாவது செய்துவிடமுடியுமா என்ன... மாற்றுக் கருத்துகளையும் உயரதிகாரிகள் அனுமதிக்கும் அளவுக்கு அவரிடம் அனுமதி பெற்றுத்தானே ஒருவரால் வெளிப்படுத்த முடியும். அது ஒருவகையான இண்டலெக்சுவல் மெண்டல் ஃபக்கிங்தானே. அவருக்கு ஒருவர் நின்னு கொடுத்துத்தானே ஆகவேண்டும்.

மனதுக்குப் பிடிக்காத, நம் ஈகோவைக் காயப்படுத்தும், நம் கொள்கைக்கு விரோதமான எத்தனையோ விஷயங்களைச் செய்துதான் வருகிறோம். அதையெல்லாம் சர்வைவல் அல்லது தவிர்க்க முடியாத சமரசம், பொலிட்டிகல் கரெக்ட்னஸ் எனப் பல வழிகளில் நியாயப்படுத்திக்கொண்டு வாழத்தான் செய்கிறோம். ஆனால், உடல்ரீதியான அத்துமீறலையும் ஒடுக்குதலையும் மட்டும் பெரிதாக நினைக்கிறோம், குறிப்பாகப் பெண்கள் விஷயத்தில் உயிரையும்விட

மானம் பெரிதென்று பத்தாம் பசலித்தனமாகச் சொல்கிறோம். அது தேவையில்லை. பாலியல் பலாத்காரத்துக்கு உள்ளாகும் ஒரு பெண் கர்ப்பத் தடை மாத்திரையைப் பாதுகாப்புக்காகச் சாப்பிட்டுவிட்டு, ஒரு வாளி தண்ணீரை எடுத்து தலைவழியே ஊற்றிக்கொண்டு போய் விடலாம்.

அதைவிட முக்கியத் தேவையாக நான் சொல்ல விரும்புவது என்னவென்றால், திருமண பந்தத்துக்கு வெளியிலான உடலுறவுகளை நாம் இயல்பாக ஏற்றுக்கொண்டு முழுமையாக அனுமதிக்கவேண்டும். அதை நாம் தடுப்பதுதான் எல்லா பிரச்னைகளுக்கும் முக்கிய காரணம்.

இப்படி ஒரு சமூகம் அனுமதித்தால் அனைவருமே அந்த சுதந்தரத்தை அனுபவிக்கவே விரும்புவார்கள்.

அனுபவிக்கட்டுமே அதில் என்ன தவறு. பாலியல் நோய்கள் வராமல் தடுத்துக்கொண்டால் போதும்.

இது கிட்டத்தட்ட விலங்கு நிலைக்குக் கொண்டு சென்றுவிடும். அங்கு கூட இப்படியான சுதந்தரம் கிடையாது. ஒரு பெண் விலங்குக்குத்தான் தேர்ந்தெடுக்கும் அதிகாரம் தரப்பட்டிருக்கிறது. அதோடு மனிதன் விலங்குகளைப்போல் உடலுறவை இனப்பெருக்கத்துக்கான செயலாகமட்டுமே நிறுத்திக் கொள்வதில்லை. தாய்மையின் அடையாளமான முலை களையே அவன் காமப் பொருளாக நினைத்துக் கிளர்ச்சியுறும் அளவுக்கு பித்தம் தலைக்கேறி இருக்கிறான். விலங்குகள் இனப்பெருக்கத்துக்கென்று தனி மாதத்தை வைத்திருக்கின்றன. எஞ்சிய மாதங்களில் அந்த நினைப்பு இன்றித்தான் வாழ்கின்றன. மனிதன் அப்படி இல்லை. அவனுக்கு நேரம் காலமே கிடையாது. அப்படியான நிலையில் இந்த சுதந்தரம் தவறாகவே போய்முடியும். ஒருவேளை கலாசாரம், பண்பாடு, ஒருத்தனுக்கு ஒருத்தி என்று இயற்கை கொண்டுவந்தது எல்லாம்கூட மனிதனின் இந்த அத்துமீறலையும் அவனுக்கு இருக்கும் சாதக அம்சத்தையும் மட்டுப்படுத்தத்தான் போலிருக்கிறது.

நிச்சயமாக அப்படித்தான் இருக்கும் என்றே தோன்றுகிறது. ஆனால், நீங்கள் சொன்னீர்களே கலாசாரம், பண்பாடு என்று இதன் உண்மையான அர்த்தம், செயல்படுவிதம் தெரியுமா உங்களுக்கு. இன்னொரு எளிய கேள்வி கேட்கிறேன். இந்தியா என்றதும் உங்களுக்கு என்ன நினைவுக்கு வரும்?

நமஸ்தே (கைகளைக் கூப்பிக் கும்பிடுகிறார்)

அப்பறம்...

உருவ வழிபாடு.

அப்பறம்...

முக்கியமானதை மறந்துவிட்டேனே... ஜாதி.

நல்லது... வேறொன்று மிக முக்கியமானது இருக்கிறது. நானே சொல்கிறேன்: தேவதாசி மரபு.

அது உலகம் முழுவதுமே இருந்திருக்கிறதே. ஆதித் தொழில் அல்லவா அது?

விபச்சாரத்தை நான் சொல்லவில்லை. தேவ தாசி மரபு. அது ஒரு கலையாக, வாழ்க்கையின் உன்னதத் தொழிலாக இருந்திருக்கிறது. தேவதாசிகள் ஆணை மயக்கும் கலையைக் கற்றுத் தேர்ந்தவர்கள். இசை, நடனம், சுகந்தம், கவர்ச்சிகரமான உடைகள், நல்ல உணவு, நெருக்கமான பந்தம் என அதை வெறும் காசுக்கான தொழிலாக அல்லாமல் கலையாக மேம்படுத்தியவர்கள். எல்லாவற்றுக்கும் மேலாக தேவ தாசிகளுக்குத் தேர்ந்தெடுக்கும் உரிமை உண்டு. பொருளாதார சுதந்தரமும் தன்னிறைவும் உண்டு. ஆண்கள் தேவதாசிகளிடம் போய்வருவது சமூக அங்கீகாரத்துடன் செய்யும் செயலாக இருந்திருக்கிறது. அந்த அமைப்பு பெண்களுக்கும் சமூகத்துக்கும் மிகப் பெரிய பாதுகாப்பான வடிகாலாக இருந்திருக்கிறது.

சங்க இலக்கியங்களை எடுத்துக்கொண்டால் தலைவனுக்கும் தலைவிக்கும் தரப்பட்ட அதே முக்கியத்துவம் பரத்தையருக்கும் தரப்பட்டிருப்பதைப் பார்க்கமுடியும். கற்புக்கரசி கண்ணகிக்கு இணையாக கணிகையரசி மாதவிக்கும் சமூகத்தில் மரியாதை இருந்திருக்கிறது. அந்தக் கணிகையரசியின் மகள்தான் மணிமேகலைக் காப்பியத்தின் நாயகியே.

இந்து சமூகத்தில் கோயில் பாரம்பரியத்தில் தேவதாசிகள் முக்கிய அங்கமாக இருந்திருக்கிறார்கள். பல்வேறு சாதிகளைச் சேர்ந்தவர்கள் தமது குழந்தைகளை விரும்பி, நேர்ச்சையாக தேவரடியார்களாக ஆக்கியிருக்கிறார்கள் என்றாலும் அது குலத் தொழிலாகவும் இருந்திருக்கிறது. அது மட்டுமே தவறு. மற்றபடி தேவ தாசி அமைப்பு மிகவும் சரியானது.

காம சூத்திரம் என்று தனிக் காவியமே படைத்திருக்கிறோம். கோவில் சிற்பங்களில் காமத்துக்கு தனி இடம் தரப்பட்டிருக் கிறது. உடலுறவு குறித்த விக்டோரியன் ஒவ்வாமையே செக்ஸ் குறித்த நம் பார்வையைச் சிதைத்துவிட்டிருக்கிறது. உண்மையில் இந்தியாவைப் பொறுத்தவரையில் பாலியல் சுதந்தரம் என்பது சமூகச் சீரழிவு அல்ல. நமது பாரம்பரியத்தை மீட்டெடுக்கும் செயலே.

இன்று அந்த அடிப்படை உணர்வுக்கு நியாயமான வடிகால் கிடைக்காததால்தான் பல்வேறு போலியான, இழிவான, அபாயகரமான வழிகளில் அதைத் தேடி அலைகிறார்கள். இன்றைய திரைப்படங்கள், பத்திரிகைகள் எல்லாம் அதைப் பார்க்கும் / படிக்கும் நபர்களுக்கு உருவிவிடும் வேலையைத் தான் செய்துவருகின்றன. இதை வெளிப்படையாகவே செய்யலாம். செக்ஸ் உரையாடல்கள், செக்ஸ் திரைப்படங்கள், செக்ஸ் டாய்ஸ் என எல்லாவற்றையும் தாராளமாக அனுமதிக்கலாம். சிவப்பு விளக்குப் பகுதிகளை ஒவ்வொரு ஊரிலும் கொண்டுவரலாம். முன்பெல்லாம் ஒரு ஊரின் நான்கு வீதிகளில் ஒன்றில், கண்ணுக்கும் கைக்கும் எட்டும் தூரத்தில் தேவதாசிகள் வசிப்பார்கள்.

அது ஆணாதிக்க சமூகத்தின் உருவாக்கம் அல்லவா? அதை அப்படியே தொடரவிடலாமா?

நிச்சயமாக அது ஆணாதிக்க ஏற்பாடுதான். அதை மாற்றுவதென்றால் என்ன செய்யவேண்டும். அதை முற்றாக முடக்குவதா..? இல்லை... பெண்ணுக்கு மட்டுமே கற்பு என்று கட்டுப்பாடு விதிக்கப்பட்டதை மாற்றுவதென்றால் ஆணுக்கும் சேர்த்து கற்புக் கட்டுப்பாடுகளை விதிப்பது சரியல்ல. அதாவது பெண்களைப்போல் ஆண்களையும் ஒருவனுக்கு ஒருத்தி என்று ஒடுக்குவதற்குப் பதிலாக ஆண்களைப் போலவே பெண்களை யும் பாலியல் சுதந்தரத்தைத் துய்க்க அனுமதிக்கவேண்டும். தேவ தாசிகளைப்போல் தேவ தாசன்களை உருவாக்கவேண்டும். குடும்பப் பெண்கள் தனக்கு விருப்பமான ஆண்களுடன் சேர அனுமதிக்கவேண்டும். பழங்குடி சமூகங்களில் உடலுறவு என்பது மிகவும் இயல்பான விஷயமாக இருந்திருக்கிறது. பலருடன் திருமணத்துக்கு முன்பே உறவு கொண்டு யாரைப் பிடித்திருக்கிறதோ அவருடன் சேர்ந்துவாழும் வழக்கம் பெரும்பாலான பழங்குடி சமூகங்களில் இருந்திருக்கிறது.

குழந்தை பிறந்தால் யார் அப்பா என்று எப்படித் தெரியும்..?

எதற்குத் தெரியவேண்டும். அம்மா யார் என்பது தெரிந்தால் போதாதா?

அதெப்படி அந்தக் குழந்தையைப் பராமரிக்கும் பொறுப்பு அதைப் பிறப்பித்த ஆணுக்குத்தானே இருக்கிறது. வேறொருவருடைய குழந்தைக்கு நான் ஏன் அப்பாவாக இருந்து உழைத்துக் கொட்டவேண்டும்?

உங்களை யார் உழைத்துக்கொட்டச் சொன்னார்கள். அந்தப் பெண் தன் குழந்தையைத் தானே கவனித்துக்கொள்வாள். அவளுக்குத்தான் எந்த வேலையை வேண்டுமானாலும் செய்யும் சுதந்தரம் தரப்பட்டிருக்கிறதே. தேவ தாசிகள் தமது குழந்தைகளை எப்படி வளர்த்தார்கள்? அவர்களுக்கு பொருளாதார சுதந்தரமும் சமூக அந்தஸ்தும் இருந்தது அல்லவா. அதைவைத்து அவர்கள் கவனித்துக்கொள்வார்கள். அப்பா என்று ஒருவன் தேவையில்லை. அதேநேரம் ஒரு பெண் விரும்பினால் ஒரு வருடம் ஒருவருடன் மட்டுமே இருந்து ஒரு குழந்தையைப் பெற்றுக் கொள்ளவும் அனுமதிக்கவேண்டும்.

இது எல்லாம் ஏதோ பழங்காலக் கதி என்று நான் சொல்வதாக நினைக்கவேண்டாம். இன்றும் நிலை அதுதான். இன்று நடிகைகள் என்பவர்கள் நேற்றைய தேவ தாசிகளுக்கு இணையான நவீன வடிவமே. அவர்களுக்கும் அதே சமூக முக்கியத்துவமும் பொருளாதார சுதந்தரமும் தன்னிறைவும் எல்லாம் இருக்கிறது. நேற்றைய உலகில் மன்னர்களுக்கு இருந்ததுபோலவே தேவ தாசிகளுக்கும் பல்லக்குகள் தரப்பட்டிருந்தன. இன்று அந்த மன்னர்களின் நவீன வடிவமாக அரசியல்வாதிகள் இருக்கிறார்கள். தேவதாசிகளின் இடத்தில் நடிகைகள் இருக்கிறார்கள். நம் மக்கள் மனங்களையும் அதனால் ஊடகங்களையும் இந்த இரண்டு பிரிவினர்தான் இன்றும் அடைத்துக்கொண்டிருக்கிறார்கள். எனவே, தேவதாசிகளைப் போல் குடும்பப் பெண்களுக்கு சுதந்தரம் கொடுங்கள் என்று சொன்னால் பழமைவாதியாகிவிடுகிறேன் அல்லவா... நடிகைகள்போல் சுதந்தரம் கொடுங்கள் என்று கேட்கிறேன். இப்போது நான் அல்ட்ரா மாடர்ன் தானே...

இவையெல்லாம் கோட்பாட்டளவில் சரியாக இருக்கக்கூடும். நடைமுறைப்படுத்த முடியுமா..?

வலையில் சிக்கிய பறவைகள் ஒன்றாகச் சிறகடித்தால் பறத்தல் எளிதே. பாலியல் சுதந்தரம் மிகவும் அடிப்படையான தேவை. பலரும் போலித்தனமாக இந்த சட்ட திட்டங்களுக்கு உட்பட்டு நடந்துகொள்கிறார்கள். சிலரால் முடிவதில்லை. அவர்களை நாம் உடனே குற்றவாளிகள் என்று சொல்லி தண்டித்துவிடுகிறோம். உடல் ஊனமுற்றவர்களுக்கு விசேஷ கவனம் கொடுத்து சலுகைகள் எல்லாம் தருகிறோம். ஆனால், செக்ஸ் டிரைவ் அதிகமாக இருக்கும் சூப்பர் மேன்/வுமன்களை நாம் தண்டிக்கிறோம். என்னே ஒரு நகைமுரண். அவர்களுக்கு தண்டனைக்கு பதிலாக பரிசுகள் தரவேண்டும். வசதியான சூழல்களை உருவாக்கித் தரவேண்டும். செக்ஸ் டாய்ஸ், செக்ஸ் படங்கள், உரையாடல்கள், பாலியல் விடுதிகள், மசாஜ் பார்லர்கள் என வழிசெய்துகொடுக்கவேண்டும்.

செக்ஸ் விஷயத்தில் எதுவுமே தவறில்லை என்கிறீர்களா?

ஆமாம். காதலையும் போரையும் போலவே காமத்திலும் எல்லாமே சரிதான்.

லெஸ்பியன்... கே... ஓகே. அப்பா மகள்... அம்மா மகன்..?

நிச்சயமாக... தான் நட்ட மரத்தின் கனியை ஒருவர் ருசித்துப் பார்ப்பதில் என்ன தவறு இருக்கமுடியும்?

ஹாரிபிள்...

மே பி... ஆனால், நாம் அப்படித்தான் படைக்கப்பட்டிருக் கிறோம். அதில் தவறெதுவும் இல்லை என்றுதான் நினைக் கிறேன். இயற்கையை மீறிய நீதிமான் இதுவரை பிறக்கவும் இல்லை. இனியும் பிறக்கத் தேவையும் இல்லை.

சிறுமிகளுடனான உறவு...

உடலுறவில் பலவகையான நிலைகள் இருப்பதுபோல் பல வகையான துணைகளைத் தேடுவதும் சரியான செயலே. சமூகம் வாய் வழிப் புணர்ச்சி, குதப் புணர்ச்சியையெல்லாம் தவறென் றது. ஒரு பால் உறவைத் தவறென்றது. ஆனால், அவை யெல்லாம் இன்று மெள்ள மெள்ள ஏற்றுக்கொள்ளப்பட்டு விட்டன அல்லவா. அதுபோல் இள வயதினருடனான உடலுறவும் ஏற்றுக்கொள்ளப்படவேண்டும். அதில் எந்தத் தவறும் இல்லை.

மாத விலக்கு ஆரம்பித்த பருவ வயதுப் பெண்களைவிட அதற்கு முந்தைய வயதுப் பெண்களை விரும்புவதென்பது நுனி இலைகளைச் சாப்பிடும் ரசனைக்கு இணையானது. இளம் ஆட்டுக் கறி என்றும் சிக்கன் 65 என்றும் மென் சதைக்காக ஆசைப்படும் நாக்கைப்போல் அதுவும் ஒரு தேர்ந்த ரசனையின் வெளிப்பாடே. இதையெல்லாம் செக்ஸுவல் அப்நார் மல்ட்டின்னு சொல்லக்கூடாது. நிறைய பேர் செய்ய விரும்பாத அல்லது செய்யாத விஷயம் அப்படின்னுதான் சொல்லணும்.

இதை நான் ஒரு மருத்துவராக இதைச் சொல்கிறேன். அந்தச் சிறுமி குழந்தைத் தொழிலில் பூ கட்டவோ, செங்கல் சுமக்கவோ வைக்கப்படும்போது எந்த அளவுக்கு அவர்கள் மீது நாம் கரிசனம் கொள்கிறோமோ அந்த அளவுக்கு கவலைப் பட்டாலே போதும். சிறுமிகளுடனான உறவில் குழந்தை பிறக்க வழியில்லை என்பதால் அந்தப் பிரச்னைகூட இல்லை.

பத்து வயது சிறுமியைப் பாலியல் பலாத்காரம் செய்பவனுக்கும் அந்தச் சிறுமிகளைக் கொல்பவனுக்கும் சமூகமே விளக்குப் பிடிக்கவேண்டும் என்கிறீர்களா?

நீங்கள் இந்த விஷயத்தை எமோஷனலாகவே அணுகு கிறீர்கள். ஒரு மருத்துவராக அந்த நபரை செக்ஸ் டிரைவ் அதிகம் உள்ள நபராக, இயல்பான நபராகவே பார்க்கிறேன். அவர் கொலை செய்ததற்குக் காரணம் அந்தக் குழந்தை பெற்றோரிடம் அதைச் சொன்னால் அவர்கள் தன்னைக் கொன்றுவிடுவார்களே என்ற பயத்தினால்தான். ஒருவேளை அந்தச் சிறுமி அதைப் பெற்றோரிடம் சொல்லி அவர்கள் அந்த நபருக்கு செக்ஸ் டாய்ஸ் வாங்கிக்கொடுத்து ஆற்றுப்படுத்துவார்கள் என்ற நிலை இருந்தால் அவன் கொலை செய்யமாட்டான். சமூகத்தின் தவறுக்கு சிறுமி பலியாகிறாள் என்றுதான் அதைச் சொல்ல வேண்டியிருக்கும். அவனைக் குற்றவாளியாக்கி தண்டனை கொடுப்பதால் பிரச்னை தீராது. அவனுக்குப் பாலியல் தெரபி தரவேண்டும் என்றுதான் சொல்கிறேன்.

உங்களை ஒருவர் பாலியல் பலாத்காரம் செய்தால் இதே தீர்ப்புதான் சொல்வீர்களா?

நிச்சயமாக... அவன் திருப்திகரமாகப் புணர்ந்தானென்றால் அவனுக்கு நன்றி சொல்லி அவன் தொலைபேசி எண்ணை

வாங்கிவைத்துக்கொள்வேன். என் உடல் ஓர் ஆணை காமப் பித்து கொள்ளவைக்குமென்றால் அதை என் மலர்கிரீடத்தில் சூட்டப்படும் இன்னொரு மலராகத்தான் நினைப்பேன். நான் வளர்த்துச் சூடும் மலர்கள் மட்டுமல்ல... வலிந்து சூட்டப்படும் காட்டு மலர்களையும் என் கிரீடம் ஏற்றுக்கொள்ளும். இன்னொன்று சொல்லட்டுமா... அப்படியான நபர்களை அவர் களுடைய தாயின் நிலையில் இருந்துகொண்டு பார்க்க வேண்டும். என்ன குற்றம் செய்தாலும் ஒரு தாய்க்கு அவன் மகன்தானே. அந்தக் கருணை நம் சமூகத்தில் இருக்கவேண்டும்; சட்டத்தில் இருக்கவேண்டும்.

நிர்பயா விஷயம் தெரிந்திருக்கும் அல்லவா... பாலியல் பலாத்காரம் முடிந்த பிறகு ஓர் இரும்பு கழியை எடுத்து...

போதும் போதும். நீங்கள் மேற்கொண்டு சொல்ல வேண்டாம். அப்படியான விஷயங்களில் இரண்டு அடுக்குகள் இருக்கின்றன. ஒன்று காம வேட்கை... இன்னொன்று கொலை... இரண்டாவது மிக மிகத் தவறுதான். ஆனால், சமூகம் முதலாவதைச் சரியாகக் கையாண்டிருந்தால் இரண்டாவது நடந்திருக்காது. எனவே, அப்படியான விஷயங்களைத் தனியாகப் பார்க்கவேண்டும்.

அதிலும்கூட அந்தப் பெண் தகுந்த பாதுகாப்புடன் சென்றிருக்கவேண்டும். அல்லது அப்படியான இடத்துக்கு அப்படியான நேரத்தில் போயிருக்கக்கூடாது. ஒரு தெருவில் இரவில் வெறி நாய்கள் அலையும் என்றால் அந்தத் தெருவுக்கு போகாமல் இருப்பதுதான் முதலில் செய்ய வேண்டியது. அப்படி மீறிப்போகிறீர்கள் என்றால் கையில் இரும்புக் கம்பியை எடுத்துக்கொண்டு சென்றிருக்கவேண்டும்.

இதோடு நான் இன்னொன்றும் சொல்வேன். அந்தப் பெண் தப்பிக்க முடியவில்லை என்று தெரிந்ததும், 'ஒவ்வொருவராக வாருங்கள்' என்று சொல்லியிருக்கவேண்டும். அரை மணி நேரத்தில் மூவரையும் திருப்திப்படுத்திவிட்டு, கடற்கரை மணலை அங்கேயே தட்டிவிட்டுச் செல்வதுபோல் அந்த சம்பவத்தை உதறித் தள்ளிவிட்டுச் சென்றிருக்கவேண்டும். அல்லது அவர்களைத் தேடிப் பிடித்து அதன் பிறகு காதலனுடன் சேர்ந்து கொன்றுகூடப் பழி தீர்த்திருக்கலாம். ஆனால், அந்தக் கொடூர இரவில் தன்னந்தனியாக எதிர்த்ததன் மூலம் பாலியல் பலாத்காரத்துக்கு ஆளானதோடு கொல்லப்பட்டும்விட்டாள்.

அந்தப் பெண் எதிர்க்காமல் இருந்திருந்தால் கற்பழிப்போடு விட்டிருப்போம் என்றுதான் அவனும் சொன்னான்.

அது மிகவும் சரியானதே. பாதிக்கப்பட்ட பெண்ணின் கோணத்திலிருந்து பார்த்தாலும் எதிர்க்காமல் விட்டிருப்பதே சரியாக இருந்திருக்கும். இன்று உயிருடன் இருந்திருப்பாள் அல்லவா... பிரிவினைக் காலம், மத-சாதி வெறிக் கலவரம் போன்ற கொடூர காலகட்டங்களில் பாலியல் வன்கொடுமைக்கு ஆளாகும் பெண்கள் அதன் பிறகு வாழ்க்கையை முன்னெடுப்ப தில்லையா. அதுபோல் ஒரு விபத்து, வன்முறை நடந்ததாக எடுத்துக்கொண்டு தப்பியிருக்கவேண்டும். இதை நான் இன்று அந்தப் பெண் என்றென்றைக்குமாகப் போய்விட்டாளே என்ற வேதனையில்தான் சொல்கிறேன்.

ஆக, செக்ஸ் குற்றம் செய்பவரை ஒருநாளும் சிறையில் அடைக்கக்கூடாது. பாலியல் விடுதிக்குத்தான் அனுப்ப வேண்டும் என்கிறீர்கள்.

ஆமாம். என் அளவுக்கு எல்லாரும் இருக்கமுடியாதென் பதால், இன்னொருவருடைய அந்தரங்கத்தில் குறுக்கிடுவதை இப்போதைக்கு நானும் குற்றம் என்றே சொல்கிறேன். எனவே அப்படியான ஒரு குற்றத்தைச் செய்த பிறகு அந்த சிகிச்சையைத் தருவதற்கு முன்பாக விருப்பமுள்ள ஆண் பெண்களை கூடிக் கலக்க அனுமதிக்கவேண்டும். அவர்களுக்கும் செக்ஸ் டாய்ஸ் அதிகம் எளிதில் கிடைக்க வழி செய்யவேண்டும். உண்மையில் இதை நான் குற்றவாளிகளுக்கு மட்டுமல்ல; சாதாரண மனிதர்களுக்குமே பரிந்துரைப்பேன். செக்ஸ் டாய்ஸை செக்ஸ் குறைபாடு உள்ளவர்களுக்கு மருந்துகளோடு சேர்த்து பரிந்துரைப்பேன். நல்ல உடல் வாகு கொண்டவர்களுக்கு இந்த டாய்ஸை ஃபோர்பிளேக்குப் பயன்படுத்திகொண்டு மல்டிபிள் ஆர்கஸம்களை அடையும்படி ஆலோசனை சொல்வேன்.

நம் சமூகம்தான் காமத்தில் ஊறித் திளைக்கிறதே. இன்னும் தூண்டுதல்கள் தேவையா என்ன?

இல்லை. இங்கு அது போலியாக, பிழையாக இருக்கிறது. ஒரே துணையுடன் காமம், கற்பனை ஊக்கம் இல்லாத காமம் என அது சலிப்பூட்டுவதாக, ஒரு கடமை என்பதாக இருக்கிறது. நமது திரைப்படங்களில் செக்ஸ் அம்சங்கள் மலினமாக, மிகுதியாக இருப்பதற்கு என்ன காரணம் என்று நினைக்கிறீர்கள்? திருப்தியில்லாத

உடலுறவின் தெளிவான வெளிப்பாடுதான் அது. அமெரிக்கா, ஐரோப்பா போன்ற நாடுகளில் பாலியல் சுதந்தரம் இருப்பதால் அவர்களுடைய படங்களில் இப்படியான மலினங்கள் இருப்பதே இல்லை. ஒரு யு சர்டிபிகேட் படத்தில் அடல்ட் காட்சிகள் இடம்பெறுவதையும் நகைச்சுவைகளில் இரட்டை அர்த்தம் மிகுந்திருப்பதையும் சமூகக் கேவலமாகவே கருதுகிறேன். இது பூஜையறையில் கலவி செய்வதைப் போன்றது. இன்று நம் சமூகம் அப்படித்தான் இருக்கிறது. நான் பூஜையறையை பூஜைக்கும் படுக்கையறையை கலவிக்கும் வைத்துக்கொண்டு இரண்டையும் ஒழுங்காகச் செய்யச் சொல்கிறேன்.

இந்தியா கடந்த நூற்றாண்டுகளில் பல விஷயங்கள் உச்சத்தில் இருந்ததற்கு வேலைகளைப் பிறப்புடன் பிணைத்து ஸ்பெஷலைசேஷனுக்கு வழிவகுத்ததைச் சிலர் காரணமாகச் சொல்வார்கள். ஆனால், நான் நம்மிடம் இருந்த தேவதாசி அமைப்புதான் அதற்குக் காரணம் என்பேன். மனதில் இருக்கும் காமத்தைச் சரியாக வெளிப்படுத்த வழி ஏற்படுத்திக் கொடுத்து அதன் மூலம் பிற விஷயங்களில் ஒருமுகப்பட்டு ஈடுபட வழி செய்து கொடுத்திருக்கிறது.

இன்னொன்று தெரியுமா... மிகச் சிறந்த யோகா உடலுறவுதான். முழு உடலும் மனமும் ஒருங்கிணைந்து ஈடுபடும் ஒரே விஷயம் உடலுறவுதான். அற்புதமான தியானம். மேலும் இன்பம் தருவதையே தொழிலாகக் கொள்வதென்பது எவ்வளவு பெரிய விஷயம்... தனக்குக் கிடக்கும் சந்தோஷம் என்றவகையிலும் தான் பிறருக்குத் தரும் சந்தோஷம் என்ற வகையிலும் அது மிகவும் உயர்வானது. இந்த உலகில் அப்படி இருபுறமும் சந்தோஷம் தரக்கூடிய விஷயம் வேறு எதுவுமே கிடையாது.

சமூகத்தை கண்ணியமானதாக, சாதனை படைக்க வைக்கக்கூடியதாக ஆக்கவேண்டுமென்றால் தேவதாசி அமைப்பே சிறந்த வழி. எல்லா சாதியினரும் தேவதாசிகளாக அனுமதித்தால் போதும். எனவே, செக்ஸ் குற்றங்கள் குறைய வேண்டுமென்றால் செக்ஸைப் பாடமாக மட்டுமல்ல பயிற்சி யாகவும் வைக்கவேண்டும். தெருவுக்குத் தெரு உடற்பயிற்சி மையங்களைத் திறந்து ஒவ்வொருவரும் தனது உடலை உடலுறவுக்கு தோதானதாக வடிவமைத்துக்கொள்ள வேண்டும்.

இன்று ஆண்களும் பெண்களும் திருமணம் ஆனதும் எடைகூடி விகாரமான உடலைப் பெற்றுவிடுகிறார்கள். பல தார, பல புருஷ வாய்ப்புகள் இன்று மறுக்கப்பட்டிருப்பதால் உடல் பற்றிய அக்கறையின்மை அதிகரித்திருக்கிறது. இதனால் அதுவா... அதனால் இதுவா என்று சொல்லமுடியாதபடி ஒன்றுக்கொன்று நிலைமையைச் சீர்கெடுத்து வைத்திருக்கிறது. ஒருத்தன் கூடப் படுக்க இந்த உடம்பு போதும்; ஒருத்தியைத் திருப்திப்படுத்த இந்த உடம்பு போதும் என்று பெண்ணுக்கும் ஆணுக்கும் தமது உடல் பற்றி ஒரு அலட்சியம் வந்துவிட்டிருக் கிறது. இது தவறு.

மிக அழகான பெண்களையும் வாட்டசாட்டமான ஆண்களை யும் பார்க்கும்போது இவர்களுக்குத் திருப்திகரமான உடலுறவு கிடைத்திருக்குமா என்று என் மனம் கிடந்து தவிக்கும். செக்ஸ் குற்றங்கள் செய்ததாகச் சொல்லப்பட்டு தண்டிக்கப்படுபவர் களைக் கண்டால் பொலிகாளைகளைப் போய் காயடிக் கிறோமே என்று மனம் பரிதவிக்கும். செக்ஸ் தவறல்ல... அதில் ஓவர் ஆக்டிவாக இருப்பது ஒருநாளும் தவறே அல்ல. வாழ்க்கையைக் கொண்டாடுங்கள்.

கலாசாரம் பற்றிச் சொன்னீர்கள். நமது நாட்டில் கணவனை இழந்த பெண்களுக்கு வைதவ்யம்தானே விதிக்கப்பட்டது. பாலியல் சுதந்தரத்தை அனுமதித்த சமூகமென்றால் மறுமணத்தை அல்லவா பரிந்துரைத்திருக்கவேண்டும். அல்லது அப்படியான பெண்களை தேவதாசிகளாக ஆக்கியிருக்கலாமே.

வைதவ்யம் பற்றிய உங்கள் பார்வை தவறானது. நான் அதுபற்றிச் சொல்லும்முன் சில தன்னிலை விளக்கங்களைத் தந்துவிடுகிறேன். நான் ஒருவேளை திருமணம் செய்துகொண்டு என் கணவர் இறந்தால் நிச்சயம் மறு மணம் புரிந்துகொள்வேன். வைதவ்யத்தை இன்று யாருக்கும் பரிந்துரைக்கவும்மாட்டேன். ஆனால், வைதவ்யம் மிக மிக மோசமானது என்று ஒருபோதும் சொல்லவும்மாட்டேன்.

நேற்றைய பெண்கள் அதை எப்படியெல்லாம் பார்த்திருக்கக் கூடும் என்று யூகமாக சில விஷயங்கள் சொல்ல மட்டுமே விரும்புகிறேன். இன்றைய பெண்ணியவாதிகளும் அதையே தானே செய்கிறார்கள். நேற்றைய பெண்ணின் மனதில் என்ன இருந்தது என்று அவர்களுக்கும் தெரியாதுதானே. எனவே, வைதவ்யம் பற்றி நான் சொல்லும் வார்த்தைகளை இப்படியும் இருந்திருக்கக்கூடும் என்று பரிசீலித்துப் பாருங்கள் என்றுதான் உங்களிடம் கேட்கிறேன்.

பெண்ணியவாதிகளின் வார்த்தை களில் இருக்கும் அரசியலைவிட என் கூற்றில் நிச்சயம் அரசியல் அம்சம் குறைவாகவே இருக்கும்.

சரி... வைதவ்ய விஷயத்துக்கு வருகிறேன். முதலில் அது இந்தியாவில் அனைத்து சாதியினரும் பின்பற்றிய வழிமுறை அல்ல. உயர் சாதியில் அதுவும் பிராமணர்களில் மட்டுமே மிகுதியாக இருந்திருக்கிறது. பிற சாதிகளில் மறு மணம் சகஜமாக இருந்திருக்கிறது. எனவே, இந்தியா வைதவ்ய தேசமல்ல. அதோடு வைதவ்யத்தின் அடிப்படை வெறும் பாலியல் மறுப்பு அல்ல. இந்து சமூகத்தில் ஒரு தத்துவப் பிரிவு துறவை லட்சிய வாழ்க்கையாக முன்வைக்கிறது. பவுத்தம், சமணம் போன்றவை உலக இன்பங்களை மறுதலிக்கும் பார்வையைக் கொண்டவை.

ஆண்களுக்குக் கல்வி கற்கும் காலத்தில் பிரம்மச்சரியம் கட்டாயம். அதோடு ஆண்கள் துறவை நேரடியாகவே ஏற்றுக் கொள்ளலாம். பெண்களுக்கு அவர்களுடைய இனப்பெருக்க சக்தியின் காரணமாக துறவு விதிக்கப்படவில்லை. அதேநேரம் கணவன் இறந்துவிட்டால் அதன் பிறகு துறவுக்குச் செல்ல ஒரு வாய்ப்பு கொடுத்திருக்கிறார்கள்.

அது ஒடுக்குமுறை அல்லவா... வாய்ப்பு என்கிறீர்கள்.

மனித இனத்தில் துறவு என்பது ஒரு உயரிய வாழ்க்கை முறையாக ஏற்றுக்கொள்ளப்பட்டிருக்கிறது. நவீன மனங்களுக்குப் புரியும்வகையில் சொல்வதென்றால், கிறிஸ்தவத்தில் கன்யாஸ்திரீகள் இருக்கிறார்கள். பருவ வயதிலேயே துறவை மேற்கொண்டுவிடுகிறார்கள்.

(இடைமறித்து) அது அவர்களுடைய தேர்வு. ஆனால், விதவைக் கோலம் திணிக்கப்படுவதல்லவா?

உண்மைதான். ஆனால், விரும்பி ஏற்றுக்கொண்டால் ஒரு வலியைத் தாங்கிக்கொண்டுவிட முடியும். திணித்தால் மட்டுமே கஷ்டமாக இருக்கும் என்பதை இந்த விஷயத்தில் ஏற்க முடியாது. கிணற்றில் அடுத்தவர் தள்ளிவிட்டால்தான் வலிக்கும்; நானாக விழுந்தால் வலிக்காது என்று சொல்ல முடியுமா என்ன?

அடுத்ததாக, வைதவ்யம் பெண்களின் விருப்பத்தை மீறித் திணிக்கப்பட்டதா விரும்பிச் செய்யப்பட்டதா என்பதை இன்று நீங்களும் நானும் உட்கார்ந்து தீர்மானிக்கமுடியாது. அந்தப் பெண்கள் அதை விரும்பித்தான் தேர்ந்தெடுத்திருப்பார்கள் என்று

நான் சொல்கிறேன். நீங்கள் அதை ஆணாதிக்கத் திணிப்பாகச் சொல்கிறீர்கள். நான் அதை குடும்பப் பெண்கள் தேவதாசிகளை எதிர்க்கும் நோக்கில் அப்படிச் செய்திருப்பார்கள் என்று சொல்கிறேன். தேவதாசிகளுக்கு சமூகத்தில் இருக்கும் மரியாதையைப் பார்த்ததால் வந்த பொறாமையினாலும் தன் கணவன் தன்னைவிட வேறோருவரை விரும்புவதை ஏற்க முடியாததால் வந்த ஆத்திரத்தினாலும் தேவ தாசிகள் முன்வைக்கும் மதிப்பீடுகளுக்கு எதிர்நிலையில் பத்தினிகள் ஓடத் தொடங்கியிருக்கலாம்.

பெண்களுக்கு விதிக்கப்பட்ட கெடுபிடிகளைப் பட்டியல் இட்டுப் பாருங்கள்... சத்தம் போட்டுச் சிரிக்கக்கூடாது; உடல் தெரியும்படி ஆடை அணியக்கூடாது; காலுக்கு மேல் கால் போடக்கூடாது; ராத்திரிகளில் குளிக்கக்கூடாது; வெளியிடங் களுக்குத் தனியாகப் போகக்கூடாது; அப்பா, கணவன், மகன் மூவரை மட்டுமே சார்ந்து இருக்கவேண்டும்; கல்வி கூடாது, நான்கு பேருக்கு முன்பாக ஆடக்கூடாது, பாடக்கூடாது... இந்தக் 'கூடாது'களையெல்லாம் கூர்ந்து கவனித்தால் இவை அனைத்துமே தேவதாசிகளுக்கு அனுமதிக்கப்பட்ட விஷயங்கள் என்பதை நீங்கள் புரிந்துகொள்ளமுடியும். அப்படியாக குடும்பப் பெண்களுக்கு உரிய குணங்களாகச் சொல்லப்பட்டவை எல்லாமே தேவதாசிகளுடனான ஈகோ மோதலில் குடும்பப் பெண்கள் தாங்களாகவே முன்னெடுத்தவையே. வைதவ்யம் அதன் உச்சம்.

பத்தினிக்கும் தேவதாசிக்கும் இடையிலான இந்த உரையாடலை நினைத்துப் பாருங்கள்... பத்தினி தனது பெருமையாக என்ன சொல்லியிருப்பாள்... நான் உன்னை மாதிரி கண்டவன்கூடப் படுக்கமாட்டேண்டி... ஒருத்தனுக்கு வாக்கபட்டு அவனுக்கு மட்டுமே முந்தி விரிப்பேன் என்று சொல்லியிருப்பாள்.

தேவதாசி என்ன பதிலடி கொடுத்திருப்பாள்... ஒருத்தன்கூட மட்டும்தான் படுப்பேன்னு சொல்றியே... அவன் செத்தா நீ வேற ஒருத்தனைக் கட்டிக்கறதில்லையா... அது மட்டும் என்ன நியாயம்? அவனா செத்தானா நீயா கொன்னியான்னுகூட தெரியாதே... இன்னொருத்தனைக் கட்டறதுக்காக நீயே கல்லைத் தூக்கிப் போட்டுக் கொன்னிருக்கலாம் என்று சொல்லியிருப்பாள். ஏனெனில், ஆரம்பகட்டங்களில் எல்லா சாதிகளிலுமே மறுமணம் இருக்கத்தான் செய்தது.

இப்போது தேவதாசியின் குற்றச்சாட்டுக்கு ஒரு பத்தினி என்ன பதில் சொல்லியிருக்கக்கூடும்: என் புருஷன் செத்தா அவன் நினைப்பிலேயே பூவையும் பொட்டையும் அழிச்சிட்டு நான் முண்டச்சியா இருப்பேனே தவிர இன்னொருத்தனைக் கட்டிக்க மாட்டேண்டி.

வைதவ்யம் என்பது அப்படியான ஒரு எதிர்நிலையாகக்கூட ஏற்றுக்கொள்ளப்பட்டிருக்கலாம். குடும்பப் பெண்களே கூட கணவன் இறந்ததும் மறுமணம் செய்யும் பெண்ணை இழித்துப் பேசியிருக்கக்கூடும். அதனால் அந்தச் சுடுசொல்லைத் தாங்க முடியாமல் தன்னை விதவையாக கூடுதல் ஒடுக்குதல்களுடன் கூட்டுக்குள் ஒடுங்கியிருக்கலாம். எனவே, வைதவ்யம் என்பது துறவுக்குக் கிடைத்த வாய்ப்பாக இருக்கலாம். அல்லது தேவதாசிகளுடனான போரில் பத்தினிகள் பெற்ற 'வெற்றி'யாக இருக்கலாம்.

நிச்சயமாக இது அந்தப் பெண்ணுக்கு மிகப் பெரிய சுமை தான். ஆனால், இன்றும் நம் கண் முன்னே கன்னியா ஸ்திரீகள் நடமாடிக்கொண்டுதான் இருக்கிறார்கள். யாரும் அவர்களைப் பார்த்துப் பரிதாபப்படுவதில்லை. அது தவறு என்று தடுப்ப தில்லை. வைதவ்யத்தை இந்து பிராமண ஒடுக்குமுறையாகப் பார்த்து ஆவேசப்படும் நபர்கள், கிறிஸ்தவ கன்யாஸ்த்ரீகளைப் பார்த்தால் நமக்கு ஏன் எதுவுமே தோன்றுவதில்லை என்று யோசித்துப் பார்க்கவேண்டும். சேம் சைடு கோல் போடுவதில் இருக்கும் சுகம் எதிரியைப் போராடி வென்று கோல் போடுவதில் இருப்பதில்லை என்று நினைக்கிறோமா... வைதவ்யத்தை விமர்சிப்பதால் கிடைக்கும் முற்போக்குப் புகழ்வட்டமும் இன்ன பிற ஆதாயங்களும் கிறிஸ்தவ ஒடுக்குமுறையை எதிர்த்தால் கிடைக்காமல் போய்விடும் என்ற பாதுகாப்பான புரிதலால் சமத்காரமாக நடந்துகொள்கிறோமா என்று கண்ணாடி முன் நின்று கேட்டுக் கொள்ளலாம். எனவே, வைதவ்யத்தை வைத்து நம் சமூகம் பாலியல் ஒடுக்குமுறைச் சமூகம் என்று சொல்லிவிடமுடியாது.

சரி.... சாதாரணர்களுக்கு பாலியல் சுதந்தரம், அத்துமீறுபவர் களுக்கு செக்ஸ் தெரபி என நீங்கள் சொல்லும் இரண்டு நிலை களோடு இது முடிந்துவிடும் என்று தோன்றவில்லையே. பெரும் பாலான ஆண்களுக்கு தங்கள் கண்ணில் படும் பேரழகிகள்

எல்லாருடனும் படுக்கவேண்டும் என்று ஆசை இருக்கும். அதை எப்படி நெறிப்படுத்துவது?

அந்த விஷயத்தில் நான் இன்னொன்று சொல்ல விரும்புகிறேன். ஒரு பெண் 'நோ' என்று சொன்னால் அது 'நோ' தான். விட்டுவிடவேண்டும். அதில் எந்த மாற்றுக் கருத்துக்கும் இடம் இல்லை. 100 சதவிகித பாலியல் சுதந்தரம் இருக்கும் இடங்களில்கூட ஒரு பெண் வேண்டாமென்று சொன்னால் அதை மதிக்கத்தான் வேண்டும். செக்ஸ் சரி... செக்ஸ் வெறி சரியல்ல. இன்று ஒரு ஆண், தான் பேரழகியாக நினைக்கும் ஒருத்தி தனியாகக் கைக்குக் கிடக்கும்போது இந்த வாய்ப்பை நழுவவிட்டால் பின்பு கிடைக்கவே செய்யாது என்று நினைத்துத் தான் அந்த நேரத்தில் கூடுதல் அடிகளை எடுத்துவைக்கிறான். பாலியல் சுதந்தரத்தை துய்க்கும் நபர்கள் அல்லது அப்படி ஒரு சுதந்தரம் சமூகத்தில் அனைவருக்கும் தரப்பட்டிருந்தால், "ஒன்று போனால் இன்னொன்று' என்று தாண்டிச் சென்றுவிடுவார்கள்.

பாலியல் இறுக்கங்கள், கெடுபிடிகள் அதிகமாக இருப்பதால் தான் நம் சமூகத்தில் இன்று பாலியல் குற்றங்கள், வன்முறைகள் நடக்கின்றன. பாலியல் சுதந்தரம் தந்தாலும் நடக்கும்தான். ஆனால், வெகு குறைவாக இருக்கும். அதோடு சுதந்தரமே தராமல் குற்றங்கள் நடந்தால் மட்டும் தண்டிப்பேன் என்று சொல்வது சரியில்லை. அது எப்படியென்றால் மனம் முழுவதும் வானம் நிறைந்திருக்கும் ஒரு பறவையை கூண்டுக்குள் அடைத்துவிட்டு கம்பிகளில் மின்சாரத்தையும் பாய்ச்சி வைத்திருப்பதைப் போன்றது. நீ அடங்கி ஒடுங்கிக் கிடக்க வேண்டும். லேசாகச் சிறகடித்தாலே ஷாக் அடித்துச் சாகத்தான் வேண்டும் என்று சொல்வதைப் போன்றது.

அதோடு தண்டிக்கும் அதிகாரம் இன்று யார் கையில் இருக்கிறது என்று பாருங்கள். எவரெல்லாம் அந்தத் தவறுகளை வெளியில் தெரியாமல் செய்யும் வாய்ப்பு பெற்றிருக்கிறார்களோ அவர்கள் கையில் தண்டிக்கும் அதிகாரம் தரப்பட்டிருக்கிறது. அரசியல் வாதிகள், காவல்துறை, நீதித்துறை போன்ற அதிகாரவர்க்கங்கள், செல்வந்தர்கள், பெரு வணிகர்கள், ஊடகங்கள் குறிப்பாகத் திரையுலகம் என எல்லாருமே பாலியல் சுதந்தரத்தை வெகு வாகத் துய்க்கக்கூடியவர்கள்.

அதிலும் திரையுலகம், தான் ஓத்துப் பெறும் இன்பத்தை சமூகம் பாத்துப் பெற்றுக்கொள்ளட்டும் என்ற நல்லெண்ணத்தில் அல்லது வெறுப்பேத்தவேண்டும் என்று திரைப்படங்களை போக வெளியாக பெண் உடல்களால் நிரப்பி வருகிறார்கள். இந்த சமூகம் அவர்களைத் தலையில் தூக்கி வைத்துக் கொண்டாடுகிறது. நாங்களெல்லாம் மூடிக்கொண்டு வாழ்வதுபோல் குற்றவாளிகளும் வாழ்ந்துவிடவேண்டியது தானே என்று சொல்லும் தார்மிக உரிமை அந்தப் பொது சமூகத்துக்கும் கிடையாது. அப்படியாக, அவர்களைத் தண்டிக்கும் உரிமை திருட்டுத்தனமாகத் துய்க்கும் நபர்களுக்கும் சரி... கோழையாக அடக்கிக்கொண்டு கிடப்பவர்களுக்கும் சரி... யாருக்குமே கிடையாது.

பாலியல் சுதந்தரத்தைப் பற்றி நான் பேசும்போது அதை எல்லாருக்கும் கட்டாயப்படுத்தவேண்டும் என்று சொல்ல வில்லை. ஏனென்றால், அது இல்லாத நிலையிலேயே பலரும் பாலியல் குற்றங்கள் செய்யாமல்தான் இருக்கிறார்கள். அவர்களைப் பார்த்துச் சொல்வதெல்லாம் ஜோவென்று கொட்டும் அருவிக்கரைக்குப் போய்விட்டு முன்னால் தேங்கிக் கிடக்கும் நீரை சொம்பால் மொண்டு குளிப்பதுபோல் ஏன் உங்கள் வாழ்க்கையை வீணாக்குகிறீர்கள் என்று மட்டுமே சொல்கிறேன்.

25 வயதேயான பேரழகியாக இருந்துகொண்டு நீங்கள் இப்படி செக்ஸ் பற்றிப் பேசுவதால் பிரச்னைகள் எதுவும் வந்த தில்லையா..?

ஆண்கள் மட்டுமல்ல பெண்களும்கூட என்னுடன் இரவுகளைக் கழிக்க விரும்புவதாக போன் செய்தும் நேரிலும் சொல்வதுண்டு. எனது அவ்வப்போதைய மனநிலையைப் பொறுத்து ஏற்றுக்கொண்டும் விலக்கியும் வந்திருக்கிறேன். ஆண்களைப் பொறுத்தவரையில் ஆண் குறியின் நீளத்தையும் விறைப்புத்தன்மையையும் சோதித்துப்பார்த்துத் தேர்ந்தெடுப் பேன். நான் ஒரு மருத்துவரும்கூட என்பதால் அதிக பின் விளைவுகள் இல்லாத மாத்திரைகளைக் கொடுத்து வாழ்வில் மறக்கமுடியாத அளவுக்கு மகிழ்ச்சியைத் தரும்படியான உடலுறவுக்கு நான் வழியேற்படுத்திக்கொள்வதுண்டு.

பொன்னிறத்தில் ஒளிரும் என் படுக்கையறை மிதமான போதையுடன் நுழைகையில் சொர்க்கம்போல்தான் இருக்கும். ஜன்னலைத் திறந்தால் தென்படும் நீச்சல் குளமும் மேலே எனக்காகவே உதித்து

மறையும் நிலவுகளும் என் வீட்டில் உண்டு. என் மனநிலைக்கு ஏற்ப படுக்கையறையிலா நீச்சல் குளத்திலா புல்வெளியிலா மொட்டை மாடியிலா என்பதைத் தேர்ந்தெடுத்துக்கொள்வேன்.

உங்கள் வீடு இந்த பூமியிலா இருக்கிறது. பேட்டி முடிந்ததும் புஷ்பக விமானம் வந்து உங்களை தேவலோகத்துக்குக் கொத்திக்கொண்டுபோய்விடும் என்று அல்லவா நினைத்தேன்.

ஆமாம் நான் தேவலோகத்தில் வசிப்பவள்தான். இப்போதைக்கு என் வீட்டை தேவலோகமாக்கியிருக்கிறேன். செக்ஸ் விஷயத்தில் வெளிப்படையாக மனசாட்சிக்கு விரோத மில்லாமல் நாம் எல்லாரும் நடந்துகொண்டால் இந்த பூமியே தேவலோகமாகிவிடும்.

பேட்டி முடிகிறது.

***

துர்கா குற்றம்சாட்டப்பட்டவனைச் சிறையில் சென்று சந்திக்கிறார்.

துர்கா : சொன்னதெல்லாம் நினைவிருக்கு இல்லையா..

குற்றம்சாட்டப்பட்டவர் : ஆமாம் மேடம்.

துர்கா : போலீஸ் மிரட்டினதுனாலதான் கொன்னதா சொன்னேன்னு சொல்லு. மத்ததை நாம் பாத்துக்கறேன். அப்பறம் முக்கியமா ஒரு விஷயம்... விடுதலை கிடைச்சதும் நீ என் கண்காணிப்பில் என் மருத்துவமனையில்தான் இருக்கணும். உன்னோட நிலைமையை ஒரு நோய்ன்னுதான் சொல்லியிருக்கேன். செக்ஸ் ஆர்வம் மிகுதியா இருக்கு... சமூகம் இதை பெரிய விஷயமா எடுத்துக்காம இருந்தா கொன்னிருக்கவே மாட்டன்னுதான் சொல்லியிருக்கேன். அதுதான் உண்மையும் கூட.

குற்றம்சாட்டப்பட்டவர் : ஆமாம் மேடம். உங்க கிட்ட சொல்றதுக்கு என்ன மேடம்... தினமும் ஒரு பொண்ணு இல்லாம என்னால தூங்க முடியாது மேடம். ஹார்மோன் அதிகம் சுரக்கறதுதான் என் பிரச்னையே. அந்தப் பொண்ணுங்க அதை போலீஸ்ல சொல்லி என்னை கம்பி எண்ண வைப்பேன்னு சொன்னதுனாலதான் கொஞ்சம் கோபப்பட வேண்டி வந்திருச்சு.

துர்கா : சரி... வெளிய வந்ததுக்குப் பிறகு உனக்கு சில தெரபி தர்றேன். பயப்படாத...

குற்றம்சாட்டப்பட்டவர் : என்னை விடுதலை செய்ய முடியுமா மேடம்.

துர்கா : இறந்த உடல்கள் ரொம்ப நாள் கழிச்சு கிடைச்சதுனால பாலியல் பலாத்காரம் பத்தின தடயங்கள் எதுவும் கிடைக்கலை. அவங்களோட உடம்புலயும் உன்னோட கை நக கீறல்களோ வேறு எந்த பாலியல் குற்றத் தடயங்களோ தெரியவில்லை. அதனால் உன்னை விடுவிப்பது எளிதுதான்.

குற்றம்சாட்டப்பட்டவர் : நல்லது மேடம்.

துர்கா விடைபெற்றுச் செல்கிறார்.

**

மறுநாள் வழக்கு தொடர்கிறது.

துர்கா சொன்னதுபோலவே நீதிமன்றம் மாற்றப்பட்டிருக்கிறது. குற்றம் சாட்டப்பட்டவர் அழைத்து வரப்பட்டு நாற்காலியில் அமரவைக்கப்படுகிறார்.

துர்கா விசாரணையை ஆரம்பிக்கிறார்.

துர்கா : உங்கள் மீது சுமத்தப்பட்டிருக்கும் குற்றச்சாட்டு உங்களுக்குத் தெரியுமல்லவா.?

குற்றம் சாட்டப்பட்டவர் : ஆமாம்.

துர்கா : உங்களுக்கு விதிக்கப்பட்டிருக்கும் தண்டனைகளும் தெரியுமல்லவா?

ஆமாம்.

நீங்களே அந்தக் குற்றங்களைச் செய்ததாக ஒப்புக்கொள்ளவும் செய்திருக்கிறீர்கள் அல்லவா..?

குற்றம் சாட்டப்பட்டவர் சிறிது தயங்குகிறார்.

துர்கா : சொல்லுங்கள்.

குற்றம்சாட்டப்பட்டவர் : ஆமாம். ஆனால்...

துர்கா : என்ன ஆனால்..?

குற்றம்சாட்டப்பட்டவர் : அது காவலர்கள் என்னை அடித்து சொல்லவைத்த வாக்குமூலம்.

நீதிமன்றம் சலசலக்கிறது. அரசு வழக்கறிஞர் குறுக்கிடுகிறார்.

அரசு வழக்கறிஞர் : மன்னிக்கவேண்டும் மை லார்ட். இவர் இப்போது சொல்வதுதான் பொய்.

துர்கா: குற்றம் சாட்டப்பட்டவர் தன் தரப்பு வாதத்தை சொல்லி முடிக்க நீதிமன்றம் அனுமதிக்கவேண்டும் மேடம்.

நீதிபதி : அரசு தரப்பு வழக்கறிஞர் பின்னர் கேள்வி கேட்கலாம். தற்போது அமருங்கள்.

துர்கா : நன்றி மேடம். (குற்றம் சாட்டப்பட்டவரைப் பார்த்து) நீங்கள் சொல்லுங்கள்.

குற்றம்சாட்டப்பட்டவர் : புறநகரில் பத்து ஏக்கர் நிலம் வாங்கியிருந்தேன். பிளாட் போட்டு விற்றுவந்தேன். அந்த மனையில் ஒரே ஒரு வீடு மட்டும் சாம்பிளுக்காகக் கட்டி வைத்திருந்தேன். அந்த வீட்டுக்கு நான் காலையில் மனை அல்லது வீடு வாங்க விரும்புபவர்களை அழைத்துச் செல்வேன். மாலையில் நகரத்தில் இருக்கும் என் வீட்டுக்கு வந்துவிடுவேன். இரவுகளில் அங்கு என்ன நடக்கும் என்பது எனக்குத் தெரியாது. வீட்டைச் சில நாட்களில் பூட்டாமல் மறந்துவிட்டு வந்து விடுவேன். வேறு யாரோதான் கொன்று புதைத்திருக்கிறார்கள்.

துர்கா : இறந்தவர்கள் மூவருமே இறப்பதற்கு முன் மனை பார்க்கப் போவதாகத்தான் உறவினர்கலிடம் சொல்லிச் சென்றிருக்கிறார்கள்.

குற்றம் சாட்டப்பட்டவர் : அது எனக்குத் தெரியாது. நான் அவர்களை சில நாட்கள் முன்பாக அழைத்துச் சென்றது உண்மைதான். ஆனால், அவர்கள் இறந்த நாட்களில் நான் அழைத்துச் செல்லவில்லை.

துர்கா : அவர்களாகவே போயிருப்பார்கள் என்கிறீர்களா..?

குற்றம் சாட்டப்பட்டவர் : ஆமாம். ஒரு முறை பார்ப்பவர்கள் அதன் பிறகு அவர்களுடைய நண்பர்கள், உறவினர்களை

அழைத்துக்கொண்டு தாமாகவே போய் பார்த்துவிட்டு வருவது வழக்கம். அதுபோல் போனபோது அசம்பாவிதம் நடந்திருக்க லாம்.

துர்கா : அந்த மனைக்கு எத்தனை நாட்களுக்கு ஒரு முறை சென்று வருவீர்கள்.

குற்றம்சாட்டப்பட்டவர் : இது பற்றி உறுதியாக எதுவும் சொல்ல முடியாது. வீடு வாங்க வருபவர்கள் தொடர்ந்து வந்தால் ஒரு வாரத்தில் மூன்று நான்கு தடவை கூடப் போவேன். இல்லையென்றால் பத்து நாட்களுக்கு ஒரு தடவைதான் போவேன்.

துர்கா : அங்கு மனை தவிர வேறு ஏதேனும் செய்துவந்தீர்களா?

குற்றம்சாட்டப்பட்டவர் : அங்கு மரக்கன்றுகள் நட்டிருந்தேன்.

துர்கா : அதை யார் பராமரித்தார்கள்?

பக்கத்து கிராமத்தில் இருந்து ஒரு குடும்பத்தினர் பார்த்துக்கொண்டார்கள்.

துர்கா : அந்த குடும்பத்தைச் சேர்ந்தவர்தான் சிறுமி வடிவுக்கரசி அல்லவா...

குற்றம்சாட்டப்பட்டவர் : ஆமாம்.

துர்கா : உங்களுக்கு அன்று உணவு கொண்டுவந்து கொடுத்ததாகவும் அதன் பிறகுதான் காணவில்லையென்றும் சொல்லப்பட்டதே.

குற்றம்சாட்டப்பட்டவர் : அன்று நான் காலையில் 9 மணிக்கு மனைக்குப் போயிருந்தேன். நண்பர் ஒருவர் முக்கியமான விஷயமாக அழைத்தார். எனவே பத்து மணிக்கே திரும்பிவிட்டேன். நான் காலையில் அங்கு போனதை அவர்கள் பார்த்திருக்கிறார்கள். பத்து மணிக்கு நான் என் வீடு திரும்பியது அவர்களுக்குத் தெரியவில்லை. உணவு கொடுத்து அனுப்பியிருக்கிறார்கள். அங்கு அப்போது என்ன நடந்தது என்று எனக்குத் தெரியாது.

துர்கா : நீங்கள் அன்று பத்து மணிக்கு வீடுதிரும்பியதற்கு சாட்சி யாரேனும் உண்டா..?

குற்றம்சாட்டப்பட்டவர் : ரொம்ப நாட்களுக்கு முன்பு நடந்த நிகழ்வு என்பதால் எதுவும் இல்லை.

துர்கா : ஆனால், சம்பவம் நடந்த அன்று நீங்கள் அங்கு போனது நிஜம்தான் இல்லையா...

குற்றம்சாட்டப்பட்டவர் : அப்படியும் உறுதியாகச் சொல்லமுடியாது. அன்று போனேனா அதற்கு மறு நாள் போனேனா என்று சரியாகத் தெரியவில்லை.

துர்கா : ஆனால், உங்களுக்கு உணவு கொடுக்கத்தான் அந்தச் சிறுமி வந்ததாகவும் அதன் பின் காணவில்லை என்றும்தான் சொல்லியிருக்கிறார்கள் இல்லையா...

குற்றம்சாட்டப்பட்டவர் : ஆனால் என் காரைப் பார்த்துத்தான் சொன்னார்களா என்னைப் பார்த்துத்தான் சொன்னார்களா என்பது தெரியாது.

துர்கா : உங்களைப் பார்க்கவில்லை. உங்கள் காரைத்தான் பார்த்ததாகச் சொல்லியிருக்கிறார். உங்கள் காரை நீங்கள் மட்டும்தான் ஓட்டிச் செல்வீர்களா..? எனது காரில் நான் செல்லமாட்டேன். கால் டாக்ஸியில்தான் போவேன்.

துர்கா : அப்படியென்றால் வீடு பார்க்க வந்த யாரேனும்மாகவும் இருந்திருக்கலாம் அல்லவா...

குற்றம்சாட்டப்பட்டவர் : ஆமாம். அதற்கும் வாய்ப்பிருக்கிறது. பொதுவாக யாரேனும் கரில் வந்தால் நானும் உடன் வந்திருப்பேனென்று அவர்கள் நினைத்திருக்கலாம்.

துர்கா : நல்லது. வேறு கேள்விகள் இல்லை மேடம்.

அரசு வழக்கறிஞர் எழுந்துகொள்கிறார்.

அரசு வழக்கறிஞர் : நான்கு பேரையும் பாலியல் பலாத்காரம் செய்து கொன்றதாக நீங்கள்தானே முன்னால் வாக்கு மூலம் கொடுத்திருந்தீர்கள்.

குற்றம்சாட்டப்பட்டவர் : அது காவலர்கள் மிரட்டிச் சொல்ல வைத்த வாக்குமூலம்.

அரசு வழக்கறிஞர் : அவர்கள் ஏன் உங்களை மிரட்ட வேண்டும்.

குற்றம்சாட்டப்பட்டவர் : அதுதான் எனக்கும் புரியவில்லை.

அரசு வழக்கறிஞர் : உங்களுடைய கூற்றுப்படி அந்த நான்கு பேரும் கொல்லப்பட்டபோது நீங்கள் அங்கு இருந்திருக்கவே இல்லை.

குற்றம்சாட்டப்பட்டவர் : ஆமாம். நன் அங்கு சென்ற நாட்கள், போன கால் டாக்ஸிகள் எல்லாம் என் அலுவலகப் பதிவேட்டில் இருக்கின்றன. சம்பவம் நடந்த நாட்களில் நான் ஊரிலேயே இருந்திருக்கவில்லை.

அரசு வழக்கறிஞர் : அப்படியானால் உங்கள் வீட்டு மதில் சுவருக்குள் பிணங்கள் எப்படி வந்தன?

குற்றம்சாட்டப்பட்டவர் : அதுதான் எனக்கும் தெரியவில்லை.

அரசு : இறந்த மற்ற மூன்று பெண்களுமே அந்த மனையைப் பார்க்கப் போவதாகச் சொல்லிவிட்டுத்தான் வந்திருக்கிறார்கள்.

குற்றம்சாட்டப்பட்டவர் : ஆனால், அந்த தினத்தில் எங்கள் அலுவலகத்துக்கு அவர்கள் பேசியதாக எந்தப் பதிவும் இல்லை. நானோ என் அலுவலகத்தினரோ யாரும் அவர்களை அழைத்துச் செல்லவில்லை.

அரசு வழக்கறிஞர்: ஆக நீங்கள் யாரையும் அழைத்துச் செல்லவில்லை. போஸ்ட்மர்டம் அறிக்கையிலும் பாலியல் பலாத்காரம் நடந்ததற்கான தடயங்கள் இல்லை. இப்படியிருக்கையில் எதற்காக பாலியல் பலாத்காரம் செய்து கொன்றதாக வாக்குமூலம் தந்தீர்கள்.

குற்றம்சாட்டப்பட்டவர் : அதான் சொன்னேனே... காவலர்கள் மிரட்டினார்கள். வழக்கை எளிதாக முடிக்க விரும்பினார்கள்.

அரசு வழக்கறிஞர்: அப்படி வாக்குமூலம் கொடுத்தால் தூக்கு தண்டனை கிடைக்கும் என்று உங்களுக்குத் தெரியும் அல்லவா..?

குற்றம்சாட்டப்பட்டவர் : ஒப்புக்கொள்ளவில்லையென்றால் நாங்களே அடித்துக் கொன்றுவிட்டு நீ தூக்குப் போட்டு இறந்ததாகச் சொல்லிவிடுவோம். குற்றத்தை ஒப்புக்கொண்டால் ஆயுள் தண்டனையாவது கிடைக்க ஏற்பாடு செய்கிறோம் என்று சொன்னர்கள். வேறு வழியில்லாமல் ஒப்புக்கொண்டேன்.

அரசு வழக்கறிஞர்: வேறு கேள்விகள் இல்லை யுவர் ஆனர்.

நீதிபதி வழக்கை ஒரு வாரம் ஒத்தி வைக்கிறார்.

***

துர்கா பாதிக்கப்பட்டவர்களின் குடும்பத்தினரைச் சந்தித்து அவனை மன்னிக்கும்படிக் கேட்டுக்கொள்கிறாள். மகளையும் மனைவியையும் பறிகொடுத்த நபர்கள் முதலில் இவளை அடிக்கவருகிறார்கள். மெள்ள அவர்களுக்கு எடுத்துச் சொல் கிறாள்.

துர்கா : இங்க பாருங்கம்மா... இறந்தவங்க இறந்துட்டாங்க. இவனைக் கொல்றதுனால போன உசிரு திரும்பி வரவா போகுது.

இறந்த பெண்ணின் தாய் : வேற உசிர்களாவது போகாம தடுக்கலாம்ல.

துர்கா : அதுக்கு எந்த உத்தரவாதமும் இல்லையேம்மா...

தாய் : தண்டனை கடுமையா இருந்தாத்தான் குற்றம் குறையும் இல்லையாம்மா... முஸ்லிம் நாடுகள்ல பருங்க... திருடினா கையை வெட்டுவாங்க. கொலை செஞ்சா கல்லால அடிச்சே கொன்னுருவாங்க.

துர்கா : அங்க வழங்கப்படறது நீதியே இல்லைம்மா... இன்னொன்னு சொல்லட்டுமா... ஒரு பொண்ணை பாலியல் பலாத்காரம் செஞ்ச வழக்குல ஆண் மனசுல பாலியல் எண்ணத்தைத் தூண்டின குத்தத்துக்கு அந்தப் பொண்ணுக்கு ஐம்பது சாட்டையடி கொடுத்தாங்க...

தாய் : இது என்ன அநியாயமா இருக்கு.

துர்கா : அங்க இருக்கற நீதியே அநியாயம்தான்மா... உலகத் துல பல நாடுகள்ல மரண தண்டனையை தடை செஞ்சிருக் காங்க. அது வந்து சட்டபூர்வமாகச் செய்யப்படற கொலைம்மா. ஒருதனி நபர் கொல்லலாம். அரசாங்கம் கொல்லலாமாம்மா..?

தாய் : சரி... அப்போ ஆயுள் தண்டனையாவது கொடுக்கலாம்ல.

துர்கா : அது சரிதான்... இதுல நாம பாக்கவேண்டிய விஷயம் என்னன்னா அவன் அந்தக் கொலைகளைச் செய்யவே இல்லைன்னுதான் தெரியுது.

தாய் : நீங்க சொல்றதை ஏத்துக்க முடியாதும்மா... நீங்க நேரடி சாட்சி இல்லைங்கறதுனால இப்படி சொல்றீங்க. கொன்னது அவன்தான். எந்த சந்தேகமும் இல்லை. சமூகம் எதிர்க்கும்னு தெரிஞ்சா செய்யாம இருக்கணும். செஞ்சிட்டு வெளிய தெரியாம இருக்கறதுக்காக கொன்னுருவானாமா. மீறறதே தப்பு... அதை மறைக்க கொலை

பண்ணறது அதைவிடப் பெரிய தப்பு. இவ்வளவு பேசறீங்களே... உங்க வீட்ல யாருக்காவது இப்படி ஆகியிருந்தா மன்னிப்போம் மறப்போம்னு சொல்லுவீங்களா...

துர்கா : சொல்லுவேம்மா... அப்படித்தான் சொல்றேம்மா...

தாய் (அதிர்ந்துபோய்) : என்ன சொல்றீங்க?

துர்கா : மூணாவதா அடையாளம் தெரியாத பொணமாக் கிடக்கறது வேற யரும் இல்லைம்மா... என் கூடப் பிறந்த தங்கைதாம்மா...

தாய் : என்னம்மா நீ... உன் தங்கையைக் கெடுத்துக் கொன்னவனை விடுதலை பண்ணணும்னு சொல்றியே... உனக்கு கொஞ்சம் கூட ஈவு இரக்கமே கிடையாதா..?

துர்கா : அது இருக்கறதுனாலதானம்மா அவனை விடுதலை செய்யணும்னு சொல்றேன்.

தாய் : போதும்மா... இதுக்கு மேலயும் உன் கிட்ட பேசறதுல அர்த்தமே இல்லை (துர்காவுடன் வந்த பெண்மணியைப் பார்த்து) என்னம்மா... உங்களைப் பார்த்தா கிராமத்துப் பொண்ணாத் தெரியுது... இந்த வக்கீலம்மாதான் பெரிய படிப்பு படிச்சு என்னவெல்லாமோ பேசுது. நீங்களாவது எடுத்துச் சொல்லக்கூடாதாம்மா.

கூடவந்த பெண்மணி : நானும் மன்னிக்கத்தானம்மா சொல்லறேன்.

தாய் (கோபத்தில்) : வீட்டை விட்டு வெளிய போங்க... கொலைகாரன் கிட்ட காசு வாங்கிட்டு எங்க மனசைக் கலைக்க வந்திருக்கீங்களா... உங்களுக்கெல்லாம் நல்ல சாவே கிடைக்காது. 30 வயசுப் பொண்ணைப் பறி கொடுத்துட்டு நிக்கறேம்மா... உங்களுக்கு அந்த சோகம் ஒரு நாளும் புரியது.

உடன் வந்த பெண்மணி : நல்லா புரியும்மா... நானும் என் பொண்ணைப் பறி கொடுத்தவதான். உங்களுக்காவது உங்க பொண்ணு 30 வயசு வரைக்கும் வாழ்ந்திருந்தா. என் பொண்ணு பத்து வயசு கூட ஆகலைம்மா...

தாய் (ஏதோ புரிந்தவர் போல் அதிர்ந்து) : நீங்க...

உடன் வந்த பெண்மணி : வடிவுக்கரசியோட அம்மா... அந்த வீட்டுல இருந்த கிடைச்ச பொணங்கள்ல என் பத்து வயசுப் பொண்ணும் இருந்தாம்மா...

தாய் (சிறிது நேரம் என்ன பேச என்றே தெரியாமல் திணறுகிறார்); இவ்வளவு பெரிய வேதனையைத் தாங்கிக்கிட்டு எப்படிம்மா அவனுக்குப் பரிஞ்சு பேச முடியுது.

துர்கா : அவனுக்கு தண்டனை வாங்கிக் கொடுத்தா போன உசிருங்க திரும்பி வந்துரும்னா ஒண்ணு என்ன 100 தடவை கூட அவனைத் தூக்குல போடலாம். ஜெயில்ல போடலாம். ஆனா, நடந்தது எதுவும் நல்லதா இல்லைங்கறதுக்காக நடக்கப் போறதையும் நல்லதில்லாததா ஆக்கவேண்டாம்மா... யோசிச்சுச் சொல்லுங்க. நீங்கள்லாம் வந்து அவனை மன்னிக்கும்படிச் சொன்னா எப்படியும் விடுதலை கிடைச்சிடும். அதுக்குப் பிறகு அவன் என் ஆஸ்பத்திரிலதான் இருப்பான். அவனை நல்ல மனுஷனா நான் மாத்திக்காட்டறேன்.

அந்தப் பெண்ணின் தாய் மெள்ள சம்மதிக்கிறாள்.

***

தீர்ப்பு நாள் வருகிறது.

நீதிபதி : கொலைகளுக்கு நேரடி சாட்சிகள் யாரும் இல்லை. சந்தர்ப்ப சூழ்நிலையை அடிப்படையாக வைத்துத்தான் தீர்ப்பு வழங்கப்பட்டிருந்தது. மேலும் பெண்களைப் பறிகொடுத்த வர்கள் மன்னிப்பு வழங்கும்படி கேட்டுக்கொண்டிருக்கிறார்கள். எனவே, குற்றம்சாட்டப்பட்டவரை விடுதலை செய்து தீர்ப்பு வழங்குகிறேன்.

***

சந்தோஷத்தில் குற்றம்சாட்டப்பட்டவன் என்ன செய்வ தென்று தெரியாமல் கண்ணீர்விட்டு அழுகிறான். சிறையில் இருந்து வெளியே வருபவனையும் அழைத்துக்கொண்டு வரும் துர்காவையும் பெண்ணியவாதிகளும் பிற பொதுமக்களும் சேர்ந்து அடிக்கப் போகிறார்கள். அவர்களிடமிருந்து தப்பித்து காரில் ஏறிச் செல்கிறார்கள்.

சில நாட்கள் கழிகின்றன. துர்காவுக்குத் தனது மனையில் விருந்து ஏற்பாடு செய்கிறான். வேறு பலரையும் அழைத்ததாகச் சொல்லியிருந்தான். ஆனால், துர்கா போனபோது வேறு யாரும் இல்லாததைப் பார்த்ததும் லேசாக அதிர்ச்சியடைகிறாள். சுதாரித்துக்கொண்டு விருந்தில் பங்குபெறுகிறாள். மிதமாக மது அருந்துகிறாள். உணவு உண்டுவிட்டு விடைபெறப்போகிறாள்.

அதுக்குள்ள பொறப்பட்டா எப்படி... பார்ட்டி இன்னும் ஆரம்பிக்கவே இல்லையே... என்றபடியே துர்காவை நெருங்கிக் கட்டிப்பிடித்து முத்தமிடப் போகிறான். அவளோ சிரித்தபடியே உன்னை ஒரு நோயாளியாகத்தான் பார்த்தேன். உன்னுடன் உடலுறவு கொள்ள எனக்கு விருப்பம் இல்லை. விட்டுவிடு என்கிறாள்.

அவள் சொன்ன ஒவ்வொன்றையும் அவளிடமே திருப்பிப் போடுகிறான்.

நான் உன்னோட சம்மதத்தைக் கேக்கலை...

நான் உன் உயிரைக் காப்பாத்தினவ... அந்த நன்னி இருக்கட்டும்.

எனக்கு நன்னியெல்லாம் இடையாது (அவள் காதுப்பக்கம் குனிந்து) சுன்னி மட்டும்தான் உண்டு.

பத்ரமா வெச்சுக்கோ... என்று சொல்லியபடியே புறப்படுகிறாள்.

வைச்சுக்கச் சொல்லிட்டு நீ பாட்டுக்குப் போற. அப்ப கொடுத்துட்டுப் போ என்று அவளுடைய பெண் குறியைத் தொடப் போகிறான். சட்டென்று அவன்கையைத் தட்டிவிட்டு விலகி ஓடுகிறாள்.

நோ என்றால் எப்போதுமே நோ தான்.

நீ நோ சொன்னாப் போதுமா... நான் எஸ் சொல்றேன்... வெரி பிக் எஸ்.

காப்பாத்தின கையையே கொத்தாத...

அப்போ நீயும் என்னை பாம்புன்னுதான் நினைக்கற இல்லையா... அப்ப நான் கொத்தாம எப்படி இருக்க முடியும்?

எனக்கு இப்ப மூடு இல்லை. போதுமா...

அதெல்லாம் நாம் வரவெச்சிக்கறேன். சிம்பன்ஸிகள் உலகத்துல மியூச்சுவல் கன்சனுக்கான பொறுமையெல்லாம் கிடையாது. சிம்பன்ஸி உலகத்துல ரோஜாப்பூ கொடுத்து ஐ லவ் யூ சொல்றதெல்லாம் கிடையாது. ஐ ரேப் யூ தான். அப்பறம் அது ஒண்ணும் பெரிய விஷயமே இல்லை... ஒரு மாத்திரை... ஒரு வாளி தண்ணி. போதும். உனக்கு நான் சொல்லித் தரவேண்டியதில்லையே.

எல்லாம் சரிதான். ஆனா உனக்கு நான் பாலியல் தெரபிதான் தீர்மானிச்சு வெச்சிருக்கேன். என்னோட கிளிக்னல நீ 24 மணி

நேரமும், செக்ஸ்லயே திளைக்கலாம் உன்னால முடிஞ்சா. அங்க வர்ற ஸ்டாஃப்களோ வேற உன் நண்பர்களோ சம்மதிச்சா நேரடி உடலுறவில் நீ ஈடுபட்டுக்கொள்ளலாம். இல்லைன்னா தினமும் உனக்கு செக்ஸ் டாய்ஸ் தர்றேன். செக்ஸ் வீடியோஸ் தர்றேன்... உனக்கு எப்படித் தோணுதோ அப்படியெல்லாம் இருந்துக்கோ. சம்மதம் இல்லாதவர்களை கட்டாயப்படுத்தாத.

நீ தான சொன்ன... காமத்தில் எல்லாமும் சரின்னு... இப்போ எதுக்கு மாத்தற..?

ஓ.கே. சம்மதிக்கறேன்... ஆனா இன்னிக்கு வேண்டாம். ரெண்டு மூணுநாள் போகட்டும்.

ஹை... பொய் சொல்ற நீ... எங்க காட்டு பார்ப்போம்.

அய்யோ... இங்க பாரு... என்னோட விருப்பம் இல்லாம என்னைத் தொடறதுனால உனக்கு முழு திருப்தி கிடைக்காது. அதோட என்னோட விருப்பம் இல்லாம உன்னால என்னைத் தொடவும் முடியாது.

அதெப்படி.... என்னால முடியாதுன்னு நீ எப்படிச் சொல்ல முடியும். எனக்கு யாரோட விருப்பமும் தேவையில்லை... என்னை யாரும் எதிர்க்கறதும் பிடிக்காது.

விருப்பமில்லாதவங்க எதிர்க்காம என்ன செய்வாங்க...

நான் தொட வந்தா யாரும் எதிர்க்கவே மாட்டாங்க... ஏன்னா நான் எதிர்ப்பையெல்லாம் இல்லாம ஆக்கிட்டுத்தான் தொடவே செய்வேன் என்று சொல்லியபடியே அருகில் இருக்கும் இரும்புக் கம்பியை எடுத்து வேகமாக துர்காவின் தலையைப் பார்த்து அடிக்கிறான்.

துர்கா சட்டென்று குனிந்து தப்பிக்கிறாள். வேறொரு அறைக்குள் சென்று தாளிட்டுக்கொள்கிறாள். அந்தக் கதவை உடைக்க முயற்சி செய்கிறான்.

என்ன காரியம் பண்ண இருந்த... அந்த இரும்புக் கம்பி என் தலைல பட்டிருந்தா நான் செத்தே போயிருப்பேன்.

எனக்கு அதுதான் வேணும்...

‘என்ன சொல்ற நீ’ என்று அதிர்பவள் ஆர் யூ எ..?

அவன் குறுக்கிட்டு ஒவ்வொரு எழுத்தாகச் சொல்கிறான்: *நெ... க்...ரோ...ஃபி...லி...யா...க்!*

ஓ மை காட்... செத்தவங்க உடம்புல பாலியல் பலாத்காரம் நடந்ததற்கான எந்தக் காயமும் இல்லைன்னு போஸ்ட்மார்ட்டம் ரிப்போர்ட் சொன்னப்பவே சந்தேகப்பட்டேன்.

ஆனா ரொம்ப லேட்டு. ஹா...ஹா... நான் யாரையும் கற்பழிச்சுக் கொல்லலை. கொன்னுட்டுத்தான் கற்பழிக்கவே செஞ்சேன். சாகச் சொன்னேன். மாட்டேன்னுட்டாங்க. கொன்னுட்டேன்.

இங்க பாரு... இதையும்கூட என்னால ஒரு நோயா பார்த்துப் புரிஞ்சிக்கமுடியும். பயப்படாத. உன்னை நான் குணப்படுத்தறேன்.

குணப்படுத்தறீங்களா... யாரை... என்னையா... எதுக்கு? எனக்கு இதுதான் பிடிச்சிருக்கு.

ஓ.கே. நீ இதையே செஞ்சுக்கோ... என்னோட மெடிக்கல் செண்டர்ல மார்ச்சுவரில வேலை போட்டுத் தர்றேன். இன்னொன்னு சொல்லட்டுமா ஐ ஹேவ் சம் அதர் பிளான்ஸ் ஆல்சோ ஃபார் யூ...

எப்படி லைட்டை அணைச்சுட்டு பொம்மையைக் கொண்டு வந்து போட்ருவ... நான் அதை உடம்புன்னு நினைச்சு ஒக்கணும் அதான...

துர்கா மவுனமாக இருக்கிறாள்.

நீ உன்னை என்னன்னு நினைச்சிருக்க... தானா செத்த பொணங்க கூடப் படுக்கறதுல என்ன கிக் இருக்கு... கொல்லணும். கொன்னுட்டு ஒக்கணும். அதுவும்போக நீ கிழடு கட்டைகளைத்தான கொடுக்கமுடியும். எனக்கு உன்னை மாதிரி *25-30* வயசுல இளசா பார்த்த உடனே தூக்கவைக்கணும். வா... வந்து செத்துப் போ... இல்லைன்னா உன்னையும் கொல்ல வேண்டியிருக்கும்.

இங்க பாரு... மத்த செக்ஸ் அப்நார்மல்ட்டிஸ்ல...

ஹலோ... அப்நார்மல்ட்டியா.. என்ன நாக்கு நீளுது...

ஓகே... அதிகம் பேர் ஈடுபடாத வழிகள்ல உன்னோட வழி ரொம்பவும் தப்பானது. சரியாச் சொன்னா அது மட்டுமே தப்பானது. அதுல ஒரு உயிர் கொல்லப்பட்டுடுது. மத்ததுல கொலை செய்யப்படறதில்லைங்கறதுனால அதை ஏத்துக்க மருத்துவத்துல இடம் இருக்கு. ஆனா இங்க இறந்த உடம்பு மேலதான் உனக்கு காமமே

ஆரம்பிக்குது. அதுக்காக நீயே கொல்ற அளவுக்கு துணிஞ்சிருக்க. மத்த நெக்ரோபிலியாக் கூட இப்படிக் கிடையாது. அதனால உன் காமம் தப்புத்தான். இதை கொஞ்சம் கொஞ்சமா மாத்தித்தான் ஆகணும். வேணும்னா உன்னோட பார்ட்னர்களுக்கு மயக்க மருந்துகள், போதைப் பொருட்கள், தூக்க மாத்திரைகள் கொடுத்து தூங்க வைக்க லாம். அந்த உடம்பு பிணம் மாதிரித்தான் இருக்கும். அவங்க கிட்ட அதைச் சொல்லிட்டுச் செய்யலாம். உனக்கும் உன் ஆசை நிறைவேறின மாதிரி இருக்கும்.

அதெல்லாம் பத்தாது... செத்த உடனே உடம்புல நடக்கற மாற்றங்கள் இருக்கே... அது மயக்க மருந்து கொடுத்த உடம்புல இருக்காது. சிங்கத்துக்கு வேட்டையாடிச் சாப்பிட்டாத்தான் பசி அடங்கும். கூண்டுல அடைச்சு வேளா வேளைக்கு வெட்டி வைச்ச கறியைப் போட்டா கூண்டுச் சிங்கம் வேணும்னா திங்கலாம். நான் காட்டு ராஜா... என்னையெல்லாம் அடைச்சு வெச்சா உடைச்சு வெளிய வரத்தான் பார்ப்பேன். நீ எனக்கு தெய்வமா தேவதையா வந்து கிடைச்சிருக்க... நீ எனக்கு வேணும். இப்பவே வேணும். உன் உடம்போட இளஞ்சூடு எனக்கு வேணும்.

அப்பறம் இன்னொரு காரணமும் இருக்கு... நீ க்ரிமினல்கள் மேல கருணை காட்டறதா ஊர் நம்புது... ஆனா எனக்கு தெரியும் உன்னோட அக்கறையெல்லாம் விக்டிம்கள் மேலதான். ஃப்ரீ செக்ஸ்பத்தியும் செக்ஸ் வெரைட்டீஸ் பத்தியும் நீ பேறதெல்லாமே எங்கள மாதிரியானவங்க மேல இருக்கற பாசத்துனால இல்லைன்னு எனக்கு நல்லாவே தெரியும். 'நோ'ன்னு சொன்னா விட்டுடணும்னு சொன்னவ தான நீ... எங்களை அழிக்கத்தான் நினைக்கற... மத்தவங்க தூக்குல போட்டுக் கொல்ல நினைக்கறாங்க... நீ எங்களோட... என்ன சொன்ன... அப்நார்மல்ட்டியை அழிக்க நினைக்கற. பிளடி பிட்ச்... அப்நார் மல்ட்டி இல்லைடி... அதுதான் எங்களோட பெர்சனாலிட்டியே. அதுதான் நாங்க... செக்ஸ் டாய்ஸைக் கொடுத்தும் உருவி விட்டும் நீ எங்களோட அந்த ஆளுமையைத் தான் சிதைக்கப் பாக்கற.

செக்ஸ் மட்டுமில்லை... க்ரூயல்ட்டியுமே எங்களோட அகராதில சரிதான்... ஊர் காதல்லயும் போர்லயும் எல்லாம் சரின்னு சொல்லுது; நீ செக்ஸ்லயும் எல்லாம் சரின்னு ஒரு ஸ்டெப்

அதிகமா எடுத்துவெச்சிருக்க. இன்னொரு ஸ்டெப் எடுத்து வெச்சு வன்முறைலயும் எல்லாமே சரின்னு சொல்லுவியா...

இங்க பாரு... நீ சொல்றதை நான் ஏத்துக்கறேன். உன்னோட இந்த ஆளுமையை கொஞ்சம் மாத்திக்கோ... ஏன்னா ஒரு உயிரைக் கொல்றது எந்தவகையிலயும் சரியில்லை. நீ கேட்கற மாதிரியே டெம்பரேச்சர் செட் பண்ண முடியும். யங் பாடீஸ் கிடைக்கச் செய்ய முடியும். டிரஸ்ட் மீ... உன் மனசுல கொஞ்சம் கற்பனையைச் சேர்த்துக்கிட்டா போதும்.

என்ன உளர்ற நீ... கையால கொன்ன உடம்புக்கு ஈடாகுமா நீ சொல்றதெல்லாம். நிஜத்துல என்னால அதையெல்லாம் செய்ய முடியும்போது எதுக்கு நான் கற்பனையா பொய்யா நினைச்சுக் கணும். உனக்கு எட்டு பத்து இன்சுல ஆர்கானிக் கேரட்ஸ் கூடை கூடையா தர்றேன்னு சொன்னா வாங்கிட்டுப் போவியா?

இங்க பாரு...இப்பயும் எனக்கு உன்மேல கோபம் வரலை... இப்பயும் உன்னை நானொரு நோயாளியாத்தான் பாக்கறேன். உன்னோட அம்மா உன்னை எப்படி ஏத்துப்பாங்களோ அதுமாதிரி உன்னை ஏத்துக்கத் தயாராத்தான் இருக்கேன். தயவு செஞ்சு கொஞ்சம் கோ ஆப்பரேட் பண்ணு...

நானும் உன் கிட்ட அதைத்தான் கேக்கறேன். கொஞ்சம் கோவாப்பரேட் பண்ணு... உலகத்துல மக்கள் தொகை கன்னா பின்னான்னு ஏறிட்டே போகுது... என்னை மாதியானவங்க ரொம்பக் கம்மியாத்தான் இருப்பாங்க. அதனால, இதையும் உன்னோட லிஸ்ட்ல சேர்த்துக்கோ... லைக் லவ் அண்ட் வார் அண்ட் செக்ஸ்... எவ்ரிதிங் ஈஸ் ரைட் இன் க்ரம் ஆல்சோ.

என்றபடியே கதவை உடைத்துக்கொண்டு உள்ளே பாய் கிறான். துர்கா அவனைப் பிடித்துத் தள்ளிவிட்டுத் தப்பிக்கப் பார்க்கிறாள். அவன் அவளைப் பிடித்து ஒரு மூலையில் கொண்டு செருகுகிறான். அவள் நெற்றியில் விழும் கூந்தலை நளினமாக ஒதுக்கிவிட்டு, யூ பிட்சஸ் ஹேவ் ஸ்டன்னிங் பாடிஸ்.

அண்ட் வி ஹேவ் குட் சோல்ஸ் ஆல்சோ...

அது யாருக்குத் தேவை.... ஒக்க முடியாதது இருந்தா என்ன அழிஞ்சா என்ன... தீயால் வேகாது நீரால் நனையாது....கண்ணால்

பாக்க முடியாது... சுன்னியால் ஓக்க முடியாது... அப்படி ஒண்ணு இருந்தா என்ன இல்லாட்டா என்ன என்று சொல்லி அவள் கழுத்தை நெரிக்கப் போகிறான்.

அப்போது அவன் தலையில் யாரோ ஓங்கி அடிக்கிறார்கள். மயங்கி விழுகிறான்.

***

அவன் கண் விழுத்துப் பார்க்கும்போது மேஜையில் கிடத்தப்பட்டிருக்கிறான். கைகளும் கால்களும் இரும்புக் கம்பிகளால் கட்டப்பட்டிருக்கின்றன.

சற்று தள்ளி துர்காவும் கட்டப்பட்டிருக்கிறாள். சிறிது நேரத்தில் வடிவுக்கரசியின் அம்மா கதவைத் திறந்துகொண்டு வருகிறாள். கன்னங்கரேலென காளி போல், ஆதிவாசிப் பெண் ஏதோவொரு கனவில் நடப்பதுபோல் நடந்து வருகிறாள்.

துர்கா (அவளைப் பார்த்து கெஞ்சியபடியே) : ப்ளீஸ்... விட்டுருங்க... நீங்க செய்யறது பெரிய தப்பு...

வடிவுக்கரசியின் அம்மா : எதும்மா தப்பு... உங்க நீதி உங்களுக்கு... என் நீதி எனக்கு... கருவை உருவாக்கறவ மட்டுமில்லை... கருவறுக்கறவளும் அதே சக்திதான். இவன் பொறந்திருக்கவே கூடாது... இவனை மன்னிக்கணும்னு ஏன் சொன்னேன் தெரியுமா... தூக்கு தண்டனை கொடுத்தா ஒரே நிமிஷத்துல செத்துருவானாம். அப்படியொரு நல்ல சாவு இவனுக்குக் கிடைக்கலாமா... கூடாதுன்னு நினைச்சேன். அதான் மன்னிக்கறேன்னு சொன்னேன். ஒவ்வொருத்தங் களையும் பார்த்து மன்னியுங்கன்னு கேட்டேன். இவனைத் தனியா இங்க வரவைக்கணும்னு இத்தனை நாள் காத்திருந்தேன்.

அப்படின்னா அட்லீஸ்ட் மயக்க மருந்தாவது கொடுத்துட்டுக் காயடி...

அப்படிச் செஞ்சு என்ன பிரயோஜனம்? அந்த வலி இவன் உடம்புல ஒவ்வொரு மயிர்க்கால்லயும் ஆன்மாவோட ஒவ்வொரு திசுவுலயும் இருக்கணும். என் பொண்ணு எப்படித் துடிச்சு செத்திருப்பா... இவன் லேசுல சாகக்கூடாது. வாழ் நாள் பூரா ஒவ்வொரு நிமிஷமும் ஒவ்வொரு நொடியும் துடி துடிச்சு சாகணும். குஞ்சை வெட்டிட்டு கொட்டையை நசுக்கவா... கொட்டைய நசுக்கிட்டு குஞ்சை வெட்டவா... அல்லது

ரெண்டையும் சேர்த்தே செய்யவா... சொல்லுங்கம்மா... நீங்க டாக்டர் தான... எது பண்ணினா ரொம்ப வலிக்கும்...

-என்று குழந்தையின் உள்ளங்கால் போல் சிவந்த நிறத்தில் காய்ச்சிய இடுக்கியைக் கையில் எடுத்துக்கொண்டு கேட்கிறாள்.

அவன் உடம்பெல்லாம் நடுங்குகிறது. வேர்த்து ஊற்றுகிறது.

ப்ளீஸ் என்னை விட்ருங்க... நான் இனிமே பெண்கள் பக்கமே திரும்பமாட்டேன். இல்லைன்னா என்னை அவுத்துவிடு... இந்த மாடியில இருந்து குதிச்சு செத்துப்போயிடறேன். நான் செஞ்சது தப்புதான்.

இப்ப சொல்லி என்ன பிரயோஜனம். தீர்ப்பு என்னிக்கோ எழுதியாச்சே... என் பொண்ணு செத்தது தெரிஞ்ச அன்னிக்கே எழுதியாச்சே... தூக்கு தண்டனைல உசிரு ஒரே நிமிஷத்துல போயிரும்னு தெரிஞ்ச அன்னிக்கே இந்தத் தீர்ப்பு எழுதியாச்சே...

- என்று சொல்லியபடியே பழுக்கக் காய்ச்சிய இடுக்கியை அவன் உறுப்பில் வைத்து அழுத்துகிறாள். அந்த கட்டடமே இடிந்துபோகும் அளவுக்கு அலறுகிறான்.

நாகினி

இந்தியப் பிரதமர் அமெரிக்காவுடன் ஓர் அணு உலை ஒப்பந்தத்தில் கையெழுத்திட விரும்புகிறார். ஆனால், அதற்கு பல இடங்களில் இருந்து எதிர்ப்புகள் வருகின்றன. பிரதமர் தனக்கு ஆதரவாக இருப்பவர்களை அழைத்துப் பேசுகிறார். அந்த ஒப்பந்தத்தை எதிர்ப்பவர்களை எவ்வளவோ வழிகளில் முயன்றும் பிரதமருக்கு ஆதரவாகத் திருப்பமுடியவில்லை என்று அவர்கள் சொல்கிறார்கள். ஒவ்வொருவராக விடைபெற்றுச் செல்கிறார்கள். கடைசியாக பிரதமரும் அவருடைய உதவியாளரும் மட்டும் அந்த அறையில் உட்கார்ந்து இருக்கிறார்கள். பிரதமர் மாளிகையின் ஒவ்வொரு விளக்குகளாக அணைக்கப்படுகின்றன. பிரதமர் சோகமாகப் புறப்படுகிறார்.

அது மிகவும் முக்கியமான ஒப்பந்தம். நாட்டின் பெருகிவரும் மின்சாரத் தேவைகளைப் பூர்த்தி செய்ய அணு உலைகள் மிகவும் அவசியம். ஆனால், ஒவ்வொரு கட்சித் தலைவரும் தத்தமது அரசியல் காரணங்களினால் அந்த ஒப்பந்தத்தை எதிர்க்கிறார்கள்.

பிரதமரின் கட்சியினர் தங்களுடைய இஸ்லாமிய வாக்கு வங்கியைத் திருப்திப்படுத்தும் நோக்கில் அமெரிக்காவுடனான நட்புறவை எதிர்க்கிறார்கள். மேலும் கட்சிக்குள் இந்த விஷயத்தில் இருக்கும் கருத்துவேறுபாட்டைப் பயன்படுத்தி கட்சியின் அடுத்தகட்டத் தலைவர்கள் பிரதமரை ஓரங்கட்டப் பார்க்கிறார்கள்.

எதிர்கட்சியினர் தங்கள் ஆட்சியில்தான் அந்த ஒப்பந்தம் கையெழுத்தாகவேண்டும் என்ற எண்ணத்தில் முட்டுக்கட்டை போடுகிறார்கள்.

பிரதமரின் ஆட்சி இடதுசாரிகளின் ஆதரவில்தான் இயங்கு கிறது. அவர்கள் அமெரிக்கா என்றாலே எதிர்க்க வேண்டும் என்ற உயரிய கொள்கையை உடையவர்கள். ஒப்பந்தத்தை நிறை வேற்றினால் ஆதரவை விலக்கிக்கொள்வேன் என்று மிரட்டு கிறார்கள். எனவே, அவர்களையும் பகைக்க முடியவில்லை.

ஊடகங்களில் இடதுசாரி ஆதரவு பத்திரிகைகள், தொலைகாட்சிகள் எல்லாம் இந்தியா அணு வல்லமை பெறுவதை விரும்பவில்லை. எனவே, அவர்களும் பிரதமருக்கு எதிராகப் பெரும் எதிர்ப்புப் பிரசாரத்தில் ஈடுபடுகின்றனர். ஆனால், அனைவரும் எதிர்க்கும் ஒப்பந்தத்தை பிரதமர் கொண்டுவந்தே ஆகவேண்டும் என்று விரும்புகிறார்.

காரில் ஏறுவதற்கு முன்பாக பிரதமரிடம் அவருடைய உதவியாளர் ஒரு பெயரைச் சொல்கிறார்: நாகினி!

இந்திய உளவுத்துறையின் மூத்த அதிகாரியின் பட்டப் பெயர் அது. அவர் நினைத்தால் யாரையும் வழிக்குக் கொண்டுவந்து விடுவார். அரசியலில் இருக்கும் யாருமே நேர்மையானவர்கள் இல்லையே. அவர்கள் செய்திருக்கும் ஏதேனும் திரைமறைவுச் செயலை உளவுபார்த்து அவர்களை பிளாக் மெயில் செய்வதில் நாகினி கில்லாடி. பொதுவாக ஆட்சியாளர்கள் தமக்கு வேண் டாதவர்களையும் போட்டியாளர்களையும் அப்புறப்படுத்த உளவுத்துறையைப் பயன்படுத்திக் கொள்வதுண்டு. ஆனால், பிரதமருக்கு அப்படிச் செய்வதில் உடன்பாடு கிடையாது. அது தர்மமல்ல என்று சொல்லக்கூடியவர்.

ஒரு பெரிய நல்ல காரியத்துக்காக சிறிய தப்பைச் செய்யலாம். ஒரு ஊரைக் காப்பாத்த ஒரு வீட்டுக்குத் தீவைக்கலாம். ஒரு நாட்டைக் காப்பாத்த ஒரு ஊருக்கே தீ வைக்கலாம். நாம அதெல்லாம் செய்யப்போறதில்லை. நமக்கும் நாட்டுக்கும் சரியான ஒண்ணைச் செய்யப்போறோம். நேர்வழிலயே இது நடக்கணும்னுதான் நாம விரும்பறோம். முடியலைன்னா என்ன செய்ய..? என்று உதவியாளர் சொல்கிறார். பிரதமர் பதில் எதுவும் சொல்லாமல்

காரில் ஏறிக்கொள்கிறார். கார் சிறிது தூரம் சென்ற பிறகு நிற்கிறது. உதவியாளர் ஓடிச் செல்கிறார். 'கால் நாகினி' என்கிறார்.

***

மறுநாள் பிரதமருடைய அப்பாயிண்ட்மெண்ட்களில் ஒன்று ரத்து செய்யப்படுகிறது. பிரதமர் அந்த மதிய நேரத்தில் ஓய்வெடுக்கப் போவதாகக் குறிப்பிடப்படுகிறது. அந்த நேரத்தில் நாகினியை உதவியாளர் விசேஷ வழியில் அழைத்துவருகிறார். பிரதமரும் நாகினியும் சந்திக்கிறார்கள்.

பிரதமர் இப்படியான திரை மறைவு வேலைகளில் தனக்கு அவ்வளவாக விருப்பம் இல்லை என்கிறார்.

நாட்டை ஆள காவல், நீதி, அரசாங்கம் அப்படின்னு கண்ணுக்குத் தெரியற மூணு சிங்கங்கள் மட்டுமே போதாது. நாலாவதா நாகம் மாதிரி மறைஞ்சி செயல்படற இன்னொரு விலங்கும் தேவை.

அது யாரையும் கொத்திக் கொல்றதுல எனக்கு சம்மதம் இல்லை.

அது சரிதான். நான் சீற மட்டுமே செய்வேன்.

நல்லது. அதுதான் வேணும் என்கிறார் பிரதமர்.

உதவியாளர் சரிக்கட்டவேண்டிய தலைவர்களின் பெயரை ஒரு துண்டுக் காகிதத்தில் எழுதி பிரதமரிடம் தருகிறார். பிரதமர் அதைப் பார்த்துவிட்டு நாகினியிடம் தருகிறார்.

சொந்தக் கட்சித் தலைவர், எதிர்கட்சித் தலைவர், இடதுசாரித் தலைவர், தொலைக்காட்சி ஊடக நிறுவனர் ஒருவர் என நான்கு பெயரின் பெயர்கள் அதில் இருக்கின்றன.

நாகினி அதைச் சிறிது நேரம் உற்றுப் பார்க்கிறார். பிறகு பாக்கெட்டில் இருக்கும் லைட்டரை எடுத்து அந்தத் துண்டுக் காகிதத்தை எரிக்கிறார்.

வேறொரு துண்டுச் சீட்டில் வேறு நான்கு சம்பந்தமே இல்லாத பெயர்களை எழுதச் சொல்கிறார். அதைக் கிழித்து பிரதமர் மேஜைக்குப் பக்கத்தில் இருக்கும் குப்பைக் கூடையில் போடச் சொல்கிறார். பிரதமரிடம் விடைபெற்றுச் செல்கிறார்.

மறுநாள் அந்தக் குப்பைக் கூடை பிரதமர் அலுவலகத்தில் ஒருவரால் எடுக்கப்பட்டு அந்தத் துண்டு காகிதங்கள் ஒட்டி வைத்து பெயர்கள்

கண்டுபிடிக்கப்படுகின்றன. அந்த நபர் செல் போனை எடுத்து அந்தப் பெயர்களை எதிர்முனையில் இருப்பவரிடம் சொல்கிறார்.

'இந்தப் பெயர்களில் இருந்து உங்களுக்கு என்ன தோன்றுகிறது' என்று எதிர்முனை கேட்கிறது.

'வந்துட்டுப் போனது நாகினிங்கறது தெரியுது' என்கிறார் பிரதமர் அலுவலக ஊழியர்.

'சரி நான் பாத்துக்கறேன்' என்று எதிர்முனை சொல்லிவிட்டு போனை வைக்கிறது

***

முதலில் எதிர்கட்சித் தலைவருடைய பைல்களை நாகினி பார்க்கிறார். அந்தத் தலைவர் தெய்வ நம்பிக்கை, ஜோதிட நம்பிக்கை மிகுந்தவர் என்பது தெரிகிறது. ஆண்டுதோறும் தன் தாய் தந்தைக்கு காசி, ராமேஸ்வரத்தில் திவசம் செய்வது தெரிகிறது. அதோடு மார்ச் 12-ம் தேதியும் ஒவ்வொரு ஆண்டும் ஒரு திவசம் செய்கிறார் என்பதும் அவருடைய ஆஸ்தான ஜோதிடர் மூலம் தெரியவருகிறது.

பொதுவாக இந்திய காலண்டர் படி பார்த்தால் திதிகள் ஒவ்வொரு ஆண்டும் ஒவ்வொரு நாளில் வரும். ஆங்கில காலண்டர் படி கணக்கிட்டால்தான் ஒரே நாளில் ஒரு விசேஷம் நடக்கும். மார்ச் 12 என்பது அப்படி என்ன முக்கியத்துவம் வாய்ந்தது என்று நாகினி அலசுகிறார். அந்த தலைவர் பிராந்திய அளவில் இருந்தபோது பொதுப்பணித்துறை அமைச்சராக இருந்திருக்கிறார். அப்போது ஒரு அணைக்கு அடிக்கல் நாட்டியிருக்கிறார். அதன் தேதி மார்ச் 12. இந்த இரண்டுக்கும் ஏதோ தொடர்பு இருப்பது நாகினிக்கு புலப்படவே மேலும் தோண்டிப் பார்க்கிறார். எதுவும் புலப்படவில்லை.

அந்தக் கட்சித் தலைவருக்கு ஒரு கவரில் மார்ச் 12 என்று பெரிதாக அச்சிட்டு ஒரு பொதுவிழாவில் அவருடைய உதவியாளர் மூலம் கொடுக்கிறார். அதைத் திறந்து பார்ப்பவர் அந்தத் தேதியைப் பார்த்ததும் அதிர்கிறார். அதில் ஏதோ வில்லங்கம் இருப்பது நாகினிக்கு உறுதிப்படுகிறது. ஒரு சில நாட்கள் கழித்து அணை கட்டுப் பொறியாளர் அந்தத் தலைவரைப் பார்த்துவிட்டுச் செல்கிறார். சிறிது நாட்கள் கழித்து அந்த அணை கட்டப்பட்ட பகுதியைச் சேர்ந்த பழங்குடி கட்சித் தலைவர் எதிர்கட்சித் தலைவரைப் பார்த்துவிட்டுப்

போகிறார். நாகினி அவர்களைப் பின் தொடர்ந்து சென்று உளவு பார்க்கிறார். அந்த அணை அமைந்திருக்கும் பகுதிக்குச் சென்று பார்க்கிறார்.

அந்தப் பகுதி காவல் நிலைய அறிக்கைகளை அலசிப் பார்க்கிறார். மார்ச் 15 அன்று தன் மூத்த மகன் காணவில்லை என்று ஒருவர் புகார் கொடுத்திருக்கிறார் என்பது தெரியவரு கிறது. அவருடைய வீட்டுக்குச் சென்று நாகினி விசாரிக்கிறார். மார்ச் 12 அன்றிலிருந்தே அவனைக் காணவில்லையென்றும் ஓரிரு நாட்கள் தேடிப் பார்த்துவிட்டு அதன் பிறகே புகார் கொடுத்ததாக அவர் சொல்கிறார். மூத்த மகனுடைய பெயர் என்ன என்று கேட்கிறார். இருளன் என்று சொல்கிறார். உங்கள் பெயர் என்ன என்று கேட்கிறார்.மூப்பன் என்கிறார்.

இந்தத் தகவல்கள் எல்லாம் நாகினிவுக்கு மார்ச் 8-ம் தேதியன்று கிடைக்கிறது. மார்ச் 12 அன்று எதிர் கட்சித் தலைவரைப் பின் தொடர்கிறார். அவர் ஆளரவமற்ற கடற் கரைக்குச் சென்று சிராத்த கர்மங்களைச் செய்கிறார். புரோகிதருக்கு பதிலாக டேப் ரெக்கார்டரில் மந்திரங்களைப் பதிவு செய்து வைத்திருக்கிறார். டேப்பை ஆன் செய்தால் சத்தமே வரவில்லை. திருப்பித் திருப்பி அழுத்திப் பார்ப்பவர் சற்று நிமிர்ந்து பார்க்கவே நாகினி கையில் பேட்டரிகளுடன் நிற்கிறார்.

இதையா தேடறீங்க...

ஆமாம்...

பேட்டரி வேண்டாம் நானே மந்திரம் சொல்றேன் என்பவர் மூப்பனின் மகன் இருளனின் நினைவாகச் செய்யும் இந்த வருடாந்தர இறுதிச் சடங்கை ஏற்றுக்கொள் எம்பெருமானே

மூப்பன், இருளன் என்ற பெயர்களைக் கேட்டதும் எதிர்கட்சித் தலைவரின் முகம் அதிர்ச்சியில் உறைகிறது.

நாகினி மந்திரங்களைச் சொல்லியபடியே அவரைச் சுற்றி வருகிறார். தன்னைச் சுற்றி மாய வளையம் ஒன்று போடப்படுவதுபோல் தலைவர் ஒடுங்குகிறார்.

பூஜையை முடிச்சிட்டு வாங்க... உங்க கூட கொஞ்சம் தனியா பேசணும் என்கிறார் நாகினி.

தலைவர் முடித்துவிட்டு வருகிறார்.

கார் கதவைத் திறந்து வைத்துக் கொண்டு இருவரும் கடல் அலைகளைப் பார்த்தபடியே பேசுகிறார்கள்.

நான் வேண்டாம்னுதான் சொன்னேன். மத்தவங்கதான் கேக்கலை... பெரிய பெரிய காரியங்கள் நடக்கும்போது பலி கொடுக்கறது வழக்கம்தான். வீட்டுக்கு மூத்த பையன் ஒருத்தனை பலி கொடுக்கணும்னு சொன்னாங்க. நான் வேண்டாம்னு சொன்னேன். ஆனா அந்த அணை தொடர்பா ஏகப்பட்ட தடங்கல்கள் வந்தது. ப்ரசன்னம் போட்டுப் பார்த்தபோதுதான் நரபலி கொடுக்கணுன்னே வந்தது. என்னோட அரசியல் வெற்றிக்கு அந்த அணை முக்கியமா தேவையா இருந்தது. கடைசியா நானும் சரின்னு சொல்லிட்டேன். மனசு கேக்கலை அதான்... ஒவ்வொரு வருஷமும் வந்து திதி பண்ணிட்டு இருக்கேன்.

நாகினி அதைக் கேட்டு அதிர்கிறார். உண்மையில் அவருக்கு மார்ச் 12 அன்று இருளனுக்கு திதி செய்கிறார் என்பது மட்டுமே தெரியும். ஒருவேளை பழங்குடிப் பெண்ணுக்கும் அவருக்கும் பிறந்த மகனாக இருக்கும் என்றுதான் நினைத்தார். ஆனால், எதிர் கட்சித் தலைவர் சொல்லச் சொல்ல அதிர்ச்சியை வெளிக்காட்டாமல் எல்லாம் தெரிந்ததுபோல் சமாளிக்கிறார். பொறியாளரின் பெயர், பழங்குடியினத் தலைவரின் பெயர் என ஒவ்வொன்றையாக எடுத்துவிடுகிறார். நாகினிவுக்கு எல்லாம் தெரிந்துவிட்டது என்று நினைத்து அவர்களுடைய பங்கு என்ன என்பதை தலைவர் பிட்டுப் பிட்டு வைக்கிறார்.

நாகினி அனைத்தையும் தன் ரகசிய கேமராவில் வீடியோ வாக்குமூலமாகவே பதிவு செய்துகொள்கிறார்.

ஒரு அறிக்கையை தலைவரிடம் கொடுக்கிறார். அனு ஒப்பந்தத்தை ஆதரித்து அந்தத் தலைவரின் பெயரில் பத்திரிகைகளுக்காக எழுதப்பட்ட கட்டுரை அது.

உங்க கட்சிக்காரங்களுக்கு இதுல இருக்கற விஷங்களை எடுத்துச் சொல்லுங்க. இன்னும் ஒரு வாரத்துல இந்த கட்டுரை உங்களோட பிரதான பிரசார பத்திரிகைலயும் நாட்டின் முன்னணி பத்திரிகைகள்லயும் வெளிவந்தாகணும். உங்க ஆளுங்களை கன்வின்ஸ் பண்ண ஒரு வாரம் டைம் போதுமில்லையா..?

எதிர்கட்சித் தலைவர் எதுவும் பேசாமல் மவுனமாக இருக்கிறார்.

நரபலிங்கறது ரொம்பத் தப்பு இல்லையா... உலக அளவுல இந்தியாவுக்குப் பெரிய தலைக்குனிவாகிடுமே. இஸ்லாமிய நாடுகள்ல ஊருக்கு மத்தியில கல்லெறிஞ்சு கொல்றதை எந்த பத்திரிகையும் தொலைகாட்சியும் வெளியிடாது. ஆனா, இந்தியால இப்படி ஒண்ணு தனி ஆளா நீங்க செஞ்சிருந்தாலும் இந்தியாவே காட்டுமிராண்டி தேசம்னு உலகமே அடி வயித்துல இருந்து கத்தும் இல்லையா... உலக நடப்புகள் உங்களுக்குத் தெரியாதா என்ன... ஒரு வாரம் அதிகம் தான் இல்லையா...

பேசிப் பார்க்கறேன். நான் சொன்னா எதிர் பேச்சு பேசமாட்டாங்க.

எனிதிங் கேன் பி ஜஸ்டிஃபைட் இன் த நேம் ஆஃப் காட் அண்ட் கண்ட்ரி இல்லையா என்கிறார் நாகினி.

தலைவர் எதுவும் பேசாமல் இருக்கிறார். சிறுது நேரம் கழித்து காரை எடுத்துக்கொண்டு புறப்படுகிறார்.

பாரத் மாதா கீ என்று முழக்கம் போல் நாகினி சொல்கிறார்.

தலைவர் தயங்கியபடியே இருக்கிறார்.

நாகினி இரண்டாவது முறை மிரட்டும் தொனியில் அதைச் சொல்கிறார்.

தலையர் பயந்து சட்டென்று 'ஜே' என்கிறார்.

நாகினி சிரித்தபடியே அவரை வழியனுப்புகிறார்.

***

அடுத்ததாக, முக்கியமான தொலைகாட்சி நிறுவனத்தின் தலைவரிடம் விளம்பர ஏஜென்ஸியின் பிரதிநிதி என்று சொல்லியபடி அறிமுகப்படுத்திக்கொள்கிறார் நாகினி.

பிரதமருடைய அணு ஒப்பந்தத்தை வாழ்த்தி வரவேற்று வணங்கி விளம்பரப்படுத்தும் வாசகங்கள் அச்சிடப்பட்ட விளம்பர பிரசுரத்தைக் கொடுக்கிறார். கொடுத்துவிட்டு அந்த விளம்பரத்தின் காட்சிகள் எப்படி இருக்கவேண்டும் என்று நாகினி விவரிக்கிறார்:

மின்சார வசதி இல்லாத குக்கிராமத்தில் சிறுவர்கள் மண்ணெண்ணெய் விளக்கில் கஷ்டப்பட்டுப் படித்துக்கொண்டிருக்கிறார்கள். பெரிய தொழிற்சாலைகள் பவர் ஷட்டவுனினால் ஓடாமல் மூடிக் கிடக்கின்றன. மருத்துவமனையில் அறுவை சிகிச்சை நடக்கும் நேரத்தில் மின்சாரம்

போய்விடுகிறது. ஜெனரேட்டரைப் போடுங்க என்று பதறுகிறார் டாக்டர். இம்புட்டு நேரம் கரண்ட ஓடினதே ஜெனரேட்டர்லதான் என்கிறார் நர்ஸ். டாக்டர் அதிர்ச்சியில் உறைகிறார். நீர் மின்சார அணைகள் வறண்டு கிடக்கின்றன. நாடாளுமன்றத்தில் எம்.பி.க்கள் சோகமாக அமர்ந்திருக்கிறார்கள் அவர்களுக்கு முன்னால் அகல் விளக்குகள் மங்கலாக இறுதிச் சொட்டை உறிஞ்சியபடி எரிந்து கொண்டிருக்கின்றன. இப்படியான நேரத்தில் பிரதமர் காலைச் சூரியனை எதிர்பார்த்து கை கூப்பி நிற்கிறார். மேகக்கூட்டம் சூரியனை மறைத்து நிற்கிறது. புரோகிதர் கணீர் குரலில் சொல்கிறார்: மேற்குப் பக்கம் திரும்புங்கோ... பிரதமர் திரும்புகிறார்.

பனி மூட்டத்தினூடே அமெரிக்க வல்லாதிக்க தேவி சிலை வானுயர உயர்ந்து நிற்கிறது. முழு காட்சியும் சாம்பல் நிற பனி மூட்டமாக இருக்க வல்லாதிக்க தேவி கையில் இருக்கும் டார்ச் மட்டும் பொன்னிறமாய் எரிகிறது. அதில் இருந்து பளிச்சென்று ஒரு மின்னல் வெட்டுகிறது. கிழக்கு திசை சூரியன் ஒளி பெறுகிறது. அதன் ஒளி பெற்று குக்கிராம குடிசையில் எல்.இ.டி. விளக்குகள் எரிகின்றன. குழந்தைகள் சந்தோஷத்தில் துள்ளிக் குதிக்கிறார்கள். தொழிற்சாலை எந்திரங்கள் பெரும் சத்தத்துடன் ஓடத் தொடங்குகின்றன. டாக்டர் அறுவை சிகிச்சையை வெற்றிகரமாக முடிக்கிறார். நாடாளுமன்றம் ஒளி வீசுகிறது. சூம்பிக் கிடந்த இந்திய தேசியக் கொடி பட்டொளி வீசிப் பறக்கிறது. அந்தக் கம்பத்தின் மேல் ஒரு கழுகு கம்பீரமாக வந்து அமர்கிறது என்று சொல்லிவிட்டு நாகினி கேட்கிறார். இதேப்டி இருக்கு?

தொலைகாட்சி நிறுவனர் நாகினியை மேலும் கீழும் பார்க்கிறார். நல்லா இருக்கு... எந்த டி.வி.ல ஒளிபரப்பப் போறீங்க...

சட்டென்று நாகினிவின் முகம் மாறுகிறது. பிறகு மெள்ள சமநிலைக்குத் திரும்பி லேசாகப் புன்னகைக்கிறார்... இந்தியாவின் நம்பர் ஒன் தொலைகாட்சியில்தான் என்கிறார்.

அதை நான் தான முடிவு பண்ணனும்.

தேவையே இல்லை நான் சொன்னாலே போதும்.

யு நோ... ஐ ஆம் தி பாஸ் ஆஃப் திஸ் கம்பனி. எனக்கு இருக்கற செல்வாக்கை வெச்சு என் சேனல்ல மட்டுமில்லை. இந்த உலகத்துல எந்த சேனல்லயுமே இந்த விளம்பரம் வராம தடுக்க முடியும். ஏதாவது

டப்ஸ்மாஷ் இல்லைன்னா யு ட்யூப்ல போட்டு பார்த்துக்கோ... பட் ஒன் திங்; நல்ல க்ரியேடிவா இருக்கு... வேணும்னா ஒண்ணு செய்யேன்... எங்களுக்கு இது மாதிரி ஏதாவது விளம்பரம் தயாரிச்சுக் கொடேன்.

உங்க பாராட்டுக்கு நன்றி. ஆனா எனக்கு உங்க சேனல்ல, பிரம் டைம்கள் எல்லாத்துலயும், எல்லா பிரைம் நிகழ்ச்சிகளுக்கு முன்னாலயும் இந்த விளம்பரம் ஒரு நாள் இல்லை... அந்த ஒப்பந்தம் கையெழுத்தாகற வரை ஒளிபரப்பாகணும்.

சேனல் நிர்வாகி நிதானமாக, 'வாசல் அங்க இருக்கு' என்று சொல்லி போனை எடுத்து இண்டர்காமில் உதவியாளரை அழைக்கப் போகிறார்.

நாகினி நிதானமாக, 'சிலுவை ராஜை கொஞ்ச நாள் முன்னால பார்த்தேன்' என்கிறார்.

அந்தப் பெயரைக் கேட்டதும் சேனல் நிர்வாகி சட்டென்று ஸ்தம்பிக்கிறார்.

'ஆபரேஷன் நேவி' என்று நிதானமாக உச்சரிக்கிறார் நாகினி.

சேனல் நிர்வாகிக்கு லேசாக வியர்க்கிறது.

பேரைக் கேட்டாலே சும்மா அதிருதுல்ல... அவனோட போனுக்கு ஒரு லைட்னிங் கால் போடுங்க பாஸ்...

நிர்வாகி தயங்கியபடியே நாகினியைப் பார்க்கிறார்.

போடுங்க பாஸ் போடுங்க...

நிர்வாகி அந்த எண்ணுக்கு போன் செய்கிறார்.

எதிர்முனையில் சிலுவை ராஜ் போனை எடுக்கிறான்.

பதறியபடியே சார் கொஞ்சம் ஜாக்கிரதையா இருங்க. சி.பி.ஐ. க்கு விஷயம் தெரிஞ்சு போச்சுன்னு தோணுது. நானே உங்களுக்கு போன் செய்யலாம்னு நினைச்சேன். என் போனை டேப் பண்றாங்களோன்னு சந்தேகம். நேர்ல வந்து சொல்லலாம்னு தான் பேசலை.

சி.பி.ஐ.யா..?

ஆமாம் சார்... ஒத்தைக்கண்ணி ஒருத்தி. நம்ம ஆளுங்க கிட்ட இருந்து உண்மையை கறந்துட்டா.

ஒத்தைக் கண்ணியா..

நாகினி தன் கூலிங் கிளாஸைக் கழட்டுகிறர். அவருக்கு ஒரு கண் இல்லை.

நாகினி சைகையால் போனை கட் பண்ணச் சொல்கிறார்.

நிர்வாகி, சரி அப்பறம் பேசறேன் என்று சொல்லி போனை வைக்கிறார்.

சரி இப்ப சொல்லுங்க... இந்த கம்பெனிக்கு நீங்க பாஸ்... உங்களுக்கு யார் பாஸ்..?

சிலுவை உங்க கிட்ட என்ன சொன்னான்.

எல்லாத்தையும் சொன்னான்.

வாய்ப்பே இல்லை...

பாஸ்... பத்து லட்சத்துக்கு உங்களுக்காக ஒரு வேலை செய்வான்னா பதினோரு லட்சத்துக்கு எனக்காகவும் ஒரு வேலையை அவன் செய்வான் இல்லையா..?

மாட்டினா அவனும்தான் ஜெயில்ல களி திங்கணும்.

அதுதான் இல்லையே... அவனை நான் கேஸ் ஃப்ரேம்லயே கொண்டுவர மாட்டேனே...

அவனுக்கும் அதுல பங்கு இருக்குங்கறதுக்கான ஆதாரங்கள் என் கிட்ட இருக்கு.

அது எனக்குத் தேவையில்லை. உன்னைப் பத்தின நியூஸ் மொதல்ல வெளில வரும். நீ ஜெயிலுக்குப் போவ. நீ அவனையும் மாட்டிவிட்டா அவனை நாங்களே எங்க கஸ்டடிக்குக் கொண்டுவந்து காணவே இல்லைன்னு சொல்லி ராஜ வாழ்க்கை வாழ வைப்போம். அவன் ஒரு தீவு பேரெல்லாம் சொல்லியிருக்கான். அங்க கொண்டுபோய் ஜாலியா சாகறவரை பாத்துக்கறோம்னு சொல்லியிருக்கோம். அதைச் முழுசாச் செய்யப்போறதில்லைன்னு வெச்சுக்கோ... அது வேற விஷயம். நம்ம மேட்டருக்கு வா. உன்னை ஜெயிலுக்கு அனுப்பறதுக்காக நான் இங்க வரலை. நான் வந்தது இந்த அணு ஒப்பந்தத்துக்கு ஆதரவா நியூஸ் போடவைக்கத்தான். வேணும்னா நடுநிலைன்னு காட்டிக்க மாற்றுக் கருத்தையும் போடு பரவாயில்லை. உண்மையில் நீயாவே அதைச் செஞ்சிருக்கணும். செய்தி ஊடகம் அப்படிங்கறது

செய்தியைத் தர்றதுதான். எல்லா தரப்பு செய்திகளையும் நீ கொடு. மக்கள் எது சரி எது தப்புன்னு முடிவெடுத்துக்கட்டும். நீயா ஏன் சைடு எடுக்கற. உன்னை நல்லவனா நடக்கவைக்க நான் கெட்டவளாக வேண்டியிருக்கு பாரு... வேறென்ன கலிகாலம். நல்லதுக்கும் காலமில்லை... நல்லவங்களுக்கும் காலமில்லை.

அப்போது இண்டர் காம் ஒலிக்கிறது. நிர்வாகி எடுக்கவா என்று நாகினியிடம் கேட்கிறார். நாகினி, ஸ்பீக்கர்ல போடு என்கிறார்.

அணு ஒப்பந்தம், அமெரிக்க உறவு, பிரதமர் மீதான மக்களின் மதிப்பு என கருத்துக் கணிப்பு நடத்தியிருந்திருக்கிறார்கள். அதன் ரிப்போர்ட் கொண்டுவரவா என்று ஆசிரியர் கேட்கிறார். நாகினி வரச் சொல்லும்படிச் சொல்கிறார்.

ஆசிரியர் வந்து கொடுத்துவிட்டுச் செல்கிறார். அவர் போனதும் நாகினி அதை எடுத்துப் பார்க்கிறார். இரண்டு ரிப்போர்ட்கள் இருக்கின்றன.

என்ன இரண்டு ரிப்போர்ட்கள் இருக்கின்றன என்று கேட்கிறார்.

சேனல் நிர்வாகி தயங்கியபடியே, ஒண்ணு ஒரிஜினல்... இன்னொண்ணு நாங்க ஒளிபரப்ப வேண்டியது.

நாகினி எரிச்சலுடன் பெருமூச்சுவிடுகிறார்.

உண்மையில் அணு ஒப்பந்தத்துக்கும் பிரதமருக்கும் இந்திய அமெரிக்க உறவுக்கும் ஆதரவாகவே மக்கள் கருத்துத் தெரிவித்திருக்கிறார்கள். ஆனால், சேனல் ஆசிரியர் அதை அப்படியே தலைகீழாக மாற்றியிருக்கிறார்.

ஸீ... நான் உன்னை பொய் சொல்லச் சொல்லலை. உண்மையைச் சொல்லுன்னுதான் சொல்றேன். நீ கெட்டவனாகி என்னை மாதிரி நல்லவங்களையும் ஏண்டா கெட்டவங்களாக்கற. ஒரு நாட்டை ஆள்றது அரசியல்வாதிங்க இல்லை... அதிகாரவர்க்கம் இல்லை... உங்களை மாதிரியான மீடியா ஒபீனியன் மேக்கர்ஸ்தான்ங்கறது எவ்வளவு கேவலமான விஷயம். காசுக்காகவும் உங்களோட அரசியல் குறுக்கு புத்திக்காகவும் நாட்டோட சரித்திரத்தையே எழுதறவங்களா ஆகிடறீங்களே... இது எவ்வளவு பெரிய அபாயம். கடற்படைங்கறது மீனப் பெண்ணைக் கற்பழிக்குது... அப்பாவிங்களைக் கொல்லுதுன்னுதான சரித்திரம் பதிவாகியிருக்கு... திஸ் ஈஸ் வெரி வெரி அட்ராஷியஸ்.

சீனாலயும் இஸ்லாமிய நாடுகள்லயும் ஊடக சுதந்தரம் இல்லை... ஜனநாயகம் இல்லைன்னு சொல்றாங்க. உங்களை மாதிரி ஆளுங்க இந்தியா தர்ற சுதந்தரத்தையும் ஜனநாயகத்தையும் பயன்படுத்தி செய்யற அட்டூழியங்களைப் பார்க்கும்போது எதுவுமே தகுதியானவங்க கிட்ட இருந்தாதான் நல்ல பலனைத் தரும்ங்கறதுதான் உறுதியாகுது. அது சரி... அறுவை சிகிச்சை டாக்டர் கையில இருக்கற கத்தி சாவுல இருந்து மனுஷனைக் காப்பாத்தும். அதே கத்தி உன்னை மாதிரியான கிரிமினல்கள் கைல இருந்தா ஆளைக் கொல்லத்தான் செய்யும். எப்படா திருந்தப் போறீங்க நீங்க என்று நாகினி ஆத்திரப்படுகிறார்.

பின்னர் சிறிது நிதானத்துக்கு வந்து மேஜையில் இருக்கும் பிளாஸ்கில் இருந்து காபியை ஊற்றிப் பருகுகிறார். நிர்வாகியிடமும் தருகிறார்.

சூடான பானம் மன அழுத்தத்தைக் குறைக்கும். காஃபி மூளைக்கு சுறுசுறுப்பைத் தரும். நிதானமா யோசிச்சு மூளையை சரியா பயன்படுத்தி நல்ல முடிவை எடு. சரி வரட்டா பாஸ் என்று சொல்லிவிட்டுப் புறப்படுகிறார்.

நிர்வாகி உறைந்த முகத்துடன் விடை கொடுக்கிறார்.

நல்லா சிரிச்ச முகமா கை கொடுங்க பாஸ்...

நிர்வாகி சிரமப்பட்டு சிரிக்கிறார்.

இண்டர்காம்ல போன் பண்ணி, வர்றவங்க கிட்ட என்னை பாஸ்னு சொல்லி வழியனுப்பு...

நிர்வாகி தயங்குகிறார்.

நாகினி தன் செல்போனை அவர் முகத்துக்கு அருகே காட்டுகிறார். அதில் அவர்களுடைய திரைமறைவு வேலையில் ஈடுபட்ட ஒருவர் தாங்கள் செய்ததை நிறுத்தி நிதானமாக ஒப்பிக்கிறார்.

பதறியபடியே நிர்வாகி தன் உதவியாளரை அழைக்கிறார். வருபவரிடம், நாகினியைக் கை காட்டி, பாஸை நம்ம ஆபீஸ் கார்ல... (இதைக் கேட்டதும் நாகினி சட்டென்று சீறவே) வேண்டாம்...என் கார்ல வீட்டுக்குக் கொண்டுபோய் டிராப் பண்ணிட்டு வா என்கிறார். உதவியாளர் எதுவும் புரியாமல் நாகினியை மேலும் கீழும் பார்க்கிறார். நாகினி செல் போனை நிர்வாகியிடம் கொடுத்துவிட்டு, என்னோட

அன்பளிப்பா இதை வெச்சுக்கோங்க என்று சொல்லிவிட்டு உதவியாளருடன் நடக்கிறார்.

உங்க பாஸுக்கு நான் பாஸ்ன்னா உனக்கு யாரு...

உதவியாளர் மிரண்டபடியே, பிக் பாஸ்...

அதான் இல்லை... உன்னோட நண்பன் நான் என்று அவருடைய தோளில் கை போட்டபடியே நடக்கிறார்.

அவர் போனதும் நிர்வாகி அந்த செல் போனை ஆன் செய்து அந்த வீடியோவைப் பார்க்கிறார். கடலோர காவல் படையில் இருந்த ஒரு அதிகாரியை அந்த கிராமத்து மீனவப் பெண் ஒருத்தி மூலமாக பொய்யான பாலியல் புகார் கொடுக்க வைத்து அவமானப்படுத்திருக்கிறார்கள். அந்த அதிகாரியை பணி நீக்கம் செய்யத்தான் இந்த சதி என்று அந்தப் பெண்ணிடம் சொல்லி இருக்கிறார்கள். ஆனால் உண்மையில் அந்த அதிகாரியை ஊரார் முன்னால் பெண்களை விட்டு விளக்குமாறால் அடித்து அவமானப்படுத்தி அதை தொலைகாட்சியில் ஒளிபரப்பி பெரிதாக ஆக்குகிறார்கள்.

இதைப் பார்க்கும் அந்தப் பெண் அந்த அதிகாரி மீது இரக்கம் கொண்டு உண்மையை காவலர்களிடம் சென்று சொல்கிறாள். ஆனால், அந்தக் காவலரும் அந்த சதியில் உடந்தை என்பதால் வழக்கை எடுக்காமல் விட்டுவிடுகிறார். அந்தப் பெண் தொலைகாட்சி நிறுவனத்திடம் சொன்னால் அவர்கள் உண்மையை ஒளிபரப்புவார்கள் என்று நம்பி அவர்களிடம் போய் சொல்கிறார். உண்மையில் அந்த சதியைத் திட்டமிட்டதே அந்த தொலைகாட்சி நிறுவனம் தானே. பாவம் அது தெரியாமல் அவர்களிடம் மாட்டிக்கொள்கிறாள். அந்த நிருபரோ அவள் சொல்வதை அப்படியே பதிவு செய்துவைத்துக்கொள்கிறார். பின்னால் அதை வைத்து நிர்வாகத்திடமிருந்து காசு கறக்கலாமென்று திட்டமிடுகிறார்.

இந்த விஷயம் நிர்வாகிக்குத் தெரிந்துவிடவே அந்தப் பெண்ணையும் நிருபரையும் கொன்றுவிடுகிறார். அதோடு நில்லாமல் கடற்படை அதிகாரிதான் இரண்டு பேரையும் கொன்றதாக கதையைத் திருப்பிவிடுகிறார். கடலோரக் காவல் துறை அலுவலகம் அந்த கிராமத்தினரால் சூறையாடப்படுகிறது. பதிலுக்கு கடற்படை துப்பாக்கிச்சூட்டில் ஈடுபடுகிறது. இதில் அப்பாவிகள் இருவர்

கொல்லப்படுகிறார்கள். தேசத்தையே உலுக்கும் பெரும் போராட்டமாக அது ஆகிறது. இந்த நிகழ்வுகளையெல்லாம் நேரடியாக ஒளிபரப்பி அந்த சேனல் தன் டி.ஆர்.பி. ரேட்டிங்கை அதிகரித்துக்கொள்கிறது. அந்த நிருபர் எடுத்த வீடியோவும் இன்ன பிற ஆதாரங்களும்தான் அந்த செல்லில் பதிவாகியிருக்கின்றன.

நிர்வாகிக்கு வேர்த்து ஊற்றுகிறது. நாகினி கொடுத்த விளம்பர பிரசுரத்தை சம்பந்தப்பட்ட பணியாளரிடம் கொடுத்து ஒரே நாளில் அந்த விளம்பரத்தைத் தயாரிக்கச் சொல்கிறார்.

***

இதனிடையில் அமெரிக்கத் தரப்பில் ஒப்பந்தத்தை சீக்கிரம் முடிக்கச் சொல்லி கெடு விதிக்கிறார்கள். ஏனென்றால், நாலைந்து மாதங்களில் அமெரிக்க அதிபர் தேர்தல் வருகிறது. அதில் வெற்றி பெறும் வாய்ப்பு உள்ளதாக நம்பப்படுபவர் இந்தியாவுடனான அணு வர்த்தகத்தை விரும்பவில்லை. எனவே, இந்த அதிபர் இருக்கும்போதே ஒப்பந்தத்தை முடித்தாக வேண்டும். அதற்கு ஒப்பந்தத்தை இன்னும் ஓரிரு மாதங்களில் கையெழுத்திட்டாகவேண்டும். பிரதமரின் உதவியாளர் நாகினியை அழைத்து வேலையைச் சீக்கிரம் முடிக்கச் சொல்கிறார். நாகினியோ உள்துறை அமைச்சரைப் பற்றிய தகவல்களைச் சேகரிப்பது சிரமமாக இருக்கிறது. இப்போது ஆளும்கட்சியாக இருப்பதால் அவரை வீழ்த்துவது கடினம். கொஞ்ச கால அவகாசம் வேண்டுமென்கிறார். உதவியாளரோ அமெரிக்க நெருக்கடியைச் சொல்லி வேலையைத் துரிதப்படுத்தச் சொல்கிறார்.

நாகினி தன் உதவியாளருடன் அமர்ந்து ஆலோசிக்கிறார். அவர் எந்தப் பொறில மாட்டியிருக்கார்ங்கறது தெரியாம நாம எதுவுமே பண்ணமுடியாதே என்று நாகினி தன் உதவியாளரிடம் சொல்கிறார்.

அப்போ நம்ம பொறில மாட்ட வைக்க வேண்டியதுதான் என்கிறார் உதவியாளர்.

நாகினி உதவியாளரை, என்ன என்பதுபோல் பார்க்கிறார்.

தி எவர் க்ரீன், எடர்னல், எவர் வின்னிங் ஹனி டிராப்.

நாகினி மெள்ளச் சிரிக்கிறார்.

அதுல நமக்கு ஒரு கிக்கே இருக்காதே ப்ரோ என்கிறார்.

அவருக்கு இருக்கும் இல்லையா... அது போதும். நமக்கு அவர் செய்யப் போற உதவிக்கு அந்த நல்லதையாவது நாம செய்யணும் இல்லையா.

அது சரி...

அதுவும் போக நமக்கு டைம் இல்லை. இருந்தா நிதானமா ஸ்கெட்ச் போடலாம்.

ஓ.கே. கோ அஹெட் என்று அனுமதி தருகிறார்.

உள்த்துறை அமைச்சருக்கு மூட்டுவலி வருகிறது. நாகினியின் ஆள் மூலமாக ஆயுர்வேத மசாஜ் செய்துகொள்ளும்படி அவருக்கு ஆலோசனை சொல்லப்படுகிறது. அவரோ இந்திய பாரம்பரிய வழிமுறைகள் மேல் வெறுப்பு கொண்டவர். எனவே மறுத்துவிடுகிறார். வெஸ்டர்ன் ஸ்பாவுக்குச் செல்ல சம்மதிக்கிறார். அமைச்சரின் காட்டு பங்களாவுக்கு நாகினி தன் ஆளை அனுப்புகிறார். அவர் மின்சாரப் பணியாளர்போல் அங்கு போய் அமைச்சரின் வீட்டில் சி.சி.டி.வி.கேமரா ஒன்றை பொருத்துகிறார். சில நாட்கள் கழித்து அமைச்சர் ஓய்வெடுக்க அங்கு செல்கிறார். நாகினி ஸ்பாவில் இருந்து ஒரு பெண்ணை அழைத்து அங்குபோகச் சொல்கிறார். நான் அழைக்கவில்லையே என்று அமைச்சர் சொல்கிறார். இத்தனை தூரம் வந்துவிட்டேனே லேசாக சிறிது நேரம் மசாஜ் செய்துவிட்டுப் போகிறேன் என்று அந்தப் பெண் சொல்கிறார். சி.சி.டி.வி. கேமரா பொருத்தப்பட்டிருக்கும் அறையில் போடப்பட்டிருக்கும் டேபிளில் படுத்துக்கொள்கிறார். அன்று மசாஜ் புதிய பரிமாணங்களில் செய்யப்படுகிறது.

அது முடிந்த சில நாட்கள் கழிந்த பிறகு அந்த அமைச்சரை ஒரு பொது விழாவில் சந்தித்து, உங்களைக் கொஞ்சம் தனியா பார்த்துப் பேசணும் என்கிறார் நாகினி.

நீங்க யாரு... என்ன விஷயமா பார்க்கணும். என் பி.ஏ.கிட்ட அப்பாயிண்ட்மெண்ட் வாங்கிட்டு ஆபீஸ்லவந்து பாருங்க என்கிறார்.

இல்லை உங்களைத் தனியா பார்க்கணும். கட்சி ஆபீஸோ அமைச்சகமோ சரிப்படாது. நான் சொல்ற இடத்துக்கு நீங்க வாங்க என்கிறார் நாகினி.

அமைச்சருக்கு லேசாகக் கோபம் வருகிறது. பொது இடம் என்பதால் கண்ணியமாக நடந்துகொள்ள முயற்சி செய்கிறார்.

ஹலோ மேடம்... நீங்க யாரு... உங்களுக்கு என்ன வேணும்?

நீங்கதான் வேணும்.

அமைச்சர் முடியாது என்று சொல்லவே, 'சரி உங்ககூட ஒரு செல்ஃபி எடுத்துக்கலாமா' என்று கேட்கிறார். வேண்டாம் என்று சொன்னால் அவுட் டேட்டட் என்று சொல்லிவிடுவார்களோ என்று பயந்து, அமைச்சர் சிரித்தபடியே போஸ்கொடுக்கிறார். நல்லா பதிவாகியிருக்கான்னு பாருங்க என்று நாகினி செல்லைக் காட்டுகிறார். அதில் காட்டு பங்களா மசாஜ் காட்சிகள் துல்லியமாகத் தெரிகின்றன.

அமைச்சருக்கு வேர்த்து ஊற்றுகிறது.

நாளைக்கு காலைல எட்டு மணிக்கு வீட்ல ரெடியா இருங்க. கார் அனுப்பறேன் என்கிறார் நாகினி.

அமைச்சர் பேயறைந்ததுபோல் தலையை ஆட்டுகிறார்.

மறுநாள் கார் வருகிறது. அமைச்சர் ஏறிக் கொள்கிறார்.

நான் நேரடியா விஷயத்துக்கு வர்றேன். அமெரிக்கத் தரப்புல அந்த ஒப்பந்தம் கையெழுத்தாகணும்னு விரும்பறாங்க... நீங்க அதுக்கு எதிர்ப்பு தெரிவிக்கக்கூடாது.

அது வந்து... எங்க கட்சியோட முஸ்லீம் வோட் பேங் அமெரிக்கா கூட ஒப்பந்தம் வைச்சுக்கறதை விரும்பலை...

அப்படின்னு நீங்க சொல்றீங்க...

இல்லை அது உண்மைதான்.

முஸ்லிம்களுக்கு அமெரிக்கா செய்யற அத்துமீறல்கள்தான் பிடிக்காது. அமெரிக்காவே பிடிக்காதுன்னு இல்லையே.

நான் இப்போ இதுக்கு சம்மதம் சொன்னா அவங்க முகத்துல முழிக்கவே முடியாது.

இந்த வீடியோ வெளியானா இந்த நாட்டுலயே யார் முகத்துலயும் முழிக்க முடியாது... இன்னொன்னு தெரியுமா அந்தப் பொண்ணு யாரு தெரியுமா என்று வீடியோவைக் காட்டுகிறார். அந்தப் பெண் மசாஜ் முடிந்த பிறகு பர்தாவை எடுத்து அணிந்துகொள்ளும்காட்சி அதில் இடம்பெற்றிருக்கிறது.

அந்தப் பொண்ணு முஸ்லீமா..?

யாருக்குத் தெரியும். கேமராவுக்கு முன்னால அந்த டிரெஸ்ஸைப் போட்டுக்கோம்மான்னு சொன்னேன். செஞ்சா. ரூமை விட்டு எளிய வந்ததும் ஒரே கச கசன்னு இருக்குன்னு சொல்லி கழட்டிட்டா... சரி... நல்லா யோசிங்க... ஒப்பந்தத்துக்கு ஆதரவு தெரிவிச்சு இன்னும் நாலைஞ்சு நாள்ல உங்கல் பேர்ல ஒரு அறிக்கை வந்தாகணும் என்று சொல்லிவிட்டு அமைச்சரை நாடாளுமன்றத்தில் இறக்கிவிடுகிறார்.

அமைச்சர் புறப்படும்போது நாகினி காருக்குள் இருந்தபடியே, இன்ஷா அல்லாஹ் என்கிறார்.

அமைச்சர் எதுவும் சொல்லாமல் அவரையே பார்க்கிறார்.

நாகினி இரண்டாவதுமுறையாக அதைச் சொல்கிறார். இந்தமுறை அது மிரட்டலாக ஒலிக்கிறது.

அமைச்சர் பதறியபடியே மாஷா அல்லாஹ் என்கிறார்.

கார் அமைச்சரின் உடையில் கரும் புகையை உமிழ்ந்தபடி புறப்பட்டுச் செல்கிறது.

அடுத்த நாளே அணு ஒப்பந்தத்தின் அவசியம் பற்றி பிரபல செய்தித்தாளில் அமைச்சரின் பெயரில் கட்டுரை வெளியாகிறது.

***

அடுத்ததாக நாகினி இடதுசாரித் தலைவரைப் பார்க்க மூன்றாவது மாடியில் இருக்கும் கட்சி தலைமை அலுவலகத்துக்கு தன் உதவியாளருடன் செல்கிறார். அங்கிருக்கும் தோழர் ஜன்னல் வழியாக கீழே எட்டிப் பார்த்து, 'தோழர் உங்களைப் பார்க்க ஆள் வந்திருக்காங்க' என்று கத்துகிறார். 'வரச் சொல்லுங்க' என்று பதில் வருகிறது. நாகினியும் உதவியாளரும் ஆச்சரியத்துடன் ஜன்னல் வழியாகப் பார்க்கிறார்கள். அங்கு கட்சி அலுவலகம் முன்னால் இருக்கும் சுவரில் போஸ்டர் ஒட்டிக் கொண்டிருப்பவருக்கு ஏணியைப் பிடித்துக்கொண்டு நிற்கிறார் தேசியத் தலைவர்!

நாகினியின் உதவியாளருக்கு அதைப் பார்த்ததும் ஒரே ஆச்சரியம். மாடிப்படிகளில் இறங்கிவரும்போது தன் ஆச்சரியத்தை உதவியாளர் வெளிப்படுத்துகிறார்.

பிற கட்சிகளின் வார்டு கவுன்சிலரே பத்து சுமோ முன்னாலயும் பின்னாலயும் வெச்சிட்டு பவனி வர்றாங்க. இங்க என்னடான்னா

முக்கியமான தேசியக் கட்சியின் தலைவராக இருந்தும் இப்படி எளிமையாக இருக்கிறாரே.

பக்கத்துல எங்கயாவது வீடியோ கேமரா இருக்கான்னு பாரு.

அப்படி இல்லை சார். கம்யூனிஸ்ட் தலைவர்கள் நிஜமாவே எளிமையானவங்க. ரெண்டு வேட்டி, ரெண்டு சட்டை இதுதான் அவங்க சொத்தா இருக்கும். எங்க கூட்டம் நடந்தாலும் பஸ்லயும் ரயில்லயும் ஏன் தேவைப்பட்டா லாரில கூட போக ரெடியா இருப்பாங்க. கிடைச்ச இடத்துல துண்டை விரிச்சுட்டு படுத்துப்பாங்கன்னு கேள்விப்பட்டிருக்கேன். கொள்கை மேல அவங்களுக்கு இருக்கற பிடிப்பு அப்படிப்பட்டது சார்.

தம்பி நீ இன்னும் நிறைய வளரணும்... இன்னிக்கு நாட்டுல அரசுத்துறைகள்ல இருக்கற எல்லா ஆடம்பரங்களையும் கூச்சமில்லாம அனுபவிக்கற ஒரே க்ரூப் இவங்கதான். எல்லா இடத்துலயும் உட்கார்ந்திருப்பானுங்க. தொழிற்சங்கம், அகடமிக் சர்கிள், மீடியான்னு இவங்க தான் எல்லாத்துலயும். அந்தக் காலத்துல பிராமணர்களுக்கு அரச தொடர்புகளும் சலுகைகளும் அளவுக்கு அதிகமா இருந்ததே அது மாதிரி இன்னிக்கு இடதுசாரிகள் இருக்காங்க. எங்கயுமே வேலையே செய்யாம சம்பளம் வாங்கறது.. எவ்வளவு வாங்கினாலும் பத்தாதுன்னு கொடி பிடிக்க வேண்டியது... மரத்தோட சத்து முழுவதையும் உறிஞ்சிடற ஒட்டுண்ணி வர்க்கம் இது. கேட்டா மக்களுக்காக போராடறோம்.. உரிமைக்காகப் போராடறோம்னு சொல்வாங்க. எங்கயாவது ஒரே ஒரு தொழிற்சாலையை இவங்க சொல்ற கொள்கைகளோட நடத்திக் காட்டியிருக்காங்களா... முதலாளிகிட்ட இருந்து பிடுங்கத்தான் தெரியுமே தவிர தானா எதையும் உருவாக்கிக் கொடுக்கத் தெரியாது. எளிமைனு சொல்றியே இந்த ஸ்பீஷிஸ் எல்லாம் வெளிய ஷோ காட்டத்தான். ஜுராஸிக் பார்க் பாத்திருப்பியே. சாது டைனசர் எல்லாம் வெளில இருக்கும் பின்னால இருக்கறது எல்லாம் பல தரப்பட்ட கொடூர டைனசர்கள். நீ எளிமையான வர்ன்னுசொன்னியே இவரோட வண்டவாளம் என்னன்னு அவர் கிட்ட நான் பேசும்போது நீயே தெரிஞ்சுப்ப பாரு.

இருவரும் சுவரெழுத்து எழுதப்படும் இடத்தை அடைகிறார்கள்.

லால் சலாம் காம்ரேட் என்கிறார் நாகினி கம்யூனிஸ்ட் தலைவரைப் பார்த்து.

லால் சலாம் காம்ரேட் என்று பதில் வணக்கம் சொல்கிறர் தலைவர்.

உங்க கிட்ட கொஞ்சம் தனியா பேசணும் காம்ரேட்.

வாங்க டீ குடிச்சிட்டே பேசுவோம்.

எனக்கு காஃபி கிடைக்குமா என்கிறார் நாகினி.

அது பூர்ஷ்வா பானமாச்சே.

அந்த காபி பயிர்களும் நம்ம பாட்டாளிகளோட வேர்வையும் குருதியும் பாய்ஞ்சுதானே பயிராகுது காம்ரேட்.

ஆமாம் ஆமாம் அது சரிதான் என்று சிரிக்கிறார் காம்ரேட்.

பானங்களைக் குடித்துவிட்டு கட்சி அலுவலகத்துக்கு அழைத்துப் போகிறார்.

என்ன விஷயம். சொல்லுங்க.

இந்த அணு ஒப்பந்தம் பற்றி நீங்க என்ன நினைக்கறீங்க.

அது நம்ம நாட்டுக்கு அவசியமே இல்லை தோழர்.

எப்படி சொல்றீங்க. மின்சாரம் தேவைதான.

மின்சாரம் தேவைதான். இல்லைன்னு சொல்லலியே அணு மின்சாரம் தான் வேணுமா? காற்றாலை, சூரிய சக்தின்னு எவ்வளவோ எளிய வழிகள் இருக்கே.

அதுல எல்லாம் கொஞ்சம் தான தோழர் கிடைக்கும். அதுவும் கொஞ்ச மின்சாரம் கிடைக்க நிறைய ஏக்கர் நிலத்தை வளைச்சுப் போடவேண்டியிருக்கும்.

அதெல்லாம் தப்பான பார்வை. பெரிய மின் உற்பத்தி மையம் எதுக்காக தேவை. அந்தந்த மாவட்டத்துக்கான மின்சாரத்தை அங்க அங்க உருவாக்கினாலே போதுமே. ஒரு இடத்துல இருந்து இன்னொரு இடத்துக்கு கொண்டுபோறதுல வர்ற மின் இழப்பையும் தவிர்க முடியும். நிறைய ஏக்கர்களை வளைக்கவேண்டிய அவசியமும் இல்லை. சூரிய மின்சாரத்தோட வசதியே அதுதான். எல்லாத்துக்கும் மேல அணு மின்சாரம் மாதிரி எந்த அபாயமும் இதுல இல்லை.

அணு மின்சாரத்துல என்ன அபாயம் இருக்கு?

அணு உலை வெடிச்சா அந்த மாவட்டமே காலியாகிருமே தோழர்.

ஆனா, இந்தியால இதுவரை 22 அணு உலை இருக்கு. எதுவுமே வெடிக்கலையே... சுமார் 30 வருஷத்துக்கு மேல நல்லாத்தான இயங்கிட்டு வருது. செர்னோபில் மாதிரியான விபத்தெல்லாம் இனிமே சாத்தியமே இல்லைன்னுதான சொல்றாங்க. அதைச் செஞ்சும் காட்டியிருக்காங்களே.

அது சரிதான் தோழர். ஆனா எப்போ என்ன நடக்கும்னு சொல்ல முடியாது. ஒருவேளை அப்படி ஏதாவது நடந்தா எத்தனை உயிர் போகும் அதை நினைச்சுப் பாருங்க. அப்படி அபாயமான ஒரு தொழில்நுட்பம் நமக்கு எதுக்கு. உலகத்துல்ல பெரும்பாலான நாடுகள்ல அணு மின் சாரத்தை வேண்டாம்னுதான் சொல்றாங்க. அப்படியே அணு உலையை வெச்சிருக்கற நாடுகள் கூட அந்த உலைக்கு பத்து மைல் சுற்று வட்டாரத்துல மக்கள் யாரையும் வசிக்க விடறதில்லை. ஏதாவது பிரச்னைன்னா குறைவான இழப்போட அங்க தப்பிச்சிட முடியும். ஜப்பான்ல கூட பாருங்க... சுனாமினால அணு உலை பாதிக்கப்பட்டபோது பெரிய இழப்பு எதுவும் வரலையே... நம்ம ஊர்ல அப்படியான பாதுகாப்பு ஏற்பாடுகள் கிடையாது. அணு உலை நிறுவனத்தோட காம்பவுண்டை ஒட்டியே மக்களும் வசிக்கறாங்க. நம்ம நாடு அணு உலைக்கானது இல்லை தோழர். அதெல்லாம் மக்கள் தொகைகுறைவான ஊர்களுக்குத்தான் சரிப்பட்டு வரும்.

இது எல்லாமே சரி... ஆனா அணு ஆயுதம் அப்படிங்கறது நமக்கு இன்னிக்கு மிகவும் தேவையானதுதான.

அப்படி வாங்க தோழர்... அணு மின்சாரம் ஒரு விஷயமே இல்லை... அணு ஆயுதம் தான் நம்ம நோக்கமே. அதனாலதான் அதை எதிர்க்கவும் செய்யறோம்.

பாகிஸ்தானும் சீனாவும் நம்மளைப் பார்த்து கொஞ்சம் பயப்படணும்னா நம்ம கைல அது இருந்துதானே தீரணும். நம்ம கிட்ட அணு ஆயுதம் இருக்கா இல்லையாங்கறது கூட முக்கியமில்லை. இருக்குமோன்னு எதிரி பயப்படணும். அப்பத்தான நமக்கு பாதுகாப்பு. அப்பத்தான் நம்மகிட்ட நட்பா இருப்பான்.

அணு ஆயுதத்தைக் காட்டி வர்ற நட்பைவிட அன்பைக் காட்டி வர்ற நட்புதான் பலன் தரும்.

ஸ்கூல் கட்டுரையையெல்லாம்வெச்சு நாட்டை ஆள முடியாது தோழர். தேச நலன் என்பது கொஞ்சம் கெட்ட காரியங்களையும் செய்யச் சொல்லும் தோழர்.

அரசாங்கம் தன் செய்யற எல்லாமே நாட்டு நலனுக்காகச் செய்யறதா சொல்லும். அதை எதிர்க்கறவங்களை எல்லாமே தேச விரோதிகள்னு சொல்லும்.

அது சரிதான். ஆனா, நியாயம், உண்மை அப்படிங்கறது ஒருத்தர் பக்கம் மட்டும்தான் இருக்கும். இல்லையா..? சரி...எனக்கு ஒரு சின்ன விஷயம் சொல்லுங்க... சிக்மா ஃபார்ம் ஹவுஸுக்கு எப்படிப் போகணும்..?

தோழர் திடுக்கிட்டு பின் சட்டென்று சுதாரிக்கிறார்.

சிக்மா ஃபார்மா..? அது எங்க இருக்கு?

அட்ரஸ் தெரியும்... எப்படிப் போகணும்னுதான் கேக்கறேன்.

அவங்களுக்கு போன் போட்டு கேளுங்க காம்ரேட்.

நாகினி ஒரு போனை எடுத்து நம்பரை அழுத்துகிறார். தோழரின் செல் ஒலிக்கிறது. அவர் யாரோ என்று நினைத்து எடுத்துப் பேசுகிறார்.

முன்னால் இருந்தபடியே நாகினி, 'ஹலோ சிக்மா ஃபார்ம் ஹவுஸா' என்கிறார்.

தோழருக்கு லேசாக பயம் வருகிறது.

நாகினி, சிக்மா ஃபார்ம் ஹவுஸின் முகவரியைச் சொல்கிறார்.

தோழர் லேசாக நடுங்கத் தொடங்குகிறார்.

போனை அணைத்துவிட்டு பேசுகிறார். சரி எனக்கு கொஞ்சம் வேலை இருக்கு. அந்த இடத்தோட உரிமையாளர்கிட்ட கேளுங்க தோழர் சொல்லுவாங்க.

அதான் உங்க கிட்ட கேட்கறேன் தோழர் என்கிறார் நாகினி.

நானா... அந்த ஃபார்ம் ஹவுஸுக்கும் எனக்கும் எந்த சம்பந்தமும் இல்லையே...

அப்படித்தான் அரசாங்க ஆவணங்கள்லயும் பதிவாகியிருக்கு. ஆனால், அதனோட உரிமையாளர் உங்களோட ஃபினாமின்னு சொல்றாங்களே...

யார் சொன்னா?

அந்த ஃபினாமியேதான்.

உங்களுக்கு தப்பான தகவல் கிடைச்சிருக்கு.

இந்த நாகினியோட குறி என்னிக்குமே தப்பாது தோழர்.

நாகினி என்ற பெயரைக் கேட்டதும் தோழருக்குத் தூக்கிவாரிப்போடுகிறது.

பிறகு சுதாரித்து, அது நீங்கதானா... உங்களைப் பத்தி நிறைய கேள்விப்பட்டிருக்கேன். பாக்கறது இப்பத்தான் முதல் தடவை.

நாகினியைப் பத்தி நிறைய கேள்விப்படலாம். அதை நேர்ல பார்த்தா ரொம்ப ஆபத்து தோழர். அந்த ஃபினாமி என்ன சொன்னார்ன்னா, நீங்க ஒரு வருசத்துக்கு முன்னால ஒரு கார்ப்பரேட் கம்பெனியை எதிர்த்து நடத்தின வீரம் செறிந்த போராட்டம் உண்மையிலயே இன்னொரு கார்ப்பரேட் கம்பெனிக்கு உதவறதாகத்தான் செஞ்சதா சொல்றாரு உண்மையா..?

மடத்தனமான பேச்சு.

அந்த ஃபார்ம் ஹவுஸ் கூட உங்களுக்கு அதுக்கான அன்பளிப்பா கிடைச்சதுன்னும் சொன்னாரு.

பொய்யான அவதூறு.

எல்லா ஆதாரமும் எங்க கிட்ட இருக்கு காம்ரேட். நீங்க மேற்கொண்ட வேற ஒரு போராட்ட நடைபயணத்தின்போது எந்த கிராமத்துல அந்த கார்ப்பரேட் கம்பெனிக்காரங்க உங்களை வந்து சந்திச்சாங்க... என்னவெல்லாம் பேசினாங்க... ஃபார்ம் ஹவுஸ் எப்படி கை மாறினது எல்லாம் எங்க கிட்ட இருக்கு தோழர். வேற ஒண்ணும் இல்லை. எந்த கார்ப்பரேட் கம்பெனி உங்களுக்கு எல்லாம் கொடுத்துச்சோ அவங்களேதான் எல்லாத்தையும் எங்ககிட்ட கொடுத்திருக்காங்க. முதலாளிங்களை எப்படி தோழர் இப்படி நம்பினீங்க. அவங்க உங்களைக் கவுக்க போட்ட பிளான் அது.

இதை நான் நம்பமாட்டேன். நான் மட்டுமில்லை யாருமே நம்பமாட்டாங்க.

அப்படின்னு நீங்க நினைக்கறீங்க... எல்லாரும் நம்புவாங்க தோழர். அதுவும் இதுமாதிரி லட்டு நியூஸ் கிடைச்சா வெச்சு சாத்திருவாங்க காம்ரேட்.

என் கட்சி என்னைக் கைவிடாது. ஏன்னா, இது கட்சிக்குத் தெரிஞ்சு நடந்த டீல்தான்.

அதெல்லாம் விஷயம் வெளிய வராம இருக்கறவரைதான். மாட்டிக்கிட்டா கட்சி உங்களை யாருன்னே தெரியாதுன்னு சொல்லிடும். உங்களோட 40 வருஷம், மூணு மாசம், 11 நாட்கள் கட்சிக்காக நீங்க செஞ்ச எல்லா தியாகமும் ஒரு நொடில தூக்கி எறியப்பட்டுவிடும்.

தோழருக்கு வேர்த்து ஊற்றுகிறது.

இப்ப நான் என்ன செய்யணும் என்று மென்றுமுழுங்கிக் கேட்கிறார்.

வேற ஒண்ணும் செய்யவேண்டாம். அணு ஒப்பந்தத்துக்கு ஆதரவு தெரிவியுங்க.

அதைக் கேட்டதும் அதிர்கிறார் தோழர்.

வாய்ப்பே இல்லை... கட்சி என்னைக் கொன்றே போட்டுவிடும். ஃபார்ம் ஹவுஸ் பத்தின செய்தி தெரிஞ்சா என்ன பண்ணும்?

நாகினியின் உதவியாளர், 'அப்பயும் கொல்லத்தான் செய்யும்' என்கிறார்.

நாகினி உதவியாளரை ஒருகணம் மேலும் கீழும் பார்க்கிறார்.

தோழர்... இவர் கொஞ்சம் போல இடதுசாரி ஆதரவு உள்ளவர். எளிய தொண்டர். இந்த கேஸ் விஷயத்தை அதனாலதான் இவர் கிட்டயே இதுவரை சொல்லலை. இவர் சொன்னா அது நிஜமாத்தான் இருக்கும்.

கம்யூனிஸ்ட் தலைவர் செய்வதறியாமல் தவிக்கிறார்.

பொதுக்குழு கூடித்தான் எந்த முடிவையும் எடுக்க முடியும்.

நல்லது. ஜனநாயகம்ங்கறது அதுதான். அப்படித்தான் இருக்கணும். நாட்டு நலன் தானே நமக்கு முக்கியம். ஆனா கட்சிக்கு கட்சிநலனும் முக்கியம். கட்சித் தலைவருக்கு அவரோட நலன் அதைவிட முக்கியம் இல்லையா.

யோசிச்சு பதில் சொல்றேன்.

இனிமே யோசிக்க இதுல என்ன இருக்கு தோழர். அதெல்லாம் ஃபார்ம் ஹவுஸை வாங்கறதுக்கு முன்னால யோசிச்சிருக்கணும்.

சரி... அமெரிக்கா கெட்ட நாடுதான்... அணு மின்சாரம் தப்புத்தான். ஆனாலும் இன்றைய நிலைல வேற வழியில்லை. அடுத்த கட்ட உலைகளை ரஷ்யாகிட்ட இருந்துதான் வாங்கறதா அரசுதரப்புல சொல்லியிருக்காங்கன்னு ஏதாவது சொல்லி கட்சியை சமாளிங்க. மக்கள்கிட்ட செல்வாக்கு குறைஞ்சிடுமேங்கற பயம் உங்களுக்கு தேவையே இல்லை இல்லையா...

தோழர் பெருமூச்சுவிடுகிறார்.

நாகினி விடைபெற்றுக் கொள்கிறார்.

புறப்படும்முன் லால் சலாம் என்று ஹிட்லருக்கு சல்யூட் வைப்பதுபோல் வைக்கிறார்.

தோழர் பதில் சொல்லாமல் இருக்கிறார்.

நாகினி சல்யூட் வைத்த கையை இறக்காமல் இருக்கவே, தோழர் தயங்கியபடியே, லால் சலாம் என்று பதில் வணக்கம் வைக்கிறார்.

நாகினி சிரித்தபடியே விடைபெறுகிறார்.

***

பிரதமரிடம் சென்று எதிர்கட்சித் தலைவர், உள்துறை அமைச்சர் எழுதிய கட்டுரைகள், ஊடக நிறுவனம் ஒளிபரப்பி வரும் விளம்பரம் எல்லாவற்றையும் பிரதமரிடம் காட்டுகிறார். மகிழ்ச்சியடையும் பிரதமர், இடது சாரிகளைப் பற்றிக் கேட்கிறார்.

கவலைப்படாதீங்க. அவங்களையும் வழிக்குக் கொண்டுவந்தாச்சு.

அந்த நேரம் பார்த்து பிரதமரின் உதவியாளர் விரைந்து ஓடிவருகிறார்.

பிரதமர் என்ன என்று பதறுகிறார்.

இடதுசாரி கட்சித் தலைவர் ஒரு ஏரிக்கரையோரமாகப் பிணமாக கிடக்கும் செய்தி தொலைகாட்சிகளில் ஓடுவதாகச் சொல்கிறார்.

தற்கொலையா.. கொலையா என்று தெரியவில்லை என்கிறார்.

பிரதமர் இடதுசாரிக் கட்சிக்கு போன் செய்து வருத்தத்தைத் தெரிவித்துக் கொள்கிறார். பிரதமர் அறையில் கனத்த மவுனம் நிலவுகிறது. இடதுசாரிகள் எப்படியும் ஆதரவை விலக்கிக்

கொண்டுவிடுவார்கள் என்பது தெரிகிறது. நாகினிவின் அனைத்து முயற்சிகளும் வீணாகிப் போகும்போலிருக்கிறது. ஆட்சி போய்விட்டால் ஒப்பந்தத்தை அமல்படுத்த முடியாமல் போய்விடும்.

வேறொரு பிராந்திய கட்சியிடம் 40 இடங்கள் இருக்கின்றன. அவர்கள் ஆதரவு கொடுத்தால் ஆட்சி தப்பித்துவிடும். அவர்களை வழிக்குக் கொண்டுவரும் பொறுப்பும் நாகினியிடம் தரப்படுகிறது. கைவசம் இருக்கும் நாட்களோ பத்துதான். கட்சிக்கு ஆதரவு தந்தால் மட்டும் போதாது... அணு ஒப்பந்தத்துக்கும் அவர்கள் ஆதரவு தரவேண்டும்.

பத்து நாளில் எதுவும் செய்ய முடியாது என்று நாகினி சொல்கிறார்.

ஹனி டிராப் செட் பண்ணவே பத்து நாளுக்கு மேல எடுக்கும்.

முடியாததைச் செய்யறதுதான நாகினிக்கு வழக்கம்.

அது சரிதான்... யாராலயும் முடியாததை நாகினியால செய்ய முடியும். ஆனா நாகினியாலயும் செய்ய முடியாததுன்னு சில இருக்கத்தான செய்யும்.

நீங்க சொல்றது எதுவுமே என் காதுல விழலை.

நீங்க சொன்னதும் என் காதுல விழலை...

அப்போ நாகினிக்கும் ஒரு ஸ்கெட்ச் போட்டாகணும் போல இருக்கு.

உதவியாளர் லேசாகச் சிரிக்கிறார்.

நாகினி தன் அலுவலகம் திரும்புகிறார். அந்த பிராந்திய கட்சி தலைவரை எப்படி வழிக்குக் கொண்டுவருவது என்று யோசிக்கிறார்.

அவருடைய மாநிலத்தில் நடந்த முக்கியமான நிகழ்வுகளைப் பட்டியலிட்டுப் பார்க்கிறார்.

ஒரு சமூக சேவகர் செல் போன் டவரில் ஏறி போராட்டம் நடத்தியபோது கீழே விழுந்து இறந்த செய்தி தெரியவருகிறது. காவல்துறை அதை விபத்து என்று சொல்லி வழக்கை முடித்துவைத்திருந்தது. பத்து நாள் கழித்து பிரபல பத்திரிகையின் நிருபர் ஒருவர் சாலை விபத்தில் மரணமடைந்த செய்தி ஒரு மூலையில் இடம்பெற்றிருப்பதைப் பார்க்கிறார்.

சில மாதங்கள் கழித்து அந்த நிருபர் எழுதிய கட்டுரைகள் தொகுக்கப்பட்டு புத்தகமாக வெளியான செய்தி வெளியாகியிருக்கிறது. அவர் அந்த சமூக சேவகரின் போராட்டங்களைக் குறித்து தொடர்ந்து செய்திக்கட்டுரைகள் எழுதியது பற்றி அதில் பாராட்டும் தெரிவிக்கப்பட்டிருந்தது. இருவருடைய மரணத்தையும் நாகினி அலசிப் பார்க்கிறார். சமூக சேவகர் பட்டப் பகலில் நூற்றுக்கணக்கானவர்கள் செல்போன் டவரைச் சுற்றி நின்று வேடிக்கை பார்த்துக்கொண்டிருந்தபோது பிடிமானம் நழுவிக் கீழே விழுந்து இறந்திருக்கிறார். பத்திரிகை நிருபர் குடித்துவிட்டு வண்டி ஓட்டிச் சென்று விபத்தில் சிக்கியிருக்கிறார். இரண்டுமே தெளிவான விபத்துகள். அதிலும் பிராந்திய கட்சித் தலைவர் அவர்கள் இருவருக்கும் அஞ்சலி செலுத்தியிருக்கிறார். மதுவுக்கு எதிரான போராட்டங்களில் ஈடுபட்ட அந்த நிருபர் மது அருந்தி விட்டு வண்டியோட்டி இறந்தது தனக்கு மிகுந்த வேதனையைத் தந்ததாகக் குறிப்பிட்டிருக்கிறார்.

நாகினிக்கு அது ஏதோவொரு சந்தேகத்தைத் தருகிறது. நிருபரைக் குறித்து விசரிக்கிறார். அந்த நிருபர் குடிப்பழக்கமே இல்லாதவர்; பெரிய பார்ட்டிகள், நண்பர்களுடனான விருந்துகள் எதிலுமே பழச்சாறு மட்டுமே அருந்துபவர் என்று தகவல் கிடைக்கிறது.

அதோடு சமூக சேவகர் இறப்பதற்கு முன்பாக என்னை என்னை... என்று ஏதோ சொல்லியிருக்கிறார். தன்னைக் காப்பாற்றிவிடும்படிக் கேட்டுக்கொண்டிருக்கிறார் என்பதாக அவரை மருத்துவமனைக்கு எடுத்துச் சென்றவர்கள் குறிப்பிட்டிருந்ததாக செய்தி வெளியாகியிருந்தது.

நாகினி ஒரு நாள் இரவில் தூங்காமல் யோசித்துக்கொண்டிருக்கையில் யாரும் பார்க்காமல் ஓடிக் கொண்டிருந்த தொலைகாட்சியில் வடிவேலுவும் சிங்க முத்துவும் வரும் காமெடி காட்சிகள் ஓடுகின்றன. அதில் ஒன்றில் என்னை... எண்ணை என்று வார்த்தை விளையாட்டை வைத்து வரும் நகைச்சுவைக் காட்சி வருகிறது. யதேச்சையாக அதைப் பார்க்கும் நாகினிக்கு ஏதோ சட்டென்று பொறி தட்டுகிறது. சமூக சேவகர் இறந்த வீடியோவைப் போட்டுப் பார்க்கிறார். சமூக சேவகர் கைப்பிடி தவறி விழுந்த காட்சி நேரடியாக பதிவாகியிருந்தது. அதில் பிடிமானம் கிடைக்காமல் வழுக்கி விடுவது தெரிகிறது. அதோடு அவருடைய கால் வைக்கப்பட்ட இரும்புத் தகடு உடைந்துதான்

அவருடைய சமநிலை தவறியிருப்பது தெரிகிறது. அந்த செல்போன் டவரில் நாகினி ஏறிப்பார்க்கிறார். சோல்டரிங் செய்து அந்த தகடு உடைத்து வைக்கப்பட்டிருப்பது தெரிகிறது. ஆக இரண்டுபேரும் கொல்லப்பட்டிருக்கிறார்கள் என்பது உறுதியாகிறது. ஆனால், யார் செய்தது என்பது தெரியவில்லை.

அந்த சமூக சேவகர் பல்வேறு நிர்வாகச் சீர்கேடுகளை எதிர்த்துப் போராடியவர். பல அதிகாரமையங்களை எதிர்த்தவர். எனவே, யார் கொன்றிருப்பார்கள் என்பதை யூகிக்க முடியவில்லை. நிருபருடைய மரணத்தைப் பதிவு செய்த காவலரைப் போய்ப்பார்க்கிறார். அந்த சம்பவங்கள் நடந்த ஐந்தாறு மாதத்தில் சுமார் 40 லட்ச ரூபாய் மதிப்பில் ஒரு புதிய வீடு ஒன்றை அந்தக் காவலர் செல்வகுமார் வாங்கியது தெரியவருகிறது. கடைநிலை காவலரான அவருக்கு அவ்வளவு பணம் எங்கிருந்து கிடைத்தது எந்த சந்தேகம் வருகிறது. அவரை கஸ்டடியில் எடுத்து விசாரிக்கிறார். உண்மைகள் தெரியவருகின்றன. சமூக சேவகரின் மரணம் கொலைதான். செல் போன் டவர் தகடை உடைத்தும் எண்ணெய் தடவி வைத்தும் சமூக சேவகரை நிலை குலைந்து கீழே விழ வைத்திருக்கிறார்கள். அது சமூக சேவகரின் நண்பரான நிருபருக்குத் தெரிந்துவிட்டிருக்கிறது.

உண்மையில் செல்போன் டவர் போராட்டத்துக்கு முந்தின நாள் சமூக சேவகருக்கு ஒரு போன் வந்திருக்கிறது. அதில் பேசிய குரல் மறு நாள் போராட்டத்தை தள்ளிவைக்கும்படிக் கேட்டுக்கொண்டிருக்கிறது. அபப்டியே போராடுவதென்றாலும் செல் போன் டவரில் ஏறிப் போராடவேண்டாம் என்று சொல்லியிருக்கிறது. சமூக சேவகர் அந்தச் செய்தியை தன் நிருபர் நண்பரிடம் பகிர்ந்துகொண்டிருக்கிறார். சொன்னதுபோலவே விபரீதம் நடந்துவிடவே நிருபர் துப்பறிந்து நடந்ததைக் கண்டுபிடித்திருக்கிறார். நாகினி வலைவிரிக்கக் காத்திருக்கும் அதே பிராந்திய கட்சித் தலைவர்தான் அந்தக் கொலையைச் செய்தது. அந்த ஆதாரங்கள் வெளிவருவதைத் தடுக்கத்தான் நிருபரையும் மது ஊற்றிக் கொடுத்து வாகனத்தில் போய் விபத்தில் சிக்கியதுபோல் செட்டப் செய்து கொன்றுவிட்டிருக் கிறார்கள். இந்த விவரங்கள் அந்தக் காவலர் செல்வகுமாருக்கு நிருபர் கொலை செய்யப்பட்ட இடத்துக்கு அருகில் இருந்து கிடைத்த நிருபரின் பென் டிரைவில் இருந்து தெரியவந்திருக் கிறது. அதை வெளியில் சொல்லாமல் இருக்கக் கிடைத்த பணத்தில்தான் அவர் புது வீடு வாங்கியிருக்கிறார்.

இந்த தகவல்களை எடுத்துக்கொண்டு பிராந்திய கட்சித் தலைவரைச் சென்று நாகினி சந்திக்கிறார்.

தன்னை யார் என்று அறிமுகப்படுத்திக்கொண்டு உங்க கிட்ட கொஞ்சம் தனியா பேசணும் என்கிறார்.

பிராந்திய தலைவர் தன் அலுவலகத்துக்கு வரச் சொல்கிறார்.

அந்த அறையில் அவருக்கான ஒரே ஒரு நாற்காலி மட்டுமே இருக்கிறது. இவர் வந்ததைப் பார்த்து உதவியாளர் வேறொரு நாற்காலியை எடுத்து வருகிறார். தலைவர் அது தேவையில்லை என்று முகத்துக்கு நேராக அவமானப்படுத்துகிறார். அதிகாரத் திமிரில் நாகினியை நிற்க வைத்தே பேசுகிறார்.

பிரதமருக்கு எதிரான சக்திகள் அவர் பிரதமருக்கு ஆதரவு தந்துவிடக்கூடாதுஎன்பதற்காக கணிசமான தொகை தந்திருக்கிறார்கள். அதைச் சொல்லாமல் மத்திய அரசு ஏழைகளுக்கு எதிராக இருக்கிறது. எனவே, ஆட்சிக்கு எதிராகவே வாக்களிப்பேன் என்கிறார்.

உங்களை மாதிரியான தலைவர்கள் நாட்டுக்கு ரொம்பவே தேவை... நீங்க தொடர்ந்து ஆட்சியில இருக்கணும். மக்களுக்கு நல்லது செய்யணும்.

ஆமா, மக்கள் எனக்கு ஆதரவு தர்றவரை நான் ஆட்சியில தொடருவேன். நான் அவங்களுக்கு நல்லது செய்யறதுவரை அவங்க எனக்கு ஆதரவு தருவாங்க.

அவ்வளவுதாங்க அரசியல். மரங்களை நட்டா மழைபெய்யும். மழை பெய்ஞ்சா மரங்கள் வளரும். மக்களுக்கு நல்லது செஞ்சா நம்மளைத் தேர்ந்தெடுப்பாங்க. நம்மளைத் தேர்ந்தெடுத்தா நாம மக்களுக்கு நிறைய உதவி செய்யவும் முடியும். பத்திரிகை ஆதரவோ பணமோ வேற எந்த சக்தியுமே நமக்குத் தேவையில்லை. ஆனா சில நேரங்கள்ல நமக்கு வேற சில ஆதரவும் தேவைப்படும். உதாரணமா செல்வகுமார்ங்கற கடைநிலைக் காவலர் கூட நமக்கு உதவ வேண்டியிருக்கும்.

அந்தப் பெயரைக் கேட்டதும் பிராந்தியத் தலைவர் அதிர்ச்சியடைகிறார்.

அவரை உங்களுக்கு தெரியுமா..?

அவர் சமீபத்துல 40 லட்ச ரூபாய்ல ஒரு ஃபிளாட் வாங்கினதும் தெரியும்.

பிராந்தியத் தலைவருக்கு தூக்கிவாரிப்போடுகிறது.

அந்த ஏழைக் காவலருக்கு நீங்க செஞ்ச உதவி இருக்கே யாருக்குங்க இவ்வளவு பெரிய மனசு வரும்.

பிராந்தியத் தலைவர் தலை குனிந்து அமர்ந்திருக்கிறார். நாகினி அவருக்கு அருகில் போய் நிற்கிறார். பிராந்தியத் தலைவர் உதவியாளரை அழைத்து இன்னொரு நாற்காலி கொண்டுவரச் சொல்கிறார். உதவியாளர் அதை எடுத்துக்கொண்டுவரும் வரை காத்திருக்கும் நாகினி உள்ளே வந்ததும், ஒரு நாற்காலி போதும் என்று அவரைப் பார்த்துச் சொல்கிறார்.

தலைவர், 'இருக்கட்டும் உட்கார்ந்துக்கோங்க' என்கிறார்.

'எனக்கு ஒரு நாற்காலி போதுமே' என்று சொல்லும் நாகினி உதவியாளரை நாற்காலியை எடுத்துச் செல்லச் சொல்கிறார். அவர் போனதும் பிராந்தியத் தலைவர் எழுந்து நிற்கிறார். நாகினி அதில் காலுக்கு மேல் கால் போட்டுக்கொண்டு அமர்கிறார்.

சொல்லுங்க என்ன பண்ணலாம்

நீங்கதான் சொல்லணும்.

சரி... பிரதமரோட நம்பிக்கை வாக்கெடுப்பு இன்னும் ஒரு வாரத்துல வரபோகுது. அவருக்கு உங்க கட்சி எம்.பி.க்கள் ஆதரவு தரணும். அணு ஒப்பந்தம் பத்தியும் ஆதரவா நீங்க பேசணும்.

எங்க கட்சியில அதுக்கு சம்மதிக்க மாட்டாங்களே...

அது பத்தி கவலைப்படவேண்டாம். சில அணு விஞ்ஞானிகள், வெளிநாட்டு தலைவர்கள் எல்லாரையும் கூப்பிட்டு பிரதமர் ஒரு கருத்தரங்கம் நடத்தபோறாரு. அதுல உங்க கட்சி ஆளுங்களோட போய் கலந்துக்குங்க. நீங்களா முடிவெடுத்ததா இல்லாம நிபுணர்களோட கருத்தைக் கேட்டு முடிவெடுத்ததுமாதிரி ஒரு ஃபிலிம் காட்டுங்க. நமக்கு ஏழைகள் நல்ல வாழணும் அதுதான லட்சியம். இந்த அணு உலை வந்தா நிறைய பேருக்கு வேலை கிடைக்கும். மின்சாரம் கிடைச்சா நிறைய தொழில் வளரும்னு சொல்லுங்க.

நரம்பில்லாத நாக்குதான... என்ன வேணும்னாலும் சொல்லும். எப்படி வேணும்னாலும் வளையும் இல்லையா.

பிராந்தியத் தலைவர் நின்றபடியே தலையை அசைக்கிறார்.

***

நாடாளுமன்றத்தில் நம்பிக்கை வாக்கெடுப்பு நடக்கிறது. பிரதமரின் ஆட்சி பிராந்தியத் தலைவருடைய கட்சியின் ஆதரவினால் பிழைத்துவிடுகிறது. ஒரு சில நாட்களில் அணு ஒப்பந்தமும் கையெழுத்தாகிறது. அனைவரும் வெற்றியைக் கொண்டாடுகிறார்கள். நாகினி தன் அலுவலகத்தில் உதவியாளருடன் சிரித்துப் பேசிக்கொண்டிருக்கும்போது பிரதமரிடமிருந்து போன் வருகிறது.

எடுக்கிறார்.

உங்க கிட்ட கொஞ்சம் தனியா பேசணும் என்று பிரதமர் சொல்கிறார். நாகினிக்கு தூக்கிவாரிப்போடுகிறது. அது அவருடைய மிரட்டல் வாக்கியம்.

பிரதமரை அவர் வரச்சொன்ன ஓய்வு விடுதிக்குப் பார்க்கப் போகிறார்.

வரவேற்பறையில் அமர்ந்து சிறிது நேரம் பேசிய பிறகு பின்பக்கத்தில் இருக்கும் ஒரு ரகசிய அறைக்கு நாகினியை அழைத்துச் செல்கிறார். அங்கு ஒரு கூண்டு இருக்கிறது. அதில் ஒரு மிருகம் உலவுவது தெரிகிறது. அந்த அறை மிகவும் இருட்டாக இருப்பதால் அந்த மிருகத்தின் கண்கள் மட்டும் பளபளவென மின்னுவது தெரிகிறது.

அதிக விஷயங்கள் தெரிஞ்சவர் உயிரோட இருக்கறது என்னிக்குமே ஆபத்துதான் என்று சிரித்தபடியே சொல்கிறார் பிரதமர்.

ஒரு நாட்டை ஆளணும்னா மூணு சிங்கங்கள் மட்டுமே போதாது. மறைஞ்சு திரியற இன்னொரு மிருகமும் தேவை. தேவைப்பட்டா அது கொலை கூடச் செய்யலாம் என்கிறார்.

நாகினி அதைக் கேட்டு அதிர்கிறார்.

உனக்கு நிறைய உண்மைகள் தெரிஞ்சிருக்கு நாகினி. அதோட மேலும் நிறைய தெரிஞ்சுக்கற ஆர்வமும் திறமையும் இருக்கு. அது ரொம்ப ஆபத்தானது.

நான் என் உளவுத் திறமையை நாட்டு நலனுக்காக மட்டுமே பயன்படுத்துவேன். தேச பக்தர்கள் என்னைப் பார்த்து பயப்படவேண்டிய அவசியமே கிடையாதே.

அது சரிதான். ஆனா தேசத்துக்கு எது நல்லதுன்னு ஒவ்வொருத்தரும் ஒவ்வொண்ணு நினைக்கறோமே. நான் நல்லதுன்னு நினைக்கறதை நீ கெட்டதுன்னு நினைக்கலாம். நாளைக்கே என் கிட்ட கொஞ்சம் தனியா பேசனும்னு நீ என் வாசல்ல வந்து நின்னாலும் நிக்கலாம். இல்லையா... சரி... எனக்கு செஞ்ச உதவிக்கு ரொம்பவும் நன்றி. மீட் யூ இன் ஹெவன்... என்று சொல்லிவிட்டு பிரதமர் தன் கையில் இருக்கும் ரிமோட்டை அழுத்துகிறார். கூண்டில் இருந்து ஓநாய் ஒன்று மெள்ள பதுங்கிப் பதுங்கி வெளியே வருகிறது.

நாகினி அனிச்சையாக தன் இடுப்பில் பின் பக்கம் வைத்திருக்கும் துப்பாக்கியை எடுக்கப் போகிறார். அது இல்லைஎன்பது தெரிந்ததும் மெள்ள சுவரோரம் பதுங்குகிறார். அதைப் பார்த்து பிரதமர் புன்னகைக்கிறார்.

என்னைப் பாக்க வர்றவங்க என்னைக் கொன்னுடக்கூடாது. ஆனா என்னைப் பாக்க வர்றவங்களை நான் கொல்லலாம். தப்பில்லை என்று சொல்லி பிரதமர் அந்த சுரங்க அறையை மூடிவிட்டு வெளியே போகிறார்.

திடீரென்று உறுமலுடன் ஓநாய் பாயும் சத்தம் கேட்கிறது. சிறிது நேர சண்டைக்குப் பிறகு அமைதி திரும்புகிறது.

***

பிரதமர் தனது உணவை முடித்துவிட்டு சுரங்கத்தின் கதவைத் திறந்து விளக்குகளைப் போடுகிறார். அங்கு அவர் பார்க்கும் காட்சி அவரை அவரை அதிர்ச்சியில் ஆழ்த்துகிறது. ஓநாய் ரத்த வெள்ளத்தில் இறந்து கிடக்கிறது. அதன் கழுத்தில் புலியின் நகம் பதிந்த கையுறை காணப்படுகிறது. சுவரில் ரத்தத்தில் எழுதப்பட்டிருக்கிறது : உங்க கூட கொஞ்சம் தனியாப் பேசணும். நேரமும் இடமும் சொல்லி அனுப்பறேன்.

அதையும் தாண்டிப் புனிதமானது

மனிதக் குரங்குக்கும் தமன்னாவுக்கும் இடையில் தெய்விகக் காதல்!

இருவரும் வெவ்வேறு சாதி (?!) என்பதால் பெற்றோர் திருமணத்துக்கு சம்மதிக்கவில்லை. ஒருமுறை எங்கள் வாழ்க்கைத் துணைவராக வரப்போகிறவரை பார்த்துப் பேசுங்கள்... அதன் பிறகு முடிவு செய்யுங்கள் என்று காதலர்கள் எவ்வளவோ எடுத்துச் சொல்லியும் உன் காதலன் நாட்டுக்கே அதிபராக இருந்தாலும் வேறு சாதி என்றால் வேண்டவே வேண்டாம்; உன் காதலி ரம்பை ஊர்வசியாக இருந்தாலும் வேறு சாதி என்றால் பார்க்கவே தேவையில்லை என்று இரு குடும்பத்துப் பெற்றோரும் செய்தி கேட்ட மாத்திரத்திலேயே கலப்புக் காதலுக்குக் கடும் எதிர்ப்பு தெரிவிக்கிறார்கள். காதல் ஜோடிகள் உண்ணாவிரதம், ஒத்துழையாமை இயக்கம் என வீட்டில் என்னவெல்லாமோ போராடிப் பார்த்தும் முடியாமல் போகவே கடைசியில் தற்கொலை செய்துகொள்ள முடிவெடுக்கிறார்கள். அதற்கு முன்னால் கணவன் மனைவியாக ஒரு நாள் வாழ்ந்துவிட முடிவெடுக்கிறார்கள்.

'என்ன சத்தம் இந்த நேரம்...' பாடல் பின்னணியில் ஒலிக்க இருவரும் தமது வாழ்க்கையின் கடைசி நிமிடங்களை, வேதனையையெல்லாம் உள்ளே மறைத்துக்கொண்டு, பசுமை மாறாக் காடொன்றில்

ஆடிப்பாடுகிறார்கள். தமன்னாவுக்கு நாயகன் குரங்கு பவுடர் போட்டு, பொட்டு வைத்து பூச்சூடி அலங்கரிக்கிறது. காட்டு மலர்களையும் இலைகளையும் மாலையாகக் கட்டி திருமணம் செய்துகொள்கிறார்கள். மனிதக் குரங்குகள் உடலுறவு முடிந்த ஒரு சில நிமிடங்களிலேயே மீண்டும் தயாராகிவிடுமென்பதால் அந்தக் கடைசி நாளில் கிட்டத்தட்ட பத்து நிமிடத்துக்கு ஒரு தடவை வாழ்க்கையை எஞ்சாய் பண்ணுகிறார்கள் (நாயகிக்கு நாயகனைப் பிடித்ததற்கான முக்கியமான காரணங்களில் அதுவும் ஒன்று).

‘மனிதர் உணர்ந்துகொள்ள இது மனிதக் காதல் அல்ல... அதையும் தாண்டிப் புனிதமானது’ என்று ‘குணா’ குகையில் இருந்துகொண்டு மனிதக் குரங்கு உலகம் முழுவதும் எதிரொலிக்கக் கத்துகிறது. கடைசியாக மலை உச்சியில் கைகளைப் பிடித்தபடி குதிப்பதற்குத் தயாராக நிற்கிறார்கள்... சாகறதுக்கு முன்னால உன்னோட சிரிச்ச முகத்தைப் பாக்கணும் என்று தமன்னா சொல்கிறார். மனிதக் குரங்கு சிரிக்க முயற்சி செய்கிறது. முடியவில்லை. பிறகு தன் ஆருயிர் காதலிக்காக அழுகையை மறைத்துக்கொண்டு சிரிக்கிறது. பிறகு ஒன்... டூ... என்று சொல்கிறது. த்ரீ என்று சொல்வதற்கு முன்பாக தமன்னாவுக்கு ஒரு டீப் கிஸ் அடிக்கிறது... தமன்னா மனிதக் குரங்கை இறுக்கிக் கட்டிப்பிடித்து அழுகிறாள். இருவரும் கட்டிப்பிடித்தபடியே குதிக்கிறார்கள்... ஆனால், என்ன ஆச்சரியம்... மரங்களின் வழியாக கீழே விழுகையில் ஒவ்வொரு கிளையாக அனிச்சையாகப் பற்றிக்கொண்டு ஏதோ மாடிப்படியில் வேகமாக கீழே இறங்கி வருவதுபோல் தரையை வந்து அடைகிறார்கள்! தமன்னா கண் முழித்துப் பார்த்தால் இருவருமே தரையில் ஜம்மென்று நிற்கிறார்கள். என்ன நடந்தது என்று அவர்களுக்கு சிறிது நேரம் கழித்தே புரிகிறது. அசட்டுத் தற்கொலை எல்லாம் முட்டாள் மனிதக் காதலர்களுக்குத்தான். இவர்களுடைய காதலோ அதையும் தாண்டிப் புனிதமானது அல்லவா.

இனி ஆகவேண்டியது என்ன என்று மனிதக் குரங்கின் மடியில் தமன்னா படுத்துக்கொண்டு எதிர்காலத்தைப்பற்றி தீவிரமாக யோசிக்கிறார். நாம் சாகப் பிறந்தவர்கள் அல்ல... வாழப் பிறந்தவர்கள். இந்த உலகுக்கு நம் மூலம் ஏதோ ஒரு செய்தி சொல்லப்பட வேண்டியிருக்கிறது. அதனால்தான் கடவுள் நம்மைக் காப்பாற்றியிருக்கிறார் என்று சொல்லும் மனிதக் குரங்கு ஒரு யோசனை சொல்கிறது: அதாவது அது தமன்னாவின் வீட்டுக்குச் சென்று அவர்கள் குடும்பத்தினரின் மனதில் இடம் பிடிப்பது என்றும்

அதுபோல் தமன்னா மனிதக் குரங்குகளின் உலகுக்குச் சென்று அவருடைய குடும்பத்தினரிடையே நல்ல மதிப்பைப் பெறுவது என்றும் சொல்கிறது.

தமன்னா சிறிது நேரம் யோசிக்கிறார். உண்மையில் நம் பெற்றோர் எதிர்ப்பதற்கு அவர்கள் காரணமல்ல. இரண்டுபேரும் வெவ்வேறு இனம் (சாதி) என்பதால் அந்த இரண்டு சமூக மக்களின் நெருக்கடிக்கு பயந்துதான் அப்படிச் சொல்கிறார்கள். முதலில் அந்த இரண்டு சாதியினரைச் சம்மதிக்க வைக்கவேண்டும். அதற்கு இவர்கள் இருவரும் அந்த இரண்டு சமூகத்தினரிடையே நன் மதிப்பைப் பெறவேண்டும்; குடும்பத்தினரை மட்டும் சமாளித்தால் போதாது என்று சொல்கிறார்.

மனித இனத்தினரிடையே நன் மதிப்பு பெற என்ன செய்யவேண்டும் என்று மனிதக் குரங்கு கேட்கிறது. அதற்கு தமன்னா, 'அநீதியைக் கண்டு பொங்கணும்... அப்பத்தான் எங்க இனத்தில நல்ல பேர் எடுக்கமுடியும்' என்கிறார்.

'சரி... இதுவரை நான் உண்டு என் வேலை உண்டுன்னு சுயநலமா இருந்துட்டேன். இனிமே நான் அநீதியைக் கண்டு பொங்கறேன்' என்று கம்பீரமாக எழுந்து நிற்கிறது (பின்னணியில் பரித்ரானாய சாதூனாம் விநாசாய துஷ்க்ருதாம்... தர்ம ஸ்தம்ஸ்தாப நார்த்தாய சம்பவாமி யுகே யுகே... அதர்மம் தலை தூக்கும் போதெல்லாம் நான் அவதரித்து தர்மத்தை நிலைநாட்டுவேன் என்ற பாடல் ஒலிக்கிறது).

உங்க இனத்துல இருக்கறவங்ககிட்ட நல்ல பேரு எடுக்க என்ன செய்யணுமென்று தமன்னா கேட்கிறாள். 'எங்க ஆளுங்க குரங்காவே இருக்காங்க... மனுஷரா மாத்திக்காட்டு' என்று சொல்கிறது.

இருவரும் தத்தமது லட்சியத்தை நிறைவேற்றப் புறப்படு கிறார்கள். சிறிது தூரம் சென்றதும் தமன்னா ஓடிவந்து தன் ஆசைக் காதலனுக்கு அழுத்தமாக ஒரு முத்தம் கொடுக்கிறார். இரண்டு பேரும் தயங்கித் தயங்கி விடைபெறுகிறார்கள். க்ளோசப்பில் இருவருடைய கைகளும் மெள்ளப் பிரிகின்றன.

***

மனிதக் குரங்கு தமன்னாவின் பண்ணைப்புர கிராமத்துக்குப் போய்ச்சேருகிறது. அப்போது அந்த கிராமமே களேபரமாக இருக்கிறது. அந்த கிராமத்துக்கு அடிக்கடி 'ஷோலே' கப்பார் சிங்கின் ஆட்கள் வந்து

கொள்ளையடித்துச் செல்வார்கள். அவர்களில் ஒருவன் ஒரு கறுப்புப் போர்வையை ஊரின் மைதானத்தில் விரித்துவைத்துவிட்டு ஒரு தீப்பந்தத்தை நட்டுவிட்டுப் போவான். ஊரில் உள்ளவர்கள் அந்தத் தீப்பந்தம் அணையாமல் பார்த்துக்கொள்வதோடு தமது நகைகள், பணம் எல்லாவற்றையும் மூட்டை கட்டி அந்தப் போர்வையில் போட்டுவிடவேண்டும். ஒவ்வொரு வீட்டுக்காரரும் மூட்டையில் தமது பேர் எழுதிப் போட்டிருக்கவேண்டும். ஏதாவது வீட்டில் இருந்து மூட்டை சிறியதாக இருந்தால் அந்த வீட்டு ஆண்களை குதிரைக்குப் பின்னால் கட்டி இழுத்துச் சென்று கொன்றுவிடுவார்கள்.

மனிதக்குரங்கு போய்ச் சேர்ந்த நேரத்தில் கறுப்புப் போர்வை ஊர் நடுவில் விரிக்கப்பட்டிருக்கும். தீப்பந்தம் அணையாமல் இருக்க சிலர் அருகில் எண்ணெய் கொப்பரையுடன் நின்றுகொண்டிருப்பார்கள். ஒவ்வொரு வீட்டினரும் தமது வீட்டில் இருக்கும் நகைகள், பணம் அனைத்தையும் கட்டி போர்வையில் வைத்திருப்பார்கள். சிறிது நேரத்தில் புழுதி பறக்க குதிரையில் வாள், துப்பாக்கிகளைச் சுழட்டியபடியே கொள்ளையர்கள் வந்து சேருவார்கள். கறுப்புப் போர்வையில் நகைகளும் பணமும் குவிந்துகிடக்கும். கொள்ளையர்கள் குதிரையில் அதைச் சுற்றிச்சுற்றி வந்து வெறிச்சிரிப்பு சிரிப்பார்கள். கிராமத்தார்களில் ஒருவன் போர்வையை மூட்டையாகக் கட்டுவான். மிகப் பெரிய முடிச்சு ஒன்றைப் போட்டு, கப்பார் சிங்கைப் பார்த்து மண்டியிட்டு வணங்கி நிற்பான். கப்பர் சிங் சிரித்தபடியே அதை எடுத்து குதிரைமேல் வைக்கச் சொல்வான். கிராமத்தான் மூட்டையை எடுக்கப்போகும்போது எங்கிருந்தோ ஒரு ஈட்டி பாய்ந்து வந்து மூட்டை முன்னால் குத்தி நிற்கும். கிராமத்தான் பயந்து பின் வாங்குவான். கப்பர் சிங்குக்கு அதைப் பார்த்ததும் ஆத்திரம் தலைக்கு ஏறும். ஈட்டி வந்த திசையைப் பார்ப்பான். ஒரு வீட்டுக்கூரையில் வான் முழுவதுமாக விஸ்வரூபமெடுத்தபடி மனிதக் குரங்கு நின்றுகொண்டிருக்கும்.

கப்பர் சிங் துப்பாக்கியை எடுத்துச் சுடுவான். சீறிப் பாய்ந்து வரும் புல்லட்டிலிருந்து மேட்ரிக்ஸ் ஹீரோபோல் உடம்பை வில்லாக வளைத்து தப்பிக்கும் மனிதக் குரங்கு, ஒலிம்பிக் கோல்ட் மெடலிஸ்ட் போல் ஏகப்பட்ட கர்ணங்கள் அடித்து நேராக கறுப்பு மூட்டைக்கு அருகில் வந்து குதிக்கும்.

மனிதக் குரங்கைப் பார்த்ததும் குதிரை மிரண்டு காலைத் தூக்கியபடி கனைக்கவே கப்பர் சிங் தலை குப்புறக் கீழே விழுந்துவிடுவான்.

மனிதக் குரங்கு சட்டென்று மூட்டையை எடுத்துக்கொண்டு குதிரைமேல் பாய்ந்து ஏறும். மனிதக் குரங்கைப் பார்த்து எல்லா குதிரையும் மிரண்டுவிடவே கப்பர் சிங்கின் ஆட்களும் நிலை தடுமாறி துப்பாக்கி கை நழுவிக் கீழே விழுந்துவிடுவார்கள். அவர்கள் சுதாரித்து எழுவதற்குள் மனிதக் குரங்கு பண மூட்டையுடன் ஒற்றையடிப்பாதையில் சிட்டாய்ப் பறந்துவிடும்.

கப்பார் சிங் உடனே வேறொரு குதிரையில் ஏறி மனிதக் குரங்கைத் துரத்துவான். அவனுடைய ஆட்களும் பின்னாலேயே பாய்ந்து செல்வார்கள். ஒரு தெறி சேஸுக்குப் பிறகு மனிதக் குரங்கு நேராக ஒரு குகைக்குள் போய்விடும். கப்பர் சிங்கும் அவனுடைய ஆட்களும் 'வசமா மாட்டிக்கிட்டியா...' என்று எகத்தாளமிட்டபடியே குகைக்குள் வெறித்தனமாக நுழைவார்கள். உள்ளே போன மனிதக் குரங்கு பயந்தபடியே பின்வாங்கிச் செல்லும்.

'இப்படித் தனியா வந்து மாட்டிக்கிட்டியே...' என்று கப்பர் சிங் கொக்கரிப்பான்.

'கண்ணா... பன்னிங்கதான் கூட்டமா வரும்... சிங்கம் சிங்கிளாத்தான் வரும்' என்று கர்ஜித்தபடியே பின்பக்கம் திரும்பி ஓடிச் சுவரில் காலை ஊன்றி பேக் சம்மர் சால்ட் அடித்து கப்பர் சிங்கின் ஆட்களுக்குப் பின்னால் பாய்ந்து நிற்கும். அவர்கள் திரும்பியபடி துரத்தவே வாசலை நோக்கி மனிதக் குரங்கு வேகமாக ஓடும். வாசலை அடைந்ததும் சட்டென்று துள்ளி வாசலில் இருக்கும் ஷட்டரை இழுத்து மூடும்.

'மாட்டிக்கிட்டது நான் இல்லைடா... நீங்கதாண்டா... ஸ்கெட்ச் போட்டது உங்களுக்குத்தான் கப்பாரு. ஊருக்குள்ள சண்டை போட்டா நீ துப்பாக்கியால சுடும்போது ஊர்க்காரங்க மேலயும் பட்டும்... நான் அடிக்கும்போது சில அடி மக்கள் மேல பட்டும். இங்கன்னா செய்கூலியும் கிடையாது... சேதாரமும் கிடையாது. மொத்த அடியும் வட்டியும் அசலுமா உங்களுக்கே உங்களுக்குத்தான்' என்று கர்ஜித்தபடியே துரத்தி வந்தவனை ஒரே அடியில் வீழ்த்திவிட்டு வெறிச் சிரிப்பு சிரிக்கும். அதன் பிறகு பறந்து பறந்து அடித்து கப்பர் சிங்கையும் அவன் ஆட்களையும் துவம்சம் செய்து ஒரு கயிற்றில் கட்டி இழுத்துக் கொண்டு ஊரார் முன்னால் வந்து மண்டியிடவைக்கும். அதுவரை கொள்ளையடித்துச் சென்ற பணத்தையும் மீட்டு கிராமத்தினருக்குக் கொடுக்கும். தன் வேலை முடிந்தது என்று அது கம்பீரமாக நடந்து செல்கையில் அதன்

காலடி மண்ணை எடுத்து நெற்றியில் இட்டபடி 'எஜமான் காலடி மண்ணெடுத்து நெற்றியில பொட்டு வைப்போம்... உங்களத்தான் நம்புதிந்த பூமி எங்களுக்கு நல்ல வழி காமி...' என்று கிராமத்தினர் ஆடிப்பாடி அவரைத் தமது எஜமானாக ஏற்றுக்கொள்கிறார்கள். ஒரு பட்டு வேட்டி சட்டையையும் துண்டையும் கொடுக்கிறார்கள். வேட்டியைக் கட்டிக்கொண்டு துண்டை ரஜினி ஸ்டைலில் தோளில் போட்டுகொண்டு கண்ணடிக்கும்.

***

தமன்னா மனிதக் குரங்குகளின் உலகுக்குச் சென்று சேர்கிறார். அங்கு அவை காட்டில் மரத்தை வெட்டித் தோளில் போட்டுத் தூக்க முடியாமல் தூக்கிச் செல்கின்றன. தமன்னா அந்த மரத்தடிகளைக் கீழே போடச் சொல்கிறார். மனிதக் குரங்குகள் அவள் சொல்வதைக் கேட்காமல் போகின்றன. தமன்னா கீழே கிடக்கும் இரண்டு மூன்று மரத்தடிகளை, காட்டுக் கொடிகளால் கட்டி அதை பக்கத்தில் ஓடும் நதியில் தள்ளுகிறார். பிறகு அதன் மேல் ஏறி நின்றுகொண்டு படகுபோல் துடுப்பால் தள்ளியபடியே வருகிறார். மரத்தடிகளைத் தூக்கியபடியே செல்லும் மனிதக் குரங்குக் கூட்டம் அதைப் பார்த்ததும் உற்சாகத்தில் துள்ளிக் குதிக்கின்றன. பிறகு எல்லா குரங்குகளுமே தமது தோளில் இருக்கும் தடியை ஆற்றில் போட்டு அதன் மேல் ஏறி உட்கார்ந்து தமது கிராமத்தை அடைகின்றன. அங்கிருப்பவர்களுக்கு மரத்தடிகளை இத்தனை சீக்கிரமாகக் கொண்டுவந்ததைப் பார்த்ததும் ஒரே ஆச்சரியம். தமன்னாதான் அந்த யோசனையைச் சொன்னாள் என்று நாட்டாமைக் குரங்கிடம் சென்று அறிமுகப்படுத்துகிறார்கள். அவர்தான் தன் ஆசை நாயகனின் அப்பா என்பது தமன்னாவுக்குத் தெரிகிறது. காலில் விழுந்து வணங்குகிறார்.

தமன்னாவுக்கு ஒரு குகையை ஒதுக்கிக் கொடுக்கிறார்கள். தனது பெட்டி படுக்கைகளை அங்கு வைத்துவிட்டு வருகிறாள். தோழி மனிதக் குரங்குகள் கிலுகிலுவெனச் சிரித்தபடியே ஒரு அருவிக்கு அழைத்துச் செல்கின்றன. அங்கு நூல் போல் தண்ணீர் விழுந்துகொண்டிருக்கிறது. குரங்குகள் எல்லாம் அருவிக்கு முன்னால் தேங்கி நிற்கும் குட்டையில் விழுந்து குளிக்கின்றன. தமன்னா சில குரங்குகளை அழைத்துக்கொண்டு அருவியின் மேல் பகுதிக்குச் சென்று சில மரத்தடிகளையும் பாறைகளையும் போட்டு சிதறலாக விழும் நீரைத் தடுத்து ஃபோர்ஸாக விழ வைக்கிறார். கீழே இறங்கிவந்து அருவியில் குளித்துக் காட்டுகிறார்.

'சின்னச் சின்ன ஆசை...

சிறகடிக்க ஆசை...

ஜூவில் இருக்கும் குரங்குகளைத்

திறந்துவிட ஆசை' என்று பாடியபடியே ஆடுகிறார். குரங்குகளும் கூட்டு சேர்ந்துகொண்டு ஆடிப்பாடுகின்றன. குளித்து முடிந்ததும் அனைவரும் சாப்பிட்டு முடித்து தத்தமது குகைகள், மரங்களுக்குச் செல்கிறார்கள். தமன்னா தனது குகைக்குள் செல்கிறார். அந்த குகையின் ஜன்னல் வழியாக எட்டிப் பார்க்கையில் வெளியே பவுர்ணமி நிலா தென்படுகிறது. ஃபிளாஷ் பேக்கில் மனிதக்குரங்குடனான காதல் காட்சிகள் விரிகின்றன.

***

இதுபோல் ஒரு பவுர்ணமி நாளில் நெடுஞ்சாலையில் ஸ்கூட்டியில் வரும்வழியில் ஒரு லாரி தமன்னாவை இடித்துத் தள்ளிவிட்டுப் போய்விடுகிறது. ரத்தம் சொட்டச் சொட்ட அவர் அந்தப் பக்கம் போகும் வாகனங்களில் உதவி கேட்க ஒருவரும் நிறுத்தாமல் போய்விடுகிறார்கள். அந்த நேரத்தில் நம் மனிதக் குரங்கு அங்கு வருகிறது. இவள் மேல் இரக்கப்பட்டு ஒன்றிரண்டு வண்டிகளை நிறுத்தி உதவி கேட்கிறது. யாரும் உதவி செய்யாமல் போய்விடவே, அடுத்ததாக வரும் காரில் இருப்பவரை அடித்து பின்னால் உட்கார வைத்துவிட்டு தமன்னாவைக் கைதாங்கலாக வண்டியில் ஏற்றிக்கொண்டு 100 கி.மீட்டர் வேகத்தில் வண்டியை ஓட்டுக்கொண்டு மருத்துவமனையில் சேர்க்கிறது. நல்ல நேரத்துல கொண்டுவந்து காப்பாத்தினீங்க... இல்லைன்னா உயிர் போயிருக்கும் என்று டாக்டர் சொல்கிறார். இரண்டு மூன்று நாட்கள் தூங்காமல் கண்முழித்து, 'கண்ணே கலைமானே' பாடல் ஒலிக்க அக்கறையாகக் கவனித்துக்கொள்கிறது.

டிஸ்சார்ஜ் ஆகும் நாள் காலையில் ஃபிளாஸ்கில் காப்பி வாங்கிக் கொண்டு வரும்வழியில் ஆஸ்பத்திரி வளாகத்தில் இருக்கும் கோவிலுக்குச் சென்று பிரார்த்தனைசெய்துவிட்டு விபூதி, குங்குமம் வாங்கிக்கொண்டு வருகிறது. விகல்பமில்லாமல் மனிதக் குரங்கு குங்குமத்தை எடுத்து தமன்னாவுக்கு இட்டுவிடுகிறது. குங்குமம் இட்டுவிட்டதும் கோவில் மணி கணீரென்று ஒலிக்கிறது. தமன்னாவுக்கு உள்ளுக்குள் இனம் புரியாத உணர்வு பரவுகிறது. மனதின் வயல்

வெளியில் வெண்புறாக்கள் சிறகடித்துப் பறக்கின்றன. அருவிகள் ஜோவெனப் பொங்கிப் பாய்கின்றன.

இப்ப நீங்க பண்ணினதுக்கு அர்த்தம் தெரியுமா?

மனிதக் குரங்கு எதுவும் புரியாமல், 'என்ன' என்று கேட்கிறது.

தமன்னா வெட்கத்தால் முகம் சிவந்து தலை குனிந்து, 'ஒரு பொண்ணுக்கு ஒரு ஆண் குங்குமம் இட்டுவிட்டா அவளோட கணவன்னு அர்த்தம்'.

மனிதக் குரங்கு பதறியபடியே, 'அப்படியா என்னை மன்னிச்சிடுங்க... நான் மனிதர்களோட உலகத்துக்கு இப்பத்தான் வந்து சேர்ந்திருக்கேன். உங்க பழக்க வழக்கங்கள் எல்லாம் எனக்குத் தெரியாது. தெரியாம இட்டுவிட்டுட்டேன். மன்னிச்சிடுங்க' என்கிறது.

தமன்னா சிரித்தபடியே, நான் தெரிஞ்சுதான் இட்டுக்கிட்டேன்.

என்ன சொல்றீங்க...

நீங்க என்னைக் காப்பாத்தினபோது உங்க மனிதாபிமானத்தைப் புரிஞ்சிக்கிட்டேன். வண்டியில ஏத்த மறுத்தவர் கிட்ட நீங்க நடந்துகிட்டதைப் பார்த்தபோது உங்க வீரத்தைப் புரிஞ்சிக்கிட்டேன். ராத்திரியும் பகலுமா கண் முழிச்சிப் பார்த்தபோது உங்க அன்பைப் புரிஞ்சிக்கிட்டேன்... இனிமே வாழ்ந்தா உங்களோடதான் வாழ்றதுன்னு முடிவு பண்ணிட்டேன்.

தப்பு பண்றீங்க... உங்க இடத்துல உங்க பாட்டி இருந்திருந்தாலும் இதையேதான் செஞ்சிருப்பேன். வீணா மனசுல கற்பனையை வளர்த்துக்காதீங்க.

நான் எந்தக் கற்பனையையும் வளத்துக்கலை... இது ஆண்டவனா பார்த்து போட்ட முடிச்சு. நான் ஏன் அன்னிக்கு விபத்துல சிக்கணும்... நீங்க ஏன் வந்து என்னைக் காப்பாத்தணும்... குங்குமத்தை ஏன் நீங்க வெச்சுவிடணும்... அது வைக்கும்போது கோவில் மணி ஏன் அடிக்கணும்.

குங்குமத்தைத் தெரியாம வெச்சிட்டேன்... அப்போ அடிச்சது கோவில் மணி இல்லை... குல்ஃபி ஐஸ் விக்கறவன் அடிச்ச மணி...

அதெல்லாம் எனக்குத் தெரியாது... ஒரு வேலை செய்யும்போது மணி அடிச்சா கடவுளோட ஆசீர்வாதம் இருக்குன்னு அர்த்தம். உங்களுக்கு நான்... எனக்கு நீங்க... இதை யாராலயும் மாத்த முடியாது.

உங்களுக்கு வந்திருக்கறது காதல் இல்லை... இன்ஃபாச்சுவேஷன். உங்களுக்கு என்னைப் பத்தி என்ன தெரியும்... நாம சந்திச்சு முழுசா மூணு நாள் கூட ஆகலை. மனசை அலைபாயவிடாதீங்க. அப்பா அம்மா பாத்து வைக்கற பையனை கல்யாணம் பண்ணிக்குங்க.

உங்களோட இந்த நிதானமும் எனக்கு ரொம்பப் பிடிச்சிருக்கு என்கிறார் தமன்னா வெட்கப்பட்டபடியே.

எனக்கென்னமோ உங்களுக்கு பைத்தியம் பிடிச்சிருக்குன்னுதான் தோணுது. அடிபட்டதுல மூளைல ஏதோ நரம்பு பிசகி பைத்தியம் பிடிச்சிருக்குன்னு நினைக்கறேன்.

ஆமாம் எனக்கு பைத்தியம்தான் பிடிச்சிருக்கு... உங்க மேல பைத்தியம் பிடிச்சிருக்கு.

ஐய்யோ... என்னை விடுங்க... இது தெரிஞ்சுதான் ஒருத்தரும் காப்பாத்தாம போனாங்க போல இருக்கு.

இதைக் கேட்டதும் தமன்னாவின் முகம் வாடுகிறது. என் அன்பை நீங்க புரிஞ்சுக்கலைல்ல... உங்களை எப்படி வழிக்குக் கொண்டுவர்றதுன்னு எனக்குத் தெரியும் என்று சொல்கிறார்.

அது நடக்காது.

நடத்திக்காட்டறேன் என்று சவால்விடுகிறார் தமன்னா.

***

சில நாட்கள் கழித்து மனிதக் குரங்கு பஸ்ஸில் போகும்போது திடீரென்று டிராஃபிக் ஜாம் ஆகிறது. என்ன என்று எல்லாரும் எட்டிப் பார்க்கிறார்கள். அப்போது தமன்னா, மனிதக் குரங்கின் பக்கத்து சீட்டில் வந்து உட்காருகிறார்.

ஹாய்...

ஹாய்..!

என் கூட காஃபி சாப்பிட வா.

எனக்கு வேற வேலை இருக்கு.

ஆனா எனக்கு வேற வேலை இல்லையே.

அதுக்கு நான் என்ன பண்ண..? வேலையை நாமதான் தேடிக்கணும். அது நம்மளைத் தேடி வராது.

நீங்க உங்க வேலையைப் பாக்கணும்னா இந்த வண்டி புறப்பட்டாத்தான முடியும்.

ஆமாம். டிராஃபிக் சரியானதும் வண்டி புறப்படப்போகுது.

ஆனா, நீங்க காபி குடிக்க என் கூட வரலைன்னா டிராஃபிக் இன்னிக்கு சரியாகாதே.

அதுக்கும் இதுக்கும் என்ன சம்பந்தம்?

சம்பந்தம் தானா உருவாகாது. நாமளா ஏற்படுத்திக்கணும்.

என்ன சொல்றீங்க?

நீங்க காபி குடிக்க வந்தாத்தான முன்னால டிராஃபிக் ஜாமை ஏற்படுத்திட்டிருக்கற என் வண்டியை நான் எடுக்கமுடியும். அப்பத்தான உங்க வேலைக்கு நீங்க போகமுடியும்.

சிறிது நேரம்மனிதக் குரங்கு பேசாமல் உட்கார்ந்திருக்கிறது. டிராஃபிக் நெரிசலாகி பைக், கார் ஹார்ன்கள் காதைத் துளைக்கின்றன.

அடுத்த காட்சி : இரண்டு பேரும் உட்லண்ட்ஸ் காஃபி ஷாப்பில் அமர்ந்திருக்கிறார்கள்.

இங்க பாருங்க...

பார்த்துக்கிட்டுத்தான் இருக்கேன்.

காதலுக்கு கண் இல்லைன்னு சொல்லிக் கேட்டுருக்கேன். இப்பத்தான் பாக்கறேன். உங்களை நான் கல்யாணம் பண்ணிக்கமுடியாது.

ஏன் உங்களுக்கு உலகத்துல யாராலும் தீர்க்க முடியாத வியாதி இருக்கா..?

அதெல்லாம் இல்லை.

கரையேத்த வேண்டிய அக்கா, தங்கைங்க, சித்தப்பா பொண்ணு, பெரியப்பா பொண்ணுங்க நிறைய இருக்காங்களா?

அதுவும் இல்லை.

உங்களுக்கு இடுப்புல தாலியைக் கட்டிட்டுச் சுத்திவர்ற முறைப்பொண்ணு இருக்கா?

இல்லை.

லிவ்-இன் டுகெதர் ரிலேஷன்ஷிப்தான் உங்களுக்கு பிடிக்குமா?

இல்லை...

சற்று குரலைத் தனித்து, ஆர் யு அ கை..?

ஐய்யோ...

அப்பாடா... அப்பறம் என்னதான் பிரச்னை?

ஏன்னா எனக்கு கல்யாணம் ஆகியிருச்சு.

சோ வாட்?

சோ வாட்டா?

அவங்களை டைவர்ஸ் பண்ணுங்க.

ஏங்க... நீங்க என்னதாங்க நினைச்சிட்டிருக்கீங்க..?

ஆமாம். சரியாச் சொன்னீங்க உங்களைத்தான் நினைச்சிட்டிருக்கேன்.

காதல்ங்கறது ரொம்ப விசேஷமானதுங்க... சிலர் அதைப் புனிதமானதுன்னு சொல்றாங்க... சிலர் அதைக் கத்திரிக்காய்ன்னு சொல்றாங்க... என்னைப் பொறுத்தவரை அது ஒரு புனிதமான கத்திரிக்காய்!

எனக்கும் அப்படித்தான் தோணுதுங்க...

ஒருத்தரை ஒரு நிமிஷம் பார்த்ததுமே அவங்க கூடவே ஓராயிரம் வருஷம் வாழணும்னு தோணனும்... ஓராயிரம் வருஷம் வாழ்ந்த மாதிரியும் தோணனும்.

சரியாச் சொன்னீங்க. எனக்கு உங்களைப் பார்த்ததும் அப்படித்தான் தோணிச்சுது.

ஒருத்தருக்கு மட்டும் அப்படித் தோணினாப் போதாது. ரெண்டுபேருக்குமே தோணனும். உங்களைப் பார்த்ததும் எனக்கு அப்படி எதுவும் தோணலைங்க.

தோணும்... போகப் போகத் தோணும்.

சரி... உங்க கிட்டப் பேசி எந்தப் பிரயோஜனமும் இல்லை. நான் வர்றேன் என்று சொல்லிவிட்டு மனிதக் குரங்கு புறப்படுகிறது. சிறிது தூரம் போனதும் சட்டென்று ஓடி வந்து தமன்னா முன்னால் உட்கார்ந்துகொள்கிறது.

தமன்னா ஆச்சரியத்துடன், ‘என்ன’ என்று கேட்கிறார்.

ஐய்யோ கொஞ்ச நேரம் பேசாம இருங்க.

ஏன்...

எங்க அப்பா...

அப்பாவா... எங்க?

அதோ போறாரே...

அவரோட பேர் என்ன..?

அனுமந்த ராவ்.

தமன்னா உற்சாகமாக, ராவ்ஜி... அனுமந்த ராவ்ஜி...

அனுமந்தராவ் தன்னைக் கூப்பிடுவது யார் என்று புரியாமல் ‘என்னம்மா’ என்கிறார்.

இங்க வாங்கஜி... ஒரு கப் காஃபி சாப்டுட்டுப்போங்க.

இப்பத்தான்மா ஒரு ரவா தோசை, ஒரு மசால் தோசை சாப்பிட்டு முடிச்சு, ரெண்டு ஃபில்டர் காபி குடிச்சு முடிச்சேம்மா.

பரவாயில்லைஜி... உங்களைப் பார்த்தா இன்னும் ரெண்டு செட்தோசை, நாலுபூரி செட் சாப்பிட்டு இன்னும் ரெண்டு ஃபில்டர் காபி குடிக்கறவர் மாதிரி இருக்கீங்க... வாங்கஜி. இன்னொரு ரவுண்ட் ஆரம்பியுங்க.

அனுமந்தராவ் உற்சாகமாக வருகிறார். நாயகன் குரங்கு பதறியபடியே டேபிளுக்குக் கீழே போய் பதுங்கிக்கொள்கிறது.

காஃபி வருகிறது. தமன்னாவும் அனுமந்தராவும் சிரித்துப் பேசுகிறார்கள். நாயகன் டேபிளுக்கு அடியில் இருந்தபடி, ‘ப்ளீஸ் காட்டிக்கொடுத்துடாத’ என்று கெஞ்சுகிறது.

உங்களுக்கு குழந்தைங்க இருக்காங்களாஜி...

இருக்காங்கம்மா....

ஒரு பையன்... ஒரு பொண்ணு.

உங்களுக்கு பையன் இருக்காரா... ஒரே ஒரு பையனா... என்ன ...றாங்கஜி.

காலேஜ்ல ஃப்ரஃபசரா இருக்கான்.

அவருக்கு கல்யாணம் ஆயிடுச்சா?

இல்லையேம்மா.

கீழே குனிந்து, பொய்தான் சொல்லியிருக்கியா..? அப்போ என் ரூட் க்ளியர்தானா..?

யார் கிட்டம்மா பேசற.

கீழே குனிந்து, 'சொல்லட்டுமா'.

மனிதக் குரங்கு அஞ்சிநடுங்கி 'வேணாம்' என்று கெஞ்சுகிறது.

அப்போ, ஐ லவ் யூ சொல்லு...

ஐ லவ் யூவா?

ஆமா... ஐ... லவ்... யூ..!

சொல்ல முடியாது...

முடியாதா... (மேலே நிமிர்ந்து) உங்க பையன் இப்போ எங்க இருப்பார்ன்னு சொல்ல முடியுமாஜி..?

அவன் காலேஜ்ல கிளாஸ் எடுத்திட்டு இருப்பான்.

அதான் இல்லை... அவனோட காதலிகூட ஏதாவது காஃபி ஷாப்ல உட்கார்ந்து கடலை போட்டிருப்பார். நீங்க வர்றதைப் பார்த்து டேபிளுக்குக் கீழ கூட ஒளிஞ்சிருக்கலாம்.

என் பையனா... ச்சேச்சே... அவன் அப்படியெல்லாம் செய்யவேமாட்டான். நாங்க அவன அப்படி வளக்கலையேம்மா...

இந்தக் காலத்துல பசங்கள்லாம் தானா வளர்ந்திருதுங்கஜி.

என் பையன் அப்படியில்லைம்மா...

அப்படியா பையா... உங்க அப்பா உன்னை நல்லா வளர்த்திருக்காங்களாமே. இப்படி காதலிகூட காஃபி ஷாப்ல கடலை போடலாமா பையா...

நான் எங்க உன்னைக் காதலிச்சேன். கடலைபோட்டேன்?

காதலிக்காமலா கிளாஸுக்குப் போகாம காஃபி ஷாப்புக்கு வந்திருக்க?

நீ தான என்னை மிரட்டி வரவெச்ச?

அது உங்க அப்பாக்குத் தெரியாதே.. நீ என்னைக் காதலிக்க இங்க வந்திருக்கறதாதான் அவர் நினைக்கப் போறாரு...

ப்ளீஸ் வேண்டாம்.

அப்போ ஐ லவ் யூ சொல்லு...

சொன்னா விட்ருவியா...

அங்க யார் கூடம்மா பேசற...

சொல்லட்டுமா...

ப்ளீஸ் வேண்டாம்..

அப்போ ஐ லவ் யூ சொல்லு...

சரீ சொல்றேன்... சொல்லித் தொலைக்கறேன்...

சொல்லு சொல்லு...

ஐ...

அப்பறம்.... அப்பறம்...

லவ்...

சொல்லு சொல்லு...

ஞ்ணிஞ்

ஞ்ணிஞ் ஆ?

ச்ணஞ்... தூணித ச்ஹூனு ட்தூ ஞ்ணிஞ் ணணிதீ.

ஓ... ப்ரொஃப்பசர் கெத்தைக் காட்டறியா..? இந்தக் கதையெல்லாம் வேலைக்காகாது. நேரா, தெளிவா ஐ லவ் யூன்னு சொல்லு. இல்லைன்னா... ஜி... உங்க பையன் இப்போ எங்க இருக்கார் தெரியுமா... அவரோட செல்லுக்கு போன் போடுங்க.

'அய்யோ' என்றபடியே மனிதக் குரங்கு தன் செல் போனைத் தேடுகிறது. அது தமன்னாவின் கையில் இருக்கிறது.

நம்பர் ஞாபகம் இருக்கு இல்லைஜி...

மனிதக் குரங்கு பதறியபடியே... 'சொல்றேன் சொல்றேன்... ஐ லவ் யு' (படுவேகமாகச் சொல்கிறது).

இப்படியெல்லாம் சொல்லக்கூடாது... ரொமாண்டிக்கா, பொயட்டிக்கா அழகாச் சொல்லணும்... ஐ வாண்ட் மோர் எமோஷன்...

மனிதக் குரங்கு வேறு வழியின்றி 'ஐ லவ் யூ...' சொல்கிறது.

அதைக் கேட்டதும் டூயட் ஆரம்பிக்கிறது...

வாழ வைக்கும் காதலுக்கு ஜே...

வாலிபத்தின் பாடலுக்கு ஜே...

தூதுவிட்ட கண்களுக்கு ஜே...

அம்புவிட்ட காமனுக்கும் ஜே..!

***

கல்லூரியில் மரத்தடியில் மனிதக் குரங்கு இறுக்கமான முகத்துடன் நின்றுகொண்டிருக்கிறது.

தமன்னா கைகளைக் கட்டிக்கொண்டு சோகமாக நிற்கிறார்.

இங்க பாரு... படிக்கற வயசு... மொதல்ல படிச்சு முடி. உண்மைலயே உனக்கு என் மேல காதல் இருந்தா கோல்ட் மெடல் வாங்கிக் காட்டு. அதுக்குப் பிறகு உன் காதலை ஏத்துக்கறேன்.

சரி... இனிமே நான் பாடத்துல கவனம் செலுத்தறேன். உங்க மேல எனக்கு இருக்கற காதலை கோல்ட் மெடல் வாங்கித்தான் நிரூபிக்க முடியும்னா அதையே செய்யறேன்.

நீ மட்டும் அதைச் செஞ்சிட்டேன்னா உன் காதலை ஏத்துக்கறேன். அதோ தெரியுது பார் அந்த மலைக்கோவில்ல ஒரு விளக்கு ஏத்தி வெச்சி என் காதலை உனக்குச் சொல்றேன்.

சரி... கோல்ட் மெடலோட வர்றேன். ரிசல்ட் வந்த அன்னிக்கு அந்த மலைக்கோவில்ல விளக்கு எரியலைன்னா நான் அந்த மலைல இருந்து குதிச்சு தற்கொலை பண்ணிப்பேன். இது என் மேல சத்தியம். என் காதல் மேல சத்தியம்.

ஓகே... போ... இப்ப போய் படி.

தமன்னா அதன் பிறகு படிப்பில் முழு கவனமும் செலுத்துகிறார். மற்ற மாணவர்கள் எல்லாம் சினிமா, விளையாட்டு என்று போகும்போது இவர்மட்டும் புத்தகம் புத்தகம் என்று இருக்கிறார். மனிதக் குரங்கு பேராசிரியர் அங்குமிங்கும் வந்துபோகும்போதும் அவரை ஏறெடுத்தும் பார்க்காமல் படிப்பிலேயே தீவிரமாக ஈடுபடுகிறார். தேர்வுகள் வருகின்றன. சிறப்பாக எழுதுகிறார். ரிசல்ட் நாள் நெருங்குகிறது. ரிசல்ட்டும் அறிவிக்கப்படுகிறது. தமன்னா ஒரு மார்க் வித்தியாசத்தில் கோல்ட் மெடலை இழக்கிறார். மனம் வெறுத்து மலைக்கோவிலுக்கு தற்கொலை எண்ணத்துடன் செல்கிறார். இருண்ட மலைக்கோவிலின் ஒவ்வொரு படியாக ஏறுகிறார். ஆனால், அங்கு மனிதக் குரங்கு பேராசிரியர் கோவில் முற்றம் முழுவதும் விளக்கு ஏற்றி வைத்துக் காத்திருக்கிறார்.

அப்போது பார்த்து எங்கிருந்தோ வீசுகிறது புயல் காற்று. உண்மைக் காதலை யார்தான் வாழ விட்டிருக்கிறார்கள்? மனிதக் குரங்கு காற்றைப் பார்த்ததும் பதறுகிறது. நாயகி ஒவ்வொரு படியாக ஏற ஏற ஒவ்வொரு விளக்காக அணைகிறது. மனிதக் குரங்கு ஓடி ஓடி ஒவ்வொரு விளக்கையாக அணையவிடாமல் தடுக்கிறது. ஒரு விளக்கைத் தடுத்தால் இன்னொரு விளக்கு அணைகிறது. அதைத் தடுக்கப் போனால் வேறொன்று அணைகிறது. நாயகி மலை உச்சியை அடைகிறார். அவர் வரவும் கடைசி விளக்கும் காற்றில் அணைகிறது. இருண்ட மலைக்கோவிலில் மனிதக் குரங்கு நிற்பது அவருக்குத் தெரியவில்லை. தான் கோல்ட் மெடல் வாங்காததால் தன் காதலை ஏற்கவில்லை போலிருக்கிறது என்று நினைத்து விரக்தியில் மலையில் இருந்து குதிக்கப்போகிறார்.

மனிதக் குரங்கு நாயகன் என்ன செய்வதென்று தெரியாமல் தவிக்கிறது. அப்போது மேற்கு வானம் பொன்னிறமாக ஜொலிக்கத் தொடங்குகிறது.

அணையும் அகல் விளக்கை ஏற்றி வைக்கச் சொன்ன ஆருயிரே

அழியா நம் காதலை தெரிவிக்க ஏற்றிவைக்கிறேன்

அணையா ஆனிப்பொன் விளக்கை...

என்று பாடிய படியே கை காட்டுகிறது... அங்கே பவுர்ணமி நிலா மெள்ள மேகத்தைக் கிழித்தபடி மேலெழுகிறது... மலையில் இருந்து குதிக்கப்போன நாயகி திரும்பிப் பாக்கிறார். பவுர்ணமி நிலவொளியில்

அவளது காதலன் கைகளை அகல விரித்து காதல் மீதுற நிற்பது தெரிகிறது... ஓடிச் சென்று கட்டிப் பிடித்து முத்த மழை பொழிகிறார்.

மலைக் கோவில் வானத்தில்

பௌர்ணமி தீபம் மின்னுதே

விளக்கேற்றும் வேளையில்

ஆனந்த ராகம் ஒலிக்குதே...

***

ப்ளாஷ்பேக் முடிந்து அடுத்ததாக பண்ணைப்புர கிராமத்துக்குக் கதை நகர்கிறது. அங்கு அறுவடை காலம் வருகிறது. நாயகன் குரங்கும் அறுவடைக்குச் செல்கிறது. ஆனால், அது தாறுமாறாக வயலில் இறங்கி பயிர்களை மிதித்து அதற்குத் தெரிந்தவகையில் அறுவடை செய்கிறது. 'தம்பிக்கு எந்த ஊரு' என்று கேட்டு ஒருவர் நாயகக் குரங்குக்கு அருவாள் பிடித்து கதிர் அறுக்கக் கற்றுத் தருகிறார். அன்று மாலைக்குள் கற்றுக்கொண்டு அருமையாக அறுத்துக் கட்டுகிறது. பண்ணையார் மர நிழலில் குடை பிடித்தபடி அமர்ந்துகொண்டு எல்லாரையும் வேலை வாங்குகிறார்.

நீங்க வயல்ல இறங்கி அறுவடை செய்ய வேண்டியதுதான என்று நாயகன் குரங்கு அவரைப் பார்த்துக் கேட்கிறது.

பண்ணையார் சிரித்தபடியே காலெல்லாம் சேறாகிடுமே என்று சொல்லிச் சமாளிக்கிறார்.

அறுத்து முடிச்சிட்டு எல்லாரையும்போல ஆத்துல இறங்கிக் கழுவிக்கிடவேண்டியதுதான என்று மடக்குகிறது.

அது சரிதான்... நாளைக்கு இறங்கி அறுக்கறேன் என்று விளையாட்டாகச் சொல்லி மற்றவர்களை வேலை வாங்குகிறார்.

மாலையில் கூலி கொடுக்கும் நேரம் வருகிறது. ஒவ்வொருவருக்கும் படியால் அளந்து போடுகிறார்கள். நாயகன் குரங்குக்கும் ஒரு கூடை நிறைய தானியம் கிடைக்கிறது. இது முழுசும் உனக்குத்தான் என்று பண்ணையார் சொல்கிறார். நாயகக் குரங்குக்கு ஒரே சந்தோஷம்... ஆசையாக அந்த கூடையை அணைத்துக்கொள்கிறது. அதன் பிறகு மலைபோல் குவித்து வைத்திருக்கும் நெல்லை மூட்டைகட்டி வண்டியில் ஏற்றுகிறார்கள். நாயகன் குரங்கு அதை வியப்புடன்

பார்க்கிறது. அனைத்து மூட்டைகளும் ஏற்றிய பிறகு பண்ணையார் அவற்றின் மேலே ஏறி உட்கார்ந்து, யானைச் சவாரி செய்வதுபோல் கம்பீரமாகப் புறப்படுகிறார்.

நாயகன் குரங்குக்கு அநீதி நடக்கிறதென்று மூளைக்குள் விளக்கு எரிகிறது. பொங்கறதுக்கான நேரம் அது. நாலு சம்மர் சால்ட் அடித்து மரக்கிளைகளில் தொங்கியபடிச் சென்று பண்ணையார் போகும் மாட்டுவண்டியைத் தடுத்து நிறுத்து கிறது. கையில் இருக்கும் கதிர் அருவாளால் மூட்டைகளைக் கட்டிய கயிறை அவிழ்த்துவிட்டு கூலியாட்களை அழைத்து எடுத்துக்கொள்ளச் சொல்கிறது.

நாள் பூரா குனிஞ்சு நிமிர்ந்து அறுவடை செஞ்ச நமக்குக் கூடை நெல்லு.... வரப்போரம் உட்கார்ந்து வேடிக்கை பார்த்தவருக்கு இத்தனை மூடை நெல்லா என்று கேட்கிறது.

பண்ணையாருக்குக் கோபம் வருகிறது. மனிதக் குரங்கைச் சாட்டையால் அடிக்கிறார். அந்தச் சாட்டையை அவரிடமிருந்து பிடுங்கி அவரைக் கீழே தள்ளிவிடுகிறது.

‘நான் ஆணையிட்டால்

அது நடந்துவிட்டால்

இந்த உலகத்தில் ஏழைகள் இருக்கமாட்டார்...

ஒரு துன்பமில்லை ஒரு துயரமில்லை

அவர் கண்ணீர் கடலிலே விழமாட்டார்...

ஒரு வேலை என்றால்

அதைக் கூடிச் செய்தால்

அதில் கிடைப்பதை அனைவருக்கும் பிரித்தளிப்பேன்

நான் உள்ளவரை

ஒரு துன்பமில்லை

யாரும் கண்ணீர் கடலிலே விழவேண்டாம்

- என்று கிழவியைக் கட்டிப் பிடித்து முத்தம் கொடுத்துப் பாடுகிறது.

ஆனால், பாடல் முடிந்ததும் கூலித் தொழிலாளர்கள் அனைவரும் கீழே விழுந்த நெல் மூட்டைகளை மீண்டும் பண்ணையாரின்

வண்டியில் ஏற்றி அவரையும் தோள் கொடுத்து மேலேற்றிவிட்டு போகச் சொல்கிறார்கள். மனிதக் குரங்குக்கு ஒன்றுமே புரியவில்லை.

அவர்களைத் தடுத்து நிறுத்தி ஏன் இப்படிச் செய்கிறீர்கள் என்று கேட்கிறது.

அந்த நிலம் அவருக்கு சொந்தம்... அதுல விளையறது எல்லாம் அவருக்குத்தான் சொந்தம் என்று சொல்கிறார்கள்.

நிலம் எப்படி ஒருத்தருக்கு சொந்தமாக முடியும்... காத்து, தண்ணி, ஆகாயம், நெருப்பு மாதிரி நிலமும் கடவுள் கொடுத்தது... எல்லாருக்கும்தான சொந்தம்.

அப்படியில்லை... மனுஷங்களுக்கு நிலம் சொந்தமாக இருக்கும் என்று ஏழைகள் சொல்கிறார்கள்.

அப்படின்னா உங்களுக்கு சொந்தமான நிலம் எங்க இருக்கு... அதுல போய் உழைச்சு கிடைக்கறதை எடுத்துக்க வேண்டியதுதான..?

கூலித் தொழிலாளர்கள் தலை குனிந்து நிற்கிறார்கள்.

நிலம் எல்லா மனிதர்களுக்கும் சொந்தமா இருக்காது. சிலருக்கு மட்டுமே சொந்தம்... மத்தவங்களுக்கு உழைப்பு மட்டுமே சொந்தம்.

இது என்ன அநியாயமா இருக்கு என்று நாயகன் குரங்கு அதிர்ச்சியில் உறைகிறது.

நீங்க இத்தனை பேர் இருக்கீங்களே அவர் ஒருத்தர்தான இருக்காரு. அவரை அடிச்சிட்டு எடுத்துக்க வேண்டியதுதான.

அடிச்சுப் பிடுங்கறது விலங்கு குணம். நாங்க நாகரிக மானவங்க. அதெல்லாம் செய்யமாட்டோம்.

எது நாகரிகம்... ஒருத்தரே எல்லாத்தையும் எடுத்துக்கிட்டுப் போறதும் அதை மத்தவங்க கை கட்டி வேடிக்கை பாக்கறதும் தான் நாகரிகமா?

இதெல்லாம் உனக்குச் சொன்னா புரியாது என்று சொல்லி கூலித் தொழிலாளர்கள் மனிதக் குரங்கைப் போகச் சொல்கிறார்கள்.

நாயகன் குரங்கு மவுனமாக சூரியன் மறைந்து கொண்டிருக்கும் தொடுவானத்தை நோக்கித் தனியாகத் தளர்ந்து நடந்து செல்கிறது. மெள்ள இருள் வந்து சூழ்கிறது.

இரவு தமன்னாவுக்கு போன் போட்டுப் பேசுகிறது.

கொள்ளைக்காரங்க கொள்ளையடிச்சுட்டுப் போனதைத் தடுத்தேன். எல்லாரும் என்னைத் தலைல தூக்கிவெச்சுக் கொண்டாடினாங்க... இப்போ ஒரு பண்ணையாரு கொள்ளை அடிச்சிட்டுப் போறதைத் தடுத்தேன்... ஆனா எல்லாரும் என்னைத் திட்டறாங்களே.

அது அப்படித்தான்... ஒரு பண்ணையாரு பண்ணையாரா இருக்கறார்ன்னா பண்ணையாள்களோட முழு சம்மதமும் அதுக்கு இருக்கு. அத்தனை கூலித்தொழிலாளர்களுக்குமே பண்ணையாராகணும்னு ஆசையிருக்கு. பண்ணையாரா ஒருத்தர் இருக்கறதை அதனால அவங்க தப்பா நினைக்கறதில்லை. ஆனா, யாருக்குமே துப்பாக்கியைத் தூக்கிட்டு வந்து கொள்ளையடிக்கறது பிடிக்காது. அதனால அவங்களை அடிச்சுத் தொரத்தராங்க.

ஆக, ஒருத்தர் கொள்ளையடிக்கறாரா இல்லையாங்கறது பிரச்னையில்லை. எப்படிக் கொள்ளையடிக்கறார்ங்கறதுதான் முக்கியம் இல்லையா..?

ஆமாம்தான்... எல்லாரும் சேர்ந்து உருவாக்கியிருக்கும் சட்ட திட்டங்களுக்கு உட்பட்டுக் கொள்ளையடிக்கணும். அதுதான் நியாயம்... அதுதான் தர்மம்.

எங்க உலகத்துல எல்லாம் இப்படி நடக்கவே செய்யாது தெரியுமா..? எங்களை விலங்குன்னும் நாகரிகமில்லா ஐந்துன்னும் ஐந்தறிவு படைச்சவங்கன்னும் கேவலமா பேச இந்த மனுசங்களுக்கு என்ன யோக்கியதை இருக்கு... ஐ ஜஸ்ட் ஹேட் மேன்கைண்ட்.

நானும் அந்த கூட்டத்துல ஒருத்திங்கறதை மறந்துடாத...

நீ ஒரு மனுஷக் குரங்கை காதலிக்கறவளாச்சே... அதனாலயே அவங்கள்ல இருந்து நீ வித்தியாசமானவ... உசந்தவ... உன் கிட்ட இருக்கற நல்ல மனசு அவங்க யார் கிட்டயும் இல்லை தமன்னா.

உன்னோட காதலின்னா சும்மாவா... அது சரி... அங்க நிறைய பொண்ணுங்க இப்படி அப்படின்னு திரிவாளுங்க... ஏதாவது சில்மிஷம் பண்ணின அவ்வளவுதான்.

செய்தி கிடைச்சு நீ புறப்பட்டு வர்றதுக்குள்ள அவளுக்கு நாலு புள்ளை பொறந்துடுமே.

பொறக்கும் பொறக்கும்... அதுக்குத்தான் சத்தியம் வாங்கியிருக்கேனே... வேற எந்தப் பொண்ணையாவது தப்பான எண்ணத்தோட பார்த்தா ராத்திரி தூங்கும்போது சாமி உன் கண்ணைக் குத்திடும். ஜாக்ரதை.

நான்தான் படுத்துட்டு லைட்டை அணைச்சதும் தலை மாத்திப் படுத்துப்பேனே... சாமி வந்து கண்ணுன்னு நினைச்சுக் குத்தற இடத்துல என் காலு தான இருக்கும்.

சாமிக்கு இருட்டுலயும் கண்ணு தெரியும்... நீ எப்படி திரும்பிப் படுத்தாலும் கரெக்டா கண்ணைப் பார்த்து குத்திடும். ஒழுங்கா மரியாதையா நடந்துக்கோ.

இருவரும் விடியும்வரையில் பேசிக்கொண்டே இருக்கிறார்கள். இரவு சாலையில் போக்குவரத்து மெள்ள மெள்ளக் குறைந்து முற்றிலும் நின்று பிறகு அதிகாலையில் மீண்டும் வாகனங்கள் சரசரவெனப் போக ஆரம்பிக்கும்வரை டி.வி.யில் மிட் நைட் மசாலாக்கள் முடிந்து சுப்ரபாதம் தொடங்கும் வரையில் பேசிக்கொண்டே இருக்கிறார்கள். அப்பறம்... அப்பறம்... என இருவரும் பேசப் பேச பின்னணியில் 'சங்கீத ஸ்வரம்... ஏழே கணக்கா... இன்னமும் இருக்கா' என்ற பாடல் மென்மையாக ஒலிக்கிறது.

***

அடுத்ததாக குரங்கு உலகில் பெண் மனிதக் குரங்கு ஒன்று வால் குரங்கு ஒன்றைக் காதலிக்கிறது.

மாசிலா நிலவே நம்

காதலை மகிழ்வோடு

மாநிலம் கொண்டாடுமா...

- என்று பாடியபடி அவை ஓடிப் பிடித்து விளையாடுகின்றன. அவர்கள் இப்படிக் காதலிக்கும் விஷயம் ஊருக்குத் தெரியவந்ததும் பிரச்னை உருவாகி பஞ்சாயத்து கூடுகிறது.

'அந்த வானத்தைப் போல மனம் படைச்ச மன்னவனே...

பனித்துளியைப் போல குணம் படைச்ச தென்னவனே...'

- என்று பாடல் ஒலிக்க, பதினெட்டு பட்டி குரங்குகளும் எழுந்து நின்று வணங்க, மயிலக் காளை வண்டியில் இருந்து இறங்கும் நாட்டாமை

குரங்கு ஆல மரத்தடியில் விரிக்கப்பட்ட போர்வையில் சென்று அமர்கிறது. தலைக்கு மேலே ஒரு கத்தி தொங்குகிறது. தவறாகத் தீர்ப்பு வழங்கினால் கத்தி பாய்ந்து நாட்டாமை கொல்லப்பட்டுவிடுவார்.

விசாரணை ஆரம்பிக்கிறது.

வாலுள்ள குரங்கைப் பார்த்து,நீங்க என்ன ஆளுங்க தம்பி' என்று கேட்கிறார் நாட்டாமை.

எல்லாம் குரங்கு சாதிதான் என்று அந்தக் குரங்கின் தந்தை சொல்கிறார்.

மனிதக் குரங்கின் தந்தை ஆத்திரத்தில் குறுக்கிட்டு, நீ வாலுள்ள குரங்குடா...

எனக்கு வால் இருந்தா என்ன..?

இனம் இனத்தோடதாண்டா சேரணும்.

உனக்கும் ரெண்டு கண்ணு இருக்கு... எனக்கும் ரெண்டு கண்ணு இருக்கு... உனக்கு ரெண்டு கை இருக்கு... எனக்கும் ரெண்டு கை இருக்கு...

ஒரே இனங்கறது கையைக் காலைப் பார்த்து சொல்றது இல்லைடா... வாழற விதத்தைப் பார்த்தும் கும்பிடுற சாமியைப் பார்த்தும் சொல்றது. அதுமட்டுமில்லாம நாங்கள்லாம் ஆண்ட பரம்பரைடா.

அப்போ நாங்க என்ன மோண்ட பரம்பரையா?

நாட்டாமை சத்தம் போட்டு அவர்களை அடக்குகிறார்.

ஏம்மா நீ என்னம்மா சொல்ற..?

நான் வாழ்ந்தா இவர் கூடத்தான் வாழ்வேன்...

என் பொண்ணு சின்னப் பொண்ணுய்யா.. அறியா வயசு... அந்தப் பையனும் பச்சப் புள்ளைய்யா... நாலு மரம் ஏறி இறங்கக்கூடத் தெரியாதுய்யா.

கூட்டத்தில் இருந்து ஒரு வாலுள்ள குரங்கின் குரல் : அதெல்லாம் நல்லா ஏறுவாப்புல... சந்தேகம் இருந்தா உன் பொண்ணுக்கிட்ட கேட்டுப்பாரு.

டேய்... அடங்குங்கடா டேய்.

அதெல்லாம் அந்தக் காலம்... இப்போ அடக்கணும்னு நினைச்சா அடக்கிருவோம்.

ஏய் நிறுத்துங்கப்பா... பஞ்சாயத்து எதுக்கு கூட்டியிருக்கீங்க... சண்டைதான் போடறதுன்னு முடிவு செஞ்சிட்டா இங்க எதுக்கு வந்தீங்க... நேர வெட்டிக்கிட்டுச் சாகவேண்டியதுதான.

வாலுள்ள இளம் குரங்கைப் பார்த்து நாட்டாமை... என்னப்பா இப்படிப் பண்றியே... அந்தப் பொண்ணை வளர்த்து ஆளாக்கினவங்களுக்கு மனசு எவ்வளவு கஷ்டப்படும்... அதை யோசிச்சுப் பார்த்தியா?

இதுல யோசிக்க என்ன இருக்கு? அந்தப் பொண்ணை யாருக்காவது கட்டிக் கொடுக்கத்தான போறாங்க... எனக்குக் கட்டிக்கொடுத்தா என்ன?

பொண்ணுக்குப் பிடிச்சிருந்தா கட்டிக்கொடுக்க வேண்டியதுதான..? என்று வாலுள்ள குரங்குகளின் தலைவர் சொல்கிறார்.

மனிதக் குரங்கின் தந்தை, ‘கழுதை மூஞ்சிக் கொரங்குக்கு உன் வீட்டுப் பொண்ணை நீங்க கட்டிக் கொடுப்பீங்களா?’ என்று கேட்கிறார்.

அப்படி ஒருத்தன் எங்ககிட்ட நடந்திருவானா... அவனை நாங்க வெட்டிப் பொலி போட்டுற மாட்டோம்?

நீங்களே அப்படி வீராப்பு பேசினா நாங்க எம்புட்டு பேச வேண்டியிருக்கும்.

பேசித்தான் பாருங்க.

பேசத்தான் போறோம் தம்பி... போறும் போறும்னு நீங்க சொல்ற அளவுக்கு பேசத்தான் போறோம். என்ன... வாய் பேசாது... கைதான் பேசும்.

அப்போ நாங்க மட்டும் அதை காதுகொடுத்து கேட்டுட்டா இருப்போம்... காவு கொடுத்துத்தான் கேப்போம்.

தலை இருக்கும்போது வாலு ஆடக்கூடாதுடா... எப்பன்னாலும் வாலுள்ளவன் கீழதாண்டா இருக்கணும்.

உன் பொண்ணுகிட்ட போய் கேளுடா... யார் மேல யார் கீழன்னு.

வாய்த் தகராறு முற்றிக் கைகலப்பாகிறது. ஒவ்வொரு குரங்கும் மரத்தையும் செடியையும் பிடிங்கி எறிந்து, கல்லை வீசித் தாக்கிக் கொள்கின்றன.

தமன்னா இதையெல்லாம் பார்த்து சண்டையைத் தடுக்க முயற்சி செய்கிறார். அவரை ஓரங்கட்டிவிட்டு அனைவரும் அடித்துக்கொள்கிறார்கள். தமன்னா மரத்தில் சாய்ந்துகொண்டு மேலே பார்க்கிறார். இலைகளினூடே தென்படும் பௌர்ணமி நிலவு பூமி முழுவதையும் தழுவியபடிப் பொழிகிறது.

மாலை நிலா ஏழை என்றால் வெளிச்சம் தர மறுத்திடுமா...

மண் குடிசை வாசலென்றால் தென்றல் வர மறுத்திடுமா...

உனக்காக ஒன்று எனக்காக ஒன்று

ஒருபோதும் தெய்வம் கொடுத்ததில்லை...

கொடுத்ததெல்லாம் கொடுத்தார்

அவர் யாருக்காகக் கொடுத்தார்...

ஒருத்தருக்கா கொடுத்தார்

இல்லை ஊருக்காகக் கொடுத்தார் என்று மனம் நொந்து பாடுகிறார். கூட்டம் அதைக் கேட்டு ஸ்தம்பிக்கிறது. மெள்ள ஒவ்வொருவரும் தமது சண்டையை நிறுத்திவிட்டு வீடு திரும்புகிறர்கள்.

அனைவரும் போன பிறகு நாட்டாமை குரங்கும் தமன்னாவும் தனியாக உட்கார்ந்திருக்கிறார்கள்.

உங்களுக்கு இது தப்புன்னு தோணுதுல்ல... நீங்க சொன்னா இவங்க கேட்பாங்கள்ல...

அப்படி இல்லைம்மா... நான் சொல்றதைக் கேட்டு அவங்க நடக்கறதில்லைம்மா... நான் தான் அவங்க எதைக் கேட்டு நடப்பாங்களோ அதைச் சொல்லிட்டு என் மரியாதையைக் காப்பாத்திட்டு வர்றேன். உடம்பு இழுக்கற இழுப்புக்குத்தானம்மா தலை போயாக வேண்டியிருக்கு.

நீங்க இப்படிச் சொல்றீங்க... மத்த குரங்குகளைக் கேட்டா நீங்கதான் கலப்புத் திருமணத்தைத் தடுக்கறதா சொல்றாங்க.

இது ஒரு விசித்திரமான வளையம் அம்மா... அவங்களுக்கு அதுதான் பிடிக்கும்னு நான் இதைச் செய்யறேன். நான் இதைத்தான் சொல்றேன்னு அவங்க செய்யறாங்க... ஒருவகைல பார்த்தா யாருமே காரணமில்லை. இன்னொரு வகைல பார்த்தா எல்லாருமேதான் காரணம்.

இவர்கள் பேசிக்கொண்டிருக்கையில் பக்கத்துக் கிணற்றில் 'பொத்' என்று ஏதோ விழும் சத்தம் கேட்கிறது. வேகமாக ஓடிப் போய் பார்க்கிறார்கள். மனிதக் குரங்கின் அப்பா! தமன்னா காட்டுக்கொடிகளைக் கயிறாக்கி கிணற்றுக்குள் குதித்து அவரைக் காப்பாற்றுகிறார்.

என்னங்க நீங்க இப்படிப் பண்ணிட்டீங்க...

இத்தனை வருஷம் பெத்து வளர்த்து ஆளாக்கின பொண்ணு இப்படி ஒரு காரியம் பண்ணிட்டாளேன்னு மனசு கேட்கலைம்மா... ஒரு புள்ளையைப் பெத்து வளக்கறதுன்னா சும்மாவா... பத்து மாசம் வயத்துல சொமந்து, தூங்காம கொள்ளாம பார்த்துகிட்டு, நடக்க கத்துக் கொடுத்து, மரமேறக் கத்துக் கொடுத்து, பத்திருவது வருஷம் பழம் காய் பறிச்சுக் கொடுத்து, நோய் நொடி வந்தா பச்சிலை அரைச்சுப் போட்டு, உயிருக்கு உயிரா பாசத்தைக் கொட்டித்தானம்மா வளக்கறோம். நான் தனி ஆளு... எனக்குப் பிடிச்சவரைக் கல்யாணம் கட்டிப்பேன்னு இன்னிக்கு வந்து சொல்றதுல என்னம்மா நியாயம் இருக்கு. பிறந்தது தனியா பொறந்துட்டியா... வளர்ந்தது தனியா வளர்ந்துட்டியா...வாழறதுதான் தனியா வாழ்ந்துடப்போறியா... ஊர் உறவு மத்தியில, சாதி சனம்கூடத்தான வாழ்ந்தாகணும். நான் தனி ஆளுன்னா என்ன அர்த்தம்? இதைத் தடுக்கத்தான் அந்தக் காலத்துல பத்து பன்னண்டு வயசுலயே கல்யாணம் பண்ணி வெச்சாங்களோ என்னவோ.

இப்போ அப்படி என்ன தப்பு பண்ணிட்டா... மனசைப் பறிகொடுத்தவர்கூட வாழப்போனது தப்பா..?

ஏம்மா அந்த பாழப்போன மனசை சொந்த சாதியில ஒருத்தனைப் பார்த்து பறிகொடுக்கக்கூடாதா. காதலிச்சதைத் தப்புன்னு சொல்லலையே... தப்பானவனை ஏன் காதலிச்சன்னுதான கேட்கறேன்.

தப்பானவன்னு எப்படிச் சொல்றீங்க?

அந்த வாலுள்ள கொரங்குக்கு ஒரு குகை உண்டா... சொந்தமா ஒரு மரம் உண்டா..? என் பொண்ணு மேல ஆசைப்பட்டுக் காதலிக்கலை. என் சொத்துக்கு ஆசைப்பட்டுத்தான் வலை வீசியிருக்கான். ரெண்டு வருஷம் கழிச்சு சொத்தைப் பிரிச்சுக் கொடுன்னு வந்து நிப்பான். தரமாட்டேன்னு சொன்னா பொண்ணை நடுத்தெருவுல விட்டுட்டுப் போயிடுவான்.

சொத்து கேட்டா கொடுக்க வேண்டியதுதான... மகளுக்குக் கொடுக்கறதை மருமகனுக்குக் கொடுக்க வேண்டியதுதான..?

மக மகளா நடந்துக்கிட்டாத்தானம்மா அவளுக்கே தரமுடியும்... இதுல மருமகனுக்கு வேற கொடுக்க முடியுமா?

அப்போ அவங்க சொத்து வேண்டாம்னு சொன்னா எக்கேடு கெட்டுப் போங்கன்னு விட்ருவீங்களா?

மகளின் தந்தை மவுனமாக இருக்கிறார். பிறகு மெள்ள குரல் உடைந்து சொல்கிறார்: இதையெல்லாம் கூடத் தாங்கிக்கலாம்மா. ஆனா எங்க போனாலும் 'வால் குரங்கு சம்பந்தி... வால் குரங்கு சம்பந்தி'ன்னு எல்லாரும் கேலி செய்யறாங்க... அதைத்தான் தாங்க முடியலைம்மா.

அதைச் சொல்லுங்க... அதுதான முக்கியமான காரணம்.

ஆமாம்மா. வளத்து ஆளாக்கின பொண்ணு நம்மை மதிக்காம போனதைக்கூடப் பொறுத்துக்கலாம். சொத்து கேட்டு வர்றதைக்கூடச் சமாளிச்சிடலாம்... பொண்ணை நல்லவிதமா காப்பாத்தாம விட்டான்னா அதைக்கூட செஞ்ச தப்புக்கு கஷ்டப்படறான்னு விட்டுடலாம். ஆனா சாதிசனம் பண்ற கேலி... அதைத்தான் தாங்க முடியலை. அவன் மட்டும் வால் குரங்கா இல்லாம இருந்தா எந்தப் பிரச்னையும் இல்லையேம்மா.

அப்போ அந்த வாலுள்ள குரங்கை அந்தக் கூட்டத்துல இருந்து வெளிய வரச்சொன்னா ஏத்துப்பீங்களா.

அது எப்படி முடியும். வாலுங்கறது அவங்களுக்கு கூடவே பிறந்ததாச்சே. அதுமாதிரி எங்க இனத்துக்குள்ள வர்ணும்னா எங்க இனத்துல பிறந்தாத்தான முடியும்.

அது சரிதான். ஆனா ஒரு இனத்துல இருந்து வெளில வர்றது அவ்வளவு கஷ்டம் இல்லை. அது ஒரு அடையாளச் செயலா

செஞ்சிடலாம். இப்போ உங்க இனத்துக்குன்னு ஒரு சாமி, தலைவர் இருப்பாருல்ல... அந்த தலைவரை அந்த வாலுள்ள குரங்கு விழுந்து கும்பிட்டா ஏத்துப்பீங்களா.

அது வந்து... என்ன பண்ணினாலும் வாலு கடைசிவரை இருக்கத்தான செய்யும்.

அந்த வாலைச் சுருட்டி வெச்சிக்கச் சொல்வோம். உங்க ஆளுங்ககிட்ட சொல்லுங்க... அவன் தான் உங்க தலைவரை தன்னோட தலைவரா ஏத்துக்கத் தயாராகிடுவான்ல. உங்க தலைவரை ஏத்துக்கறவரை உங்க இனமா ஏத்துக்கறதுல உங்களுக்கு என்ன கஷ்டம்? முழுசா ஏத்துக்க முடியாட்டாலும் இது ஓரளவுக்கு சரிப்பட்டு வரும். நாளைக்கு யாராவது உங்களைப் பார்த்து வால் குரங்கு சம்பந்தின்னு கேலி பண்ணினா, அவன் இப்போ வால் குரங்கு இனத்துல இல்லைப்பா... நம்ம தலைவரை தன்னோட தலைவரா ஏத்துகிட்டிருக்கான்னு சொல்லுங்க.

இதுக்கு அந்த வால் குரங்கு ஒத்துக்குமா...

கேட்டுப் பார்ப்போம். உங்க பொண்ணு மேல அவனுக்கு உண்மையான காதல் இருந்தா அவனோட இனத்தை விட்டுட்டு வரட்டும்.

தமன்னா நேராக வாலுள்ள குரங்கைச் சந்தித்து இந்த யோசனையைச் சொல்கிறார். அவன் தன் காதலிக்காக உயிரைக்கூடத் தரத் தயாராக இருப்பதாகச் சொல்கிறான். அதன்படியே மனிதக் குரங்குகளின் தலைவரின் சிலை இருக்கும் சமாதிக்குச் சென்று அவருக்கு மலர் மாலை அணிவித்து அவர் காலில் விழுந்து வணங்குகிறான். மனிதக் குரங்குக் கூட்டம் அவனைக் கட்டித் தழுவி வாழ்த்துகிறது. அடுத்த முகூர்த்த நாளில் திருமணம் செய்துவைக்கலாம் என்று மனிதக் குரங்குக் குழு தீர்மானிக்கிறது. ஆனால், வாலுள்ள குரங்குக் கூட்டத்துக்கு இது ஆத்திரத்தை கிளப்புகிறது. அதெப்படி நம்முடைய எதிரிகளின் தலைவரைப்போய் இவன் வணங்கலாம். அந்தப் பெண்ணைத்தானே நம் தலைவர் காலில் விழ வைத்திருக்க வேண்டும். இந்தக் கல்யாணத்தை நடக்கவிடமாட்டோம் என்று கொதிக்கிறார்கள்.

அந்த வால் பையனுக்கு எங்க தலைவரைக் கும்பிடத் தோணினா அதை மதிச்சு விட்றவேண்டியதுதான என்று பதிலுக்குக் கேட்கிறார்கள்

மனிதக் குரங்கு குழுவினர். பிரச்னை தீராமல் இழுபறியாகிக் கொண்டேபோகிறது.

தமன்னா ஒரு யோசனை சொல்கிறார். வால் குரங்கு காதலனை லேசாக விஷம் சாப்பிட்டு மயங்கி விழச் சொல்கிறார். அவன் காதலில் இவ்வளவு தீவிரமாக இருக்கிறானென்று தெரிந்ததும் வால் குரங்குக் கூட்டம் அவனை ஏற்றுக்கொண்டுவிடும் என்று சொல்கிறார். அதன்படியே வீரியம் குறைவான விஷத்தை வால் குரங்குக்குக் கொடுக்கிறார். அந்தக் குரங்கு அதைச் சாப்பிட்டுவிட்டுக் கீழே விழுந்துவிடுகிறது. அனைவரும் இறந்துவிட்டதாக நினைக்கிறார்கள். வால் குரங்குக் கூட்டத்தினரும் மனிதக் குரங்குக் கூட்டத்தினரும் இறந்த குரங்கை நினைத்தும் அதன் தூய்மையான காதலை நினைத்தும் வருந்துகிறார்கள்.

ஆனால், இந்த நேரத்தில் இன்னொரு விபரீதம் நடக்கிறது. அவன் இறந்த செய்தி கேட்டதும் அதை உண்மையென்று நம்பிவிடும் மனிதக் குரங்குக் காதலி மரத்தில் இருந்து குதித்து தற்கொலை செய்துகொண்டுவிடுகிறது.

இதை எதிர்பார்க்காத தமன்னா அதிர்ச்சியில் உறைந்துவிடுகிறார். விஷத்தின் வீரியம் குறைந்ததும் மெள்ள சுய நினைவு திரும்பும் வாலுள்ள குரங்கு விஷயத்தைக் கேள்விப்பட்டதும் அந்த இடத்துக்குத் தள்ளாடித் தள்ளாடியபடியே விரைகிறது. சிறிது நேரம் ரத்தம் சிந்தி இறந்து கிடக்கும் தன் காதலியின் உடலையே பார்க்கிறது. பிறகு மெதுவாக அந்த மரத்தின் மீது ஏறிச் செல்கிறது. அனைவரும் கீழே நின்றபடி சோகமாக அதைப் பார்த்துக் கொண்டிருக்கிறார்கள். வால் குரங்குக் காதலன் மெள்ள உச்சிக் கிளைக்குச் செல்கிறது. பிறகு உச்சில் இருந்தபடி கைகளை அப்படியே விடுகிறது. வெட்டப்பட்ட மரக்கிளை கீழே விழுவதுபோல் காதலி குரங்கு இறந்து கிடக்கும் இடத்துக்கு அருகில் விழுந்து மண்டை உடைந்து இறக்கிறது. இரண்டின் உடம்பில் இருந்து வழிந்த ரத்தமும் ஒன்றாகக் கலக்கின்றன.

ரத்தக் கலப்பு கூடாதுன்னு சொன்னீங்கள்ல... அவங்க அவங்க ரத்தத்தைப் பிரிச்சி எடுத்துக்கிட்டுப் போய் எரியுங்க என்று தமன்னா அந்த ஜோடியைப் பார்த்து கதறி அழுகிறார். கூட்டம் அதிர்ச்சியில் உறைகிறது. அந்த சின்னஞ்சிறு ஜோடிகளை ஒரே சிதையில் கிடத்தி எரியூட்டுகிறார்கள்.

மாசிலா நிலவே நம்

காதலை மகிழ்வோடு

மாநிலம் கொண்டாடுமா... கண்ணே

- என்ற பாடல் சோக ராகத்தில் ஒலிக்கிறது.

***

அடுத்ததாக பண்ணைப்புரத்தில் திருவிழா வருகிறது. விழாவுக்காக ஆடுகளை வளர்ப்பவர்களிடமிருந்து மனிதக் குரங்கும் ஓர் ஆடை வாங்கி வளர்க்க ஆரம்பித்திருந்தது. கடவுள் வந்து வாங்கிச் செல்வார் என்று சொன்னதை நம்பி ரொம்பவும் ஆசையுடன் வளர்க்கிறது. ஆடு மாடுகளைக் கூட்டமாக வைத்துக்கொண்டு பாடுகிறது:

புத்தன் இயேசு காந்தி பிறந்தது பூமியில் எதற்காக

தோழா ஏழை நமக்காக

கங்கை யமுனை காவிரி வைகை ஓடுவது எதற்காக

நாளும் உழைத்து தாகம் எடுத்த தோழர்கள் நமக்காக

கேள்விக்குறி போல் முதுகு வளைந்து உழைப்பது எதற்காக

மானம் ஒன்றே பெரிதென எண்ணி பிழைக்கும் நமக்காக

(புத்தன் இயேசு)

நிழல் வேண்டும்போது மரம் ஒன்று உண்டு

பகை வந்தபோது துணை ஒன்று உண்டு

இருள் வந்தபோது விளக்கொன்று உண்டு

எதிர்காலம் ஒன்று எல்லோர்க்கும் உண்டு

உண்மை என்பது என்றும் உள்ளது

தெய்வத்தின் மொழியாகும்

நன்மை என்பது நாளை வருவது நம்பிக்கை ஒளியாகும்

(புத்தன் இயேசு)

பொருள் கொண்ட பேர்கள் மனம் கொண்டதில்லை
தரும் கைகள் தேடி பொருள் வந்ததில்லை
மனம் என்ற கோயில் திறக்கின்ற நேரம்
அழைக்காமல் அங்கே தெய்வம் வந்து சேரும்
அழுதவர் சிரித்ததும் சிரிப்பவர் அழுததும்
விதி வழி வந்ததில்லை

ஒருவருக்கென்றே உள்ளதை எல்லாம் இறைவன் தந்ததில்லை என்று ஆடிப்பாடுகிறது.

விழா நாள் வருகிறது.

தென்னை ஓலைத் தடுப்புக்குப் பின்னால் ஒவ்வொரு ஆடாகக் கொண்டு செல்லப்பட்டு பலி கொடுக்கப்படுகின்றன. மனிதக் குரங்குக்கு ஆடுகளை வெட்டிக் கொல்கிறார்கள் என்பது தெரியாது. கடவுள் வந்து வாங்கிச் செல்கிறார் போலிருக்கிறது என்று நம்பியபடி தான் ஆசையாக வளர்த்த ஆடையும் கொண்டுவருகிறது. அங்கே உள்ளே போனதும் ரத்தம் தோய்ந்த அருவாளுடன் பூசாரி நிற்பதைப் பார்த்ததும் மனிதக்குரங்கு பதறுகிறது. என்ன செய்கிறீர்கள் என்று கேட்கிறது. ஒரு ஆடை அதன் கண் முன்னால் பலி கொடுக்கிறார்கள்.

மனிதக் குரங்கு பதறியடித்துத் தன் குழந்தை ஆடை அழைத்துக்கொண்டு வெளியே ஓடுகிறது. அனைவரும் வந்து ஆடைக் கொடு பலி கொடுக்கவேண்டும் என்கிறார்கள்.

கடவுள் அன்பானவர் என்று சொல்கிறீர்கள். இந்த உலகத்தைப் படைத்தது அவர்தான் என்றும் சொல்கிறீர்கள். கடவுளால் படைக்கப்பட்ட ஓர் உயிரை கடவுளால் படைக்கப் பட்ட இன்னோர் உயிர் கொல்வது சரியா... கடவுளுக்குப் படைப்பதாகச் சொல்லி நீங்கள்தான் சாப்பிடுகிறீர்கள். ஆக உங்களுடைய நாக்கு ருசிக்காக ஒரு உயிரைக் கொன்றுவிட்டு அதை நியாயப்படுத்திக்கொள்ள கடவுளைத் துணைக்கு அழைக்கிறீர்களா..? எல்லா உயிரிலும் கடவுள் இருக்கிறார் என்றால் நீங்கள் ஒரு கடவுளைத்தான் வெட்டிக் கொன்று சாப்பிடுகிறீர்கள்... இதை நிறுத்துங்கள் என்று சொல்கிறது.

கடவுள் அப்படி ஒண்ணும் கருணைக் கடல் கிடையாது. சிங்கம் புலிக்கு உணவா ஆடு மாட்டைப் படைச்சிருக்காரு. அது தப்பா

என்ன... இயற்கை... மனுஷன் விவசாயம் கண்டுபிடிச்சு பத்தாயிரம் வருஷம்தான் ஆகியிருக்கு. அதுக்கு முன்னால உலகம் முழுவதுமே வேட்டையாடி மாமிசம்தான் சாப்பிட்டு வந்திருக்கான். அதனால மாமிச பட்சிணியான மனுஷன் மாமிசம் சாப்பிடறதுல தப்பே இல்லை என்கிறார் ஒருவர்.

மனுஷன் மாமிஷ பட்சிணின்னு யார் சொன்னாங்க... மனிதர்கள் குரங்கில இருந்து வந்தாங்கன்னுதான டார்வினே சொல்லியிருக்காரு. குரங்குங்க தாவர பட்சிணியா இருக்கும்போது மனுஷன் மட்டும் எப்படி மாமிச பட்சிணியா இருக்கமுடியும்? மனுஷனுக்கு கோரைப் பல்லோ கூர்மையான நகங்களோ கிடையாது. மாமிசத்தை வேக வைக்காம மனுஷனால சாப்பிடமுடியாது. எந்த மாமிச பட்சிணி வேக வெச்சு சாப்பிடுது. இதுல இருந்தே தெரியலையா மனுஷன் மாமிசபட்சிணி இல்லைங்கறது. உங்க நாக்கு ருசிக்காக இயற்கையை மாத்தறீங்க.

செடிகளுக்குக் கூடத்தான் உசிரு இருக்கு. அதைச் சாப்பிடறதும் அப்போ தப்புத்தான?

ஒரு செடிலருந்து ஒரு காயையோ கனியையோ பறிக்கறதுனால அந்தச் செடி செத்துப் போறதில்லை. ரத்தம் உள்ள உயிர்களுக்குத்தான் வலி இருக்கும். அதனால காய் கனிகளையும் தானியங்களையும் சாப்பிடறது தப்பே இல்லை.

மனுஷனுக்கு மூளை வளர்ச்சி அடைந்ததுக்குக் காரணமே அவன் மாமிசம் சாப்பிட ஆரம்பிச்சதுதான். இல்லைன்னா குரங்காவேதான் இருந்திருப்பான்.

மாமிசம் சாப்பிட்டா மூளை வளரும்னா சிங்கத்துக்கும் புலிக்கும் ஏன் வளரலை. நாலு கால்ல நடந்த நம்ம முன்னோர்கள்ல சிலர் நிமிர்ந்து நடக்க ஆரம்பிச்சதும் அவங்களோட முன்னங்கால் எல்லாம் கையா மாறி மனுஷனாயிட்டாங்க. மனுஷனுக்கு கைகள் கிடைச்சதுதானதால் வேலைகளை சீக்கிரமா முடிக்க முடிஞ்சது. அதனாலதான் நிறைய ஓய்வு கிடைச்சு யோசிக்க நேரம் கிடைச்சு மூளை வளர்ந்திருக்கு. மாமிச உணவு மனித மூளையை மழுங்கடிக்கத் தான் செய்யும்.

ஒருத்தர் என்ன சாப்பிடணுங்கறதைத் தீர்மானிக்கற சுதந்தரம் அந்த மனுஷருக்குத்தான் உண்டு. வேற யாருக்கும் கிடையாது.

உங்களுக்கு சாப்பிடறதுக்கே இத்தனை உரிமையும் சுதந்தரமும் உண்டுன்னா அந்த விலங்குகளுக்கு உயிர் வாழ்ற சுதந்தரமும் உரிமையும் அதைவிட அதிகமா இருக்கே. அதை நீங்க பறிக்கறது நியாயமா..? அப்படியே மாமிசம்தான் சாப்பிடணும்னா சிங்கத்தையோ புலியையோ அடிச்சி சாப்பிடவேண்டியதுதான... எதுக்காக உங்களை நம்பி வாழ்ற உங்களைவிட பலம் குறைஞ்ச மாட்டையும் கோழியையும் மாட்டையும் அடிச்சுக் கொல்றீங்க... இது நம்பிக்கைத் துரோகமும்கூட இல்லையா.

கோவில்ல மணியாட்டிக்கிட்டிருக்கற பார்ப்பான் மாதிரிப் பேசற நீ? அவன் கூடாதுன்னு சொல்றதுனாலயே நாங்க சாப்பிடுவோம்.

வள்ளுவர் கொல்லாமை குறித்துச் சொன்ன பத்து குறள்களையும் அங்கு இருக்கும் ஒவ்வொரு குழந்தையையும் மனிதக் குரங்கு ஒப்பிக்கச் சொல்கிறது. குழந்தைகள் குறளைச் சொல்ல சொல்ல மனிதக் குரங்கு அதற்கு விளக்கம் சொல்கிறது.

வள்ளுவரைப் போகச் சொல்லு... அவரு குடிக்கக்கூடாதுன்னு சொல்லுவாரு... பொய் சொல்லாதன்னு சொல்லுவாரு... அதெல்லாம் சும்மா பள்ளிக்கூடத்துல படிக்கவும் பஸ்ல எழுதிப்போடவும்தான் லாயக்கு. அதான் அவருக்கு ஊருக்கு ஒதுக்குப்புறத்துல ஒரு பெரிய சிலை வெச்சாச்சுல்ல... அவரு அங்கினயே இருக்கட்டும். ஊருக்குள்ள வந்துட்டாருன்னா கதை கந்தலாகிடும். இன்னும் சொல்லப்போனா அது அவர் எழுதினதே கிடையாது. பார்ப்பானுங்க எழுதி திருக்குறளுக்குள்ள சொருகியிருக் கானுங்க. எங்களுக்குத் தெரிஞ்சதெல்லாம் ஒண்ணே ஒண்ணு தான். கொன்ன பாவம் தின்னா போச்சு. அவ்வளவுதான் கதை என்று சொல்லி கோவில் வளாகத்திலேயே ஆட்டைக் கறி சமைத்து குடும்பம் குடும்பமாகத் தின்று மகிழ்கிறார்கள்.

மனிதக் குரங்கு, ஏசுநாதர் போல் தான் வளர்த்த ஆடை மார்போடு அணைத்தபடி, சோகமாக ரத்தம் தோய்ந்த வளாகத்தில், மூங்கில் முளைகளில் வெறும் கயிறுகள் மட்டும் கிடப்பதைப் பார்த்தபடியே அந்தக் கூட்டத்தின் நடுவே நடந்துசெல்கிறது.

புத்தன் இயேசு வள்ளுவர் பிறந்தது பூமியில் எதற்காக

தோழா கல்லாய் சிலையாய் கிடப்பதற்காக

கங்கை யமுனை காவிரி வைகை ஓடுவது எதற்காக

மென் உயிர் கொன்று தன் உயிர் வளர்க்கும் அற்பப் பதர்களுக்காக

- பாடல் வரிகள் சோகமாகப் பின்னணியில் ஒலிக்கின்றன.

அதைக் கண்டு மனம் கலங்கும் சிறுவர்கள் ஆட்டுக்கறி உணவைக் கொண்டு குப்பையில் கொட்டிக் கைகளைக் கழுவுகிறார்கள். மனிதக் குரங்கு அவர்களைப் பார்த்து கண்ணீர் மல்க சிரிக்கிறது. குட்டி ஆடு மனிதக் குரங்கின் கைகளில் இருந்து துள்ளிக் குதித்து குழந்தைகளை நோக்கி தத்தித் தத்தி ஓடுகிறது. ஒரு குழந்தை அதை எடுத்து அணைத்து முத்தமிடுகிறது. சொடலை மாடன் சன்னதிக்கு முன்பாகக் குட்டி ஆடைக் கொண்டு செல்கிறார்கள். மாடனின் கழுத்தில் போட்டிருந்த மாலை ஒன்று கழன்று ஆட்டுக் குட்டி முன்னால் விழுகிறது. குட்டி ஆடு அதை ஆசை ஆசையாகச் சாப்பிடுகிறது. சிறுவர்களும் மனிதக் குரங்கும் மாடனைக் குலவையிட்டுக் கையெடுத்துக் கும்பிடுகிறார்கள்.

***

ஊரில் புதிதாக ஒரு வீடு கட்டுகிறார்கள். கூலியாட்கள் கல்லையும் மண்ணையும் சுமந்து கஷ்டப்பட்டு வீடு கட்டி முடிக்கிறார்கள். ஆனால், கிரகப்பிரவேசத்தின் போது ஒரு ஐயரை அழைத்து வருகிறார்கள். அவர் நீர்க் கலசம் ஒன்றை எடுத்துக்கொண்டு மாவிலையால் வீடு முழுவதும் தெளிக்கிறார். தீட்டு, தோஷமெல்லாம் நீங்க அப்படிச் செய்வதாகச் சொல்கிறார்கள். பசுவை அழைத்து வந்து அதற்கு அலங்காரங்கள் எல்லாம் செய்து உணவு கொடுக்கிறார்கள். கஷ்டப்பட்டு ரத்தமும் வேர்வையும் சிந்திய கூலித் தொழிலாளர்களை அந்த வீட்டுக்குள் நுழையவே விடாமல் விரட்டிவிடுகிறார்கள்.

இதைப் பார்க்கும் மனிதக் குரங்கு தனக்கென்று ஒரு வீடு கட்ட முன்வருகிறது. பொன்னும் மணியும் இழைத்து பெல்ஜியம் கண்ணாடிகள், அமெரிக்கன் சரவிளக்குகள் பொருத்தி ஒரு மாளிகையைக் கட்டி முடிக்கிறது. ஆனால், வீடு கட்டி முடித்ததும் ஐயரை அழைக்காமல் நாட்டார் தெய்வ சாமியாடி ஒருவரை அழைத்துவந்து பூஜை செய்ய வைக்கிறது. பசுவுக்கு பதிலாக எருமையை அழைத்துவந்து அலங்காரம் செய்து உணவுகொடுத்து மரியாதை செய்கிறது. வீடு கட்டிக்கொடுத்த கூலியாட்கள் அனைவரையும் வீட்டில் உட்கார வைத்து விருந்துபோட்டு வேட்டி

சட்டை எடுத்துக்கொடுத்து அனுப்புகிறது. எளிய மக்கள் எல்லாரும் மனிதக் குரங்கை வாழ்த்தி வணங்குகிறார்கள்.

யாருக்காக... இது யாருக்காக...
இந்த மாளிகை வசந்த மாளிகை
கருணை ஓவியம் கலந்த மாளிகை
யாருக்காக இது யாருக்காக...
எழுதுங்கள் என் இரங்கற்பாவில் இவன் இரக்கமுள்ளவன் என்று
பாடுங்கள் என் சுடுகாட்டில் இவன் பாட்டாளித் தோழன் என்று

உரிமை எனும் முழக்கம் வந்தது
அது உழைப்பு எனும் வடிவில் வந்தது
கூடிக் கட்டிய வீடு என்பது
சிறைக் கூண்டு போல ஏன்தான் மாறணும்?
ஜன்னல்களைத் திறந்துவிடுங்கள்... புதிய காற்று வரட்டும்
திண்ணைகளைக் கட்டி வையுங்கள்... பாட்டாளிகள் படுத்துறங்கட்டும்...

-என்று பாடுகிறது.

***

அடுத்ததாக அந்த ஊரில் நூறு நாள் வேலைத் திட்டத்தில் எல்லாரும் வெறுமனே ஒப்புக்கு இங்குமங்கும் மண்ணையும் புல்லையும் வெட்டிவிட்டு காசு வாங்கிச் செல்வதைப் பார்க்கிறது. அரசாங்கம் குறைந்தபட்ச வேலைக்கான உத்தரவாதமாக ஒவ்வொரு நபருக்கும் 100 நாள் வேலை தருவதாகவும் அதில் பெரிய கருவிகள், டிராக்டர்கள் இவற்றை யெல்லாம் பயன்படுத்தக்கூடாதென்றும் சொல்கிறார்கள். அப்படியானால், சரி கிராமத்தில் இருக்கும் எளிய கடினமான கேவலமான வேலைகளை மேம்படுத்த இதைப் பயன்படுத்திக் கொள்ளலாமே என்று சொல்கிறது. கிராமப்புறத்தில் எல்லாரும் திறந்தவெளிக் கழிப்பிடத்தில் மலம் கழிக்கிறார்கள். இதைப் பார்க்கும் மனிதக் குரங்கு அங்கு ஒரு பொதுக் கழிப்பிடத்தைக் கட்ட ஆலோசனை சொல்கிறது. அதுபோல் சாக்கடை தோண்டுபவருக்கு

உதவும் வகையில் பூமிக்கு அடியில் சுரங்கப்பாதை அமைத்து சாக்கடைக் கழிவுகளை அதில் கலக்கும்படியும் அந்த கால்வாயை ஊருக்கு வெளியே கொண்டுசென்று விளை நிலத்துக்கு அந்த நீரும் கழிவும் பயன்படுவதுபோலவும் செய்து தருகிறது.

முதலில் யாரும் இந்தக் கடினமான வேலையைச் செய்ய முன்வராமல் போகவே மனிதக் குரங்கு தானாகவே குழியை வெட்டி மண்ணை அள்ளிப் போட்டு வேலை செய்கிறது. மெள்ள மெள்ள நூறு நாள் வேலைத் திட்டத்தில் ஈடுபடும் பெண்கள் உதவி செய்ய வருகிறார்கள். அதன் பிறகு ஆண்கள் வருகிறார்கள். ஒருவழியாக அந்த கிராமத்தில் இருந்த இழிவான வேலைகள் செய்பவர்களுக்கு உதவும் வகையில் அந்த வேலைகள் செய்து முடிக்கப்படுகின்றன.

***

மனிதக் குரங்குகள் உலகத்தில் ஒரு கர்ப்பிணிக் குரங்குக்கு பிரசவத்தில் சிக்கல் வருகிறது. தமன்னா வெர்டனரி டாக்டர் என்பதால் அந்தக் குரங்குக்கு நீரில் பிரசவம் பார்த்து குழந்தையைக் காப்பாற்றிவிடுகிறார். குழந்தைக்கு தமன்னாவின் பெயரைப் பெற்றோர் சூட்ட முன்வருகிறார்கள். அவரோ மனிதக் குரங்கினரின் குல தெய்வப் பெயரைக் கேட்டு அதைச் சூட்டுகிறார்.

அடுத்ததாக, வேட்டைக்காரர்கள், குரங்குகளைப் பிடிக்க வருகிறார்கள். தமன்னா அவர்கள் முன்னால் பாய்ந்து, ‘என் ஆட்களைத் தொடணும்னா என்னைத் தாண்டி... தொட்டுப் பாருடா’ என்று லேடி டார்ஸானாக சண்டைபோட்டு அவர்களை விரட்டியடிக்கிறார்.

தமன்னா அங்கு இருக்கும்போது ஒரு முறை மழை பொய்த்துவிடுவதால் மரங்களில் போதிய காய்கனிகள் கிடைக்காமல் போய்விடுகிறது. மனிதக் குரங்குகள் கூட்டம் கூட்டமாக வேறிடம் தேடி நகரத் தொடங்குகின்றன. இப்படி காட்டில் தானாக விளைவதை மட்டும் உண்டுவராமல் விவசாயம் செய்தால் நமக்குத் தேவையானதை எளிதில் பெறலாம் என்று சொல்லி மனிதக் குரங்குகளுக்கு விவசாயம் செய்யக் கற்றுத் தருகிறாள்.

‘கடவுள் எனும் முதலாளி

கண்டெடுத்த தொழிலாளி...

விவசாயி... விவசாயி’

- என்று பாடியபடியே அந்தக் காட்டை பச்சைப் பசேலென்ற வயல் வெளியாக மாற்றிவிடுகிறார்கள்.

அருவி நீரைப் பயன்படுத்தி சக்கரத்தைச் சுழல வைத்தும் ஒவ்வொரு குகையின் மீதும் சூரிய தகடுகள் பொருத்தியும் அந்த காட்டையே மின் மிகைக் காடாக மாற்றுகிறாள். இருண்ட குகைக்குள் இருக்கும் வயதான மனிதக்குரங்கின் முகம் அந்த குகையில் எரியும் முதல் குழல் விளக்கில் பிரகாசிப்பதைப் பார்த்து குரங்கு உலகமே ஆனந்தத்தில் ஆடுகிறது.

***

மனிதர்கள் இனத்தில் சிலர் கோவில் கருவறை நுழைவுப் போராட்டம் நடத்துகிறார்கள். மனிதக் குரங்கு அது தொடர்பான பல கேள்விகளைக் கேட்கிறது.

பிராமணர்கள் எல்லாருக்குமே கருவறைக்குள்ள போகமுடியுமா?

முடியாது. அர்ச்சக பிராமணர்கள் மட்டுமே போக முடியும்.

பிராமண அர்ச்சகர்கள் ஏன் கருவறைக்குள்ள மத்தவங்க வரக்கூடாதுன்னு சொல்றாங்க.

கோவிலுக்கு அர்ச்சகர்ங்கறவர் முதலாளி மாதிரி. ஒரு அலுவலகத்துல முதலாளியோட நாற்காலில அவர் மட்டும் தான் உட்கார முடியும் இல்லையா... அந்த அலுவலகத்துக்கு வர்றவங்க எல்லாருமே நானும் முதலாளியோட நாற்காலில உட்காருவேன்னு சொன்னா சரியா இருக்குமா..?

தமிழ் நாட்டுல எத்தனை கோவில்கள்ல இது மாதிரி கருவறைக்குள நுழையக்கூடாதுன்னு சொல்றாங்க..?

பெரும்பாலும் எல்லா கோவில்கள்ளயுமே அதுதான் நிலைமை. பூசாரிக்கு கருவறை... பக்தருக்கு பிரகாரம்.

பூசாரிங்க எல்லாருமே பிராமணர்கள்தானா..?

இல்லை... முப்பது நாற்பது சதவிகிதம்பேர் பிராமணரா இருப்பாங்க. மத்ததெல்லாம் ஒவ்வொரு சாதிலயும் இருப்பாங்க.

பிராமணரல்லாத கோவில்ல கருவறைல எல்லாரும் போக முடியுமா..?

அங்கயும் அந்த பூசாரி மட்டும்தான் போக முடியும்.

இந்த மாதிரியான போராட்டங்கள் எங்கெல்லாம் நடக்குது?

பிராமணர்கள் குருக்களா இருக்கற கோவில்கள்ல மட்டும்தான்.

ஏன் அப்படி?

ஏன்னா, கருவறைக்குள்ள அர்ச்சகரைத் தவிர வேற யாரும் நுழையக்கூடாதுன்னு சொன்னது அவங்கதான்.

ஆனால், அதை எல்லாரும்தானே பின்பற்றறாங்க.

ஆமாம்.

சரி... கோவில் குருக்களுக்கு சம்பளம் எங்க இருந்து கிடைக்குது?

சில கோவில்களுக்கு தனி நிர்வாகம் இருக்கும். அவங்க சம்பளம் தருவாங்க. சில கோவில்களை அரசாங்கம் எடுத்து நடத்துது. அவங்க அந்தக் கோவில் அர்ச்சகர்களுக்கு சம்பளம் தருவாங்க. பொதுவா, அர்ச்சகர்களுக்கு தீபாரதனைத் தட்டுல பக்தர்கள் காசு போடுவாங்க. ஆனால், அரசாங்கம் எடுத்து நடத்தாத கோவில்கள்ல அர்ச்சகர்களுக்குக் கூடுதல் பணம் தீபாராதனைத் தட்டுல இருந்தே கிடைக்கும்.

அதாவது, கருவறைக்குள்ள அனுமதிக்கமாட்டேன்னு சொல்ற அர்ச்சகருக்கு பக்தர்கள் அதிக காணிக்கை தர்றாங்க இல்லையா. அப்பறம் அரசாங்கம் எடுத்து நடத்தற கோவில்கள்லயும் அர்ச்சகர் தவிர வேற யாரும் நுழைய முடியாது இல்லையா..?

ஆமாம். ஏன்னா எந்த பக்தரும் கருவறைக்குள்ள நுழையணும்னு கேட்கலை. பிராமணர்கள் ஆகம விதி முறைப்படி அர்ச்சகர்களுக்கு மட்டுமே கருவறையில் நுழைய அனுமதி உண்டுன்னு சொல்றாங்க. அதை பக்தர்கள் ஏத்துக்கறாங்க. அப்பறம் அரசாங்கம் எல்லாரையும் கருவறைக்குள்ள நுழையலாம்னு சொன்னா அப்பறம் எந்த பக்தரும் அந்தக் கோவிலுக்குப் போகமாட்டார்ங்கறதுனால அவங்களாலயும் ஒண்ணும் செய்ய முடியலை.

அப்போ போராடறவங்களுக்கு மட்டும்தான் இது பெரிய பிரச்னையா இருக்கு இல்லையா..?

ஆமாம்.

போராடறவங்களுக்கு கடவுள் நம்பிக்கை உண்டா?

கிடையாது.

ஒருவேளை கருவறைல எல்லாரும் நுழைய அனுமதி கிடைச்சா அப்பவாவது கோவிலுக்குப் போவாங்களா...

அதெல்லாம் மாட்டாங்க. ஒரு அநீதி நடக்கறதைப் பார்த்தா அவங்களால சும்மா இருக்க முடியாது. அதனால பொங்கறாங்க.

நல்ல விஷயம்தான். எல்லா அநீதியையும் எதிர்த்து இதே மாதிரி பொங்குவாங்களா..?

ஐ... நல்ல கதையா இருக்கே... பாதுகாப்பான, ஆதாயம் தரக்கூடிய உண்மைகளை மட்டும்தான் பேசுவாங்க. அதுக்கு மட்டும்தான் போராடுவாங்க. அவங்களுக்கும் குடும்பம் குட்டியெல்லாம் உண்டு இல்லையா?

அது சரி... காசு கொடுத்தால் பிற சாதியினரையும் பிற பிராமணர்களையும் அர்ச்சகர்கள் உள்ளே அனுமதிப்பாங்களா..?

மாட்டாங்க.

அப்போ, பிற சாதிக்காரங்களுக்கு பிராமணர்கள் சடங்கு சம்பிரதாயம் எதுவுமே செய்து தரமாட்டாங்களா.

அதெல்லாம் கிடையாது. எல்லா விசேஷங்களையும் நடத்திக்கொடுப்பாங்க. கோவிலுக்குள்ள கூட தர்ம தரிசனம், காசு தரிசனம் எல்லாம் உண்டு. ஆனா கருவறை தரிசனம் மட்டும் கிடையாது.

இந்தியா பூராவுமே இதுதான் நிலைமையா?

வட இந்தியாவிலும் தென்னிந்தியாவில் திறந்த வெளி சிறு தெய்வக் கோவில்களிலும் பக்தர்களே கருவறைக்குள் சென்று அபிஷேகமே செய்ய முடியும்.

சரி... இவ்வளவு விஷயங்கள் இருக்கா..? ஆக இது தீர்க்க வேண்டிய பிரச்னைதான். ஆனா போராட வேண்டிய விஷயமா எனக்குத் தோணலை. இந்தப் பிரச்னையைத் தீர்க்கப் பெருந்தெய்வக் கோவிலில் ஒரு புதிய சன்னதி கட்டி அந்த ஸ்வாமியின் கருவறைக்குள் பக்தர்கள் எல்லாரும் சென்று அபிஷேகம் செய்ய ஏற்பாடு செய்யலாமே என்று

யோசனை சொல்கிறது. பூசாரி இல்லாத அந்தக் கருவறையில் அபிஷேகம் செய்யப்படும் பாலை பக்தர்கள் தாமே எடுத்துச் செல்கிறார்கள். அல்லது முன்பு வழக்கத்தில் இருந்ததுபோல் பிற பக்தர்களுக்குக் கொடுக்கப்படுகிறது. மெள்ள மெள்ள புதிய கருவறை தெய்வத்துக்கு பக்தர்கள் பெருகி பழைய கருவறை தெய்வத்தின் சன்னதியில் கூட்டம் குறைகிறது. பழைய குருக்கள் மங்கலான விளக்கு எரியும் கருவறையில் இருந்து நூற்றி எட்டு அகல் விலக்குகள் ஜொலிக்கும் புதிய கருவறையை ஏக்கத்துடன் பார்க்கிறார். பிறகு மெள்ள வெளியே வந்து அந்தக் கோவிலின் ஸ்தல விருட்சத்தை நோக்கி நடக்கிறார். அங்கு இருளடைந்து கிடக்கும் புற்று மண்ணுக்கு அருகில் உட்கார்ந்து கொண்டிருக்கும் பூசாரியைப் பார்க்கிறார். குருக்கள் வருவதைப் பார்த்ததும் பூசாரி பதறி எழுந்து நிற்கிறார். குருக்கள் பெருமூச்சுவிட்டபடியே இரு கைகளைத் தலைக்கு மேலே தூக்கி புற்றுக் கோவிலை வணங்குகிறார். பூசாரி புற்று மண் தட்டை எடுத்து குருக்களிடம் நீட்டுகிறார். அவரோ புற்றுக் கோவில் பூசாரி முன் குனிந்து தன் நெற்றியைக் காட்டுகிறார். பூசாரி நடுங்கும் விரல்களால் குருக்களுக்கு புற்று மண்ணை இட்டு விடுகிறார். இருவர் கண்களில் இருந்தும் கண்ணீர் அருவியாகக் கொட்டுகிறது.

மனிதக் குரங்கு அவர்கள் இருவரையும் அழைத்துக்கொண்டு அதிகக் கவனிப்பின்றிக் கிடக்கும் சரஸ்வதி சன்னதிக்குச் செல்கிறது. வலதுபக்கம் புற்றுக்கோவில் பூசாரியை அமர வைக்கிறது. இடது பக்கம் குருக்களை அமரவைக்கிறது. அவர்களுக்கு முன்னால் ஒரு புத்தகப் பலகையைக் கொண்டுவந்து வைக்கிறது. இருவரும் தமிழ் மந்திரங்களையும் சமஸ்கிருத மந்திரங்களையும் கோவிலுக்கு வரும் குழந்தைகளுக்குக் கற்றுத் தருகிறார்கள். சரஸ்வதி சன்னதியில் விளக்குகள் பிரகாசிக்கத் தொடங்குகின்றன.

***

அடுத்ததாக பண்ணைப்புரத்தில் பொங்கல் திருவிழா வருகிறது. ஜல்லிக்கட்டுக்கு ஊரே உற்சாகத்துடன் தயாராகிறது. அரசு தரப்பில் தடை விதிக்கிறார்கள். தடையை மீறி ஜல்லிகட்டு நடந்தே தீரும் என்று மக்கள் போராடுகிறார்கள். திட்டமிட்டபடியே ஜல்லிக்கட்டு ஆரம்பிக்கிறது. மனிதக் குரங்கு அந்த விளையாட்டைப் பற்றிக் கேட்கிறது. ஒரு காளையைக் கொம்பு சீவி அவிழ்த்துவிடுவார்கள் என்றும் அதை அடக்குபவரே வீராதி வீரன் என்று கொண்டாடப்படுவான் என்றும் சொல்கிறார்கள்.

சீறிவரும் காளையை வெறுங்கையால் அடக்குகிறார்களா... உண்மையிலேயே மனிதர்கள் வீரர்கள்தான்... அந்த அதிசயத்தை நானும் பார்க்கவேண்டும் என்று மனிதக் குரங்கு ஜல்லிக்கட்டு மைதானத்துக்கு ஆர்வத்துடன் வருகிறது. ஒவ்வொரு காளையாக அவிழ்த்துவிடுகிறார்கள். மாடு பிடி வீரர்கள் கூட்டமாகப் பாய்கிறார்கள். மாட்டுத் திமில் மேல் தொங்கியபடியே செல்கிறார்கள்.

சிறிது நேரம் வேடிக்கை பார்க்கும் மனிதக் குரங்கு சரி... போட்டியை எப்போ ஆரம்பிப்பாங்க என்று கேட்கிறது.

போட்டியை ஆரம்பிக்கிறதா..? இப்ப இங்க என்ன நடந்துக்கிட்டிருக்கு?

சின்னப்பசங்க என்னமோ வேடிக்கை காட்டறாங்கன்னுல்ல நினைச்சேன்.

தம்பி... இதுதான் வீர விளையாட்டு...

நேருக்கு நேர் நின்னு அடக்கமாட்டாங்களா..?

மாட்டாங்க...

ஒரு காளையை ஒத்தையா அடக்கமாட்டீங்களா...

மாட்டாங்க... மாட்டின் மேலே யார் அதிக நேரம் தொங்குகிறாரோ அவரே வீரர்.

அப்படிப் பார்த்தா ஈயும் உன்னியும் உங்களைவிடப் பெரிய வீரனாச்சே.

கேட்டுக்கொண்டிருப்பவருக்குக் கோபம் வருகிறது.

இவ்வளவு பேசறியே நீ இறங்கி அடக்கிக் காட்டு பார்க்கலாம்.

நான் க்ரூப் போட்டோக்கெல்லாம் போஸ் கொடுக்க மாட்டேன். சிங்கம் சிங்கிளாத்தான் எதையுமே செஞ்சு பழக்கம்... பிஸ்கோத் பசங்கள்லாம் மேல ஏறுங்க. நான் ஒத்தையா இறங்கி அந்த மாட்டை அடக்கி அது மேல சவாரி செஞ்சே காட்டறேன் என்று சவால் விடுகிறது.

அதன்படியே எல்லாரும் களத்தைவிட்டுச் செல்கிறார்கள். உள்ளதிலேயே மிகவும் மூர்க்கமான காரிக் காளையைக் கொண்டுவருகிறார்கள். பத்து பேர் சேர்ந்தே அடக்க முடியாத அந்தக்

காளையை மனிதக் குரங்கு தனி ஆளாக அடக்கக் களமிறங்குகிறது. வாடிவாசல் பட்டிகளுக்குப் பின்னால் காரிக் காளையின் கோரமான விழிகள் மின்னுகின்றன. அதன் மூச்சுக் காற்றுபட்டு தரையில் பெரிய குழி விழுகிறது. கூர்மையான கொம்பு மோதி தடுப்புக் கம்பிகள் உடைகின்றன. மெள்ள வாடி வாசல் கதவைத் திறக்கிறார்கள். காளை மெதுவாக அடிமேல் அடியெடுத்து வைத்து மைதானத்துக்குள் நுழைகிறது. ஒட்டுமொத்தக் கூட்டமும் மயான அமைதியில் உறைந்து கிடக்கிறது.

மைதானத்தில் தன்னந்தனியாக நிற்கும் மனிதக் குரங்கைப் பார்த்ததும் காளை சீறிப் பாய்கிறது... மனிதக் குரங்கோ சிறிதும் பயப்பட்டாமல் அப்படியே சிலை போல் நிற்கிறது. பாய்ந்து வரும் காளை இன்னும் ஒரே பாய்ச்சலில் மனிதக் குரங்கின் உடம்பைக் குத்தித் தூக்கிப் போட்டுவிடும் தூரத்தில் வருகிறது. மனிதக் குரங்கு சட்டென்று குட்டிகர்ணம் அடித்து மாட்டுக்குப் பின்னால் சென்று குதிக்கிறது. காளை தடுமாறி பிறகு மெள்ளத் திரும்புகிறது. மனிதக் குரங்கு மெள்ள வீடு கட்டுகிறது. காளையும் மனிதக் குரங்கின் கைகளையே பார்த்தபடி காலை மாற்றிவைக்கிறது.

காளை பாயப்போகும் தருணத்தில் மனிதக் குரங்கு சட்டென்று தன் முதுகுப்பக்கம் கையைக் கொண்டு செல்கிறது. எல்லாரும் அது அருவாளை எடுத்து வெட்டப்போகிறது என்று கூக்குரலிடுகிறார்கள். மனிதக் குரங்கு அவர்களை அமைதியாக இருக்கச் சொல்கிறது. சிறிது நேரத்தில் மைதானம் அதிர்ச்சியில் உறைகிறது. காரிக் காளை தன் ஆத்திரத்தைவிட்டு மனிதக் குரங்கு பின்னால் பவ்யமாக அன்ன நடை போட்டு நடக்கிறது. மனிதக் குரங்கு அதை உட்காரச் சொல்கிறது. காரிக் காளை கால்களை மடக்கி மண்டியிட்டு தலை குனிந்து அமர்கிறது. என்ன விஷயமென்றால், மனிதக் குரங்கு முதுகுப் பக்கம் ஒளித்து வைத்திருந்தது அருவாள் அல்ல... கம்மங் கதிர்! பசசைப் பசேலென்ற தோகையுடன், பார்த்தாலே பாய்ந்து மேயச் சொல்லும்வண்ணம் செழித்து வளர்ந்த கதிர் தட்டை. அதை மெள்ள வெளியே எடுத்து நீட்டுகிறது. காரிக்காளை கம்மங் கதிரைப் பார்த்ததும், ‘இதற்குத்தானே ஆசைப்பட்டேன் மிருககுமாரா...’ என்று மனிதக் குரங்கைப் பார்த்து மண்டியிடுகிறது. மனிதக் குரங்கு காளையின் திமிலையைத் தடவியபடியே மெள்ள அதன் மேல் ஏறி உட்கார்ந்து கொள்கிறது. கையில் இருக்கும் கம்மங் கதிரைக் கொஞ்சம் கொஞ்சமாக அதன் முன்னால் போடப் போட காரிக் காளை

மனிதக்குரங்கைச் சுமந்தபடி ஜல்லிக் கட்டு மைதானம் முழுவதும் அன்ன நடை போடுகிறது.

காளையை அடக்க இது போதும். அதுவும் போக ஒரு காளையை அடக்கறதுல வீரம் இல்லை. எத்தனையோ காளைகளைக் காயடிச்சு, லாடம் அடிச்சு, மூக்கணாங்கயிறு மாட்டி வண்டிமாடா ஆக்கி ஆயிரம் வருசத்துக்கு மேல ஆச்சு. ஆதிகாலத்துல காட்டுல திரிஞ்சிட்டிருந்தபோது ஒரு காளையை அடக்கறது வீரமா இருந்திருக்கலாம். இன்னிக்கு அது வீரமும் இல்லை. விவேகமும் இல்லை... போய்ப் புள்ளை குட்டிங்களைப் படிக்க வையுங்க என்கிறது.

அது எங்களுக்குத் தெரியும். ஆனா இது எங்களோட கலாசார விளையாட்டு... உலகத்துல எங்கயுமே இப்படியான வீர விளையாட்டு கிடையாது. ஸ்பெயின்ல நடக்கற விளையாட்டுல மாட்டை ஈட்டியால குத்திக் கொல்லுவான். அதை ஊரே கை தட்டி ரசிக்கும். இங்க காளைக்கு ஒரு காயமும் படாது... சங்க காலத்தில இருந்தே தமிழன் விளையாடிட்டு வர்ற விளையாட்டு... தமிழனோட அடையாளம் இது. இதைத் தடுக்க யாருக்கும் அதிகாரம் கிடையாது.

சங்க காலத்துல ஜல்லிக்கட்டு இருந்ததுன்னு சொல்லி விளையாடறீங்க... சங்க காலத்துல பரத்தையர்ன்னு இருந்திருக் காங்க. ஒவ்வொரு ஆணும் திருமணத்துக்கு முன்னாலயும் திருமணத்துக்கு அப்பறமும் பரத்தையர் வீட்டுலபோய் நாள்கணக்குல மாசக்கணக்குல இருந்திருக்காங்க... தமிழர்களின் தெய்வமான கண்ணகிகூட கோவலன் மாதவி வீட்டுலயே போய் படுத்துக் கிடந்ததை மன்னிச்சு ஏத்துக்கிட்டு வாழ்ந்தான்னு இலக்கியம் சொல்லுது. இப்போ ஒருத்தர் அப்படி இருக்க முடியுமா..? பரத்தையர்கூட படுத்து எழுந்திரிக்கறதுதான் தமிழர் கலாசாரம்னு சொல்லிட்டு திரிஞ்சா அதை ஏத்துப்பீங்களா?

கூட்டம் மவுனமாகத் தலைகுனிந்து நிற்கிறது.

சரி அதை விடுங்க... வேத காலத்தைப் போலவே சங்க காலத்துலயும் ஜாதி கிடையாது. இப்போ எதுக்கு அதைப் பிடிச்சி தொங்கிட்டிருக்கீங்க... இதுவா கலாசாரத்தைக் காப்பத்தற லட்சணம்? அதுவும் இன்னிக்கு வீரம்னா என்ன? ஆத்து மண்ணை அள்ளிக்கிட்டு போறாய்ங்களே அந்த லாரிகளை மடக்குங்க... அது வீரம்; லோடு லோடா மரத்தை வெட்டிக் கொண்டுபோறாங்களே அதைத் தடுங்க... அது வீரம்: எல்.கேஜி. யு.கேஜி படிக்க ஆயிரம் லட்சம் கொடுன்னு

கேட்கறாங்களே... தாய்மொழில பாடம் எடுக்காம ஆங்கிலத்துல எடுக்கறாங்களே அந்த புள்ளை பிடி வண்டிகளைத் தடுங்க அது வீரம்; தண்ணியே வராத குழாயைத திறந்துவைக்க ஐம்பது டாடா சுமோல வந்து போறாங்களே அந்த எம்.எல்.ஏ.க்களோட கேன்வாயைத் தடுங்க அது வீரம்... ஒரு அப்புராணி மாட்டைப் பிடிச்சு அதுவும் அதோட திமிலைப் பிடிச்சு தொங்கறதா வீரம் என்று கேட்கிறது.

அனைவரும் தலை குனிந்து நிற்கிறார்கள்.

***

அடுத்ததாக ஒரு நாள் பள்ளியில் காலையில் கொடி ஏற்றி பிரார்த்தனை செய்கிறார்கள். பக்கத்தில் இருக்கும் வார்டு கவுன்சிலரின் வீட்டில் அன்று ஏதோ பிறந்தநாள் விழா. பள்ளியில் சரியாக கொடி ஏற்றி தமிழ்த்தாய் வாழ்த்து பாடும் நேரத்தில் கவுன்சிலரின் அல்லக்கைகள் பட்டாசு கொளுத்திப் போட்டு கொட்டமடிக்கிறார்கள். அந்தப் பக்கமாக வரும் மனிதக் குரங்கு தமிழ்த்தாய் வாழ்த்து முடிவது வரை பல்லைக் கடித்துக்கொண்டு பொறுமையாக நிற்கிறது. தேசிய கீதம் முடிந்ததும் புயல் போல் கவுன்சிலரின் வீட்டுக்குள் புகுந்து அங்கிருப்பவர்களை அடித்து இழுத்துவந்து மீண்டும் தமிழ்த் தாய் வாழ்த்தைப் பாடச் சொல்கிறது. ஒருத்தருக்கும் அந்தப் பாட்டு தெரியவில்லை. தமிழ்த்தாய் வாழ்த்தே பாடத்தெரியலை நீங்களெல்லாம் தமிழருக்கு என்னத்தைச் செய்யப்போறீங்க என்று தலையில் குட்டி, அந்தப் பாட்டை கணீர் குரலில் பாடுகிறது. அல்லக்கைகள் அனைவரையும் அட்டன்ஷனில் நின்று சல்யூட் அடிக்க வைக்கிறது.

***

குரங்குகள் உலகில் ஒருமுக்கிய பிரமுகர் வீட்டில் திருமணம் நடக்கிறது. மணமகளை தமன்னா தேவதைபோல் அலங்கரிக் கிறார். மண மகளே மண மகளே வா வா பாடல் ஒலிக்க அழைத்துவருகிறார். தாலியை ஆசீர்வாதம் பண்ண சபையினர் மத்தியில் கொடுத்துவிடுகிறார்கள். திரும்பி வரும்போது வெறும் தட்டு மட்டும் இருக்கிறது. தாலியைக் காணவில்லை. மண்டபமே பதறுகிறது. தாலியை எப்படியும் மீட்டாக வேண்டும். அதே நேரம் விருந்துக்கு வந்திருக்கும் அனைவரை யும் சந்தேகிக்கவும் முடியாது. என்ன செய்வதென்று தவிக்கிறார்கள். அப்போது, தமன்னா ஒரு யோசனை

சொல் கிறார். அதன்படி மண்டபத்தின் வெளிக் கதவு மூடப்பட்டு வந்திருக்கும் மனிதக் குரங்குகள் அனைத்துக்கும் ஒரு மாங்கனி கொடுக்கப்படுகிறது. தாலியை எடுத்தவர்கள் தயவு செய்து அதை மாங்கனிக்குள் வைத்து கொடுத்துவிடுங்கள் என்று சொல்கிறார்.

அதன்படியே மாங்கனிகள் அனைவருக்கும் தரப்படுகிறது. பிறகு ஒரு கூடையைக் கொண்டு சென்று மாங்கனிகளைச் சேகரித்துகொண்டு வருகிறார்கள். மேடை நடுவில் அந்த மாங்கனிகளைக் கொட்டி ஒவ்வொன்றையாக சோதித்துப் பார்க்கிறார்கள். ஒரு மாங்கனிக்குள் தாலி மின்னுகிறது.

மணப்பெண் வீட்டாரும் மண்டபத்தில் இருப்பவர்களும் தமன்னாவைப் பாராட்டுகிறார்கள். (நன்றி : சோ.தர்மன்)

***

ஒரு நாள் காட்டுப்பகுதிக்கு சுற்றுலா வரும் கல்லூரி இளைஞர்கள் சாராயம் குடித்துவிட்டு பாட்டில்களை வீசிவிட்டுச் செல்கிறார்கள். உடைந்த பாட்டில் துண்டுகள் காலில் குத்தி மனிதக் குரங்குகள் அவதிப்படுகின்றன. காலில் சீழ் வைத்து ஒரு குரங்கின் காலையே எடுக்கவேண்டிவருகிறது. தமன்னா குரங்குகளுக்கு இரும்பு லாடம் அடித்தும் கனமான ஷூக்கள் தயாரித்துக் கொடுத்தும் காப்பாற்றுகிறாள்.

சில மனிதக் குரங்குகள் அடுத்த தடவை காட்டுக்கு வரும் இளைஞர்களைக் கட்டிப் பிடித்து அடித்து கொன்றுவிடுகின்றன. இதனால் குரங்கு இனத்துக்கும் மனித இனத்துக்கும் இடையில் சண்டை மூள்கிறது. அதைத் தடுக்க பஞ்சாயத்து கூடுகிறது.

நாயக மனிதக் குரங்கு மனிதர்கள் செய்ததுதான் தவறு என்று சொல்கிறது. தமன்னா மனிதர்கள் செய்தது தவறுதான் என்றாலும் அதற்காக இளைஞர்களை அடித்துக் கொன்றது அதைவிடப் பெரிய தவறு என்று சொல்கிறது. நாயகக் குரங்கு சொல்வதைக் கேட்டு மனிதர்களில் சிலர் ஆதிக்க சக்தி மனிதர்களை எதிர்த்து நிற்கிறார்கள். தமன்னா சொல்வதைக் கேட்டு மனிதக் குரங்குகள் சில அங்கிருக்கும் ஆதிக்க சக்திகளை எதிர்த்து நிற்கின்றன. இரண்டு தரப்பு எளிய சக்திகளும் நாயகன் குரங்கு மற்றும் தமன்னா தலைமையில் ஓர் அணியில் நிற்கின்றன. மனித ஆதிக்க சக்திகளும் குரங்கு ஆதிக்க சக்திகளும் ஓர் அணியில் நிற்கின்றன.

இரண்டு கோஷ்டிக்கும் இடையே கடும் சண்டை மூள்கிறது.

இதனிடையில் தமன்னாவும் மனிதக் குரங்கும் காதலிக்கிறார்கள் என்ற விஷயம் இரு தரப்புக்கும் தெரிந்துவிடுகிறது. இரு தரப்பு ஆதிக்க சக்திகளும் இந்தக் கலப்புத் திருமணத்தை நடக்கவிடமாட்டோம் என்று சூளுரைக்கிறார்கள். இரு தரப்பு எளிய மக்களும் அப்படியானால் எங்களுக்கு செய்த உதவிகள் எல்லாம் காதலில் ஜெயிப்பதற்காகச் செய்த நாடகம்தானா என்று இருவரையும் கேட்கிறார்கள்.

நாங்கள் காதலிப்பது உண்மைதான். உங்கள் மத்தியில் நல்லெண்ணம் பெற வேண்டும் என்று விரும்பியதும் உண்மைதான். ஆனால், அதன் பிறகு செய்ததெல்லாம் ஆத்மார்த்தமான முயற்சிகள்தான் என்று இருவரும் சொல்கிறார்கள். அதை யாரும் நம்பாமல் அதுவரை அவர்களுக்கு ஆதரவாக இருந்தவர்களில் மனிதக் குரங்குகள் எல்லாம் குரங்குகள் அணிக்கும் மனிதர்கள் எல்லாம் மனிதர்கள் அணிக்கும் போய்விடுகிறார்கள். மனிதக் குரங்கு நாயகனும் தமன்னாவும் மட்டும் போர்க்களத்தில் தனியாக நிற்கிறார்கள்.

சரி... எங்களுக்கு யாரும் வேண்டாம் நங்கள் தனியாகவே வாழ்க்கையைத் தொடங்கிக் கொள்கிறோம் என்று தொடுவானத்தை நோக்கி நடக்கத் தொடங்குகிறார்கள். ஆனால், ‘அப்படி நீங்கள் சேர்ந்துவிட முடியாது. மனிதக் குரங்கு குரங்குக் கூட்டத்துக்குப் போயாகவேண்டும். தமன்னா மனிதக் கூட்டத்துக்கு வந்தாகவேண்டும்’ என்று இரண்டு தரப்பினரும் எச்சரிக்கிறார்கள். இப்போது அவர்கள் இருவரை மையமாக வைத்து இரண்டு இனங்களுக்கும் இடையே பெரும் சண்டை மூள்கிறது.

இப்படிச் சண்டை நடந்தால் இழப்பு மிகவும் அதிகமாக இருக்கும் என்று அஞ்சும் நாயகனும் நாயகியும் அந்த சண்டையைத் தவிர்க்க விரும்புகிறார்கள். மனிதர்கள் தரப்பில் இருந்து வீரமுள்ள மனிதர் ஒருவரும் விலங்குகள் தரப்பில் வீரமுள்ள விலங்கும் சண்டையிடுவதென்றும் யார் ஜெயிக்கிறார்களோ அவர்களுடைய இனத்துக்கு மற்றவர் அடிமை என்று யோசனை சொல்கிறார் தமன்னா.

ஏற்கெனவே மனிதக் குரங்கு இனத்தில் அந்த நாயகக் குரங்கின் மீது ஆசைவைத்த பெண் இருப்பாள். அவளுடைய அண்ணன் தன் தங்கைக்குக் கிடைக்காதவன் உயிரோடு இருக்கக்கூடாது என்று

கோபத்தில் இருப்பான். அதுபோல் தமன்னா மீது காதல் வசப்பட்ட ஒருவன் இருப்பான். அவனும் தனக்குக் கிடைக்கவில்லையென்றால் தமன்னா வேறு யாருக்கும் கிடைக்கக்கூடாது என்று முடிவுகட்டியிருப்பான். அவர்கள் இருவரும் மனித இனம் சார்ந்தும் மனிதக் குரங்கு இனம் சார்ந்தும் நாயகக் குரங்கும் தமன்னாவும் சண்டை போட்டு யார் வெற்றி பெறுகிறார் என்று பார்க்கலாம் என்று சொல்கிறார்கள்.

இரு இனத்தினரும் ரத்தம் சிந்தி மடிவதைத் தடுக்க அவர்கள் இருவரும் ஒத்தைக்கு ஒத்தை சண்டைக்குத் தயாராகிறார்கள். உணர்ச்சிமயமான மிகக் கடுமையான சண்டைக்குப் பிறகு கடைசியில் இருவரும் மற்றவர் தலையை வெட்டி வீழ்த்தி உயிர்த் தியாகம் செய்கிறார்கள். தலை துண்டான இருவருடைய உடலும் ஒன்றை ஒன்று தேடித் தவித்து அணைத்தபடியே ஒன்றாக பூமியில் விழுகின்றன.

காதலுக்காக உயிர் துறந்த காதலர்களைப் பார்த்திருப்பீர்கள்.

காதலித்தவரின் சமூகத்துக்காக உயிர் துறந்தவர்களைப் பார்த்திருக்கிறீர்களா?

இதோ அப்படியான ஒரு காதல் ஜோடி....

இரு சமூகத்துக்காகத் தங்கள் வாழ்க்கையை அர்ப்பணித்த அந்தக் காதலர்கள்

தமது மரணத்தையும் அவர்களுக்காகவே அர்ப்பணித்திருக்கிறார்கள்.

இவர்கள் வெறும் காதலர்கள் அல்ல...

ஏனென்றால், இவர்களின் காதல்

அதையும் தாண்டிப் புனிதமானது!

இளைய தலைமுறை

தஞ்சை மாவட்டத்தில் இருக்கும் ஒரு கல்லூரியில் சுதந்தர தினக் கொண்டாட்டம் நடக்கிறது. கல்லூரி முதல்வர் கொடிஏற்ற வருகிறார். பூக்கள் வைக்கப்பட்டு சுருட்டிக் கட்டப்பட்டிருக்கும் கொடியை மேலே இழுக்கும்போது வழக்கத்துக்கு மாறாக கனமாக இருப்பதை உணர்கிறார். அருகில் இருக்கும் ஆசிரியரிடம் இதென்ன இப்படி மண்டை கனம் கனக்கிறது... என்று சொல்லியபடியே சிரமப்பட்டு கயிறை இழுக்கிறார். சுருட்டப்பட்டகொடி மெள்ள மெள்ள மேலே ஏறுகிறது. கம்பத்தின் உச்சிக்குச் சென்றதும் முடிச்சை அவிழ்த்து கொடியைப் பறக்கவைக்க முயற்சி செய்கிறார். முடிச்சை அவிழ்க்க சற்று சிரமமாக இருக்கவே அருகில் இருக்கும் ஆசிரியர் வந்து உதவுகிறார். இருவரும் சேர்ந்து இழுத்ததும் முடிச்சு அவிழ்கிறது. ஆனால் பூக்களுக்குப் பதிலாக ரத்தம் சொட்டச் சொட்ட மாணவர் ஒருவரின் வெட்டப்பட்ட தலை கீழே விழுந்து உருளுகிறது. ஒட்டு மொத்தக் கல்லூரியும் பதற்றத்தில் பயந்து ஓடுகிறது.

இறந்தது இளமாறன் என்ற மாணவர் என்பதும் அவர் இளைய தலைமுறை என்ற தொலைக்காட்சி சேனலில் மாணவ நிருபராகப் பணிபுரிந்ததும் தெரியவருகிறது. அந்த மாணவர் சமீபத்தில் தமிழக விவசாயிகள் பிரச்னை தொடர்பாக எடுத்து வெளியிட்ட ஆவணப்படம் பல பரிசுகளை வென்றிருந்தது. பூமியின் காவலர்கள் என்ற இயக்கத்தினர் இளமாறனின் படுகொலையைக் கண்டித்து மாநிலம் முழுவதிலும் ஆர்ப்பாட்டம் நடத்துகிறார்கள். 'இப்படிப் போராடுபவர்கள் எல்லாம் போராளிகள் அல்ல பொறுக்கிகள்....

முள்ளுச் செடிகளைச் சின்னதா இருக்கும்போதே வெட்டிடணும்... இல்லைன்னா அது பெரிசாகி கையையே கிழிச்சிடும்' என்று இதற்கு முன்பே பேசியிருந்த இந்து இயக்கத்தைச் சேர்ந்த தலைவர் ஒருவரை எதிர்த்து பெரும் ஆர்ப்பாட்டங்கள் நடக்கின்றன.

அவர் நேராக காவல் நிலையத்துக்குத் தன் தொண்டர்களுடன் சென்று தனக்கும் இந்தப் படுகொலைக்கும் எந்த சம்பந்தமும் இல்லை. ஓர் இளைஞன் இப்படிப் படுகொலை செய்யப்பட்டிருப்பது தனக்கு மிகுந்த வேதனையைத் தருகிறது... நான் இந்தக் கொலையைச் செய்ததாக நிரூபணமானால் நீதிமன்றத்துக்குக் கொண்டுசெல்லவேண்டாம். மக்களிடம் என்னை விட்டுவிடுங்கள். அவர்கள் என்னை அடித்தே கொல்லட்டும் என்று சொல்கிறார்.

இந்து இயக்கம்தான் செய்திருக்கும் என்று ஊடகங்கள்தான் அப்படி செய்தியைப் பரப்பியிருக்கிறார்கள். விசாரணை ஆரம்பித்திருக்கிறோம். செய்தது யாராக இருந்தாலும் தக்க தண்டனையை வாங்கித் தருவோம் என்று காவல்துறையினர் தெரிவிக்கிறார்கள்.

சில வாரங்கள் கழிகின்றன.

மதுரையில் ஒரு கல்லூரியில் மாலையில் விளையாட்டு நேரம். கல்லூரியின் ஸ்டோர் ரூமுக்குச் சென்று விளையாட்டுப் பொருட்களை எடுத்துக் கொடுத்து அனுப்புகிறார் ப்யூன். சட்டென்று மின்சாரம் போகிறது. கிரிக்கெட் செட், வாலிபால் செட், ஷாட் புட் இரும்பு குண்டு என கொடுத்து அனுப்பியவர் ஈட்டி எறிதல் பயிற்சிக்கான ஈட்டியைத் தானே எடுத்துவருவதாகச் சொல்லி அனுப்புகிறார். இருளில் சென்று தரையில்வைக்கப்பட்டிருக்கும் ஈட்டியைத் தூக்குகிறார். என்னடா இது பொண கனம் கனக்குது என்று சொல்லியபடியே ஈட்டியைத் தோளில் சாய்த்தபடி வெளியே வருகிறார்.

சிறிது தூரம் சென்ற அவரைப் பார்த்ததும் எதிரில் வருபவர்கள் அலறி அடித்துக் கொண்டு ஓடுகிறார்கள். தன்னைப் பார்த்து வேடிக்கையாகப் பயப்படுகிறார்கள் என்று நினைத்து அந்த ப்யூனும் புலி போல், ஒவ்வொருவரையும் பார்த்து உறுமுகிறார். தோளில் சாய்த்திருக்கும் ஈட்டியின் கூர்மையான பாகத்தை முன்னால்கொண்டுவந்து எதிரில் வருபவர்களைக் குத்துவதுபோல் நடிக்கப் பார்க்கிறார். ஈட்டியின் கூர்முனையை முன்பக்கம் திருப்பியதும் அவரும் பயந்து அலறிக்கொண்டு ஈட்டியைத் தூக்கிக்

கீழே போடுகிறார். அந்த ஈட்டியின் முனையில் ஒரு மாணவனின் தலை வெட்டிச் சொருகப்பட்டிருக்கிறது.

இறந்த மாணவர் பெயர் கதிரவன். இவரும் இளைய தலைமுறை சேனலில் மாணவ நிருபராகப் பணிபுரிந்து வந்தவர். இவர் சல்லிக்கட்டுப் போராட்டம் பற்றி எடுத்திருந்த ஆவணப்படமும் மக்களிடையே பெரும் வரவேற்பைப் பெற்றிருந்தது. மதுரைத் திரையரங்குகளில் திரைப்படங்களுக்கு முன்னதாக இந்த ஆவணப்படத்தையே காட்டும் அளவுக்கு வரவேற்பு பெற்றிருந்தது. இவனும் இப்படித்தலையை வெட்டிக் கொல்லப்பட்டிருப்பதைப் பார்த்ததும் தமிழகமே கொந்தளிக்கிறது. இந்து இயக்கத் தலைவரை காவல்துறை அவருடைய வீட்டுக்குள் புகுந்து கைது செய்து இழுத்துச் செல்கிறது. மக்கள் எல்லாரும் கையில் கிடைத்ததையெல்லாம் எடுத்து அவர் மீது எறிகிறார்கள்.

திரையுலகப் பிரபலங்கள் எல்லாரும் இந்து தீவிரவாதம் நாட்டில் பெருகிவருவதாகவும் படைப்பு சுதந்தரம், கருத்து சுதந்தரம் ஒடுக்கப்படுவதாகவும் பேட்டிகள் கொடுப்பார்கள்.

இளைய தலைமுறை நிறுவனத்தில் பணிபுரியும் தயா மலருக்கு எங்கோ சந்தேகம் வருகிறது. ஏனென்றால், சானலில் நடந்த சில விஷயங்கள் அவருக்குத் தெரியும்.

அதாவது, 'இளைய தலைமுறை' என்ற தொலைக்காட்சி நிறுவனத்தில் கல்லூரியில் படிக்கும் மாணவர்களைப் படிக்கும் பருவத்திலேயே நிருபர்களாகத் தேர்ந்தெடுத்து பயிற்சிகொடுக்கிறார்கள்.

மாஸ் கம்யூனிகேஷன் துறையைச் சேர்ந்த ஐந்து பேர் ஒரு குழுவாகச் சேர்ந்து Five men Army என்ற ஒரு குழுவை அமைத்திருப்பார்கள். இவர்கள் எடுத்து அனுப்பிய ஆவணப்படமானது சேனல் தலைமையகத்தில் இருப்பவர்களால் மத்திய அரசுக்கு எதிரானதாக எடிட் செய்து ஒளிபரப்பாகியிருக்கும். நாங்கள் பல தரப்பு மக்களுடன் பேசி எடுத்த விரிவான வீடியோவை ஏன் முழுமையாக வெளியிடவில்லை அந்தக் கல்லூரி மாணவர்கள் நிறுவனத்தில் சிலருடன் சண்டையிட்டிருப்பார்கள்.

அடுத்ததாக அவர்கள் தயாரிக்கும் ஆவணப்படம் ஒன்றை நேரடியாக யூ ட்யூபில் எடிட் செய்யாமல் வெளியிட முடிவு செய்வார்கள். அது தெரிந்ததும் கம்பெனி எம்.டி. அவர்களை அழைத்துப் பேசுவார்.

கல்லூரி மாணவர்களைப் பயன்படுத்தி மாநிலம் முழுவதிலுமான செய்தியை கவர் செய்யும் இந்தத் திட்டம் அவருடைய கனவுத் திட்டம். எனவே அதில் இருக்கும் மாணவர்களுடைய பிரச்னையைத் தானே நேரில் தீர்த்துவைக்க விரும்புவார். அந்த மாணவர்களுக்கு செய்திகளை எப்படி வழங்க வேண்டும் என்று ”சிறப்புப் பயிற்சி’ தர ஏற்பாடு செய்திருப்பார்.

ஆவணப்படத்தின் மத்திய அரசுக்கு எதிரான தன்மைக்காக கொல்லப்பட்டார்களா... அந்த ஆவணப்படங்கள் நடுநிலையாக இருந்ததால் கொல்லப்பட்டிருக்கிறார்களா... வேறு யாரையெல்லாம் விமர்சித்திருந்தது என்று ஆராய விரும்புவார் தயா மலர். கொலை செய்யப்பட்ட மாணவர்கள் எடுத்த எடிட் செய்யப்படாத முழு ஆவணப்படத்தை ஆர்க்யூவ்ஸில் இருந்து எடுத்துப் போட்டுப் பார்க்கிறார் தயா மலர்.

***

நீட் தேர்வில் தற்கொலை செய்துகொண்ட பெண் விஷயத்தில் மன நல ஆலோசகரில் ஆரம்பித்து அதே ஆண்டு தேர்வில் தேர்வான அதே ஜாதிப் பெண்ணுடைய பேட்டி, ஒரு பைசா கூடக் கொடுக்காமல் மருத்துவ சீட் பெற்ற ஏழைப் பெண் ஒருவருடைய பேட்டி, தேர்வில் பாஸாகாமல் அடுத்த ஆண்டு எழுதித் தேர்வாவேன் என்று சொல்பவருடைய பேட்டி, ரெண்டு வருஷத்துக்கு முந்தி நீட் வந்திருந்தா நானும் மெரிட்ல ஒரு பைசா கொடுக்காம மெடிக்கல் காலேஜ்ல சேர்ந்திருப்பேன். ஆனா, 50 லட்சம் கொடுத்துத்தான் எங்க அப்பா இந்த சீட் வாங்கிக் கொடுத்தாரு என்று பல மாணவர்கள், மாணவிகள் தங்கள் முகத்தை கர்ச்சீப்பால் மறைத்துக்கொண்டு கொடுத்த் பேட்டி எனப் பலருடைய கருத்துகளைத் தொகுத்து ஒரு ஆவணப்படத்தை கல்லூரி மாணவி அமுதா எடுத்திருப்பார். ஆனால், அவை எல்லாம் வடிகட்டப்பட்டு தமிழ் மாணவர்கள் டாக்டராகக்கூடாது என்பதற்காகவே நீட் தேர்வு அறிமுகப்படுத்தப்பட்டிருப்பதாக ஒளிபரப்பாகியிருக்கும்.

அதுபோல் கதிரவன் எடுத்து அனுப்பிய சல்லிக்கட்டு ஆவணப்படத்தில் சல்லிக் கட்டுப் போட்டியில் மகனை இழந்து அதனால் அதைத் தடுத்து நிறுத்த வழக்கு தொடுத்த குடும்பத்தினர், பள்ளர்களை மாடு பிடிக்க விடாமல் தடுக்கும் தேவர் சாதித் திமிர், சாதி விளையாட்டு என்று சொல்லி அதுவரை எதிர்த்துவந்த

அர்பன் நக்ஸல்கள் திடீர் பல்டி அடித்து பாஜக எதிர்ப்பு, இந்து எதிர்ப்பு பேச ஆரம்பித்த போலித்தனம், மாடுகளுக்குக் கோபம் வரவைக்கச் செய்யப்படும் கொடுமைகள், கிறிஸ்தவ இஸ்லாமியர்கள் இதை காட்டுமிராண்டித்தனமான இந்து விளையாட்டு என்று இகழ்வது, தமிழர் விளையாட்டு என்று சொல்லி கோவில்களில் இருந்து அந்த விளையாட்டை அப்புறப்படுத்த நடக்கும் முயற்சி, சல்லிக்கட்டை ஆதரிக்கும் அரசியல்வாதிகளில் ஆரம்பித்து நடிகர், ஐ.டி. பணியாளர்கள் முதல் யாருமே தாம் இறங்கி அடக்கவோ தன் குழந்தைகளை அனுப்பவோ மறுப்பது, சல்லிக்கட்டுக்கு தடை விதித்த கிறிஸ்தவ நீதிபதி, காளைகளை காட்சிப்பட்டியலில் இருந்து நீக்கிய காங்கிரஸ் அரசு, கோவில் விழா என்று வாதாடி ஜெயித்த சுப்பிரமணியம் சாமி, சல்லிக்கட்டுக்கு சட்டத் திருத்தத்தை ஒரே நாளில் நடத்திக்காட்டிய பாஜக, தடையை மீறி சல்லிக்கட்டை நடத்திய இந்து இயக்கத் தலைவர்கள் என பேசப்படாத பக்கங்களைப் பற்றி விரிவான பேட்டி எடுத்து அனுப்புகிறான். ஆனால், அவையெல்லாம் வெட்டி எறியப்பட்டு தமிழர்களின் கலாசார விளையாட்டை அழிக்கும் இந்து இந்திய அரசு என்ற ஒரு கோணத்தை மட்டுமே முன்னிலைப்படுத்தி அந்த ஆவணப் படம் வெளியிடப்பட்டிருக்கும்.

இஸ்லாமிய மாணவன் ஷஃபி என்பவன், கதுவா சிறுமி ஆசிஃபாவின் படுகொலை பற்றி கள ஆய்வு செய்ய நிறுவனத்திடம் அனுமதி கேட்டிருப்பான். நிறுவனமும் அவனை அனுப்பிவைக்கும். ஆனால், சிறுமி இறந்து ஒரு மாதம் கழித்து பர்கா தத் அதைக் கையில் எடுத்த பிறகே பெரிய விவகாரமான விஷயம், சிறுமியின் உடல் மறைத்து வைக்கப்பட்டதாகச் சொல்லப்பட்ட கோவிலில் அப்படி மறைப்பதற்கான இடமே இல்லை, சிறுமியை மறைத்து வைத்திருந்ததாகச் சொல்லப்பட்ட நாட்களில் அந்தக் கோவிலில் பெரும் விழா நடந்திருப்பது, கொலை செய்ததாகச் சொல்லப்பட்ட பூசாரி சற்று தொலைவில் மிகப் பெரிய இமய மலைக் காடும், பள்ளத்தாக்கும் இருக்கும் நிலையில் தன் வீட்டு வாசலிலேயே சிறுமியின் உடலைக் கிடத்தியிருப்பாரா... பூசாரியின் மகனும் கொலையிலும் கற்பழிப்பிலும் துணை புரிந்ததாகச் சொல்லப்பட்ட பூசாரியின் மகன் அந்த நாட்களில் 200 கி.மீ தொலைவில் தனது பள்ளியில் தேர்வு எழுதியதற்கும் ஏ.டி.எம்மில். பணம் எடுத்ததற்கும் இருக்கும் ஆதாரங்கள், அந்த கிராமத்தைச் சேர்ந்த அனைவரும் பூசாரி குற்றமற்றவர் என்று போராடும் விவரம் என ஷஃபி எடுத்த

ஆவணப்படமானது வெளி உலகில் பரப்பப்பட்ட பொய்களை அம்பலப்படுத்துவதாக இருக்கவே அதை அப்படியே கிடப்பில் போட்டிருப்பார்கள்.

அதுபோல் நியூட்ரினோ துகள் கண்டுபிடிப்பு தொடர்பான திட்டத்தை அணுகுண்டு வெடிக்கும் திட்டம் என்று எப்படியெல்லாம் பயமுறுத்தி மக்களைப் போராட வைத்திருக்கிறார்கள் என்பதை அம்பலப்படுத்தும்வகையில் ஒரு ஆவணப்படத்தை மாணவர் குமரேசன் எடுத்திருப்பார். பல விஞ்ஞானிகள், கல்லூரிப் பேராசிரியர்கள், தேனி பகுதி மக்கள் எனப் பலரைப் பேட்டி எடுத்திருப்பார். அதோடு இந்தப் போராளிகள் சிலர் வேண்டுமென்றே தெரிந்தே மக்களை பயமுறுத்தினோம்... மத்திய அரசின் திட்டம் எதுவாக இருந்தாலும் இல்லாத காரனத்தைக் காட்டி எதிர்ப்போம்... புதிய திட்டமாக இருந்தாலும் சரி.... பழைய திட்டத்தின் விரிவாக்கமாக இருந்தாலும் சரி... மத்திய அரசு தமிழர்களை வஞ்சிக்கிறது என்ற எங்கள் அஜெண்டாவை மக்கள் மத்தியில் கொண்டுசெல்வோமென்று பேசியதை அவருக்குத் தெரியாமல் படம் பிடித்தும் வைத்திருப்பார். இவற்றையெல்லாம் தொகுத்து ஆவணப்படத்தை தயாரித்து அனுப்பியிருக்க சேனலில் மத்திய அரசுக்கு எதிரான விஷயங்கள் மட்டுமே ஒளிபரப்பாகும்.

தற்கொலைக்கு முயற்சி செய்த ஒருவருடைய மரண வாக்குமூலத்தை பதிவுசெய்யும் வாய்ப்பு இளமாறனுக்குக் கிடைத்திருக்கும். திக்கித் திணறி தனது கடன் தொல்லை, விளைபொருளுக்கு நல்ல விலையின்மைபற்றிப் பேசும் அந்த விவசாயி, ஆட்சியாளர்கள் இப்படியே இருந்தால் விவசாயிகள் தற்கொலை செய்துகொள்வதைத் தவிர வேறு வழியே இல்லை. இப்போது நான் ஒருவன் மட்டும் விஷம் அருந்திச் சாகிறேன். நாளை ஒவ்வொரு விவசாயியும் தன் ஒட்டு மொத்த குடும்பத்துக்கும் விஷம் கொடுத்துவிட்டுச் சாவான் என்று சொல்லியபடி இறக்கிறார்.

இளமாறன் விவசாயிகள் பலரைச் சந்தித்து பேட்டி எடுக்கிறார். தமிழகத்தின் நெற்களஞ்சியமான தஞ்சை பகுதியில் குட்டை வைக்கோல் நெல் அறிமுகம், அதிக உரம், அதிக நீர், நிலத்தடி நீர் குறைந்து போனது, மண் மலடாவது, மணல் மாஃபியா, பலவீனமான பயிர் ரகங்கள், உபரி உற்பத்தி, சேமிப்பு கிடங்குகளின் சீரழிவு, பதப்படுத்துதல் வசதிகள் இன்மை, விளை நிலங்களில் வீடுகள்,

அலுவலகங்கள், கட்டடப்படுதல், கால்வாய்கள் தூர்ந்துபோவது என இருபது முப்பதாண்டு கால அரசின் செயல்பாடுகளும் திட்டங்களும் காரணமாக இருந்திருப்பது கல்லூரி மாணவர் பலரிடம் பேட்டி காண்பதில் இருந்து தெரியவருகிறது. சொட்டு நீர்ப்பாசனம் மிகச் சிறந்த மாற்றுவழி என்பதற்கான வலுவான ஆதாரங்களும் அதே தஞ்சையிலேயே அவனுக்குக் கிடைத்திருக்கும்.

அதைவிட அந்த விவசாயியின் மரணம் திட்டமிட்ட படுகொலை என்பதும் அவனுக்குத் தெரியவந்திருக்கும். விஷயம் என்னவென்றால், அந்த விவசாயியிடம். கொஞ்சம் வீரியம் குறைந்த பூச்சிமருந்தையே குடியுங்கள். உங்களை எப்படியும் மருத்துவமனைக்குக் கொண்டு சென்று காப்பாற்றிவிடுகிறோம். நல்ல காசும் தருகிறோம் என்று சொல்லியே அவரைப் பூச்சி மருந்தைக் குடிக்கச் செய்திருப்பார்கள். ஆனால், வேண்டுமென்றே சுற்றுப் பாதையில் கொண்டு சென்று அவர் உயிர் போகக் காரணமாக இருந்திருப்பார்கள். அதோடு மருத்துவமனையில் அரைமணி நேரம் தாமதித்திருந்தால் உயிர் போயிருக்கும் என்று டாக்டர் சொல்வதும் அப்படியானால் அரை மணி நேரம் கழித்து சிகிச்சையை ஆரம்பியுங்கள் என்று ரகசியமாகச் சொல்வதை ஒருவர் கேட்டிருப்பார்.

இவற்றையெல்லாம் தொகுத்து முக்கால் மணிநேர செய்தித் தொகுப்பாக இளமாறன் தலைமையகத்துக்கு அனுப்பிவைப்பான். ஆனால் அங்கோ ஒவ்வொருவர் பேசியதிலும் அரசைக் குறை சொல்லும் வரிகள்மட்டுமே உருவப்பட்டு அதோடு இப்போது ஆட்சிக்கு வந்த மத்திய அரசுதான் விவசாய அழிவுக்குக் காரணம்... இது திட்டமிட்ட இன அழிப்பு என்று அது ஒளிபரப்பாகியிருக்கும். விவசாயியின் மரணம் திட்டமிட்டு நிகழ்த்தப்பட்டது என்ற சொன்னவரின் பேட்டி அப்படியே நீக்கப்பட்டிருக்கும்.

இப்படியாக இவர்கள் வெவ்வேறு விஷயங்கள் பற்றி விரிவாக அனைத்துத் தரப்பையும் பேட்டி கண்டு அனுப்பும் பதிவுகளையும் இதுபோல் வெட்டிச் சுருக்கி ஒளிபரப்பியிருக்கிறார்கள்.

தயா மலருக்கு இந்த உண்மைகள் பலமான சந்தேகத்தைக் கிளப்புகிறது. பலருடன் பேசிப் பார்த்ததில் வேறு பல உண்மைகள் தெரியவருகின்றன. இதனிடையில் ஒரு நாள் அவளுடைய கேபினில் அமர்ந்திருக்கையில் கையில் இருந்து செல்போன் நழுவிக் கீழே விழுந்துவிடும். அதைக் குனிந்து எடுப்பவள் கீழே ஏதோ கிறுக்கி

இருப்பதுபோல் தெரியவே செல்போன் லைட்டை அடித்துப் பார்ப்பாள். அதில் எழுதப்பட்டிருக்கும் விஷயத்தைப் படித்ததும் அதிர்ச்சியில் உறைந்துவிடுவாள்.

***

அங்கு, என் மரணத்துக்கு நம் எம்.டி.யே காரணம் என்று எழுதப்பட்டிருக்கும். அதை செல்போனில் படமெடுத்துக் கொள்ளும் தயா மலர் உடனே அதை அழித்தும்விடுவாள். எழுதியது யார் என்று ஆராய்பவளுக்கு அது இளமாறனுடைய கையெழுத்து என்பது தெரியவரும்.

அவளுடைய சந்தேகம் வலுக்கும். மெள்ள ரகசியமாக தன் விசாரணையைத் தொடங்குவாள். ஃபைவ் மென் ஆர்மி என்ற குழுவினர் சேனல் நடவடிக்கைகள் தொடர்பான அதிருப்தியுடன் இருந்திருக்கிறார்கள். ஒன்று சேர்ந்து போர்க்கொடி உயர்த்தியிருக்கிறார்கள். ஆனால், இவர்கள் இப்படி நிறுவனத்துக்கு எதிராகச் செயல்படுவதைப் பார்த்து மேலதிகாரிகள் கோபப்பட்டிருக்கிறார்கள். இவர்களை நைஸாக ஓரங்கட்டத் திட்டமிட்டிருப்பார்கள். அந்த ஐந்து பேரும் அதைத் தெரிந்துகொண்டு தமது பேட்டிகளைத் தாமே யு ட்யூபில் வெளியிடத் திட்டமிட்டிருப்பார்கள்.

இதைத் தொடர்ந்துதான் இளமாறனும் சில வாரங்களில் கதிரவனும் தலை துண்டிக்கப்பட்டுக் கொல்லப்பட்டிருப்பார்கள். மீதி மூன்று பேரை சேனல் எம்.டி. இந்துத்துவப் படுகொலையாளர்களிடமிருந்து காப்பாற்றுகிறேன் என்று சொல்லி தன் பாதுகாப்பில் பத்திரமாக வைத்திருப்பதாகச் சொல்லியிருப்பார்.

அந்த மூவரும் நலமாக மகிழ்ச்சியாக இருப்பதை வெளி உலகுக்குத் தெரியப்படுத்தும்வகையில் ஒரு வீடியோவை சேனல் தரப்பில் வெளியிட்டிருப்பார்கள். அந்த வீடியோவில் அந்த மூவரும் செல்ஃபிக்கு போஸ் கொடுப்பதுபோல் பல்வேறு சேட்டைகள் செய்து கேமரா முன் ஜாலியாக இருப்பார்கள்.

தயா மலர் ஒரு சில நாட்கள் கழித்து காது கேளாதோர்- வாய் பேச முடியாதோர் பள்ளிக்கு ஒரு நிகழ்ச்சிக்காகப் போயிருப்பார். அங்கு அந்தக் குழந்தைகளிடம் வீடு என்றால் எப்படி சைகை காட்டவேண்டும்... கோவில் என்றால் எப்படிக் காட்டவேண்டும்... பள்ளிக்கூடம் என்றால் எப்படிக் காட்டவேண்டும்... மிருக காட்சி

சாலை என்றால் எப்படிக் காட்டவேண்டும்... சிறைச்சாலை என்றால் எப்படிக் காட்டவேண்டும்... மருத்துவமனை என்றால் எப்படிச் சைகை காட்டவேண்டும் என்றெல்லாம் கேட்டிருப்பார்கள்.

அவர்கள் செய்யும் சைகைகளைப் பார்க்கையில் தயா மலருக்கு ஏதோவொன்று சட்டென்று பொறிதட்டும். அதாவது வீடு என்பதற்கான சைகையையும் சிறை என்பதற்காக சைகையையும் எங்கோ பார்த்த ஞாபகம் வரும். ஓடிச் சென்று அந்த மூவரும் இருந்த வீடியோவைப் போட்டுப் பார்ப்பாள். அதில் பல சைகைகளுக்கு நடுவே ஒருவன் வீடு-சிறை என்ற சைகையைச் செய்திருப்பான். அதாவது அந்த மூவரும் வீட்டுச் சிறைக்குள் வைக்கப்பட்டிருப்பதாக ஒரு செய்தியை ரகசியமாகத் தெரிவித்திருப்பான்.

***

இதனிடையில் இளமாறனும் கதிரவனும் 7ம் தேதி அலுவலக விஷயமாகப் போனவர்கள் அதன் பிறகு காணவில்லை என்றுதான் செய்தியில் சொல்லியிருப்பார்கள். ஆனால், அவர்கள் 10-ம் தேதி இரவு சேனல் தலைமையகத்துக்கு வந்தது செக்யூரிட்டிக்குத் தெரியும். 9 மணிக்கு அலுவலகத்துக்குள் சென்றவர்கள் அதன் பின் வெளியே வரவில்லை என்பதும் அந்த செக்யூரிட்டிக்குத் தெரியும். அவர்கள் இருவரும் காணாமல் போன செய்தி வெளியானதும் சக காவலரிடம் 10ம் தேதி இரவு 9 மணிக்கு நம் அலுவலகத்துக்கு வந்திருந்தார்களே என்று சொல்வார். எப்போது போனார்கள் என்று கேட்பார். நான் மறு நாள்காலையில் ட்யூட்டி மாறும் வரை போகவில்லை என்று சொல்வார். அப்படியானால் 11-ம் தேதி பகலில் போயிருக்கிறார்களா என்று செக் அவுட் ஆன நேரம் பார்க்க ரெஜிஸ்டரை எடுப்பார்கள். அந்த தேதிக்கான எண்ட்ரிக்கள் எல்லாமே கிழிக்கப்பட்டிருக்கும். இருவருக்கும் ஒரே குழப்பமாக இருக்கும்.

அவர்கள் இருவரும் ஏதோ பேசிக்கொள்வதைப் பார்க்கும் தலைமை செக்யூரிட்டி என்ன விஷயம் என்று கேட்பார். முதலில் தயங்குபவர்கள் பின்னர் மெதுவாக விஷயத்தைச் சொல்வார்கள்.

பொறுமையாகக் கேட்பவர், அன்னிக்கு ராத்திரி அவங்க இங்க வரலை... புரியுதா என்று சற்று அதட்டலான தொனியில் சொல்வார். அதோடு நில்லாமல் இருவருக்கும் கொஞ்சம் பணத்தை எடுத்துக் கொடுப்பார். அவங்க இங்க வரலை... புரியுதா என்று சிரித்தபடியே சொல்வார்.

இருவரும் அமைதியாக இருந்துவிடுவார்கள்.

அந்த இருவரில் ஒருவர் கிறிஸ்தவர். அவருக்கு தான் செய்வது பாவம் என்று உறுத்துகிறது. அந்த மாணவனின் மரணத்துக்கும் தமது அலுவலகத்துக்கும் தொடர்பு இருப்பது தெரிகிறது. இதை காவலர்களிடம் சொல்ல தன்னிடம் எந்த ஆதாரமும் இல்லை. சொல்லாமல் இருக்கவும் முடியாது. மனம் குழம்புபவர் சர்ச்சுக்குப் போய் பாதிரியிடம் ஆலோசனை கேட்கிறார். பாவிகளை ரட்சிப்பதுதானே தேவனின் கடமை என்று சொல்லி பாவமன்னிப்புக் கேட்கச் சொல்கிறார். பாவமன்னிப்புக் கேட்டுவிட்டு வீடு திரும்பும் காவலாளி கார் மோதி சம்பவ இடத்திலேயே இறந்துவிடுகிறார். அந்தச் செய்தி பாதிரியாரை அடைந்ததும் இரு கைகளையும் வான் நோக்கிக் காட்டி பாவத்தின் சம்பளம் மரணம் என்று சொல்லிச் சிரிக்கிறார்.

***

செக்யூரிட்டியின் மரணம் தயா மலருக்கு வேறொரு க்ளூவைத் தருகிறது. வருகைப் பதிவேட்டை ரகசியமாக எடுத்துப் பார்க்கிறார். பத்தாம் தேதிக்கான பதிவுகள் கிழிக்கப்பட்டிருப்பது தெரியவருகிறது. அன்றைய சி.சி.டி.வி ஃபுட்டேஜை யாருக்கும் தெரியாமல் ஆராய்ந்து பார்க்கிறார். பத்தாம் தேதி இரவுக்கான ஃபுட்டேஜ் எடிட் செய்யப்பட்டிருப்பது தெரியவருகிறது. அதாவது தயா மலரின் சக பணியாளர்கள் அவருடைய பிறந்த நாள் பரிசை அவருக்குத் தெரியாமல் அவருடைய மேசையில்வைத்திருந்திருக்கிறார்கள். மறுநாள் அலுவலகம் வரும் தயா மலருக்கு இன்ப அதிர்ச்சியாக இருக்கட்டும் என்று ஒரு பரிசை அவருடைய மேஜையில் வைத்திருந்திருக்கிறார்கள். அது அந்த மாதம் நான்காம் தேதி நடந்த விஷயம்.

பத்தாம் தேதி இரவு 9 மணியில் இருந்து 12 மணி வரையிலான சி.சி.டி.வி. ஃபுட்டேஜை டெலிட் செய்த எம்.டி. குத்து மதிப்பாக நான்காம் தேதியன்று அதே 9 மணியில் இருந்து 12 மணி வரையிலான ஃபுட்டேஜை எடுத்து சொருகியிருக்கிறார். நான்காம் தேதியன்று தயா மலரின் மேஜையில் இருந்த கிஃப்ட் பாக்ஸ் ஐந்தாம் தேதியன்று அவரால் எடுத்துச் செல்லப்பட்டிருந்தது. ஆனால், பத்தாம் தேதி சி.சி.டி.வி. ஃபுட்டேஜில் அது இருப்பது தெரிந்ததும் உண்மையான

ஃபுட்டேஜ் டெலிட் செய்யப்பட்டிருப்பது தயா மலருக்கு உறுதியாகிறது.

அப்படியானால், இளமாறனும் கதிரவனும் பத்தாம் தேதி ஏதோ காரணத்துக்காக இரவு 9 மணிக்கு மேல் வந்திருக்கிறார்கள். அங்கு நடந்த ஏதோவொன்றுதான் அவர்களுடைய கொலைக்குக் காரணம் என்பது தயா மலருக்கு உறுதியாகிறது.

தனது கேபினில்தான் இளமாறன் மறைந்து கொண்டு தப்பிக்கப் பார்த்திருக்கிறான். அந்த நேரத்தில்தான் தன்னை எம்டி எப்படியும் கொன்றுவிடுவார் என்று தெரிந்து கைக்குக் கிடைத்த பென்சிலால் அதை எழுதி வைத்திருக்கிறான் என்பது அவளுக்கு உறுதியாகிறது. அங்கு வேறு ஏதேனும் தடயம் இருக்கிறாதா என்று தன் கேபினைச் சோதிக்கிறாள். அங்கே ஒரு ஆங்கில வார இதழ் டிராயரில் இருப்பது தெரிகிறது. அது அவள் வாங்கிப் படிக்கும் இதழ் அல்ல. அநேகமாக அது இளமாறன் வைத்ததாக இருக்கும் என்று வேகவேகமாகப் புரட்டிப் பார்க்கிறாள். எந்த காகிதமும் அதனுள் இல்லை... சோர்ந்துபோய் கீழே வைக்கப்போகிறவள் அந்த இதழில் சில வார்த்தைகள் பேனாவால் அடிக்கோடிடப்பட்டிருப்பதைப் பார்க்கிறாள். ஐந்தாறு பக்கங்களில் சிதறிக் கிடக்கும் அந்த வார்த்தைகளை தாளில் எழுதிப் பார்க்கிறாள். *Check the back side of this harddisk* என்று ஒரு வாக்கியம் தெரியவருகிறது.

பரபரப்புடன் தன் கம்ப்யூட்டரின் ஹார்ட் டிஸ்கை கழற்றிப் பார்க்கிறாள். ஒரு மூலையில் சிவப்பாக ஏதோ இருப்பது தெரிகிறது. எடுத்துப் பார்த்தால் அது ஒரு செல் போன் மெமரி கார்ட்.

தன் செல்போனில் போட்டுப் பார்க்கிறாள். டெக்ஸ்ட் மெசேஜ்கள், வாய்ஸ் மெசேஜ்கள், வீடியோக்கள் ஃபோட்டோக்கள் எல்லாம் ஆராய்ந்து பார்த்தும் ஒரு தகவலுமே கிடைக்கவில்லை. சோர்ந்து போய் கடைசி முயற்சியாக ரெக்கார்டிங்களை சோதிக்கிறாள். அதில் பத்தாம் தேதி இரவு பதிவான இரண்டு ஃபைல்கள் இருக்கின்றன. போட்டுப் பார்க்கிறாள். அதில் இளமாறனின் நடுங்கும் குரல் கேட்கிறது.

நானும் கதிரவனும் எங்களோட டாக்குமெண்டரிகளோட மாஸ்டர் ஃபைலை எடுக்க வந்தோம். இங்க நம்ம எம்.டியும். பாதிரியார் சற்குணமும் வேற ரெண்டு பேரும் பேசறதை ரகசியமாக்

கேட்க வாய்ப்பு கிடைச்சது. அவங்க பேசினதை ரெக்கார்ட் பண்ணி வெச்சிருக்கேன். நாங்க யாருக்கும் தெரியாம தப்பிக்க முயற்சி பண்ணினோம். முடியலை. மாட்டிக்கிட்டோம். எப்படியும் எங்களை அவர் கொன்னுருவாரு. அந்த ஆடியோ ஃபைலை வெளில அனுப்ப முடியலை. நெட் கனெக்ஷன் ஸ்லோவா இருக்கு. மெமெரி கார்டை கழட்டி இந்த ஹார்ட் டிஸ்குக்குள்ள வைக்கறேன். கடவுள்னு ஒருத்தர் இருந்தா அது சரியான ஆள் கைல கிடைச்சு இவங்க எல்லாரும் மாட்டணும்.

தயா மலர் அந்த ஆடியோ ஃபைலைப் போட்டுக் கேட்கிறார். அதில் பதிவாகியிருக்கும் விஷயங்களைக் கேட்டதும் உடம்பெல்லாம் நடுங்குகிறது. ரத்தம் உறைகிறது.

***

என்ன நடந்திருக்கிறதென்றால், விவசாயிகள் மரணம் தொடர்பாக ஆவணப்படம் வெளியிட்ட இளமாறன், அந்தப் பேட்டிகளின் கேஸட்டை நிறுவனத்திடம் கொடுத்துவிட்டதால் அதை எடுக்கத் திட்டமிட்டிருக்கிறார்கள். அதில் மறைக்கப்பட்ட உண்மை மிகவும் பரபரப்பைக் கிளப்பும் என்பதால் மற்றவர்களும் அதையே முதலில் மீட்கத் திட்டமிடுவார்கள். ஒரு நாள் சேனல் தலைமையகத்தில் எல்லாரும் போனபின்னர் ஆர்க்யூவ்ஸ் ரூமுக்குள் சென்று இளமாறன் தன் கேஸட்களைத் தேடுவான். கதிரவன் யாராவது வருகிறார்களா என்று வெளியில் இருந்து கண்காணிப்பான்.

இந்த நேரத்தில் திடீரென்று சேனலின் எம்.டி. வந்துவிடுவார். இருவரும் எங்கு தப்பிக்க என்று தெரியாமல் கதிரவன் கேமரா அறைக்குள் சென்று ஒளிந்துகொள்வான். இளமாறன் அங்குபோக முயற்சி செய்வான். ஆனால் அதற்குள் எம்.டி. வந்துவிடவே சட்டென்று அவருடைய அறைக்குள் அவருக்காக இருக்கும் ரெஸ்ட் ரூமில் சென்று ஒளிந்துகொள்வான்.

எம்.டி.யுடன் தமிழ் தேசியவாதி, இஸ்லாமிய அடிப்படைவாதி, பாதிரியார் என பலரும் வந்திருப்பார்கள். பின்னிரவு என்பதால் யாரும் இருக்கமாட்டார்கள் என்று நினைத்து மது அருந்தியபடியே ஒரு பெரிய சதித் திட்டம் பற்றிப் பேசுவார்கள். ரெஸ்ட் ரூமில் மறைந்திருக்கும் இளமாறன் தன்னிடமிருக்கும் செல்போனில் ரெக்கார்ட் செய்வான்.

உண்மையில் அது தமிழ் தேசியவாதிகளுக்கும் இஸ்லாமிய அடிப்படைவாதிகளுக்கும் இடையில் இருக்கும் மோதலைப் பேசித் தீர்க்கத்தான் பாதிரியின் மத்யஸ்தில் அங்கு வந்திருக்கிறார்கள்.

இஸ்லாமிய அடிப்படைவாதி : இங்க பாருங்க... தமிழ் தமிழ்னு நீங்க கத்தறதுக்கெல்லாம் நாங்க பின் பாட்டு பாட முடியாது. இலங்கையில எங்களை யாழ்ப்பாணத்தை விட்டு உடுத்தின துணி மணியோட ஓட விரட்டி அடிச்சீங்க. ஒவ்வொரு இஸ்லாமியனையும் பார்த்து நீங்க சம்பாதிச்சதெல்லாம் தமிழனை சுரண்டி சம்பாதிச்சது தான போட்டுட்டு ஓடுங்கடான்னு விரட்டினீங்க. எங்க அம்மா அக்கா தங்கச்சி அம்மாக்களையெல்லாம் நகையை பணத்தை ஒளிச்சி வெச்சிருப்பாங்கன்னு நிர்வாணமாக்கி சோதனைபோட்டுத்தான் வெளியேத்தின்னீங்க... பெண் புலிகள் மட்டும்தான் அங்க இருந்தாங்கன்னு சொல்லி எங்க பொண்ணுங்களை நிர்வாணப்படுத்தினப்ப அங்க ஆம்பளை புலிகளும் இருந்திருக்கானுங்க... இதைப் பத்தி நான் இன்னும் எதுவும் அதிகம் சொல்ல விரும்பலை. சிங்களனுக்கு துப்பு கொடுத்தாங்கன்னு சொல்லி காட்டான்குடில இருந்த அத்தனை முஸ்லீமையும் தொழுகை நடத்திக்கிட்டு இருந்த போது நாலு வாசல்லயும் நின்னுகிட்டு ஏ.கே. 47 நால சல்லடையா துளைச்சுக் கொன்னுருக்கீங்க... அதுல நாலைஞ்சு சின்னப் பையனுங்க பெரிய் ஆட்களோட பொணத்துக்கு அடியில விழுந்ததுனால குண்டு படாம தப்பிச்சிருக்காங்க... உங்க தமிழ்புலிங்க என்ன செஞ்சிருக்காங்க தெரியுமா... சுட்டுக் கொன்ன கொஞ்சம் நேரம் கழிச்சி ஜீப்பை எடுத்துக்கிட்டு போற மாதிரி போக்கு காட்டியிருக்கானுங்க. மெதுவா ஷூவைக் கழட்டிப் போட்டுட்டு நடந்து வந்து யாராவது உயிரோட இருக்கீங்களா... அவங்க போயிட்டாங்க... நாங்க ஆஸ்பத்திரிக்கு கூட்டிட்டுப் போக வந்திருக்கோம்னு சொல்லியிருக்கானுங்க. இந்த சின்னப் பசங்க பாவம் வெவரம் தெரியாதுல்ல... அண்ணை எங்களைக் காப்பாத்துங்கன்னு மேலெ விழுந்துகிடந்தவங்களைத் தள்ளிப் போட்டு எழுந்திருச்சிருக்காங்க. அந்தப் பிஞ்சுக் குழந்தைங்களை நெத்திப் பொட்டுல சுட்டுக் கொன்னுருக்கானுங்க வீரப் புலிங்க. நாம ஒண்ணு சேரவே முடியாது தம்பி... தமிழ் நாட்டுலயும் அது நடக்காதுன்னு என்ன நிச்சயம்? இன்னிக்கு அரபு நாட்டுப்பணம் வேணும்னு பேசாம இருக்கீங்க. நாளைக்கே பணத்துக்கு வேற வழி வந்துட்டா எங்களைத்தான் மொதல்ல கொல்ல ஆரம்பிப்பீங்க.

தமிழ் அடிப்படைவாதி : அப்படிப் பண்ண மாட்டோம் பாய். அதுவும் போக இலங்கை வேற... இந்தியா வேற... தமிழ் நாடு வேற... இங்க நாம நண்பர்கள்தான்.

இ.அ. - எப்படி நண்பர்கள்..? நாங்க எங்க இஸ்லாமிய அடையாளத்தை பின்னுக்குத் தள்ளிட்டு வந்தா நண்பர்கள் அப்படித்தான..

த. அ : அதெல்லாம் இல்லை பாய்... நீங்க நீங்களாவே இருங்க. எங்க போராட்டத்துல நீங்க கலந்துக்கிட்டா மத்தியானம் தொழுகை பண்ணனும்னா நாங்க போராட்டக் களத்துலயே உங்களுக்கு வசதி செஞ்சு தர்றோம். நீங்க எதையும் மாத்திக்க வேண்டாம்.

இ.அ. : தமிழ்த்தாய் வாழ்த்துக்கு எந்திரிச்சு நிக்கமாட்டோம்.

த. அ :வேண்டவே வேண்டாம்.

இ. அ :அதெப்படி ... இந்துத்துவன் ஒவ்வொருத்தனும் அதைச் சொல்லி உங்களை கார்னர் பண்ணுவானே...

த. அ :அதை நாங்க பல வகையில மழுங்கடிச்சிருவோம்.

இ. அ : என்ன பண்ணுவீங்க...?

த. அ :சங்கராச்சாரியார் தமிழ்த் தாய் வாழ்த்து பாடினா எந்திரிச்சு நிக்கமாட்டாரு. அவர் கலந்துக்கற ஏதாவது ஒரு நிகழ்ச்சில அந்தப் பாட்டைப் போட்டு அவர் எந்திரிச்சு நிக்காம இருக்கறதை நாங்க ட்ரெண்ட் ஆக்கிருவோம். அப்பறம் எந்த இந்துத்துவனும் பாயைப் பார்த்து கேட்கவே முடியாது. கேட்டா அதை எடுத்துப் போட்ருவோம். அப்பறம் இதுல இன்னொண்ணும் இருக்கு... இப்ப இருக்கற தமிழ் தாய் வாழ்த்தையே மாத்தணும்னு நாங்க சொல்லுவோம். அதனால இப்ப இருக்கற பாட்டுக்கு இஸ்லாமியர் எந்திரிச்சு நிக்கலைங்கறது பெரிய விஷயமாவே ஆக்க முடியாது.

இ. அ : அப்பறம் தமிழன்னா பொங்கல் கொண்டாடு... மஞ்சுதில சல்லிக்கட்டு நடத்து... காளையை நாங்க எங்க வீட்டுப் புள்ளையா மதிக்கறோம்னு வந்து நிக்கக்கூடாது. அதை வெட்டித் திங்கறவங்க நாங்க. தமிழனோட அடையாளம்னு எதைச் சொல்லுவ.. மாட்டைப் போற்றிப் புகழ்றதையா..? வள்ளுவர் வள்ளலார்னு பேசிக்கிட்டு வந்தா எங்களால ஏத்துக்க முடியாது. பிரபாகரன் யாழ்ப்பாண முருகனை ஏத்துக்கணும்னு சொன்னதால தான் அங்க பிரச்னை வந்துச்சு.

த. அ :வேணாம் பாய்... நீங்க எதையும் ஏத்துக்க வேண்டாம். தமிழனோட பெருமைகள்ல இந்துவோட பெருமையா இருக்கற எல்லாத்தையும் ஒழிச்சுக் கட்டிருவோம். நீங்க எதையும் ஏத்துக்க வேண்டாம். முருகனைக் கும்பிடணும்னு சொன்னாத்தான பிரச்னை அவனை முப்பாட்டன்னு சொல்றேன். அவனை உங்களோட முன்னோனா ஏத்துக்கறதுல பிரச்னை இல்லைல்ல...

இ. அ :அதுல பிரச்னையில்லைதான். ஆனா காவடியெல்லாம் தூக்க முடியாது.

த. அ : வேண்டவே வேண்டாம் பாய். இந்து அடையாளத்தோட எதெல்லாம் இருக்கோ எதையெல்லாம் உங்களால ஏத்துக்க முடியாதோ அதையெல்லாம் நாங்களும் ஏத்துக்கப் போறதில்லை. மாத்திருவோம். எல்லாத்தையும் மாத்திருவோம். கோவில்களை எல்லாம் தமிழனோட கலைச் சின்னமா ஆக்கிருவோம். பெரிய கோவில் கோவிலா இருந்தாத்தான உங்களுக்கு கஷ்டம். அதை மியூஸியமா மாத்திட்டா உங்களுக்கு பிரச்னை இல்லைல்ல. தமிழன் கிட்ட இருக்கற இந்துவை வெளிய தூக்கிப் போட்ருவோம். அதை ஏத்துக்கோங்க. இல்லைன்னா ஏத்துக்கறமாதிரி காட்டுங்க அதுபோதும். பொங்கல் அன்னிக்கு வீட்டுல சமைக்கற பிரியாணியையே வெளிய பானைல சமைச்சு சாப்பிடுங்க. ஃபோட்டோவுக்கு மட்டும் பொங்கப் பானைக்கு முன்னால நின்னு போஸ் கொடுங்க போதும்.

இ. அ : ஐஞ்சு நேரம் தொழுகையை அரபு மொழியிலதான் பாடுவோம்.

த. அ : தாராளமா பாடுங்க. நம்ம புள்ளைங்கள்லயே எவனும் அதைப் பத்திக் கேட்டா அப்படியே கோவில்ல சமஸ்கிருதத்தை ஒழிக்கச் சொல்லி அவனை அனுப்பிட்டா போதும். அதை முடிச்சிட்டு இங்க வருவோம் தம்பின்னு சொல்லி கோபத்தை அங்க திருப்பிவிட்ருவோம். ஜல்லிக்கட்டு டீஷர்ட் போட்டுக்கோங்க போதும். மசூதில மாடு விடவேண்டாம். யாரும் மாடுபிடிக்க இறங்கக்கூட வேண்டாம். அப்படியே ஒருத்தன் இறங்கினாலும் அந்த ஒரு போட்டோவை வெச்சே நீங்க எல்லாரும் பச்சைத் தமிழன் உலகம் பூர பரப்பிடுறோம்.

இ. அ : தம்பி... நீங்க சொல்றதெல்லாம் சரி... ஆனா, நாளைக்கு நீங்க மாற மாட்டீங்கங்கறதுக்கு என்ன ஆதாரம்..? இலங்கைலயும்

ஆரம்பத்துல ஒண்ணாத்தான் போராட ஆரம்பிச்சோம். பத்து இருபது வருஷத்துல கொஞ்சம் கொஞ்சமா விலகி கடைசில சிங்களனைவிட எங்களை அழிக்கறதுதான் முக்கியம்ங்கற அளவுக்கு போயிட்டீங்கள்ல.

த. அ : அங்க அப்படி நடந்ததுக்கு நிறைய காரணம் இருக்கு பாய். தனி நாடு வேணும்னு நாங்க துப்பாக்கியைத் தூக்கினதுக்குப் பொறகு நீங்க எங்க பக்கம்தான் வந்திருக்கணும். சிங்களனுக்கு உளவு வேலை பாத்ததுதப்புதான

*இ. அ :*இங்க பாரு இப்பயும் பழியை எங்க மேலதான் போடறீங்க. செஞ்சது தப்புன்னு ஒரு வார்த்தை வரலியே....

த. அ : பிரபாகரன் அதுக்கு மன்னிப்பு கேட்டாரே பாய்.

இ. அ : மன்னிப்பு கேட்டாப் போதுமா..? இது என்ன அநியாயமா இருக்கு. செய்யறதையெல்லாம் செஞ்சிட்டு கடைசில வந்து வெள்ளைக் கொடி காட்டினா எப்படி ஏத்துக்க.?

*த. அ :*இல்லை பாய்... இங்க கொஞ்சம் தெளிவா இருக்கோம். அங்க நம்ம கை கொஞ்சம் வீக்கா இருந்தது. அதனால நீங்க விலகிப் போனதை சகிச்சிக்க முடியலை. இங்க அப்படி இல்லை. இன்னும் நல்லா பிளான் போடலாம்.

இவர்கள் இப்படிப் பேசிக் கொண்டிருந்தால் இரண்டு பேரும் ஒன்று சேர்வதற்குப் பதிலாக இங்கே சண்டை போட ஆரம்பித்துவிடுவார்கள் என்று பயந்து பாதிரியார் குறுக்கிடுகிறார். அவர் சொல்லும் திட்டத்திக் கேட்டு இருவரும் அப்படியே உறைந்து நிற்கிறார்கள்.

***

இஸ்லாமிய அடிப்படைவாதியும் தமிழ் அடிப்படைவாதியும் இப்படியே பேசிக் கொண்டிருந்தால் இரண்டு பேரும் ஒன்று சேர்வதற்குப் பதிலாக இங்கே சண்டை போட ஆரம்பித்துவிடுவார்கள் என்று பயந்து பாதிரியார் குறுக்கிடுகிறார். அவர் சொல்லும் திட்டத்தைக் கேட்டு இருவரும் அப்படியே உறைந்து நிற்கிறார்கள்.

பாதிரியார் : கவலைப்படாதீங்க. உங்களுக்குப் பிடிக்காத எதையும் செய்ய சொல்லமாட்டோம். ஏன்னா அது எங்களுக்குமே பிடிக்காத விஷயம் தான். தமிழ்த்தாய் வாழ்த்துக்கு எந்திரிச்சு நிக்க கிறிஸ்தவங்களான எங்களுக்குமே பிடிக்காதுதான். தாய் மொழிக் கல்வி, வேட்டி, நாகஸ்வரம்னு ஆரம்பிச்சா அது எதுவுமே எங்களுக்கும்

பிடிக்காதுதான். தமிழ் நாட்டுல கான்வெண்டை ஆரம்பிச்சு தமிழை ஓரங்கட்டினதே நாங்கதான. கல்யாணங்களுக்குத் தொடங்கி கம்பெனிகளோட டிரஸ் வரை வேட்டியை ஓரங்கட்டினதும் நாங்க தான. அதனால நீங்க பயப்படவேண்டாம். மொதல்ல இந்து நாடா இருக்கற இந்தியாவை மதச் சார்பின்மை, நடுநிலைன்னு பேசி இந்துவை செல்லாக் காசா ஆக்குவோம். நீங்க வட இந்தியாவையும் வட மேற்கு இந்தியாவையும் எடுத்துக்கோங்க. நாங்க வட கிழக்கையும் தெனிந்தியாவையும் எடுத்துக்கறோம். வட கிழக்குலயும் கூட வங்களம், அஸ்ஸாம் எல்லாத்தையும் நீங்களே எடுத்துக்கோங்க. இந்து அழியணும்...இந்தியா உடையணும். நம்ம ரெண்டு பேர்ல யாரோ ஒருத்தர் கிட்ட இந்தியா வரணும். இந்து அழிஞ்சாத்தான் அது நடக்கும். அப்பாவி இந்து பாவம்... அவன் உண்டு அவன் கோவிலுண்டுன்னு போய்ட்டே இருப்பான். கொசு மாதிரிதான் அவனுங்க... ஒரு தட்டு தட்டினா போதும் காலி. இந்த இந்துத்துவனுங்கதான் பெரிய டேஞ்சர். சாதா இந்துவுக்கு அரசியல் உணர்வு வந்திருச்சின்னா நாம காலி. அதனால இந்துத்துவனை மொதல்ல காலி பண்ணனும். இந்துத்துவன் ரௌடின்னு சொல்லிக்கிட்டே இருக்கணும். எந்தவொரு இந்துவும் இந்துத்துவன் பக்கம் போகவே விடக்கூடாது. அப்படியே போனாலும் இந்துத்துவன் பண்ற சமூக சேவைல அவன் சேரக்கூடாது. இந்துத்துவனோட வன்முறை பக்கம் தான் நகரணும். இந்துத்துவன்னா வன்முறையளன்னு பெயர் வந்துடணும். காந்தி கொலை, கோத்ரா கொலைன்னு தொடர்ந்து பேசிக்கிட்டே இருக்கணும். அப்பறம் இந்துக்கள்ல இருந்து தலித்களைப் பிரிச்சே ஆகணும். இல்லைன்னா இந்து ஒற்றுமை வந்துரும். ஆக இந்த விஷயங்களை ஒண்ணா சேர்ந்து செய்வோம். இதுல பாதி ஜெயிச்சதுக்கு அப்பறம் நாம பங்கு போடறது பத்தி பாக்கலாம்.

த. அ : ஆனா ஒண்ணு பாய்... எக்காரணம் கொண்டும் தமிழுக்கு எதிரா எதையும் பேசிடவே கூடாது. நீங்க மொதல்ல இஸ்லாமியன்... அப்பறம்தான் தமிழன் அப்படிங்கறதை முழுசா ஏத்துக்கறோம். ஆனா வெளியில அதைச் சொல்லிராதீங்க. நாங்க தமிழ் தமிழ்னு புகுந்துவிளையாடும்போது முடிஞ்சா கலந்துக்குங்க. இல்லைன்னா கொஞ்சம் ஒதுங்கி நில்லுங்க. எதுத்து எதையும் பேசிட வேண்டாம்.

பாய் : இதெல்லாம் சரிதான். ஆனா எங்களுக்கு எப்பவுமே பயம் தான். நாங்க ஏற்கெனவே தமிழ் நாட்டுல கொஞ்ச மாவட்டத்துலதான் இருக்கோம். எங்க ஆளுங்க வேற ஆ ஊன்னா பாம் வைக்கக்

கௌம்பிருவானுங்க. அப்படிப் போய்ட்டா இந்துக்களும் இந்தியாவும் எங்களை ஒழிச்சுக் கட்டிருவாங்க. நீங்களுமே கூட ஒரு எல்லைக்கு மேல கைவிட்டுருவீங்க.

தமிழ் அடிப்படைவாதி: கை விடமாட்டோம் பாய். நாம பிரிஞ்சு மோதிகிட்டா நமக்குத்தான் நஷ்டம்னு தெரிஞ்சிருச்சு. உங்களுக்கு நம்பிக்கை வர நாங்க என்ன செய்யணும் சொல்லுங்க.

பாய் : எனக்கும் தெரியலை. ஆனா உங்க மேல பயம் இருக்கு.

பாதிரி : நான் ஒண்ணு சொல்லட்டுமா..? ஒருத்தரோட பிடி இன்னொருத்தர் கையில இருக்கணும் அப்பத்தான் ரெண்டு பேரும் ஒருத்தரை ஒருத்தர் பகைச்சுக்காம இருப்பீங்க. நேர்மையான நட்லைவிட நேர்மையான பகை ரொம்பவே பலமானது. நான் உனை ஒரு போதும் கைவிடமாட்டேன்னு சொல்றதை நம்பவே முடியாது. நான் உன்னை எப்ப வேணும்னாலும் காலி செய்வேன் அப்படிங்கறதுதான் உங்களை பயமுறுத்தும். அதைவெச்சு உருவாகற நட்பு பலமா இருக்கும். ஏன்னா பிரிஞ்சு போனா அடுத்த நிமிஷமே காலி.

தமிழ் அடிப்படைவாதி: அதுக்கு என்ன செய்யணும்?

பாதிரியார் : பாயோட எதிரிகள் யாரு..

பாய் : இந்துத்துவர்கள்.

பாதிரி : தம்பி நீ உன் ஆளுங்களைக் கூட்டிட்டுப் போய் நாலு இந்துத்துவன்களை வெட்டிக் கொல்லு. பாய் தன் ஆட்களோட கூடவே வந்து அதையெல்லாம் அழகா ஷூட் பண்ணிக்கட்டும். ப்ராப்ளம் சால்வ்ட்.

தமிழ் அடிப்படைவாதி : எப்படி...?

பாதிரி : அந்த வீடியோக்கள் அவங்க கிட்ட இருக்கறவரை நீங்க அவங்களை எதுத்து எதுவும் செய்ய முடியாதுல்ல. அதுஅவங்க கையில இருக்கறவரை அவங்களும் கொஞ்சம் தைரியமா இருக்க முடியும்.

தமிழ் : ஆனா அப்ப எங்க கதி?

பாதிரி : அதான் அவங்களோட வீடியோக்களை நீங்க எடுத்து வெச்சுக்கோங்க.

பாய் : எங்களுக்கு அருவாளைத் தூக்கிட்டுப் போய்வெட்டத் தெரியாதே...

தமிழ் : பாம் வைப்பீங்கள்ல...

பாதிரி : வேண்டாம். ரொம்ப வயலன்ஸ் வேண்டாம். அதுவும் போக பாம் வெச்சுக் கொன்னா பொது மக்கள் சாவாங்க. அது ரெண்டு பேருக்குமே பெரிய பிரச்னை ஆகிரும். அதனால உங்களுக்கு ரொமாண்டிக்கா டிராப் வைச்சுக்கலாம். நீங்க பொண்ணுங்க கூட ஜாலியா இருக்கறமாதிரியான வீடியோக்களை தமிழ் க்ரூப் எடுத்து வெச்சுக்கட்டும். அது வெளில வந்தாலும் உங்க கதை கந்தலகிரும்ல. அதனால ரெண்டு க்ரூப்லயும் உள்ள பெரிய தலைங்க இப்படியான வீடியோல வரணும். உங்க வீடியோ அவங்க கிட்ட இருக்கட்டும். அவங்க வீடியோ உங்க கிட்ட இருக்கட்டும். அதுக்கு அப்பறம் சயாமீஸ் ட்வின்ஸ் மாதிரி ரெண்டு பேரும் ஒட்டிக்கிட்டு இருப்பீங்க. திட்டம் புரிஞ்சுதா..?

பாய் : நல்லாத்தான் இருக்கு. ஆனா இந்துத்துவனுங்களைக் கொன்னா இந்துக்கள் கிட்ட ஒரு ஒத்துமை வந்துருமே..

பாதிரி : எப்படி வரும்?

பாய் : இந்துத்துவனுங்க அதைப் பெரிசாக்கி மக்களை ஒண்ணு சேர்த்துருவானுங்களே...

பாதிரி : அந்தக் கவலை உங்களுக்கு வேணாம். மீடியா நம்ம கிட்டத்தான் இருக்கு. கள்ளக் காதல், பணத் தகராறு, வாய்க்கா தகராறு வரப்புத் தகராறுன்னு அந்த கேஸை எடுத்த எடுப்புலயே ஆஃப் பண்ணிடலாம். அதை மீறி அவங்க என்னதான் கூட்டம் கூட்டி ஆர்ப்பாட்டம் செஞ்சாலும் நாம அதையும் திசை திருப்பிட முடியும். அஞ்சலிக் கூட்டம் போட வந்தவனுங்களை பிரியாணி திருடினாங்கன்னு திசை திருப்பிட்டா போச்சு. அப்பறம் இன்னொரு ஈஸியான வழியும் இருக்கு. இந்துத்துவனுங்கள்ல சில மாக்கானுங்க இருப்பானுங்க. அவனுங்க கிட்ட நம்ம ஆளுங்க போய் நைஸா பேச்சுக் கொடுத்து போட்டு வாங்குவானுங்க. ரெண்டுமூணு இந்துத்துவர்களைப் போட்டுத் தள்ளிட்டுப் பழியை பாய் மேல போட்டுடலாம்னு நம்ம ஆளுங்க கொஞ்சம் தூண்டில் போட்டாப் போதும் பெரிய கை ஏதாவது அசட்டுத்தனமா ஏதாவது ஒளறி வைக்கும். அதை நாம அவங்களோட மேலிடத்துக்கு அனுப்பிவெச்சாப்

போதும் எத்தனை பேரை நாம கொன்னாலும் பழி அவங்க மேலதான் வரும்னு பயந்து பொத்திக்கிட்டுப் போயிருவானுங்க.

தமிழ் : அதுக்கு நமக்கு சில ஸ்லீப்பர் செல்களும் அங்க இருக்கு. அவங்களே செஞ்சு தருவானுங்க.

பாதிரி : ஆமாம். இந்துத்துவனுங்கள்லயே சில முட்டாள்கள் இருப்பானுங்க. அவனுங்களுக்கு எங்க எதை எப்படிப் பேசணும்னு எல்லாம் தெரியாது. தெஹல்கால பாத்தீங்கள்ல. கொஞ்சம் தூண்டிவிட்டாப் போதும் எல்லாத்தையும் ஒப்பிப்பானுங்க. இந்துத்துவர்கள்லயே சிலரைப் போட்டுத் தள்ளலாம்ஜின்னு லேசா எடுத்துக் கொடுக்கணும். அதை நாம் ரெக்கார்ட் பண்ணாம விட்டுரணும். அவனுங்க அந்தத் திட்டத்தைப் பேசறதை மட்டும் ரெக்கார்ட் பண்ணி அவனுங்களோட திட்டம் மாதிரியே தயார் செஞ்சு வெச்சுக்கணும்.

அப்பறம் நாம நம்ம ஆளுங்க சிலரை அங்க அனுப்பி வெச்சிருக்கோம். பாரத் மாதா கி ஜேன்னு பகல்ல பூரா கத்திட்டு ராத்திரி வந்து பினாயில் விட்டு வாயைக் கழுவிட்டு கமுக்கமா இருக்கானுங்க. இந்துத்துவனுங்களைக் கொல்ல ஒரு இடத்துல அவங்களைத்தான் பயன்படுத்தப்போறோம். அவங்களைத் தங்க கட்சி ஆட்கள்னு நினைச்சுக்கிட்டு கொன்னவங்களுக்கே ராஜமரியாதையோட பாதுகாப்பு அவனுங்களே கொடுப்பானுங்க. நாம எடுத்த வீடியோவை வெச்சு அவனுங்களை மிரட்டணும். அவ்வளவுதான். எத்தனை பேரை வரிசையா வெட்டிக் கொன்னாலும் மேலிடம் அவங்க ஆட்கள்தான் கொன்னுருப்பாங்கன்னு ஏமாந்து அதை பெரிசு பண்ணவிடாம நாம ஈஸியா சமாளிச்சிடலாம். உங்களுக்கான டீலும் செட் ஆகிடும். என்ன நான் சொல்றது... ஓகேயா..?

***

பாய் : திட்டமெல்லாம் சரிதான். ஆனா, எனக்கென்னமோ இந்துக்களை ஒழிக்கறதுல நாம இதுவரையும் தோத்ததுக்கு முக்கிய காரணம் நாம ரெண்டு பேரும் போட்டி போடறதுதான்னு தோணுது. ஒருத்தர் மட்டும் இருந்தா ஒண்ணு உங்க பக்கம்... இல்லைன்னா எங்க பக்கம்னு கதையை முடிச்சிருக்கலாம். இப்ப ரெண்டு பேரும் இருக்கறதால நாம கொஞ்சம் நிதானமா அழிக்க வேண்டியிருக்கு. நாங்க மட்டும் இருந்தப்பா வட இந்தியாவை கிட்டத்தட்ட ஒரேயடியா காலி

செஞ்சிருந்தோம். ஆஃப்கானிஸ்தான், பாகிஸ்தான், பங்களாதேஷ்னு கிட்டத்தட்ட எல்லா இடத்துலயும் கதையை முடிச்சிருந்தோம். வட இந்தியால கூட ஔரங்கஜீப் காலத்துக்கு அப்பறம் கொஞ்சம் பின் தங்கினோம். மறுபடியும் வந்திருந்தால் அதையும் முடிச்சிருப்போம். அப்பத்தான் நீங்க வந்து கெடுத்துட்டீங்க. இப்ப உங்களுக்கும் இல்லை எங்களுக்கும் இல்லைன்னு ஆகிடிச்சு.

பாதிரி : அதையெல்லாம் இனிமே பேசி என்ன பிரயோஜனம்? இப்போதைக்கு மொழி வழியில பிரிக்கறதுதான் நல்லது. இந்துஅடையாளத்தை அழிச்சு மொழி அடையாளத்தை முன்னுக்குக் கொண்டுவருவோம். அந்த க்ரூப்ல நாமளே முன்னால இருந்தா அதை அப்பறம் நம்ம அடையாளமா மாத்தறது ரொம்ப ஈஸி. அதுனால இப்போதைக்கு நாமும் தமிழ் தமிழ்னு கத்துவோம். இந்து அழிஞ்சதுக்கு அப்பறம் நம்ம வேலையைக் காட்டுவோம். கொஞ்சம் விட்டுக் கொடுங்க. உங்க மதத்தை நாங்க தொடவே மாட்டோம்.

பேசி முடித்தவர்கள் மதுக்கோப்பைகளைக் காலி செய்துவிட்டுப் புறப்படுகிறார்கள். அவர்கள் போனதும் சேனல் எம்.டி.யும் பாதிரியாரும் பேசியபடியே கேமரா கட்டுப்பாட்டு அறைக்குச் செல்கிறார்கள்.

இவங்க அவங்க வந்துபோன ஃபுட்டேஜை டெலிட் பண்ணனும் என்று சொல்லியபடியே கேமரா அறைக்குள் நுழைகிறார்கள். ஏதோ அசாதரணமாக இருப்பதுபோல் தோன்ற வே எம்.டி. அந்த அறையை நன்கு உற்றுப்பார்க்கிறார். சில கம்ப்யூட்டர் மானிட்டர் அதன் இடத்தில் இருந்து நகர்ந்திருப்பதுபோல் தெரிகிறது. ஏதோ நினைத்தவராக அதைச் சரிசெய்துவிட்டு சிசி.டி.வி. ஃபுட்டேஜை பென்டிரைவில் எடுத்து வைத்துக்கொண்டு கடந்த ஒரு மணிநேரத்துஃபுட்டேஜை அழிக்கிறார். பிறகு அனைத்து விளக்குகளையும் அணைத்துவிட்டுப் புறப்படுகிறார். அந்த அறையில் இருந்த கதிரவன் அங்கிருந்த பென்குயின் வடிவ குப்பைத் தொட்டிக்குள் ஒளிந்துகொண்டு தப்பித்திருந்தார்.

எம்.டியும் பாதிரியாரும் அந்த அறை வாசலில் நின்று சிறுதி நேரம் பேசுகிறார்கள்.

பாதிரியார்: இந்த பாயை எப்படிச் சமாளிக்கப்போறீங்க. நாளைக்கு எப்ப வேணும்னாலும் நம்ம மேல பாய்வான். உலகத்துல உண்மையிலயே நம்மளோட மொதல் எதிரி அவனுங்கதான்.

எம்.டி.: அது சரிதான் ஃபாதர். இந்துக்களை ஒழிக்க அவனுங்களைவிட்ட நமக்கு வேற நல்ல விசுவாசமான நாய்ங்க கிடைக்கவே செய்யாது. இந்துக்களும் இஸ்லாமியர்களும் வெட்டிக்கிட்டும் குத்திக்கிட்டும் சாகவிடணும். அப்பத்தான் நாம இந்தியாவை நம்ம கைக்குள்ள கொண்டுவரமுடியும்.

பாதிரியார்: ஆமாம். கூடவே இந்த கம்யூனிஸ்ட் க்ரூப்பையும் இந்துக்களுக்கு எதிரா கோத்துவிடணும். அவனுங்க பாய்ங்களைவிட நொம்பவே விசுவாசமானவங்க. ஆனா எனக்கு என்ன பயம்னா இந்த முஸ்லிம்கள் நாளைக்கு இந்தியாவுல கிறிஸ்தவர்களுக்கு எதிரா ஏதாவது பண்ணமாட்டாங்கன்னு என்ன நிச்சயம். இதுவரை ஆசியாவுல இஸ்லாமுக்கும் கிறிஸ்தவத்துக்கும் இடையில பெருசா சண்டை வெடிச்சதில்லை. அப்படி வந்தா என்ன பண்ண? இந்தியாவுல அவனுங்க ரொம்பவே அதிகம். ஒருவேளை இந்துக்களும் முஸ்லீமும் சேர்ந்து நம்மைத் தாக்க ஆரம்பிச்சா நம்ம கதி அதோகதிதான்.

எம்.டி.: அந்தக் கவலையே வேண்டாம் ஃபாதர். அது நடக்கவே செய்யாது.

பாதிரியார் அவனுங்க அப்துல் கலாமையெல்லாம் தலைல தூக்கி வெச்சுக் கொண்டாடினானுங்களே.

எம்.டி.: அதெல்லாம் செய்வானுங்க. ஆனால், இஸ்லாமிய தீவிரவாதிகள் கூட கை கோக்கவே மாட்டானுங்க. இத்தனைக்கும் நமக்கும் முஸ்லீமுக்குமான பகை இந்துவுக்கும் முஸ்லீமுக்குமான பகையைவிட ரொம்பவே அதிகம். ஆனா நாம நேரத்துக்கு, இடத்துக்குத் தகுந்த மாதிரி மாத்திப்போம். இந்துக்களுக்கு அந்த சாமர்த்தியம் கிடையாது. இப்போ... இந்துக்கள், கம்யூனிஸ்ட்கள், முஸ்லிம்கள் ஒண்ணு சேர்ந்தா கிறிஸ்தவர்களையும் வெஸ்டர்ன் கார்ப்பரேட்களையும் ஒரேயடியா காலி பண்ணிட முடியும். உண்மையிலயே அவங்களோட உண்மையான எதிரியே நாமதான். ஆனா, அவங்களுக்குள்ள ஒத்துமை வராம பாத்துக்கறதுல நாம கில்லாடி. சரியாச் சொல்லணும்னா அவனுங்க அவ்வளவு மடையனுங்க. அதனால பயப்படவே வேண்டாம். அப்படியே ஒருவேளை முஸ்லிம்கள் நாளைக்கே இந்தியால சர்ச்சுகள்ல குண்டு வெச்சாலும் நாம வெளியில அன்பா அனுசரணையா பேசிட்டுப் போயிடணும். உள்ள செய்ய வேண்டியதைச் செய்யலாம். ஆனா வெளியில அதைக் காட்டிக்கவே கூடாது. அவனுங்க மூலமா

நமக்கு ஆகவேண்டிய பெரிய வேலை இருக்கு. அதுக்கு பத்து நூறு கிறிஸ்தவர்களைப் பலி கொடுக்க வேண்டியிருந்தாலும் அமைதியா இருந்துடணும். அதுதான் புத்திசாலித்தனம்.

எம்.டி.யும். பாதிரி சற்குணமும் ஒவ்வொரு விளக்கையாக அணைத்துவிட்டு அங்கிருந்து புறப்படுகிறார்கள்.

அவர்கள் போய்விட்டார்கள் என்பது உறுதியானதும் கதிரவன் மெள்ள வெளியே வருகிறான். எம்.டி.யின் அறைக்குள் பதுங்கியிருந்த இளமாறனும் வருகிறான்.

ரொம்பப் பயங்கரமான விஷயத்தை பேசினாங்க என்று சொல்லி கொஞ்சத்தைப் போட்டுக்காட்டுகிறான். ஆடியோ மட்டும்தான் பதிவு பண்ண முடிஞ்சது. நெட் கனெக் ஷன் வேற ரொம்ப ஸ்லோவா இருக்கு. வெளில அனுப்ப முடியலை. நாம இங்க இருந்து உடனே தப்பிச்சாகணும்...

தப்பினா எப்படி சாகமுடியும். தப்பாம இருந்தாத்தான் சாகமுடியும் என்று ஒரு குரல் கேட்கிறது. சட்டென்று எல்லா விளக்குகளும் எரிகின்றன.

பாதிரியார் வன்மம் கலந்த புன்னகையுடன் நின்றுகொண்டிருக்கிறார்.

***

இளமாறனும் கதிரவனும் பாய்ந்து தப்பிக்கப் பார்க்கிறார்கள். எம்.டி. தன் கோட் பாக்கெட்டில் இருக்கும் துப்பாக்கியை எடுத்து ஆத்திரத்தில் ஒருவனைப் பார்த்துச் சுடுகிறார். பாதிரியாரோ பதறியபடியே வேண்டாம், துப்பாக்கி சத்தம் கேட்டு யாரேனும் வந்துவிடுவார்கள். இந்த இடத்தில் இருந்து வெளியே செல்ல ஒரே ஒரு வழிதானே இருக்கிறது. நான் அங்கு சென்று நிற்கிறேன். நீங்கள் சென்று இருவரையும் மிரட்டிப் பிடித்துவாருங்கள் என்கிறார். அதன்படியே எம்.டி. சென்று பிடிக்கிறார். கதிரவன் எளிதில் மாட்டிக்கொள்ள அவனைப் பாதிரியிடம் கொடுக்கிறார். அவர் பாதிரி உடையின் இடுப்புக் கயிறை வைத்து அவனைக் கட்டிப் போடுகிறார்.இளமாறன் கேபினின் ஒரு மூலையில் பதுங்கியிருப்பது தெரிந்து அவனையும் பிடிக்கிறார்கள். இருவரையும் தலையில் அடித்து மயங்கவைத்து காரின் பின்பக்கம் ஏற்றுகிறார்கள்.

காரில் போகும்போது எம்.டி. போன் செய்து நியூஸ் எடிட்டருக்கு தகவல் சொல்கிறார்: நாளைக்கான பிரேக்கிங் நியூஸ்: மத்திய அரசை எதிர்த்துக் குரல் கொடுத்த மாணவ நிருபர்கள் கதிரவன், இளமாறன் இருவரும் மாயம் என்கிறார்.

பாதிரியார் ஏதோ சொல்ல வாயெடுக்கவே, எம்.டி. 'இந்துத்துவ கும்பல்களின் அராஜகம்...' என்று சொல்லி முடிக்கிறார். பாதிரியார் வாய்விட்டுச் சிரிக்கிறார். கார் இருண்ட சாலையில் விரைந்து செல்கிறது.

சேனல் எம்.டி.யின் கடற்கரைப் பண்ணைவீட்டுக்கு இவர்களைக் கொண்டு செல்கிறார்கள். ஃபைவ் மென் ஆர்மி என்ற வாட்ஸப் குழுமத்தில் இருக்கும் மற்ற மூவரைப் பற்றிய விவரங்களைத் தெரிந்துகொண்டு அவர்களுக்கு இந்துத்துவர்களிடமிருந்து ஆபத்து வராமல் தடுக்க என்ற போர்வையில் அவர்களை வேறொரு பண்ணை வீட்டுக்கு அழைத்துச் சென்று வீட்டுச் சிறை வைக்கிறார்.

***

தயா மலர் இந்த ஆடியோவை உடனே வெளியுலகுக்குக் கொண்டுவரத் துடிப்பார். தனது சேனலில் முடியாதென்பதால் போட்டி சேனல் நிறுவனமான 'தமிழ்' சேனலின் நிர்வாகத்தினரிடம் பேசுவாள். உங்கள் எம்.டி.யிடம் ஒரு முக்கிய விஷயம் பேசவேண்டும். நாட்டையே உலுக்கப்போகும் செய்தி ஒன்றின் ஆதாரம் என் வசம் இருக்கிறது என்று சொல்கிறாள். இவள் இளைய தலைமுறையில் முக்கிய பொறுப்பில் உள்ளவள் என்பதால், ஏன் உங்கள் சேனலில் இதை வெளியிடவில்லை என்று கேட்கிறார்கள். இதில் மாட்டிக்கொள்ளப் போவது எங்கள் சேனல் எம்.டி.யும்தான் என்று சொல்கிறாள். தமிழ் சேனலின் எம்.டி.யிடம் தனியாக நேரில் பேசவிரும்புவதாகவும் அவரிடம் மட்டுமே இந்த ஆதாரத்தைத் தருவேன் என்றும் நீங்கள் சம்மதிக்கவில்லையென்றால் வேறு சேனலுக்குப் போகத் தயார் என்றும் சொல்கிறாள்.

தமிழ் நிறுவனத்தினர், வேண்டாம்... வேண்டாம்... எங்கள் எம்.டி.யைப் பார்க்க அனுமதி வாங்கித் தருகிறோம் என்று சொல்கிறார்கள். ஆனால், எது தொடர்பான ரகசியம் என்று சொல்லுங்கள். அப்போதுதான் எம்.டி.யிடம் சொல்ல அனுமதி பெற முடியும் என்கிறார்கள்.

இளமாறன், கதிரவன் படுகொலை பற்றியும் சமீபத்தில் நடக்கத் தொடங்கியிருக்கும் இந்துத்துவர்களின் படுகொலை பற்றியுமான ரகசிய ஆதாரம் என்று சொல்கிறாள்.

ஏனென்றால் இளமாறனும், கதிரவனும் இறந்து ஒரு வருடத்துக்கு மேல் ஆகிவிட்டிருந்தது. எந்த தகவலும் வெளியே கசிந்திருக்கவில்லை என்பது உறுதியானதால் பாதிரியாரும் சேனல் எம்டியும் தமிழ் தேசியவாதியும், இஸ்லாமிய அடிப்படைவாதியும் தாங்கள் திட்டமிட்டதுபோல் இந்துத்துவர்களைக் கொல்லத் தொடங்கியிருந்தார்கள். கடந்த நாலைந்து மாதங்களில் மூன்று இந்துத்துவர்கள் கொல்லப்பட்டுவிட்டிருந்தனர். கள்ளத் தொடர்பு, பணம் கொடுக்கல் வாங்கல் தகராறு என்று காவல்துறை அந்த வழக்குகளை மூடிவிட்டிருந்தன. இந்து இயக்கங்களும் பெரிதாக எந்த போராட்டமும் நடத்தாமல் ஒதுங்கி நின்றிருந்தனர்.

தமிழ் சேனலின் எம்.டியிடமிருந்து அழைப்பு வருகிறது. தயா மலர் அவரைப் பார்க்கச் செல்கிறாள். நட்பு விஷயங்கள் பேசி முடித்தபின் தயா மலர் தன்னிடம் இருக்கும் ஆடியோ பற்றிச் சொல்கிறாள். அதில் ஒரு சில நிமிட உரையாடலைப் போட்டுக்காட்டுகிறாள்.

அருமையான வேலை... உன் திறமையை எப்படிப் பாராட்டன்னே தெரியலை. இந்த துணிச்சலான விஷயத்தைச் செஞ்சதுக்கு நீ அந்தச் சேனல்ல இருக்கவேண்டியவளே இல்லை.. . மேலே மேல... இன்னும் மேல போகவேண்டியவ... என்ன நான்சொல்றது சரிதான ஃபாதர் என்று அந்த எம்.டி. தன் அறையில் இருண்ட மூலையொன்றைப் பார்க்கிறார். இருளில் இருந்து பாதிரியார் சற்குணம் ஜெபமாலையை உருட்டியபடியே வருகிறார்.

தயா மலர் அதிர்ந்துபோய் எழுந்து நிற்கிறாள். பாய்ந்து வெளியே ஓட முயற்சி செய்கிறாள். அதற்குள் தமிழ் சேனல் எம்.டி விரைந்து வந்து அவளை நாற்காலியில் இருந்து எழ முடியாமல் சிறை வைக்கிறார்.

இப்படித் தனியா வந்து மாட்டிக்கிட்டியேம்மா...

கண்ணா... நரிங்கதான் கூட்டமா வரும்... சிம்ம வாஹினி சிங்கிளாத்தான் வருவா...

சிம்மவாஹினியா..? என்ன சொல்ற நீ...

குழப்பமா இருக்கா... தயா மலர்ன்னு பேரு வெச்சுக்கிட்டு சிம்ம வாஹினின்னு பேசறேனேன்னு குழப்பமா இருக்கா... இந்து பேரை வெச்சுக்கிட்டு கிறிஸ்தவ ரௌடிங்க நீங்க பண்ற அதே டிரிக்தான்.

சரி அது போகட்டும். நீ யாரு உண்மையிலயே..?

நான் துர்கா வாஹினி அமைப்பைச் சேர்ந்தவ. என்பேரு லட்சுமி யாய்..

எது இந்த ஜான்சி ராணி லட்சுமி பாயா...

ஆமாம். எங்க அப்பா அம்மா அவங்களோட நினைவா வெச்ச பேருதான் இது.

கதை அப்படிப் போகுதா... சரி என்ன ஆனாலும் இப்ப மாட்டிக்கிட்டியே.

இருவரையும் பார்த்துப் புன்னகைத்தபடியே இருக்கையில் அமர்கிறாள்.

பாதிரியாரும் எம்.டி.யும் அலட்சியமாகச் சிரிக்கிறார்கள்.

அதாவது நீ இங்க வரும்போதே உன் ஃப்ரெண்ட்ஸ்கிட்ட சொல்லிட்டுத்தான் வந்திருக்க... இல்லையா... ரெண்டு மணி நேரத்துல நீ வரலைன்னா போலீஸுக்கு அந்த ஆடியோ டேப்போட போயிடணும்னு சொல்லியிருக்க இல்லையா..?

ஆமாம். பரவாயில்லையே நல்ல தெரிஞ்சு வெச்சிருக்கீங்களே...

எங்களுக்கு இன்னொன்னும் தெரியும்... அந்த உன் அருமை ஃப்ரெண்ட்ஸ் ரெண்டுபேரும் அவங்களோட செல்போனும் இப்ப எங்க இருக்குன்னு தெரியுமா..? என்னொட கெஸ்ட் ஹவுஸ்ல... ஃபாதர்... இன்னிக்கு உங்களுக்கு முக்கியமான பிரசங்கம் ஏதேனும் இருக்கா...

இல்லையே...

இருந்தாலும் கேன்சல் பண்ணிட்டு வந்திருங்க... அப்பறம் நாங்கள்லாம் தப்பு பண்ணினா உங்க மூலமாட பாவ மன்னிப்பு கேட்க வருவோம். நீங்க யார் கிட்ட போவீங்க...

இன்னொரு பாதிரியார் கிட்டத்தான்.

நல்லது ஃபாதர். அடுத்தவாரம் நீங்க பாவமன்னிப்பு கேட்க வேண்டியிருக்கும்.

நான் இப்போதைக்கு எதுவும் செய்யலியே.

இன்னிக்கு சாயந்திரம் நாம இன்னொரு ஆதி பாவத்தைச் செய்யப்போறோம். சில தடைசெய்யப்பட்ட ஆப்பிள் கனிகளை ருசிக்கப்போறோம்... ரொம்ப ஃப்ரெஷ்ஷான ஆப்பிள் அப்படித்தான என்று லட்சுமிபாயின் காதருகில் குனிந்து கேட்கிறார் எம்.டி.

ஆனா அதுக்கு வாய்ப்பே இல்லையே ப்ரோ...

இல்லைன்னு எப்படிச் சொல்ல முடியும். இப்ப நீ இங்க இருந்து தப்பிக்கவே முடியாது. நாங்க போய் எங்க வேலைகளையெல்லாம் முடிச்சிட்டு ராத்திரி இங்க வரும்போது நீ தோல் உரிச்ச ஆப்பிளா இங்க இருக்கற பட்டு மெத்தையில படுத்துக்கிடக்கத்தான் போற... எது முடியாதுங்கற... ஏன் முடியாதுங்கற...

உங்களுக்கு என்னோட பிளான் ஏ-தான் தெரிஞ்சிருக்கு. பிளான் -பியும் உண்டு. இன்னிக்கு ராத்திரி எட்டு மணிக்கு என் மெயில இருந்து அந்த ஆடியோ ஃபைல் எல்லா சேனலுக்கும் பத்திரிகைகளுக்கும் போற மாதிரி செட் பண்ணி வெச்சிருக்கேன். எனக்கு ஏதாவது ஆச்சுன்னா அது எல்லார் கைக்கும் போய்ச் சேர்ந்துடும்.

இவ்வளவுதான...

சேனல் எம்டியும் பாதிரியாரும் தனியாகச் சென்று பேசுகிறார்கள்.

அவள் என்ன சொல்கிறாளோ அதன்படிச் செய்வதாகச் சொல்கிறார்கள். ஆனால், அவளுடைய உண்மைப் பெயரும் அடையாளமும் வெளியே தெரிந்ததும் அவளுடைய தோழிகள் அவளுக்கு எதிரிகளாகிவிடுகிறார்கள். அவர்களிடம்தான் அந்த ஆடியோ ஃபைல் காப்பிகள் இருந்தன. அவர்களுக்கு அவளுடைய இ-மெயில்பாஸ்வேர்ட் தெரியுமென்பதால் அதிலிருந்த ஃபைலையும் டெலிட் செய்துவிடுகிறார்கள். செல்போனில் இருந்த ஃபைல்களை சேனல் எம்.டி.யிடம் கொடுத்து காசுவாங்கிக் கொண்டு போய்விடுகிறார்கள். லட்சுமிபாய் எந்த ஆதாரமும் இல்லாமல் நடுத்தெருவில் நிற்க நேருகிறது. ஏற்கெனவே இந்த ஆடியோஃபைல் பற்றி இந்து நிறுவனங்களில் பேசிப் பார்த்தபோது வெறும் ஆடியோவை வைத்து எதுவும் செய்ய முடியாது என்றும் இந்து இயக்கத்தினரையும் இதில் சம்பந்தபடுத்தியிருப்பதால் எதுவும் செய்ய முடியாதுஎன்று சொல்லியிருப்பார்கள். எனவே லட்சுமி பாய் என்னசெய்வதென்று தெரியாமல் தவித்துக் கொண்டிருப்பார்.

அப்போது அவளுக்கு ஒரு போன் கால் வரும். அவளைப் போலவே சேனலில் மாற்றுப் பெயருடன் இருக்கும் ஒருவர் ஒரு விஷயம் சொல்வார். பிரபல கட்சியொன்றின் தலைவர் ஒருவர் சேனலில் பேட்டிக்கு வந்திருப்பார். அவர் எழுதிக் கொடுத்த கேள்விகளைத்தான் நிருபர் கேட்டிருப்பார். இருந்து, நாலைந்து கேள்விகள் அந்தத் தலைவரை நெருக்கடிக்கு உள்ளாக்கும்படியாகவும் கேட்டிருப்பார். அந்த தலைவருக்கு பெரும் கோபம் வந்துவிடும். உன்கிட்ட என்ன கேட்கணும்னு சொல்லித்தான பேட்டிக்கு ஒத்துக்கிட்டேன். உன் எம்.டி. என்ன என்னை ஆழம் பார்க்கறானா... அவர் பண்ற ஃப்ராடுத்தனமெல்லாம் எனக்குத் தெரியாதா... ஆட்சிதான் எங்க கிட்ட இல்லையே தவிர அதிகாரவர்க்கம் எங்க கிட்டத்தான் இருக்கு. நாளைக்கே உங்க கம்பெனிக்கு இன்கம்டாக்ஸ் ரெய்ட் வரவைக்கவா என்று மிரட்டியிருப்பார்.

இதையும் அவருக்குத் தெரியாமல் பதிவு செய்த அந்த கேமராமேன் அதை லட்சுமி பாய்க்கு அனுப்பியிருப்பார். லட்சுமி பாய் உடனே ஜான்ஸி என்ற பெயரில் ஒரு சொந்த தனியார் யூ ட்யூப் சேனல் ஆரம்பித்து அதில் இதை ஒளிபரப்புவார். அல்ல வரவேற்பு கிடைக்கும். மெள்ள அதுபோல் பல ரகசிய ஸ்டிங் ஆப்பரேஷன்கள் செய்து ஒளிபரப்ப ஆரம்பிப்பார்.

***

பொதுவாக பெரிய கட்சித் தலைவர்களப் பேட்டி எடுப்பது மிகவும் கடினம். அப்படியே பேட்டி எடுத்தாலும் அதில் வில்லங்கமான கேள்விகள் எதையும் கேட்க அனுமதிக்கமாட்டார்கள். அதையும் மீறிக் கேட்டால் எதற்கும் அவர்கள் நேர்மையாக பதில் சொல்லமாட்டார்கள். எல்லா பேட்டியுமே சொல்லி வைத்துக் கேட்கும் கேள்விகளாகவே இருக்கும். எனவே பெரிய தலைவர்களை எப்படி மடக்குவது என்று யோசிப்பார்.

பொதுக்கூட்டங்களில் திடீரென்று மேடையில் ஏறி கேள்விகேட்டால்தான் வசமாக மாட்டுவார்கள். மக்கள் முன்னால் நேர்மையாக பதில் சொல்லியாகவேண்டிய கட்டாயம் வரும் என்று திட்டமிடுவாள். அதன்படி எதிர்கட்சித்தலைவர் ஒருவர் வந்து பேசும் ஒரு கூட்டத்தில் மேடை ஏறிவிடுவதென்று முடிவு செய்வார். ஆனால், பல அடுக்கு பாதுகாப்பு இருக்கும் என்பதால் மேடைக்குச் செல்வது சிரமம் என்பது தெரியவரும். மேடைக்கு மிக எளிதில் செல்ல

முடிந்தவர் பந்தல் அமைப்பவரும் மைக் செட்காரரும்தான் என்பதால் நைஸாக அவர்களை கைக்குள் போட்டுக்கொள்வாள். அப்படியாக மேடைக்கு அருகில் சென்றுவிடும் லட்சுமி பாய் எதிர்கட்சித் தலைவர் பேசும்போது மைக்கில் வேண்டுமென்றே சிறு குழறுபடியைச் செய்வாள். அதைச் சரி செய்கிறேன் என்ற போர்வையில் வேறொரு மைக்குடன் மேடை ஏறுபவள், சட்டென்று அவரை அங்கேயே கேள்விகள் கேட்க ஆரம்பித்துவிடுவாள். எதிர்கட்சித் தலைவரும் கேள்விகளை கண்டு பயந்தால் மக்கள் முன் அவமானப்படநேரும் என்று பதில் சொல்ல ஆரம்பிப்பார்.

இலங்கையில் ஆயுதம் ஏந்திய தீவிரவாதிகளைக் கொன்றதில் தவறே இல்லை. ஆனால், அப்பாவிகளைக் கொன்று குவித்தது தவறு அல்லவா... அப்படியான படுகொலைக்குத் துணைபோன கட்சியுடன் கூட்டணி வைப்பது எந்தவகையில் நியாயம்..?

அதோடு அந்த தீவிரவாதத் தலைவனின் ஆதரவாகச் செயல்படும் கட்சிகள் பற்றி என்ன நினைக்கிறீர்கள்?

உங்கள் ஆட்சி காலத்தில் கொண்டுவந்த திட்டங்கள் அனைத்தையும் இப்போது எதிர்ப்பதேன்?

ஏழை மாணவர் மருத்துவக் கல்லூரியில் சேர வழி செய்திருக்கும் நீட்டை எதிர்ப்பதற்காக அப்பாவிப் பெண்ணை தற்கொலை செய்துவிட்டிருக்கிறீர்களே... மருத்துவக் கல்லூரிகள் கோடிகளைச் சுருட்டவிடாமல் தடுத்த நீட்டா மக்களுக்கு எதிரானது?

இந்து தெய்வங்களை, இந்துக்களை நீங்களும் தான் அவமானப்படுத்தியிருக்கிறீர்கள். அதற்கெல்லாம் மன்னிப்பு கேட்பீர்களா..?

ஹிந்தியை இரண்டாவது மொழியாகக் கற்றுத் தரும் நவோதயா பள்ளிகள் வரக்கூடாது... ஆனால், ஆங்கிலத்தை பயிற்று மொழியாகவே கொண்டு இயங்கும் பள்ளிகள் இருக்கலாம் என்று செய்தது தாய் மொழிக்குச் செய்த துரோகம் இல்லையா..?

உங்கல் மேல் இருக்கும் கொலைப் பழிகள் பற்றி என்ன சொல்கிறீர்கள்?

கட்சி தொடங்கிய காலத்திலிருந்தே நீங்கள் பிறப்பதற்கு முன்பிருந்தே கட்சிக்கு உழைத்த பெரிய தலைவர்களையெல்லாம்

ஓரங்கட்டிவிட்டு உங்கள் பையனையும் குடும்பத்தினரையும் கட்சியில் முக்கிய பொறுப்புகளில் நியமித்துவருகிறீர்களே... இது உண்மைத் தொண்டர்களுக்கும் தலைவர்களுக்கும் செய்யும் துரோகம் இல்லையா..?

உங்களை எதிர்த்து கட்சி நடத்தியவர்களையெல்லாம் கூட்டு சேர்த்துக் கொண்டு வோட்டுக்காக சுயமரியாதையை இழந்து நிற்கிறீர்களே... பதவிக்காக எதையும் இழப்பதுதான் உங்கள் கொள்கையா...

என்றெல்லாம் சரமாரியாகக் கேட்கிறாள்.

அந்தத் தலைவர் பதில் சொல்ல முடியாமல் தலை குனிந்து மேடையில் இருந்து ஓடிச் செல்கிறார்.

ஜான்ஸி சேனல் மளமளவென புகழ் பெற்று வளர்கிறது.

இதனிடையே இஸ்லாமிய கட்சிக்காரர் ஒருவர் புலிகள் மீதான விமர்சனத்தை வெளிப்படையாகப் பேசுவார். அவரை இஸ்லாமிய கட்சியினர் சிறிது காலம் அமைதியாக இருக்கும்படிச் சொல்வார்கள். தமிழ் நாட்டில் நமது இருவருடைய எதிரி இந்துத்துவர்தான். எனவே இலங்கையில் நடந்ததை மறந்துவிடுவோம். அதைப் பற்றிப் பேசவேண்டாம் என்று சொல்வார்கள்.

ஆனால், அவரோ புலிகள் எத்தனையோ இஸ்லாமியர்களை உளவாளிகள் என்று சொல்லிக் கொன்று குவித்திருக்கிறார்கள். ஆனால், மசூதியில் தொழுகைக்கு வந்த அப்பாவிச் சிறுவர்களையும் அவர்கள் கொன்றதை மட்டும் என்னால் மன்னிக்கவே முடியாது. அதுவும் எப்படித் தெரியுமா... அனைவரையும் சுட்டுக் கொன்றுவிட்டுப் போனவர்கள் சிறிது நேரம் கழித்து வந்து யாரேனும் உயிருடன் இருக்கிறீர்களா... வாருங்கள்... மருத்துவமனைக்கு அழைத்துச் செல்கிறேன் என்று சொல்லியிருக்கிறார்கள். சில சிறுவர்கள் அவர்கள் மேல் வேறு ஆட்கள் விழுந்துவிட்டதால் பெரிதாக குண்டு அடிபடாமல் தப்பியிருக்கிறார்கள். அண்ணா காப்பாத்துங்கள்... என்று அழுதபடியே எழுந்திரித்த அந்தச் சின்னஞ்சிறு குழந்தைகளை நெற்றிப் பொட்டில் சுட்டுக் கொன்றிருக்கிறார்கள் புலிகள். ஏனென்றால் இந்தக் குழந்தைகள் புலிகளை அடையாளம் காட்டிவிடுவார்களாம். மசூதி அல்லாவைத் தொழ வந்த குழந்தைகள் எவ்வளவு வேதனைப்பட்டு உயிரைவிட்டிருக்கும். அப்படுபாதகத்தைச்

செய்த விடுதலைப் புலிகளை நான் ஒருபோதும் மன்னிக்கமாட்டேன். இன்று அரசியல் காரணம் சொல்லி நம்மை அமைதியாக இருக்கச் சொல்பவர்கள் நாளை இதுபோல் கொன்று குவித்துவிட்டு அதன் பிறகும் அமைதியாகவே இருக்கச் சொல்வார்கள். இவர்களை நம்பவே முடியாது. இந்துத்துவர்களைப் பெரிய ஃபாசிஸ்ட்கள் இந்த தமிழ் தேசியவாதிகள். இஸ்லாமியர்களுக்கு இவர்களிடம் நீதியே கிடைக்காது என்று சீறுவார்.

அவர் இஸ்லாமிய கூட்டங்களில் புலிகளைக் கடுமையாக விமர்சித்துப் பேசுவார். அதுபோல் தமிழ்த் தாய் வாழ்த்து பாடும்போது எழுந்து நிற்கக்கூடாது என்றும் சொல்வார். இவையெல்லாம் தமிழ் தேசியவாதிகளை ஆத்திரமூட்டவே பிரச்னை பெரிதாகத் தொடங்கும். பாதிரியார் சற்குணத்திடன் விஷயத்தைக் கொண்டுசெல்வார்கள். அவர் அந்த இஸ்லாமிய பேச்சாளரை ஓரங்கட்ட ஹனி டிராப் வைக்க ஏற்பாடு செய்வார். இஸ்லாமியப் பேச்சாளருக்கு ஐந்து நட்சத்திரவிடுதியில் ஒருமுறை அறை எடுத்துக் கொடுத்து அவருடைய உணவில் மயக்க மருந்தைக் கலந்து கொடுத்துவிடுவார்கள். பாதி நினைவுடன் இருப்பவரை நாலைந்து பெண்களுடன் நிர்வாணமாகப் புகைப்படங்களும் வீடியோவும் எடுத்து வைத்துக்கொள்வார். போதாதகுறையாக, குர்ரானை அசிங்கப்படுத்துவதுபோலவும் சில புகைப்படங்கள் எடுத்து வைத்துக்கொள்வார்கள்.

நினைவு தெரிந்தபின் அதையெல்லாம் அவருக்குப் போட்டுக் காட்டி இனிமேல் புலிகளைப் பற்றி ஏதேனும் பேசினால் இந்த வீடியோக்களை வெளியிட்டு உன் வாழ்க்கையையே அஸ்தமிக்கச் செய்துவிடுவோம். பேசாமல் இனிமேல் இந்துமதத்தையும் இந்துத்துவர்களையும் மட்டும் திட்டு; புலிகளைப் புகழ்ந்து பேசு என்று மிரட்டுவார்கள்.

அவரும் வேறு வழியில்லாமல் புலிகளைப் புகழ்ந்து பேச ஆரம்பிப்பார்.

இது லட்சுமி பாய்க்கு லேசாக சந்தேகத்தைக் கொடுக்கும்.

அதுபோல் கிறிஸ்தவத் தரப்பிலும் ஒரு விஷயம் நடக்கும். ஒரு பாதிரியார் அவர் நடத்திவந்த பள்ளியில் மாணவிகள், மாணவர்களிடம் தவறாக நடந்துகொண்டதாக செய்திகள் வெளியாகும். உண்மையில் பதினைந்து இருபது வருடங்களுக்கு மேலாக நல்லமுறையில்

நடந்துவரும் சேவை நிறுவனம் அது. அதோடு ஊடகங்கள் எல்லாம் கிறிஸ்தவ மேற்கத்தியர் கையில் இருக்கும் நிலையில் ஒரு பாதிரியார் அவமானப்படுத்தப்படுகிறார் என்றால் என்ன காரணம் என்று லட்சுமி பாய்க்கு சந்தேகம் வருகிறது.

லட்சுமி பாய் அந்த பாதிரியாரையும் சந்தித்து ரகசியப் பேட்டி எடுப்பார்.

உண்மையில் பிற பாதிரியார்கள் பலர் இப்படியான கீழ்த்தரமான செயல்களில் ஈடுபட்டுவருவதை எதிர்த்து அவர் குரல் எழுப்பியிருப்பார். திருச்சபையில் மேல்மட்டத்தில் புகார் செய்திருப்பார். ஆனால், மேலிடத்தில் இருப்பவர்களும் அந்தப் பாலியல் கொடுமைகளில் ஈடுபட்டிருப்பார்கள். எனவே இவர் சொல்வதை யாரும் பெரிதாக எடுத்துக்கொண்டிருக்கமாட்டார்கள். உரிய நடவடிக்கைகள் ஒரு மாதத்துக்குள் எடுக்கவில்லையென்றால் இந்த விஷயங்களைப் பற்றி வெளியுலகுக்குத் தெரிவிக்கப் போகிறேனென்று அவர் எச்சரிக்கை விடுத்திருப்பார். அதற்குள்ளாக அவர்கள் முந்திக்கொண்டு, காவலனையே களவாணி என்று அவதூறு செய்வதுபோல் இவர் மேல் பழிபோட்டு இவரை அவமானப்படுத்தி திருச்சபையில் இருந்து நீக்கிவிட்டிருப்பார்கள்.

அவர் மனம்சோர்ந்து தன் ஊருக்குத் திரும்பியிருப்பார்.

அதுபோல் தமிழ் தேசிய இயக்கத்தில் இருந்தும் முன்னணி பிரமுகர் ஒருவர் கட்சிப் பணத்தைக் கையாடியதாகப் பொய்க் குற்றம் சாட்டப்பட்டு நீக்கப்பட்டிருப்பார். அவருடைய விஷயம் என்னவென்றால், தமிழ் தேசிய இயக்கம் என்ற போர்வையில் இந்து விரோத இந்திய விரோதச் செயல்பாடுகளே முன்னெடுக்கப்படுவதை அவர் தட்டிக் கேட்டிருப்பார். முப்பாட்டன் முருகன், தஞ்சைப் பெரிய கோவில் வழிபாடு, சல்லிக்கட்டு என வெளிக்குப் பேசினாலும் அடிப்படையில் அந்த இயக்கம் என்பது இந்து விரோத இயக்கமாகவே இயங்குவது குறித்து அவருக்கு விமர்சனங்கள் இருந்திருக்கும். அதுமட்டுமல்லாமல் அந்த இயக்கம் பெரிதும் இடைநிலை ஜாதி ஆதிக்க இயக்கமாகவே இருக்கும். பட்டியல் ஜாதியைச் சேர்ந்த அவரைப் பலவகைகளில் அவமானப்படுத்தியிருப்பார்கள். இதையெல்லாம் அவர் எதிர்த்துக் கேட்டதால் அவரை பொய்க் குற்றம்சாட்டி ஒதுக்கியிருப்பார்கள்.

லட்சுமி பாய் இவர்கள் மூவரையும் ஒரு நாள் ஒன்றாக சந்திக்க ஏற்பாடு செய்வார். இளமாறன் எடுத்த ஆடியோ ஃபைலில் போதுமான க்ளாரிட்டி இல்லாததாலும் அந்த வீடியோ ஃபைலை வைத்து பெரிதாக எதுவும் செய்ய முடியாது. அது யாரோ மிமிக்ரி செய்ததுஎன்று எளிதில் அந்த கேஸை உடைத்துவிடுவார்கள் என்பதாலும் என்ன செய்ய என்று தெரியாமல் தவித்துக் கொண்டிருந்திருப்பாள். இந்து இயக்கங்களில் அந்த ஆடியோ பற்றிப் பேசியபோது அவர்களும் அந்தக் காரணங்களால் எந்த உதவியும் செய்யாமல் இருந்திருப்பார்கள்.

லட்சுமி பாய் நேர்மையாக நடந்துகொண்டதால் கட்சியில் இருந்தும் நிறுவனத்தில் இருந்தும் விலக்கப்பட்ட மூவரையும் அந்த வீடியோவில் அதே விஷயங்களைப் பேசும்படிச் சொல்லி இவையெல்லாம் தங்கள் மேலிடத்தலைவர்கள் சொல்லிச் செய்வதாக அந்த வீடியோவில் பேசும்படிச் செய்திருப்பார். இப்போது இதை அப்படியே வெளியிட்டால் இவர்கள் மூவரும் கூட மாட்டிக் கொள்வார்கள். எனவே என்ன செய்யலாம் என்று யோசிப்பார்.

***

நேராக இரு சேனல் எம்.டிக்களையும் பாதிரியார் சற்குணத்தையும் பார்த்து இந்த வீடியோவைப் போட்டுக் காட்டுவாள். தங்கள் பெயர் அதில் வருவதையும் அந்த மூவரும் கட்சியிலும் நிறுவனத்திலும் முக்கிய பொறுப்பில் இருந்தவர்கள் என்பதால் வழக்கு வலுவாக நிற்கும் என்று பயந்து பிரச்னையை பேசித் தீர்க்க முன்வருவார்கள்.

லட்சுமி பாயோ நீங்கள் இதுவரை செய்ததைச் சொல்லி பாவமன்னிப்பு கேளுங்கள். இனியும் இதுபோல் செய்யாமல் இருங்கள் அதுவே போதும் என்று சொல்வாள். இந்து இயக்கத்தவர்களும் இதில் மாட்டிக்கொண்டிருப்பதால் வழக்கு என்று போனால் ஒரு முடிவே வராது. எல்லா தரப்பினரும் இதில் மாட்டிக் கொண்டிருக்கிறார்கள். பரபரப்பான வழக்காக நடக்குமே தவிர வேறு எந்த நன்மையும் இருக்காது. ஆனால், இந்த வன்முறை இனியும் தொடரக்கூடாது. அதை நீங்கள் பாவ மன்னிப்பு கேட்டு இதோடுஒரு முற்றிப்புள்ளி வைக்கவேண்டும் என்று சொல்வாள்.

சேனல் எம்.டி.யும் அதற்கு ஒப்புக்கொள்வார்.

அவருடைய சர்ச்சுக்குப் போய் தான் செய்ததையெல்லாம் சொல்லி பாவ மன்னிப்பு கேட்பார். இளமாறன், கதிரவன், செக்யூரிட்டி

ஆகியோரைக் கொன்றது, தமிழ் தேசியவாதிகள் - இஸ்லாமிய அடிப்படைவாதிகளிடையே மோதல் வரக்கூடாதென்பதற்காக இந்துத்துவர்களைக் கொன்றது, பலருக்கும் ஹனி டிராப் வைத்தது எல்லாவற்றையும் வரிசையாகச் சொல்லி மன்னிப்பு கேட்கிறார்.

பிறகு காரில் ஏறி தன்னுடைய சேனலுக்குச் செல்கிறார். சேனல் வாசலில் ஒரே கூட்டம். இவருடைய காரைப் பார்த்ததும் பாய்ந்து சூழ்ந்துகொண்டு அடிக்கிறார்கள். இவர் பதறியடித்து அலுவலகத்துக்குள் எப்படியோ போய்ச் சேருகிறார். அங்கே அனைத்து ஸ்க்ரீனிலும் இவர் பாவ மன்னிப்பு கேட்ட விஷயம் ஓடிக் கொண்டிருக்கும். லட்சுமி பாய் அந்த பாவமன்னிப்பு சேம்பரில் வீடியோ கேமராவைப் பொருத்தி அனைத்தையும் பதிவு செய்து அனைத்து சேனலுக்கும் அனுப்பிவிட்டிருக்கிறாள்.

என்ன நடந்திருந்ததென்றால், கட்சியில் இருந்தும் திருச்சபையில் இருந்தும் நீக்கப்பட்டவர்களிடம் அந்த ஆடியோ டேப்பில் இருந்த விஷயத்தைச் சொல்லி அதைப் பேசும்படிக் கேட்டுக் கொண்டபோது அவர்கள் முடியாது என்று மறுத்திருக்கிறார்கள். எங்களுக்கு அதிருப்தியும் விமர்சனங்களும் இருப்பது உண்மைதான். ஆனால், நாங்கள் அதற்காக அவர்கள் மேல் இப்படி ஒரு அபாண்டக் குற்றச்சாட்டை வைக்கமாட்டோம் என்று சொல்கிறார்கள். நீங்கள் வெறுமனே பேசுங்கள். நான் நிச்சயம் அதை எங்கும் ஒளிபரப்பமாட்டேன். சேனல் எம்.டி. மீதும் பாதிரியார் சற்குணம்மீதும் அபாண்டமாகக்குற்றம் சாட்டுவதாகச் சொல்கிறீர்கள் அல்லவா... அவர்களே செய்த தவறை ஒப்புக்கொண்டு அவர்கள் வாயாலேயே பேசினால் நம்புவீர்கள் அல்லவா... அவர்களைப் பேசவைக்கிறேன் என்று சொல்லித்தான் அவர்களை அந்த வீடியோவில் நடிக்கச் செய்திருப்பாள்.

அதில் இருப்பதைப் பார்த்து பயந்த எம்.டி. பாவமன்னிப்புதானே கேட்கச் சொல்கிறார்கள் என்று அனைத்தையும் ஒப்புக்கொண்டுவிட்டார். பாதிரியார் சற்குணமும் தானும் சேர்ந்துதான் இந்தத் திட்டம் தீட்டினோம் என்றும் சொல்லிவிட்டிருப்பார். எனவே அவர்கள் இருவரும் சிறையில் அடைக்கப்படுகிறார்கள்.

ஃபாத்திமா என்ற பெயரில் அடுத்த ஆப்பரேஷனுக்குத் தயாராகிறார் லட்சுமி பாய்.

●